ವಿಶ್ವಕಥಾಕೋಶ

ಸಂಪುಟ – ೧೪

ಪ್ರಧಾನ ಸಂಪಾದಕ
ನಿರಂಜನ

ಸಜ್ಜನನ ಸಾವು

ಐಸ್ಲೆಂಡ್ – ಡೆನ್ಮಾರ್ಕ್ – ನಾರ್ವೆ
ಸ್ವೀಡನ್ – ಫಿನ್ಲೆಂಡ್ ಕಥೆಗಳು

ಅನುವಾದ
ಕ. ನಂ. ನಾಗರಾಜು

AA000334

ನವಕರ್ನಾಟಕ ಪ್ರಕಾಶನ

SAJJANANA SAVU (Kannada)

An anthology of short stories from Iceland, Denmark, Norway, Sweden and Finland, being the fourteenth volume of Vishwa Kathaa Kosha, a treasury of world's great short stories in 25 volumes in Kannada. Translated by Ka. Nam. Nagaraju Editor-in-Chief : Niranjana. Editors : S. R. Bhat, C. R. Krishna Rao, C. Sitaram. Secretary : R. S. Rajaram.

Fourth Print : 2021   Pages : 136   Price : ₹ 125
Paper : 70 gsm Maplitho 18.6 Kg ($^1/_8$ Demy Size)

ಮೊದಲನೇ ಮುದ್ರಣ   : 1981
ಮರುಮುದ್ರಣಗಳು   : 2011, 2012
ನಾಲ್ಕನೇ ಮುದ್ರಣ   : 2021

ಪ್ರಧಾನ ಸಂಪಾದಕ : ನಿರಂಜನ
ಸಂಪಾದಕರು   : ಎಸ್. ಆರ್. ಭಟ್, ಸಿ. ಆರ್. ಕೃಷ್ಣರಾವ್, ಸಿ. ಸೀತಾರಾಮ್
ಕಾರ್ಯದರ್ಶಿ   : ಆರ್. ಎಸ್. ರಾಜಾರಾಮ್
ಕಲಾ ಸಲಹೆಗಾರರು : ಎಸ್. ರಮೇಶ್, ಕಮಲೇಶ್, ಅಮಿತ್

ಕೃತಿಸ್ವಾಮ್ಯ : ಆಯಾ ಕಥೆಗಳ ಲೇಖಕರದ್ದು / ಲೇಖಕರ ವಾರಸುದಾರರದ್ದು

ಬೆಲೆ : ₹ 125

ಮುಖಚಿತ್ರ : ಪ್ರಸನ್ನ

ಪ್ರಕಾಶಕರು
ಪ್ರಕಾಶಕರು
ನವಕರ್ನಾಟಕ ಪಬ್ಲಿಕೇಷನ್ಸ್ ಪ್ರೈವೆಟ್ ಲಿಮಿಟೆಡ್
ಎಂಬೆಸಿ ಸೆಂಟರ್, ಕ್ರೆಸೆಂಟ್ ರಸ್ತೆ, ಬೆಂಗಳೂರು – 560 001
ದೂರವಾಣಿ : 080–22161900 / 22161901 / 22161902

ಶಾಖೆಗಳು/ಮಳಿಗೆಗಳು

ನವಕರ್ನಾಟಕ, ಕ್ರೆಸೆಂಟ್ ರಸ್ತೆ, ಬೆಂಗಳೂರು – 1, ✆ 080–22161913/14, Email : nkpsales@gmail.com
ನವಕರ್ನಾಟಕ, ಕೆಂಪೇಗೌಡ ರಸ್ತೆ, ಬೆಂಗಳೂರು – 9, ✆ 080–22203106, Email : nkpkgr@gmail.com
ನವಕರ್ನಾಟಕ, ಕೆ.ಎಸ್. ರಾವ್ ರಸ್ತೆ, ಮಂಗಳೂರು – 1, ✆ 0824–2441016, Email : nkpmng@gmail.com
ನವಕರ್ನಾಟಕ, ಬಲ್ಮಠ, ಮಂಗಳೂರು – 1, ✆ 0824–2425161, Email : nkpbalmatta@gmail.com
ನವಕರ್ನಾಟಕ, ರಾಮಸ್ವಾಮಿ ವೃತ್ತ, ಮೈಸೂರು–24, ✆ 0821–2424094, Email : nkpmysuru@gmail.com
ನವಕರ್ನಾಟಕ, ಸ್ಟೇಷನ್ ರಸ್ತೆ, ಕಲಬುರಗಿ – 2, ✆ 08472–224302, Email : nkpglb@gmail.com

ಮುದ್ರಕರು : ಪ್ರಿಂಟ್‌ಒನ್ ಸಲ್ಯೂಶನ್ಸ್, ನವಿ ಮುಂಬಯಿ – 400703

0402215656   ISBN 978-81-8467-213-8

Published by Navakarnataka Publications Private Limited, Embassy Centre Crescent Road, Bengaluru - 560 001 (India). Email : navakarnataka@gmail.com

ಅರ್ಪಣೆ

ನಿರಂಜನ
(1924–1991)

ಇವರ ನೆನಪಿಗೆ

ಪರಿವಿಡಿ

ಪ್ರಕಾಶಕರ ನುಡಿ

ವಿಶ್ವಕಥಾಕೋಶದ ಮೊದಲ ಹನ್ನೆರಡು ಸಂಪುಟಗಳನ್ನು ಮೂರು ಕಂತುಗಳಲ್ಲಿ ನಾವು ಈಗಾಗಲೇ ಓದುಗರ ಕೈಗಿತ್ತಿದ್ದೇವೆ.

ಈಗ ಮತ್ತಿದೋ ನಾಲ್ಕು ಸಂಪುಟಗಳು. ಇವು ಈ ವರ್ಷದ 1981ರ ದೀಪಾವಳಿಯ ಕಾಣಿಕೆ.

ಈ ನಾಲ್ಕರಲ್ಲೊಂದು 'ಸಜ್ಜನನ ಸಾವು'. ಇದರಲ್ಲಿ ಐಸ್‌ಲೆಂಡ್, ಡೆನ್ಮಾರ್ಕ್, ನಾರ್ವೆ, ಸ್ವೀಡನ್ ಮತ್ತು ಫಿನ್‌ಲೆಂಡ್‌ಗಳ ಕಥಾ ಸಾಹಿತ್ಯದಿಂದ ಆಯ್ದ ಹೃದಯಂಗಮವಾದ ಹನ್ನೆರಡು ಕಥೆಗಳಿವೆ. ಇದು ಕಥಾ ಕೋಶದ ಹದಿನಾಲ್ಕನೆಯ ಸಂಪುಟ. ಈ ಸಂಪುಟವನ್ನು ಕನ್ನಡಕ್ಕೆ ಅನುವಾದಿಸಿದವರು ಶ್ರೀ ಕ. ನಂ. ನಾಗರಾಜು ಅವರು.

ಈ ಸಂಪುಟದ ಅಂದವಾದ ಮುಖಚಿತ್ರ ರಚಿಸಿದವರು 'ಸಮುದಾಯ' ಖ್ಯಾತಿಯ ಶ್ರೀ ಪ್ರಸನ್ನ. ಹಿಮ್ಮೈ ವಿನ್ಯಾಸ ಶ್ರೀ ಕಮಲೇಶ್ ಅವರದು. ಇದನ್ನು ಸೊಗಸಾಗಿ ಮುದ್ರಿಸಿದ ಶ್ರೇಯಸ್ಸು ಜನಶಕ್ತಿ ಮುದ್ರಣಾಲಯದ ನಮ್ಮ ಬಂಧುಗಳಿಗೆ ಸಲ್ಲಬೇಕು. ಇದರ ರಕ್ಷಾಕವಚದ ಮುದ್ರಣ ಕಾರ್ಯವನ್ನು ನಿರ್ವಹಿಸಿದವರು ಶಿವಕಾಶಿಯ ಜೇಯೆಮ್ ಆಫ್‌ಸೆಟ್ ಪ್ರಿಂಟರ್ಸ್ ಅವರು. ಇವರೆಲ್ಲರಿಗೆ ಈ ಸಂದರ್ಭದಲ್ಲಿ ನಮ್ಮ ಹೃತ್ಪೂರ್ವಕ ಕೃತಜ್ಞತೆಗಳು ಸಲ್ಲುತ್ತವೆ.

ಇವರಲ್ಲದೆ ಈ ಸಂಪುಟವನ್ನು ಹೊರತರಲು ಇನ್ನೂ ಅನೇಕ ಮಂದಿ ಮಿತ್ರರು ನಮಗೆ ನೆರವಾಗಿದ್ದಾರೆ. ಸಂಪುಟದ ಕೊನೆಯಲ್ಲಿ ಅವರಿಗೆ ನಮ್ಮ ವಿಶೇಷ ಕೃತಜ್ಞತೆಗಳನ್ನು ಸಮರ್ಪಿಸಲಾಗಿದೆ.

ಈ ಸಂಪುಟದಲ್ಲಿ ಬಳಸಲಾದ ಕೃತಿಸ್ವಾಮ್ಯವನ್ನು ಹೊಂದಿರುವ ಎಲ್ಲ ಕಥೆಗಳ ಕರ್ತೃಗಳಿಂದ ಅಥವಾ ಅವರ ವಾರಸುದಾರರಿಂದ ಅವುಗಳ ಪ್ರಕಟಣೆಗೆ ಅನುಮತಿ ಪಡೆಯಲು ನಾವು ಆದಷ್ಟೂ ಪ್ರಯತ್ನಿಸಿದ್ದೇವೆ. ಅವರೆಲ್ಲರಿಗೂ ನಾವು ಋಣಿಗಳು. ಆದರೆ ಒಂದು ವೇಳೆ ಯಾರದಾದರೂ ಅನುಮತಿ ಬಿಟ್ಟುಹೋಗಿದ್ದರೆ ಈ ಯೋಜನೆಯ ಮಹತ್ವವನ್ನು ಮನಗಂಡು ಅವರು ನಮ್ಮನ್ನು ಕ್ಷಮಿಸುವರೆಂದು ನಂಬಿದ್ದೇವೆ.

ಕಥಾಕೋಶದ ಒಟ್ಟು ಸಂಪುಟಗಳು 25. ಈ ಸಲದ ಬಿಡುಗಡೆಯೂ ಸೇರಿದಂತೆ ಇವುಗಳಲ್ಲಿ 16ನ್ನು ನಾವೀಗ ಹೊರತಂದಿದ್ದೇವೆ. ಇನ್ನು

4 ಸಂಪುಟಗಳು ಮುಂದಿನ ವರ್ಷ ಯುಗಾದಿಯ ಸಮಯದಲ್ಲಿ ಪ್ರಕಟವಾಗಲಿದೆ. ಉಳಿದ 5 ಸಂಪುಟಗಳ ಬಿಡುಗಡೆ 1982ರ ದೀಪಾವಳಿಯಂದು.

ಶ್ರೀ ನಿರಂಜನರ ಪ್ರಧಾನ ಸಂಪಾದಕತ್ವದಲ್ಲಿ ಕಾರ್ಯಗತ ಗೊಳ್ಳುತ್ತಿರುವ ಈ ಯೋಜನೆ, ಕನ್ನಡ ಓದುಗರಿಗೆ ನವಕರ್ನಾಟಕ ಪ್ರಕಾಶನದ ಹೆಮ್ಮೆಯ ಕೊಡುಗೆ. ಬೆಲೆ ಏರಿಕೆಯ ಇಂದಿನ ದಿನಗಳಲ್ಲಿ 25 ಸಂಪುಟಗಳ ಇಂಥ ಬೃಹತ್ ಯೋಜನೆಯ ಪ್ರಕಟಣೆ ಬಹಳ ಕಷ್ಟಸಾಧ್ಯವಾದ ಕಾರ್ಯ. ಆದರೂ ಓದುಗರ ಹಿತದೃಷ್ಟಿಯನ್ನು ಗಮನದಲ್ಲಿರಿಸಿಕೊಂಡು ಕಥಾಕೋಶದ ಬೆಲೆಯನ್ನು ನಾವು ಏರಿಸಿಲ್ಲ. ಬಿಡಿ ಸಂಪುಟಗಳ ಬೆಲೆ ರೂ. 10.00. 25 ಸಂಪುಟಗಳಿಗೆ ರೂ. 250–00 ಹೀಗೆಯೇ, ಇಡೀ ಕೋಶವನ್ನು ಕೊಳ್ಳಬಯಸುವವರಿಗೆ ಹಿಂದಿನಂತೆ ರೂ. 50ರ ರಿಯಾಯಿತಿಯೂ ಇದೆ. 'ನವಕರ್ನಾಟಕ ಪಬ್ಲಿಕೇಷನ್ಸ್ ಪ್ರೈವೆಟ್ ಲಿಮಿಟೆಡ್' ಈ ಹೆಸರಿಗೆ 200 ರೂ.ಗಳನ್ನು ಡ್ರಾಫ್ಟ್ ಮೂಲಕ ಇಂದೇ ಕಳುಹಿಸಿಕೊಡಿ. ಈಗ ಪ್ರಕಟವಾಗಿರುವ ಸಂಪುಟಗಳನ್ನು ತಕ್ಷಣ ಮತ್ತು ಮುಂದಿನ ಸಂಪುಟಗಳನ್ನು ಅವು ಪ್ರಕಟವಾದಂತೆ ನಮ್ಮ ವೆಚ್ಚದಲ್ಲಿ ನಿಮ್ಮ ಮನೆ ಬಾಗಿಲಿಗೆ ತಲಪಿಸಲಾಗುವುದು.

ಕೊನೆಯದಾಗಿ, ಕಥಾಕೋಶದ ಮೊದಲ ಹನ್ನೆರಡು ಸಂಪುಟಗಳಿಗೆ ಓದುಗರು ನೀಡಿದ ಆದರದ ಸ್ವಾಗತ ಈ ಸಂಪುಟಗಳಿಗೂ ದೊರೆಯುವುದೆಂದು ನಾವು ನಂಬಿದ್ದೇವೆ.

ಆರ್. ಎಸ್. ರಾಜಾರಾಮ್

ದೀಪಾವಳಿ, 1981 ಕಾರ್ಯದರ್ಶಿ

ಬೆಂಗಳೂರು ನವಕರ್ನಾಟಕ ಪಬ್ಲಿಕೇಷನ್ಸ್ (ಪ್ರೈ) ಲಿಮಿಟೆಡ್

ಪ್ರಕಾಶಕರ ನುಡಿ

(ಎರಡನೇ ಮುದ್ರಣ)

ನವಕರ್ನಾಟಕ ಪ್ರಕಾಶನದ 50ರ ಸಂಭ್ರಮದಲ್ಲಿ 'ವಿಶ್ವಕಥಾಕೋಶ'ದ ಇಪ್ಪತ್ತೈದು ಸಂಪುಟಗಳನ್ನು ಪುನರ್ಮುದ್ರಿಸಿ ಓದುಗರ ಕೈಗಿಡುತ್ತಿದ್ದೇವೆ. ಮೂವತ್ತು ವರ್ಷಗಳ ಕಾಲ ಅಲಭ್ಯವಾಗಿದ್ದ ಜಗತ್ತಿನ ಸಾಹಿತ್ಯ ಕಥಾ ಕಣಜ ಬೆಳಕು ಕಾಣುವ ಈ ಸಮಯದಲ್ಲಿ ಈ ಯೋಜನೆಯ ಹೊಣೆ ಹೊತ್ತ ಶ್ರೇಷ್ಠ ಕಥೆಗಾರ, ಸಾಹಿತಿ ನಿರಂಜನರು ನಮ್ಮೊಂದಿಗೆ ಇದ್ದಿದ್ದರೆ, ನವಕರ್ನಾಟಕದ ಚಿನ್ನದ ಹಬ್ಬ ಹೆಚ್ಚು ಅರ್ಥಪೂರ್ಣವಾಗುತ್ತಿತ್ತು. ಈ ಸಂಪುಟಗಳನ್ನು ಅವರಿಗೆ ಅರ್ಪಿಸಿ, ಅವರನ್ನು ನೆನೆಯುತ್ತೇವೆ.

ಸಂಪುಟಗಳನ್ನು ಅನುವಾದಿಸಿ ನೆರವಾದ ಅನೇಕ ಲೇಖಕ ಮಿತ್ರರು ಈ ಮೂರು ದಶಕಗಳಲ್ಲಿ ನಮ್ಮನ್ನು ಅಗಲಿದ್ದಾರೆ. 'ವಿಶ್ವಕಥಾಕೋಶ'ದ ಎಲ್ಲಾ ಅನುವಾದಗಳನ್ನು ಓದಿ, ಪರಿಷ್ಕರಿಸಿ, ಮುದ್ರಣಕ್ಕೆ ಸಿದ್ಧಗೊಳಿಸಿದ ಸಂಪಾದಕರಲ್ಲಿ ಒಬ್ಬರಾದ ಶ್ರೀ ಎಸ್. ಆರ್. ಭಟ್ಟರ ಅಗಲಿಕೆಯ ನೆನಪು ಈ ಸಂದರ್ಭದಲ್ಲಿ ನಮ್ಮನ್ನು ಕಾಡುತ್ತಿದೆ.

ಮೂವತ್ತು ವರ್ಷಗಳ ಹಿಂದೆ 25 ಸಂಪುಟಗಳನ್ನು ರೂ. 250ಕ್ಕೆ ನೀಡಿದ್ದೆವು. ಬೆಲೆಯೇರಿಕೆಯ ಇಂದಿನ ದಿನಗಳಲ್ಲಿ ಮರುಮುದ್ರಿಸಿದಲ್ಲಿ, ಅದರ ಬೆಲೆಯನ್ನು ಎಂಟು-ಹತ್ತು ಪಟ್ಟು ಏರಿಸಬೇಕಾಗಬಹುದು ಎನ್ನುವ ಭೀತಿಯೂ ವಿಳಂಬಕ್ಕೆ ಕಾರಣವಾಯಿತು. ಈ ಸಂದರ್ಭದಲ್ಲಿ ಈ ಸಂಪುಟಗಳನ್ನು ಸುಲಭ ಬೆಲೆಗೆ ನೀಡಲು ನೆರವಾದವರು ಇನ್ಫೋಸಿಸ್ ಫೌಂಡೇಷನ್‌ನ ಅಧ್ಯಕ್ಷೆ ಶ್ರೀಮತಿ ಸುಧಾ ಮೂರ್ತಿಯವರು. ಅವರಿಗೆ ನಾವು ಕೃತಜ್ಞರಾಗಿದ್ದೇವೆ.

ಈ ಯೋಜನೆಯ ಲೇಖಕರು ಈ ಅವಧಿಯಲ್ಲಿ ಸಾಕಷ್ಟು ಹೊಸ ಬರೆಹಗಳನ್ನು ಮಾಡಿದ್ದಾರೆ, ಗೌರವ ಪುರಸ್ಕಾರಗಳಿಗೆ ಪಾತ್ರರಾಗಿದ್ದಾರೆ. ಕೆಲವರು ನಮ್ಮೊಂದಿಗಿಲ್ಲ. ಈ ಎಲ್ಲ ಲೇಖಕರ ಪರಿಚಯಗಳಿಗೆ ಹೊಸ ಸೇರ್ಪಡೆಗಳನ್ನು ಮಾಡಿಕೊಟ್ಟ ಡಾ|| ಆರ್. ಪೂರ್ಣಿಮಾ ಮತ್ತು ಶ್ರೀಮತಿ ರೋಸಿ ಡಿ'ಸೋಜಾ ಅವರ ನೆರವನ್ನು ಸ್ಮರಿಸುತ್ತೇವೆ.

ಮರುಮುದ್ರಣದ ಈ ಕಾರ್ಯದಲ್ಲಿ ನೆರವಾದ ಎಲ್ಲರನ್ನೂ ನೆನೆಯುತ್ತೇವೆ.

ಯುಗಾದಿ, 2011 **ಆರ್. ಎಸ್. ರಾಜಾರಾಮ್**
ಬೆಂಗಳೂರು ವ್ಯವಸ್ಥಾಪಕ ನಿರ್ದೇಶಕ, ನವಕರ್ನಾಟಕ ಪ್ರಕಾಶನ

ಪ್ರಸ್ತಾವನೆ

1

ಐಸ್‌ಲೆಂಡ್, ಡೆನ್‌ಮಾರ್ಕ್, ನಾರ್ವೇ, ಸ್ವೀಡನ್, ಫಿನ್‌ಲೆಂಡ್ - ಇವನ್ನು ಒಟ್ಟಾಗಿ 'ಸ್ಕಾಂಡಿನಾವಿಯ', 'ಸ್ಕಾಂಡಿನಾವಿಯ ದೇಶಗಳು' ಎನ್ನುವುದುಂಟು. ಮುಖ್ಯವಾಗಿ 'ಸ್ಕಾಂಡಿನಾವಿಯ' ಎಂಬ ಹೆಸರು ಅನ್ವಯವಾಗುವುದು ಡೆನ್‌ಮಾರ್ಕ್, ನಾರ್ವೇ, ಸ್ವೀಡನ್‌ಗಳಿಗೆ.

'ಸ್ಕಾಂಡಿನಾವಿಯ'ಕ್ಕೆ 'ಅಪೂರ್ವ ಖನಿಜಗಳಿರುವ ಭೂಭಾಗ' ಎಂದು ಅರ್ಥ ಕಲ್ಪಿಸಬಹುದು. 'ಒಂದೇ ಕುಟುಂಬಕ್ಕೆ ಸೇರಿದ ಭಾಷೆಗಳನ್ನಾಡುವ ಜನ ವಾಸಿಸುವ ಭೂಭಾಗ' ಎನ್ನಲೂಬಹುದು. (ಹೀಗೆ ಅರ್ಥೈಸುವಾಗ ಮಾತ್ರ, ಫಿನ್‌ಲೆಂಡ್ ಸ್ಕಾಂಡಿನಾವಿಯದ ಭಾಗವಾಗುವುದಿಲ್ಲ. ಏಕೆಂದರೆ, ಫಿನ್ನಿಶ್ ಭಾಷೆ ಉರಾಲ್ ಮೂಲದ್ದು, ಉರಾಲಿ-ಉಗ್‌ರ್ ಭಾಷಾ ಕುಟುಂಬದ್ದು. ಇಂಡೋ-ಐರೋಪ್ಯ ಭಾಷಾ ಸಮುಚ್ಚಯಕ್ಕೂ ಫಿನ್ನರ ಭಾಷೆಗೂ ಸಂಬಂಧವಿಲ್ಲ.)

ಪ್ರತಿಯೊಂದು ಹಿಮಯುಗ ಮುಗಿದಾಗಲೂ ಕರಗಿದ ಮಂಜು ಕೆಳಕ್ಕೆ ಹರಿದು ಸಮುದ್ರ ಮಟ್ಟ ಏರಿದೆ. ಗುಡ್ಡಗಳು ದ್ವೀಪಗಳಾಗಿವೆ. ತಗ್ಗುನೆಲ ಸಮುದ್ರ ನೀರಿನಿಂದ ಆವೃತ್ತವಾಗಿ, ಕರಾವಳಿಯುದ್ದಕ್ಕೂ ಕಡಲ ಚಾಚುಗಳು ಮೈತಳೆದಿವೆ. 10,000 ವರ್ಷ ಹಿಂದೆ ಕೊನೆಯ ಹಿಮಯುಗ ಮುಕ್ತಾಯವಾದಾಗಲೂ, ಹಿಂದಿನ ಸಾಧನೆಗಳಿಗೆ ಪ್ರಕೃತಿ ಮತ್ತೊಂದು ಹೆಬ್ಬೆಟ್ಟು ಗುರುತನ್ನು ಒತ್ತಿತ್ತು. ಭೂಮಿಗೆ ಇಂದಿನ ರೂಪುರೇಖೆ ದೊರೆತದ್ದು ಆ ವೇಳೆಯಲ್ಲೇ. ಮೈಕಳೆದು ಪುಳಕಗೊಂಡ ನೆಲವನ್ನು ತಡವುತ್ತ ಜನರ ಬುಡಕಟ್ಟುಗಳು ಉತ್ತರಕ್ಕೆ ಸರಿದವು. ಸ್ಕಾಂಡಿನಾವಿಯಕ್ಕೆ ಹೊರಗಿನ ಜನ ವಲಸೆ ಬಂದುದೂ ಇದೇ ರೀತಿಯಲ್ಲಿ. ಅಲ್ಲಿ ಏನಿತ್ತು? ಕಾಡು: ಹಿಮಪಾತದಿಂದ ನಾಶವಾಗದೆ ಉಳಿದದ್ದು. ಹಿಡಿದು ತಿನ್ನಲು ಸಣ್ಣ ಪುಟ್ಟ ಪ್ರಾಣಿಗಳು, ಪಕ್ಷಿಗಳು. ತಟಾಕಗಳಲ್ಲೂ ಕಡಲಕರೆಯಲ್ಲೂ ಕಡಲಿನ ಒಡಲಿನಲ್ಲೂ ಮೀನು, ಹೇರಳ ಮೀನು. ಆ ನೆಲದಲ್ಲಿ ಮೂಲನಿವಾಸಿಗಳೂ ಇದ್ದರು. ನೆಲಮನೆಯಲ್ಲಿ ಗವಿಮನೆಯಲ್ಲಿ ಬದುಕು ಸಾವುಗಳ ನಡುವೆ ಸಂತಾನೋತ್ಪತ್ತಿ ಮಾಡುತ್ತಾ ಕಾಲ ಕಳೆದವರು. ಅಲ್ಲಿದ್ದವರು ಹೊರಬಂದು ಕಣ್ಣುಗಳನ್ನು ಕಿರಿದುಗೊಳಿಸಿ ಬೆಳಕನ್ನು ಕಂಡರು.

ಹೊರಗಿನಿಂದ ಬಂದವರಲ್ಲಿ ಮುಂದೆ 'ಜರ್ಮನ್' ಎಂಬ ಹೆಸರು ಪಡೆದ ವಿವಿಧ ಬುಡಕಟ್ಟುಗಳದೇ ಬಹುಸಂಖ್ಯೆ. ಮಿಶ್ರ ರಸಪಾಕದಲ್ಲಿ ಅದ್ಭುತ ಮಾನವನ ಸೃಷ್ಟಿ, ಶಿಲಾಯುಗ, ನವಶಿಲಾಯುಗ, ಕಂದು ಕಂಚುಯುಗ, ಕಬ್ಬಿಣ ಯುಗ. ಹೇಗೆ ಬೆಳೆದಿದ್ದರು ಆ ಜನ! ಸ್ವಾವಲಂಬಿಗಳು, ಕಷ್ಟ ಸಹಿಷ್ಣುಗಳು, ಶಿಲಾ ಸದೃಶರು. ಕಬ್ಬಿಣದ ಕೊಡಲಿಯನ್ನು ರೂಪಿಸಿಕೊಂಡ ಮೇಲಂತೂ ಅವರು ಅದಮ್ಯರು. ತಮ್ಮ ಸಂಖ್ಯೆ ಗಣನೀಯವಾದಾಗ, ನಾನಾ ದಿಕ್ಕುಗಳಿಗೆ ಹೊರಟರು - ನೆಲದ ಮೇಲೆ, ಜಲದ ಮೇಲೆ, ಇತರ ಯೋಧ ಬುಡಕಟ್ಟುಗಳ ಜೊತೆ ಸೇರಿ, ಕುಸಿಯುತ್ತಲಿದ್ದ ರೋಮ್ ಸಾಮ್ರಾಜ್ಯಕ್ಕೆ ಮಾರಣಾಂತಿಕ ಪೆಟ್ಟುಕೊಟ್ಟರು. ಕ್ರೂರಿಗಳು, ಕೊಳ್ಳೆ-ಕೊಲೆ ಎಲ್ಲದರಲ್ಲೂ ಮುಂದು. ಸ್ಕಾಂಡಿನಾವಿಯದ ಬಂಡೆಗಳ ಮೇಲೆ ಕೆತ್ತನೆಯ ಚಿತ್ರಗಳಿವೆ. ಕಂದು ಕಂಚುಯುಗದ ಪ್ರಾಚೀನರ ಸೃಷ್ಟಿ. ಅವರು ಚಿತ್ರಿಸಿದ್ದು ತೊಗಲಿನ ಹೊದಿಕೆಯಿದ್ದ ಮರದ ದೋಣಿಗಳನ್ನು. ಕರಾವಳಿ ಯುದ್ಧಕ್ಕೆ ಹೋಗುವ ಆ ದೋಣಿಗಳಿಗೆ 'ಕಾರ್ವಿ' ಎನ್ನುತ್ತಿದ್ದರು. ಇಂದಿನ ನಾವೆಗೂ ಆ ಕಾರ್ವಿಗೂ ಮೂರು ಸಹಸ್ರ ವರ್ಷಗಳ ಅಂತರ.

* * *

ನೂರು ಜನ ಕುಳಿತುಕೊಳ್ಳಲು ಅವಕಾಶವಿದ್ದ, ಹುಟ್ಟುಹಾಕಿ ವೇಗವಾಗಿ ನಡೆಸಬಲ್ಲ, ನೀಳ ದೋಣಿಗಳು ಸಿದ್ಧವಾದವು. ತೀರ ಪ್ರದೇಶದಲ್ಲಿ ಮಾತ್ರವಲ್ಲ, ಕಡಲಿನಲ್ಲೂ 'ದೂರ ದೂರ ತೇಲುವ ಬಾರಾ' ಸ್ಕಾಂಡಿನಾವಿಯದ ಸಾವಿರಾರು ಬುಡಕಟ್ಟುಗಳ ನಾಯಕರಲ್ಲಿ ಆಗ ಬಹು ಪತ್ನೀತ್ವ ಬಳಕೆಯಲ್ಲಿತ್ತು. 'ಅಧಿಕಾರ' ಹಿರಿಯ ಹೆಂಡತಿಯ ಗಂಡು ಮಕ್ಕಳಿಗೆ ಮಾತ್ರ. ಉಳಿದವರು ಕುಡಿ ಮೀಸೆ ಚಿಗುರೊಡೆಯ ತೊಡಗಿದಂತೆ ತಮ್ಮ ತೋಳ್ಬಲವನ್ನು ನೆಚ್ಚಿಕೊಂಡು ವಿಶಾಲ ಜಗತ್ತಿನಲ್ಲಿ ಅಲೆಯಬೇಕು. ಅವರೇ ವೈಕಿಂಗರು – ವೀರಯೋಧರು. ಇಂಥ ಸಾಹಸಕ್ಕೆ ಕೈ ಇಕ್ಕದ ಯುವಕರನ್ನು ಅಲ್ಲಿನ ಹುಡುಗಿಯರು ಇಷ್ಟಪಡುತ್ತಿರಲಿಲ್ಲ!

ಮೀಸೆ ನೀವುತ್ತ, ಸಮುದ್ರ ಸೀಳುತ್ತ ಪಶ್ಚಿಮದತ್ತ ಹೊರಟ ಮೊದಲ ವೈಕಿಂಗ್, ಗಾರ್ಡ. ಇವನು ನಾರ್ವೇಯವನು. (ನಾರ್‌ವೇ= ಉತ್ತರಾಪಥ) ಈ ಯಾನ ನಡೆದದ್ದು ಕ್ರಿಸ್ತಶಕ 850ರಲ್ಲಿ. ಸುಮಾರು 40,000 ಚದರ ಮೈಲು ವಿಸ್ತೀರ್ಣದ ಒಂದು ದೊಡ್ಡ ದ್ವೀಪ ಗಾರ್ಡನ ಕಣ್ಣಿಗೆ ಬಿತ್ತು. ಅವನ ನಾವೆ ದ್ವೀಪಕ್ಕೆ ಒಂದು ಸುತ್ತು ಬಂತು. ನೂರು ಜ್ವಾಲಾಮುಖಿಗಳು, ಲೆಕ್ಕವಿಲ್ಲದಷ್ಟು ಬಿಸಿನೀರಿನ ಊಟೆಗಳು, ಉತ್ತರ ಧ್ರುವ ಸಮೀಪದಲ್ಲೇ ಇದ್ದರೂ ಉಷ್ಣ ಪ್ರವಾಹಗಳಿಂದಾಗಿ ಸಹನೀಯ ಹವೆ. 'ಬೆಂಕಿ ಮತ್ತು ಹಿಮದ ದೇಶ'. ಪ್ರೇಯಸಿಯ(ರ) ಆಯ್ಕೆಗಾಗಿ ಗಾರ್ಡ ತಾಯ್ನಾಡಿಗೆ ಮರಳಿದ. 20

ವರ್ಷಗಳ ಬಳಿಕ ಆ ದ್ವೀಪಕ್ಕೆ ನಾರ್ವೇಯಿಂದ ವಲಸೆ ಆರಂಭವಾಯಿತು. 9ನೆಯ ಶತಮಾನದ ಅಂತ್ಯದಲ್ಲಿ 25,000ವಾಯಿತು ಜನಸಂಖ್ಯೆ. (ಈಗ ಅದು 230,000)

ಹೆಸರು ಐಸ್‌ಲೆಂಡ್. ಆದರೆ ಇಲ್ಲಿ ಯಾರೂ ಹೆಪ್ಪುಗಟ್ಟುವುದಿಲ್ಲ. ಆದ್ದರಿಂದ ಅದು ಅನ್ವರ್ಥನಾಮವಲ್ಲ. 'ದ್ವೀಪ' ಎಂಬುದಷ್ಟೇ 'ಐಸ್‌ಲೆಂಡ್'ನ ಅರ್ಥ. 'ಅಲ್ತಿಂಗ್' ಈ ದೇಶವಾಸಿಗಳ ಜನಪ್ರತಿನಿಧಿ ಸಭೆ. ಸೇರುವುದು ವರ್ಷಕ್ಕೊಮ್ಮೆ. ನಾಡಿನ ಆಗುಹೋಗುಗಳೆಲ್ಲ ಇದರ ಹೊಣೆ. ನೇರ ಮತದಾನದಿಂದ ಅಧ್ಯಕ್ಷನನ್ನು ಆರಿಸುತ್ತಾರೆ. ಹೀಗೆ ಇಲ್ಲಿನ ಸಂಸದೀಯ ವ್ಯವಸ್ಥೆಗೆ ಸಾವಿರ ವರ್ಷ ಸಂದಿವೆ. 1264ರಿಂದ 1380ರವರೆಗೆ ಐಸ್‌ಲೆಂಡ್ ನಾರ್ವೇಯ ವಶದಲ್ಲಿತ್ತು. ಬಳಿಕ ಡೆನ್ಮಾರ್ಕಿನ ನಿಯಂತ್ರಣದಲ್ಲಿ. ಮೊದಲ ಮಹಾಯುದ್ಧದ ವೇಳೆಗೆ ಐಸ್‌ಲೆಂಡಿನ ಮೇಲೆ ಡೇನರ ಹಿಡಿತ ಸಡಿಲಿತು. ಎರಡನೆಯ ಮಹಾಯುದ್ಧ ಕಾಲದಲ್ಲಿ, 1944ರಲ್ಲಿ, ಐಸ್‌ಲೆಂಡ್ ಸಂಪೂರ್ಣವಾಗಿ ಸ್ವತಂತ್ರವಾಯಿತು.

ಸ್ಕಾಂಡಿನಾವಿಯದ ವೈಕಿಂಗರನ್ನು ಕುರಿತ ಮಹಾ ಕಾವ್ಯಗಳು ಐಸ್‌ಲೆಂಡಿನಲ್ಲಿ ಸೃಷ್ಟಿಯಾಗಿ, 12-13ನೆಯ ಶತಮಾನಗಳಲ್ಲಿ ಅಂತಿಮ ರೂಪ ಪಡೆದುವು. ನಾರ್ವೇಯಿಂದ ಐಸ್‌ಲೆಂಡ್, ಅಲ್ಲಿಂದ ಗ್ರೀನ್‌ಲೆಂಡ್, ಮುಂದೆ 'ನವಜಗತ್ತು' (ಕೊಲಂಬಸನಿಗಿಂತಲೂ 500 ವರ್ಷ ಮೊದಲೇ)... 4000 ಮೈಲು ತೇಲಿದ ವೈಕಿಂಗರ ಸಮುದ್ರ ಸಾಹಸಗಳಿಗೆ ಎಣೆ ಇಲ್ಲ. ಅದನ್ನು ನೋಡಿದ ಐಸ್‌ಲೆಂಡಿನ ಕವಿಯೊಬ್ಬ ವೈಕಿಂಗರ ನಾವೆಗಳನ್ನು 'ಅಲೆಗಳ ಕುದುರೆಗಳು' ಎಂದು ಬಣ್ಣಿಸಿದ.

ಕೃಷಿ, ಮೀನುಗಾರಿಕೆ, ರಫ್ತಿಗಾಗಿ ಮೀನಿನ ಸಂಸ್ಕರಣ – ಇವು ಐಸ್‌ಲೆಂಡಿನ ಜನರ ಚಟುವಟಿಕೆಗಳು.

ಈ ದೇಶದಲ್ಲಿ ಸೈನ್ಯವಿಲ್ಲ, ನೌಕಾಪಡೆಯಿಲ್ಲ, ವಿಮಾನದಳವಿಲ್ಲ– ನಂಬುತ್ತೀರಾ? ರೇಯ್ಕ್‌ಜವಿಕ್ ಇದರ ರಾಜಧಾನಿ. ಜನಸಂಖ್ಯೆಯಲ್ಲಿ ಹೆಚ್ಚಿನವರು ಡೇನ್ ಮೂಲದವರು. ವ್ಯವಹಾರಕ್ಕಾಗಿ ಎಲ್ಲರೂ ಹಳೆಯ ನಾರ್ವೇ ಭಾಷೆಯನ್ನು ಬಳಸುತ್ತಾರೆ.

* * *

ಈಗ 50 ಲಕ್ಷ ಜನ ವಾಸಿಸುವ ಡೆನ್ಮಾರ್ಕ್ ಮತ್ತು ಅದಕ್ಕೆ ಸೇರಿದ ದ್ವೀಪ ಅರ್ಧದ್ವೀಪಗಳೆಲ್ಲ (ವಿಸ್ತಾರ 16,629 ಚದರ ಮೈಲು) ಒಂದು ಕಾಲದಲ್ಲಿ (ಹಿಮಯುಗದ ಬಳಿಕ) ದಟ್ಟಡವಿಗಳಾಗಿದ್ದುವು. ಮಾರ್ಕ್ ಅಂದರೆ ಅರಣ್ಯ. ಆಗ ಅಲ್ಲಿದ್ದವರು ಪ್ರಕೃತಿಯನ್ನು ಇದಿರಿಸಿ ಬಾಳಲು ಶಕ್ತರಾಗಿದ್ದ ಕೆಲವೇ ಜನರು, ಬಣಗಳು. ಅವರ ಬೇರುಗಳು ಕಾಲದ ಸಿಕ್ಕಿನಲ್ಲಿ ಹೆಣೆದು ಹೋಗಿವೆ. ಕೆಲವು ಸಹಸ್ರ ವರ್ಷಗಳ ಹಿಂದೆ

ಉರಾಲ್ ಬೆಟ್ಟಗಳ ತಪ್ಪಲಿಂದ ಹೊರಟು ಬಾಲ್ಟಿಕ್ ತೀರದತ್ತ, ಆಹಾರ ಅಸರೆ ಹುಡುಕುತ್ತ ಬಂದವರು ಲ್ಯಾಪ್ ಮತ್ತು ಸುವೋಮಿ ಬುಡಕಟ್ಟುಗಳ ಗಂಡಸರು ಹೆಂಗಸರು. ಸುವೋಮಿಯರೇ ಫಿನ್ನರು. ಬಾಲ್ಟಿಕ್ ತೀರದ ಮಾರ್ಕ್ ಭೂಮಿಯಲ್ಲಿ ಅವರು ಬೇಟೆಯಾಡಿದರು. ತೀರ ಪ್ರದೇಶದಲ್ಲಿ ಮೀನು ಹಿಡಿದರು (ಇಂದಿಗೆ 5000 ವರ್ಷಗಳ ಹಿಂದೆ ಅವರು ರಚಿಸಿದ ತೊಗಲಿನ ಬುಟ್ಟಿಗಳೂ, ಮಣ್ಣಿನ ಪಾತ್ರಗಳೂ ದೊರೆತಿವೆ.) ಕ್ರಿಸ್ತಶಕ ಆರಂಭದ ಶತಮಾನಗಳಲ್ಲಿ ಕಬ್ಬಿಣದ ಕೊಡಲಿ ಝಳಪಿಸುತ್ತ ಜರ್ಮನ್ ಮೂಲದ ವಿಭಿನ್ನ ಬುಡಕಟ್ಟುಗಳು ಅತ್ತ ಬಂದುವು. ಆ ಜನರಲ್ಲಿ ಡೇನ್ ಜನರೂ ಇದ್ದರು. ಬಲಿಷ್ಠರೆದುರು ಸೋತು ಲ್ಯಾಪರೂ ಫಿನ್ನರೂ ದೂರದ ಬೇರೆ ಅಡವಿಗಳನ್ನು ಹೊಕ್ಕರು. ಬಂದವರಲ್ಲಿ ಡೇನರು ಪ್ರಬಲರು. ಆ ಭೂಭಾಗ 'ಡೇನರ ಅರಣ್ಯ'ವಾಯಿತು. 'ಡೆನ್‌ಮಾರ್ಕ್' ಹೆಸರು ಅಧಿಕೃತವಾಗಿ ಮೊದಲು ಕೇಳಿಬಂದುದು 9ನೆಯ ಶತಮಾನದಲ್ಲಿ. ಇದಕ್ಕೆ ನೂರು ವರ್ಷ ಮೊದಲೇ ಡೆನ್‌ಮಾರ್ಕ್-ನಾರ್ವೇಗಳ ವೈಕಿಂಗರು ದ್ವೀಪದಿಂದ ದ್ವೀಪಕ್ಕೆ ಜಿಗಿಯುತ್ತ ಜಲಕೇಳಿ ಆರಂಭಿಸಿದ್ದರು.

ಡೆನ್‌ಮಾರ್ಕ್‌ನ ದಕ್ಷಿಣ ತುದಿಯಲ್ಲಿ ಆಂಗ್ಲೆಸ್ ಮತ್ತು ಸಾಕ್ಸನ್ ಎಂಬ ಎರಡು ಬುಡಕಟ್ಟುಗಳು. ಇವುಗಳ ವೀರಯೋಧರೂ ಜುಟ್‌ಲೆಂಡ್ ದ್ವೀಪವಾಸಿಗಳಾದ ಜೂಟ್‌ವೀರರೂ ತಮ್ಮ ದಕ್ಷಿಣಕ್ಕಿದ್ದ ಭೂಖಂಡದ ಕಡೆಗೆ ಮತ್ತು ಬ್ರಿಟನ್ ದ್ವೀಪ ಸಮುಚ್ಚಯಕ್ಕೆ ತೇಲಿಹೋದರು. ವಸಂತದಲ್ಲಿ ದಾಳಿ, ಲೂಟಿ. ಚಳಿಗಾಲದಲ್ಲಿ ಮರಳಿ ಮನೆಗೆ. ಕ್ರಮೇಣ ಮನೆಯ ವ್ಯಾಮೋಹ ಕಡಮೆಯಾಯಿತು. ತಂಗುನೆಲದಲ್ಲಿ ಬೀಡು ಬಿಟ್ಟರು. ಪಟ್ಟಣಿಗರಾದರು; ಕ್ರಿಸ್ತ ಮತಾವಲಂಬಿಗಳೂ ಇತರರನ್ನು ಆಳುವ ಅರಸರೂ ಆದರು.

ಕೊಲ್ಲಿಗಳು, ಖಾರಿಗಳು, ಕಡಲ ಚಾಚುಗಳು, ಕರಾವಳಿ ದ್ವೀಪಗಳ ಪರಿಧಿ - ಹೀಗೆ ಡೆನ್‌ಮಾರ್ಕಿಗೆ 4600 ಮೈಲು ಉದ್ದದ ಕಡಲತೀರವಿದೆ. ಇಂಥ ದೇಶ ಅಸಾಧಾರಣ ನೌಕಾಶಕ್ತಿಯಾದದ್ದು, ವಾಣಿಜ್ಯೋದ್ಯಮದಲ್ಲಿ ಮೆರೆದದ್ದು ಸ್ವಾಭಾವಿಕ (ಒಬ್ಬ ವೈಕಿಂಗನ ಗೋರಿಯಲ್ಲಿ ಕೊಡಲಿ ಖಡ್ಗಗಳ ಜತೆ ತಕ್ಕಡಿಯೂ ದೊರೆತಿದೆ.) ಕ್ರಮೇಣ ಇವರು ಕುದುರೆ ಸವಾರಿಯನ್ನು ಕಲಿತರು. ಒಂದು ಪ್ರದೇಶದ ತೀರ ತಲಪಿ ನಾವೆಯಿಂದ ಇಳಿದೊಡನೆ, ಕೈಗೆ ಸಿಕ್ಕ ಕುದುರೆಗಳನ್ನೇರಿ, ನೆಲದ ಉದ್ದಗಲಕ್ಕೆ ದೌಡಾಯಿಸಿದರು. ಬ್ರಿಟನ್ನಿನ ಈಶಾನ್ಯ ಭಾಗವನ್ನು ಆಕ್ರಮಿಸಿದ ಆಂಗ್ಲೆಸ್ ಬುಡಕಟ್ಟಿನಿಂದ ಜನರ ಭಾಷೆ ಇಂಗ್ಲಿಷ್ ಎನಿಸಿಕೊಂಡಿತು. ದ್ವೀಪ ಇಂಗ್ಲೆಂಡ್ ಆಯಿತು. ಡೆನ್‌ಮಾರ್ಕಿನ ದೊರೆ ಕೆನ್ಯೂಟ್ ಇಂಗ್ಲೆಂಡಿಗೂ ಅರಸನಾದ; ನಾರ್ವೆಯ ಅರಸನೂ ಅವನೇ.

ಜರ್ಮನ್ ಮೂಲದ ಫ್ರಾಂಕರಿಂದಾಗಿ ಫ್ರಾನ್ಸ್ ಎಂದು ಹೆಸರು ಪಡೆದ ನೆಲದ ಜನ, ಸ್ಕಾಂಡಿನಾವಿಯದಿಂದ ಬಂದಿಳಿದವರನ್ನು ಔತ್ತರೇಯರು (ನಾರ್ಮನರು) ಎಂದು ಕರೆದರು. ಅವರು ಆಳತೊಡಗಿದ ಪ್ರದೇಶ ನಾರ್ಮಂಡಿಯಾಯಿತು. ಅಲ್ಲಿಂದ ನಾರ್ಮನರು ಇಂಗ್ಲಿಷ್ ಕಾಲುವೆ ದಾಟಿ ಇಂಗ್ಲೆಂಡನ್ನು ಗೆದ್ದರು. ಅವರ ನಾಯಕ ವಿಲಿಯಮ್ ಇಂಗ್ಲೆಂಡಿನ ದೊರೆಯಾದ. ಈ ರೀತಿ ಮೂರು ಶತಮಾನ ಕಾಲ ಸ್ಕಾಂಡಿನಾವಿಯದ ಪ್ರಭಾವ ಪ್ರಭುತ್ವಗಳಿಗೆ 'ಇಂಗ್ಲೆಂಡ್' ಒಳಗಾಯಿತು.

ವೈಕಿಂಗರು ಕ್ರಿಸ್ತರಾಗುವುದಕ್ಕೆ ಮುಂಚೆ ಇಗರ್ಜಿಗಳಲ್ಲಿ ಕೇಳಿ ಬರುತ್ತಿದ್ದ ಪ್ರಾರ್ಥನೆಯೊಂದೇ : ''ಓ ದೇವರೇ ! ಔತ್ತರೇಯರ ರೋಷದಿಂದ ನಮ್ಮನ್ನು ಉಳಿಸು...''

ಒಬ್ಬ ವೈಕಿಂಗ್ ''84 ಪಾದ್ರಿಗಳನ್ನು ಕೊಂದ ಕೈ ನನ್ನದು !'' ಎಂದು ಜಂಭ ಕೊಚ್ಚಿದ.

ರೋಮ್‌ನ ಕೊಳ್ಳೆ, ಪ್ಯಾರಿಸಿನ ಲಗ್ಗೆ, ಐರ್‌ಲೆಂಡಿನ ಲೂಟಿ, ಭೂಮಧ್ಯ ಸಮುದ್ರದಲ್ಲಿ ಹಾವಳಿ...

'ವೈಕಿಂಗ್ ಪ್ರಳಯ'ಕ್ಕೆ ಸಿಲುಕಿದವನೊಬ್ಬ ಗೋಳಾಡಿದ :

''ಗಟ್ಟಿ ಕಬ್ಬಿಣದ ನೂರು ತಲೆಗಳು ಒಂದು ಕೊರಳಿನ ಮೇಲೆ ಬೆಳೆಯುವುದು ಸಾಧ್ಯವಿದ್ದು, ಪ್ರತಿಯೊಂದು ತಲೆಯಲ್ಲಿ ನೂರು ಹರಿತ ನಾಲಿಗೆಗಳು ಮತ್ತು ಭಾರೀ ಗಂಟಲುಗಳು ಇದ್ದರೂ, ಈ ನಿರ್ದಯ ಧರ್ಮಲಂಡರ ಕೈಯಲ್ಲಿ ಐರ್‌ಲೆಂಡಿನ ಜನತೆ – ಗಂಡಸರು ಹಾಗೂ ಹೆಂಗಸರು – ಪಟ್ಟಪಾಡನ್ನು ಬಣ್ಣಿಸುವುದು ಖಂಡಿತ ಸಾಧ್ಯವಾಗದು.''

13ನೇ ಶತಮಾನದಲ್ಲಿ ಭೂಮಾಲಿಕರ ಬಲದೆದುರು ಅರಸ ಎರಿಕ್ ತಲೆಬಾಗಿದ. ರಾಷ್ಟ್ರೀಯ ಸಭೆಗೆ ಮನ್ನಣೆ ನೀಡಿದ. ಕಾನೂನು ಮೀರಿ ವರ್ತಿಸುವುದಿಲ್ಲ – ಎಂದ.

ಡೇನರ ರಾಣಿ ಮಾರ್ಗರೆತಳ ಆಳ್ವಿಕೆಯಲ್ಲಿ, 1397ರಲ್ಲಿ, ಡೆನ್‌ಮಾರ್ಕ್ ಸ್ವೀಡನ್ – ನಾರ್ವೇಗಳ ಒಕ್ಕೂಟ ಸಾಧ್ಯವಾಯಿತು. ಇದು 126 ವರ್ಷಗಳಿದ್ದ ವ್ಯವಸ್ಥೆ.

18ನೇ ಶತಮಾನದಲ್ಲಿ ಔದ್ಯೋಗಿಕ ಕ್ರಾಂತಿಯ ಅಲೆಗಳು ಡೆನ್‌ಮಾರ್ಕಿನ ತೀರಗಳ ಮೇಲೂ ನೊರೆಯುಗುಳಿದುವು. ಜೀತ ಮುಕ್ತಾಯಗೊಂಡಿತು. ವೈಯಕ್ತಿಕ ಸಾಗುವಳಿ ಆಚರಣೆಗೆ ಬಂತು. ಮುಂದೆ 1850ರಲ್ಲಿ ಜನತೆ ಮತವಿತ್ತು ಚುನಾಯಿಸಿದ ಪಾರ್ಲಿಮೆಂಟು ಉದಾರವಾದಿ ರಾಜ್ಯಾಂಗವನ್ನು ರೂಪಿಸಿತು. ಪತ್ರಿಕಾ ಸ್ವಾತಂತ್ರ್ಯಕ್ಕೆ ಈ ರಾಜ್ಯಾಂಗ ಮನ್ನಣೆ ನೀಡಿತು. ನಾಮಮಾತ್ರವಾಯಿತು, ಅರಸೊತ್ತಿಗೆ. ರೈಲುದಾರಿಗಳು ಸಿದ್ಧವಾಗಿ ಕೈಗಾರಿಕೋದ್ಯಮಗಳು ಬೆಳೆಯತೊಡಗಿದಂತೆ, ಕಾರ್ಮಿಕ ಸಂಘಗಳೂ ಪಕ್ಷಗಳು ಜನ್ಮತಾಳಿದುವು.

ಮುಂದೆ ಕೆಲ ವರ್ಷಗಳ ಬಳಿಕ, ಪ್ರಷ್ಯ ಮತ್ತು ಆಸ್ಟ್ರಿಯಗಳ ಜತೆ ನಡೆದ ಯುದ್ಧದಲ್ಲಿ ಡೆನ್‌ಮಾರ್ಕ್ ಸೋಲಿನ ಕಹಿ ಉಂಡಿತು. ಫ್ರೆಂಚ್ ಕ್ರಾಂತಿ ನಡೆದಾಗ ಡೆನ್‌ಮಾರ್ಕ್ ಅದರ ಪಕ್ಷಪಾತಿಯಾಗಿತ್ತು. ಆ ನಿಲುವಿಗಾಗಿ ಭಾರಿ ದಂಡವನ್ನು ಅದು ತೆರಬೇಕಾಯಿತು. ನಾರ್ವೆಯ ಮೇಲೆ ಅದಕ್ಕಿದ್ದ ಪ್ರಭುತ್ವಕ್ಕೆ ಚ್ಯುತಿ ಉಂಟಾಯಿತು.

ಈ ಶತಮಾನದಲ್ಲಾದ ಮೊದಲ ಮಹಾಯುದ್ಧದಲ್ಲಿ ಡೆನ್ಮಾರ್ಕ್ ತಾಟಸ್ಥ್ಯ ವಹಿಸಿತು. ಎರಡನೆಯ ಮಹಾಯುದ್ಧದಲ್ಲಿ ಅಂಥ ತಾಟಸ್ಥ್ಯಕ್ಕೆ ನಾಜಿ ಪಡೆಗಳು ಆಸ್ಪದವೀಯಲಿಲ್ಲ. 1940ರಲ್ಲಿ ಡೆನ್‌ಮಾರ್ಕ್ ದೇಶವನ್ನು ಜರ್ಮನರು ಸುಲಭವಾಗಿ ವಶಪಡಿಸಿಕೊಂಡರು. ಡೇನರು ಮರೆಯಲ್ಲಿ ನಿಂತು ನಡೆಸಿದ ಪ್ರತಿಭಟನೆಯ ಹೋರಾಟ ಪ್ರಶಂಸಾರ್ಹ ವಾಗಿತ್ತು. 1945ರಲ್ಲಿ ಡೆನ್‌ಮಾರ್ಕ್ ಬಂಧಮುಕ್ತವಾಯಿತು.

ಜಟ್‌ಲೆಂಡ್ ಅರ್ಧದ್ವೀಪವೂ 500 ದ್ವೀಪಗಳೂ (100ರಲ್ಲಿ ಜನ ವಸತಿ ಇಲ್ಲ) ಡೆನ್‌ಮಾರ್ಕಿಗೆ ಸೇರಿವೆ. 40,000ಕ್ಕೂ ಕಮ್ಮಿ ಜನರಿರುವ (ಆದರೆ 840,000 ಚ. ಮೈ ವಿಸ್ತಾರದ) ಗ್ರೀನ್‌ಲೆಂಡ್ ಹಿಂದೆ ಡೆನ್‌ಮಾರ್ಕಿನ ವಸಾಹತಾಗಿತ್ತು. ಈಗ ಅದು ಡೆನ್ಮಾರ್ಕಿನ ಒಂದು ಪ್ರಾಂತ. ಪಾರ್ಲಿಮೆಂಟಿನಲ್ಲಿ ಅಲ್ಲಿನ ಇಬ್ಬರು ಪ್ರತಿನಿಧಿಗಳಿದ್ದಾರೆ. ಫೇರೋ ದ್ವೀಪಗಳಿಂದಲೂ ಇಬ್ಬರು ಪ್ರತಿನಿಧಿಗಳು ಲೋಕಸಭಾ ಸದಸ್ಯರು.

ವಿದೇಶೀ ವಾಣಿಜ್ಯ ಡೆನ್‌ಮಾರ್ಕಿನ ಅಭಿವೃದ್ಧಿಗೆ ಅಡಿಗಲ್ಲು. ವ್ಯವಸಾಯೋತ್ಪನ್ನಗಳ ರಫ್ತೇ ಅಧಿಕ. 5 ಲಕ್ಷ ಟನ್ ಮೀನು ಆಯಾತ ವಾಗುತ್ತದೆ. ಕೃಷಿ ಕ್ಷೇತ್ರದ ಸಹಕಾರ ಚಳವಳಿ ಅನುಕರಣೀಯ. ಕೊಪೆನ್ ಹಾಗೆನ್ ಈ ದೇಶದ ರಾಜಧಾನಿ.

ಅತ್ಯಂತ ಹೆಚ್ಚು ವೇತನವಿರುವ ಒಂದು ಅಧಿಕಾರ ಸ್ಥಾನವಿದೆ. ಆ ಸ್ಥಾನದಲ್ಲಿರುವವನು ಒಂಬಡ್ಸ್‌ಮನ್. ಭ್ರಷ್ಟಾಚಾರದ ಯಾವ ಪ್ರಕರಣವೇ ಇರಲಿ, ಯಾರು ಬೇಕಾದರೂ ಆತನಲ್ಲಿಗೆ ದೂರು ಒಯ್ಯಬಹುದು. ಪರಿಣಾಮವಾಗಿ, ಸಾರ್ವಜನಿಕ ಜೀವನ ಸಾಕಷ್ಟು ಸ್ವಚ್ಛವಾಗಿದೆ ಎನ್ನುತ್ತಾರೆ. ಈ ಒಂಬಡ್ಸ್‌ಮನ್ ಸ್ಥಾನ ನಾರ್ವೆ – ಸ್ವೀಡನುಗಳಲ್ಲೂ ಇದೆ.

* * *

ಅಟ್ಲಾಂಟಿಕ್ ಸಾಗರದ ಅಲೆಗಳು ಮೈತೊಳೆಯುವ ರಾಷ್ಟ್ರ ನಾರ್ವೆ. 1,100 ಮೈಲು ಉದ್ದದ ಕರಾವಳಿ. ಅಗಲ ಕಿರಿದಾದ ನೀಳದೇಶ. ಅಗಲ ಎಷ್ಟು ಕಿರಿದು ಎಂದರೆ, ಒಂದೆಡೆಯಲ್ಲಿ ಅದು ನಾಲ್ಕು ಮೈಲು ಮಾತ್ರ! ಕರಾವಳಿಯುದ್ದಕ್ಕೂ 15,000 ದ್ವೀಪಗಳು, ದೈತ್ಯಶಿಲೆಗಳು. ಉನ್ನತ ಪ್ರದೇಶ ದಂಡೆಯ ಅಂಚಿನಿಂದಲೇ ಆರಂಭವಾಗುವುದರಿಂದ ನೈರುತ್ಯ ಪವನದ ಪ್ರಕೋಪ ಅಂಕೆ ಮೀರುವುದಿಲ್ಲ. ಸಾಗಿಬರುವ ಉಷ್ಣ ಪ್ರವಾಹಗಳಿಂದಾಗಿ ಬದುಕು ದುಸ್ಸಹವಾಗುವುದಿಲ್ಲ. ಹಿಮಪಾತವೆಷ್ಟೇ

ಇರಲಿ, ನಾರ್ವೇಯಲ್ಲಿ ಹೆಪ್ಪುಗಟ್ಟಿರುವ ಪ್ರಾಕೃತಿಕ ಸೊಬಗಿನ ಮುಂದೆ ಅದು ಗಣನೀಯವಲ್ಲ. ಮಂಜು ನೆಲದಲ್ಲಿ ಎತ್ತರದಿಂದ ಕೆಳಕ್ಕೆ ಹಾರುವ ಜಾರುವ ಷೀ ಆಟಕ್ಕಾಗಿ, ಜಗತ್ತಿನ ಹತ್ತು ಮೂಲೆಗಳಿಂದ ಜನರು ಇಲ್ಲಿಗೆ ಬರುತ್ತಾರೆ, ಹಿಂಡು ಹಿಂಡಾಗಿ. ಪ್ರವಾಸಿಗಳಿಗೆ ಈ ದೇಶದಲ್ಲಿ ಮಾತ್ರ ದೊರೆಯುವ ವಿಶೇಷ ಆಕರ್ಷಣೆ – 'ನಡುರಾತ್ರಿಯ ಸೂರ್ಯ'. (ಉತ್ತರ ಧ್ರುವವೃತ್ತದಲ್ಲಿ ಬೇಸಗೆ ಮಾಸಗಳಲ್ಲಿ ಉತ್ತರಕ್ಕೆ ಹೋದಂತೆ ಹಗಲು ದೀರ್ಘವಾಗುತ್ತದೆ. ಇರುಳಲ್ಲೂ ಸೂರ್ಯನನ್ನು ಕಾಣಬಹುದು. ಉತ್ತರ ಧ್ರುವಕ್ಕೆ ಹೋದರೆ, ಅಲ್ಲಿ ಆರು ತಿಂಗಳ ಕಾಲ ಸೂರ್ಯಾಸ್ತವಿಲ್ಲ. ಸೂರ್ಯನಿಲ್ಲದ ಚಳಿಗಾಲದಲ್ಲಿ ಮಧ್ಯಾಹ್ನ ತಿಂಗಳ ಬೆಳಕಿನಲ್ಲಿ ಪತ್ರಿಕೆ ಓದಬಹುದು! ಅಯನ ಸಂಕ್ರಾಂತಿಯಂದು – ಸುಮಾರು ಜೂನ್ 21 – ಸೂರ್ಯ ಮಧ್ಯರಾತ್ರೆಯಲ್ಲಿ ಪ್ರಖರವಾಗಿ ಬೆಳಗುತ್ತಾನೆ). ಮೀನುಗಾರಿಕೆ ಬೇಟೆಗಳ ನೋಟವೂ ಪ್ರವಾಸಿಗರಿಗೆ ಹಬ್ಬ. ಈ ಮೋಡಿಗೆ ಒಳಗಾಗಲು ಪ್ರತಿ ವರ್ಷ 20 ಲಕ್ಷ ಪ್ರವಾಸಿಗರು ಇಲ್ಲಿಗೆ ಬರುತ್ತಾರೆ. ಪಕ್ಕದ ಸ್ವೀಡನ್ನಿನಿಂದ ಒಂದು ದಿನದ ಪ್ರವಾಸಕ್ಕಾಗಿ ಬಂದು ಹೋಗುವವರ ಸಂಖ್ಯೆ 10 ಲಕ್ಷ. ನಾರ್ವೇ–ಸ್ವೀಡನ್–ಡೆನ್ಮಾರ್ಕ್‌ಗಳ ನಡುವೆ ಓಡಾಡಲು ಅಲ್ಲಿನವರಿಗೆ ಪಾಸ್‌ಪೋರ್ಟ್ ವೀಸಾ ಬೇಕಾಗಿಲ್ಲ. ವೈಕಿಂಗರ ಸಂತತಿ ನೌಕಾ ನಿರ್ಮಾಣದಲ್ಲಿ ನಿಷ್ಣಾತರು ಎಂದರೆ ಆಶ್ಚರ್ಯಪಡಬೇಕಾಗಿಲ್ಲವಲ್ಲ? ಸುಲಭ ವೆಚ್ಚದಲ್ಲಿ ಜಲ ವಿದ್ಯುದುತ್ಪಾದನೆ. ಮೀನನ್ನಂತೂ ಇಲ್ಲಿನ ಬೆಸ್ತರು ವರ್ಷಕ್ಕೆ 10 ಲಕ್ಷ ಟನ್ ಹಿಡಿಯುತ್ತಾರೆ.

ನಾರ್ವೇಯ ಜನಸಂಖ್ಯೆ 40 ಲಕ್ಷ, ವಿಸ್ತೀರ್ಣ 125,250 ಚ.ಮೈಲು. ಪರ್ವತ ಕಣಿವೆಗಳ ಈ ದೇಶದಲ್ಲಿ 30,000 ಮೈಲು ಉದ್ದದ ರಸ್ತೆಗಳನ್ನೂ, 2,700 ಮೈಲುಗಳ ರೈಲು ದಾರಿಯನ್ನೂ ನಿರ್ಮಿಸಿರುವುದು ಸಾಮಾನ್ಯ ಸಂಗತಿಯಲ್ಲ. ಹಿಂದಿನ ಕಾಲದಲ್ಲಿದ್ದುವು, 300 ಅಡಿ ಉದ್ದದ ಆಯತಾಕಾರದ ಮನೆಗಳು: ಜನರಿಗೆ, ಸಾಕು ಪ್ರಾಣಿಗಳಿಗೆ ಮತ್ತು ಧಾನ್ಯ ದಾಸ್ತಾನಿಗೆ. ರಾಜಧಾನಿ ಆಸ್ಲೋ, ಡೆನ್‌ಮಾರ್ಕ್‌ನ ರಾಜಧಾನಿ ಕೊಪೆನ್ ಹಾಗೆನ್‌ನಿಂದ ಮುನ್ನೂರು ಮೈಲು ಉತ್ತರದಲ್ಲಿದೆ.

ನಾರ್ವೇಯ ಜನರೇ ಅಲ್ಲವೆ ಪಶ್ಚಿಮಕ್ಕೆ ಸಾಗಿ ಐಸ್‌ಲೆಂಡ್ ಗ್ರೀನ್‌ಲೆಂಡ್‌ಗಳಲ್ಲಿ ವಸಾಹತು ನಿರ್ಮಿಸಿದ್ದು? ಕ್ರಿ.ಶ. 1262ರಲ್ಲಿ ಆ ಪ್ರದೇಶಗಳ ಮೇಲೆ ನಾರ್ವೇ ಪ್ರಭುತ್ವವನ್ನೂ ಸ್ಥಾಪಿಸಿತು. ದೊರೆ, ಬಲಶಾಲಿಯಾದ ನಾಲ್ಕನೆಯ ಹಾಕನ್. 'ಯುರೋಪಿ'ನಲ್ಲಿ ಮೆರೆದ ನಾರ್ಮನರೂ ಇವರೇ. ಸಾಹಸ ಮಹತ್ವಾಕಾಂಕ್ಷೆಗಳ ಹಂತ ದಾಟಿದ ಬಳಿಕ, ತಮ್ಮ ನೆಲದಲ್ಲೇ ನೆಮ್ಮದಿಯಿಂದ ಬಾಳುವ ಆಸೆ. 14ನೆಯ

ಶತಮಾನದಲ್ಲಿ ಪ್ಲೇಗ್ ಲಕ್ಷಾಂತರ ಬಡ ಜನರನ್ನು ಬಲಿತೆಗೆದು ಕೊಂಡಿತು. ಭಾಷಾ ಬಂಧುತ್ವ; ಜೊತೆಗೆ ಧಾರ್ಮಿಕ ಬಾಂಧವ್ಯ. ಈ ತಳಹದಿಯ ಮೇಲೆ ಡೆನ್ಮಾರ್ಕ್ – ನಾರ್ವೇ– ಸ್ವೀಡನ್‌ಗಳ ಒಕ್ಕೂಟ ರಚನೆಯಾಯಿತು. ಆದರೆ ಮಾತ್ಸರ್ಯಕ್ಕೆ ಯಾವ ಬಾಂಧವ್ಯ ತಾನೇ ಅಡ್ಡಿಯಾದೀತು ? ಸ್ವೀಡನ್ ಒಕ್ಕೂಟದಿಂದ ಹೊರಬಿದ್ದಿತು. ದುರ್ಬಲರು ಉಗುಳು ನುಂಗಬೇಡವೇ ? ಮೂರು ಶತಮಾನ ನಾರ್ವೇ ಡೆನ್ಮಾರ್ಕಿನ ಅಧೀನವಿರಬೇಕಾಯಿತು. ಮುಂದೆ, 1814ರಲ್ಲಿ ಮಣಿದುದು ಸ್ವೀಡನಿಗೆ. ತನ್ನದೇ ರಾಜ್ಯಾಂಗವನ್ನಿರಿಸಿಕೊಳ್ಳಲು ನಾರ್ವೇಗೆ ಅನುಮತಿ ದೊರೆಯಿತು. ಆದರೆ ಸ್ವಾತಂತ್ರ್ಯ ಲಭಿಸಿದ್ದು 1905ರಲ್ಲಿ. ಆಳಲು ಒಬ್ಬ ಅರಸ ? ಡೇನ್ ಅರಸೊತ್ತಿಗೆಯ ರಾಜಕುಮಾರನೊಬ್ಬ ಸಿದ್ಧನಿದ್ದ. ''ಈತ ಆಗಬಹುದು'' ಎಂದರು ನಾರ್ವೇಯ ಜನ. ಅವರ 'ಮೆಚ್ಚುಗೆ ಮತ' ಪಡೆದು ಎಂಟನೆಯ ಹಾಕನ್ ಎಂದು ಹೆಸರಿಟ್ಟು ಕೊಂಡು, ಕಿರೀಟ ಸ್ವೀಕರಿಸಿ, 52 ವರ್ಷ ಆತ ಆಳಿದ.

ಹಿಟ್ಲರನ ಕಾಲದಲ್ಲಿ ನಾರ್ವೇಯಲ್ಲೊಂದು ನಾಜಿ ಪಕ್ಷ ಸಿದ್ಧವಾಗಿತ್ತು. ಅದರ ನಾಯಕ ಕ್ವಿಸ್ಲಿಂಗ್. ಆತನಿಗೆ ಪ್ರಧಾನಿ ಪಟ್ಟ ನೀಡಬೇಕು ಎಂದು ಹಿಟ್ಲರ್ ನಿರೂಪ ಕಳಿಸಿದ. ಹಾಕನ್ ನಿರಾಕರಿಸಿ, ಪ್ರಜೆಗಳಿಂದ 'ಭಲೆ !' ಎನಿಸಿಕೊಂಡ. ನಾಜಿ ಪಡೆಗಳು ಬಂದುವು. ಅರಸ ಇಂಗ್ಲೆಂಡಿನಲ್ಲಿ ಆಶ್ರಯ ಪಡೆದು ಪ್ರತಿಸರಕಾರ ಸ್ಥಾಪಿಸಿದ. ಪರಕೀಯರ ವಿರುದ್ಧ ನಾರ್ವೇಯ ಜನ ಪ್ರತಿಭಟನೆಯ ಯುದ್ಧ ನಡೆಸಿದರು. 1945ರಲ್ಲಿ ರಷ್ಯದ ಕೆಂಪು ಪಡೆಗಳ ನಾರ್ವೇಯತ್ತ ಬರತೊಡಗಿದಾಗ, ನಾಜಿ ಸೈನ್ಯ ಹಿಮ್ಮೆಟ್ಟಿತು. ಮತ್ತೆ ಸ್ವಾತಂತ್ರ್ಯಗಳಿಸಿದ ಉತ್ತರಾಪಥದಲ್ಲಿ ನಡುವಿರುಳಿನ ಸೂರ್ಯ ಕಳಂಕವಿಲ್ಲದೆ ಬೆಳಗಿದ.

* * *

ಸ್ವೀಡನಿನಲ್ಲಿ ಮೂರು ಭಾಗ. ಉತ್ತರದಲ್ಲಿ ಲ್ಯಾಪ್ ಜನ; ಮಧ್ಯದಲ್ಲಿ ಸ್ವೀಅರ್ ಬುಡಕಟ್ಟಿನವರು; ಕೆಳಗೆ ಗೋಥರು. ಗೋಥರು ಹಿಮ ಕರಗುತ್ತಿದ್ದಂತೆ ದಕ್ಷಿಣದಿಂದ ಬಂದವರು. ಉಳಿದಿಬ್ಬರ ಆಗಮನ ಪೂರ್ವ ದಿಕ್ಕಿನಿಂದ. ಚಳಿಗೆ ಅಂಜದ ಮೂಲನಿವಾಸಿಗಳೂ ಇದ್ದಿರ ಬೇಕು. ಬಲಿಷ್ಠರು, ಹೆಚ್ಚು ಸಂಖ್ಯೆಯಲ್ಲಿದ್ದವರು – ಸ್ವೀಅರ್ ಜನ. ಅವರಿಂದಲೇ ಆ ಭೂಭಾಗಕ್ಕೆ ಸ್ವೀಡನ್ ಎಂಬ ಹೆಸರು ಬಂತು.

ಇಲ್ಲಿಂದ ದಕ್ಷಿಣ ದಿಕ್ಕಿಗೆ ಮೊದಲ ಅಲೆತ ಕ್ರಿಸ್ತಪೂರ್ವ 2ನೆಯ ಶತಮಾನದಲ್ಲಿ. ಎಂಟನೆಯ ಶತಮಾನದಲ್ಲಿ 'ಲೋಕ ನೋಡಲು' ಹೊರಟವರು ವೈಕಿಂಗರು. ಆ ವೀರ ಯೋಧ ಹೇಳುತ್ತಿದ್ದ: ''ನಾನು ನಂಬುವುದು ನನ್ನ ತೋಳ್ಬಲವೊಂದನ್ನೇ'' ಪೂರ್ವಾಭಿಮುಖವಾಗಿ ನದಿಗಳ ಮಾರ್ಗವಾಗಿ ಯಾನ ಹೊರಟವರು ಆ ನಾಡುಗಳಿಗೆ

ಪರಿಚಿತರಾದ ಸ್ವೀಅರ್ ಜನ. ವಾಣಿಜ್ಯ ಸಂಬಂಧ ಸ್ಥಾಪಿಸುವುದು, ಅಧಿಕಾರ ಚಲಾಯಿಸುವುದು – ಎರಡೂ ಅವರ ಉದ್ದೇಶ. ನದಿಯಲ್ಲಿ ಯಾನ ಕಷ್ಟವಾದಾಗ ಉರುಳು ದಿಮ್ಮಿಗಳ ಮೇಲೆ ದೋಣಿ ಇರಿಸಿ ಎಳೆಯುತ್ತಿದ್ದರು. ಇನ್ನೂ ದುರ್ಗಮ ಸ್ಥಳಗಳಲ್ಲಿ ದೋಣಿಗಳನ್ನು ತಲೆಗಳ ಮೇಲೆ ಹೊತ್ತು ಮುಂದುವರಿಯುತ್ತಿದ್ದರು – ಇನ್ನೊಂದು ನದಿಗೆ! ದ್ವಿನಾ, ದ್ನೀಪರ್, ಕಪ್ಪುಸಮುದ್ರ, ವೋಲ್ಗಾ ಯಾವುದನ್ನೂ ಇವರು ಬಿಟ್ಟವರಲ್ಲ. ಅವರು ಬೈಜಾಂಟಿಯವನ್ನು ಮುಟ್ಟಿದರು; ಬಾಗ್ದಾದ್‌ಗೆ ಹೋಗಲು ಅಣಿಯಾದರು. ಇವರ ಒಬ್ಬ ನಾಯಕ ರೂರಿಕ್ 'ರೂಸಿ' ದೇಶದ ಸ್ಥಾಪನೆಗೆ ಕಾರಣನಾದ. ಈ ಅಲೆಮಾರಿ ವರ್ತಕ ಯೋಧರ ಸಂತತಿ ಪಿತೃಭೂಮಿ ಸ್ವೀಡನಿಗೆ ಮರಳಿದಾಗ, ಮೂರು ಶತಮಾನ ಕಳೆದಿತ್ತು. ದೇಹವಿಟ್ಟವರನ್ನು ಕುರಿತು ಒಬ್ಬ ಕವಿ ಹಾಡಿದ :

ನನ್ನಂತೆಯೇ ಸಾಗಿದರು ದೂರ
ಬಯಸಿ ಬಂಗಾರ
ಪೂರ್ವದಿಕ್ಕಿನಲಿ ಗಿಡುಗನಿಗಿತ್ತರು
ಆಹಾರ
ದಕ್ಷಿಣದಿ ಪರಧರ್ಮೀಯರ ನೆಲದಲ್ಲಿ
ಮರಣದ ಹಾಹಾಕಾರ...

(ಸೂಕ್ಷ್ಮ ದೃಷ್ಟಿಯ, ಚುರುಕುಗತಿಯ ಗಿಡುಗ ಆ ಜನರಿಗೆ ಇಷ್ಟವಾದ ಪಕ್ಷಿ. ಇವರ ಗುಣಗಳೇ ಆ ಖಗರಾಜನಿಗೂ !)

ಕಬ್ಬಿಣದ ಅದಿರು ಬಹಳ ಹಿಂದೆಯೇ ಹೇರಳವಾಗಿ ದೊರೆತ ಪ್ರದೇಶ ಸ್ವೀಡನ್. ಅದನ್ನು ಕರಗಿಸಲು ಇಂಧನ ಮೂಲ ದಟ್ಟ ಕಾಡುಗಳು. ಆಯುಧಗಳ ತಯಾರಿಗೆ ಯಾವ ಅಡ್ಡಿಯೂ ಇಲ್ಲವಲ್ಲ?

ಫ್ರಾಂಕ್ ಮೂಲದ ಕ್ರೈಸ್ತ ಸನ್ಯಾಸಿಯೊಬ್ಬ 9ನೆಯ ಶತಮಾನದಲ್ಲಿ ಮತ ಪ್ರಸಾರಕ್ಕಾಗಿ ಸ್ವೀಡನಿಗೆ ಬಂದ. ಉಪ್ಸಾಲದಲ್ಲಿ ಪ್ರಾಚೀನ ಪ್ರಾರ್ಥನಾ ಮಂದಿರವನ್ನು ಕೆಡವಿ, ಆ ಸ್ಥಳದಲ್ಲಿ ಇಗರ್ಜಿ ಕಟ್ಟಿದರು. 10ನೆಯ ಶತಮಾನದಲ್ಲಿ ಡೇನ್ ಅರಸನ ಕೈಯಲ್ಲಿ ನಾರ್ವೇ ಜೊತೆ ಸ್ವೀಡನಿಗೂ ಸೋಲಾಯಿತು. ಮುನ್ನೂರು ವರ್ಷ ಬಳಿಕ ಫಿನ್‌ಲೆಂಡ್ ಸ್ವೀಡನಿನ ವಶವಾಯಿತು. ಮುಂದೆ ಡೇನ್ ರಾಣಿಯ ನೇತೃತ್ವದಲ್ಲಿ ಡೆನ್‌ಮಾರ್ಕ್, ನಾರ್ವೇ, ಸ್ವೀಡನ್‌ಗಳ ಒಕ್ಕೂಟ ರಚನೆ. 1520ರಲ್ಲಿ ರಾಜಧಾನಿ ಸ್ಟಾಕ್‌ಹೋಮ್‌ನಲ್ಲಿ ರಾಷ್ಟ್ರೀಯವಾದಿಗಳ ವಧೆಯಾದಾಗ, ರೈತರೂ ಗಣಿ ಕೆಲಸಗಾರರೂ ಭೂಮಾಲಿಕ ಗುಸ್ತಾವ್ ವಾಸನ ಮುಖಂಡತ್ವದಲ್ಲಿ ದಂಗೆ ಎದ್ದರು, ಗೆದ್ದರು. ವಾಸನೇ ಅರಸನಾದ.

ನೆಪೋಲಿಯನ್ ಆರಂಭಿಸಿದ ಯುದ್ಧಗಳ ಕಾಲದಲ್ಲಿ ಫಿನ್‌ಲೆಂಡನ್ನು

ಸ್ವೀಡನು ರಷ್ಯಕ್ಕೆ ಬಿಟ್ಟುಕೊಡಬೇಕಾಯಿತು. ರಾಜ್ಯಾಂಗ ರಚನೆಯಾದಾಗ, ಸ್ವೀಡನಿನ ಅರಸನ ಅಧಿಕಾರವನ್ನು ಮೊಟಕು ಗೊಳಿಸಲಾಯಿತು. ರೈತರಿಗೆ ಸ್ವಾತಂತ್ರ್ಯ ನೀಡಿದುದರಿಂದ ಪಾಳೆಯಗಾರ ವ್ಯವಸ್ಥೆ ಬಿರುಕುಬಿಟ್ಟಿತು.

1814ರಲ್ಲಿ ನಾರ್ವೇ ಸ್ವೀಡನಿನ ಅಧೀನವಾಯಿತು. ಈ ಆಳ್ವಿಕೆ ಸುಖ ಒಂದು ಶತಮಾನವೂ ಇರಲಿಲ್ಲ. ಸಾರ್ವಜನಿಕರು ಪ್ರತಿಭಟಿಸಿ ಸ್ವಾತಂತ್ರ್ಯ ಗಳಿಸಿದರು. 19ನೇ ಶತಮಾನದ ಆದಿಯಲ್ಲಿ, ಭೂಮಾಲಿಕರ ಪರವಾಗಿದ್ದ ಸೇನಾನಿಗಳು ಅರಸನನ್ನು ಬಂಧಿಸಿ, ಪದಚ್ಯುತಗೊಳಿಸಿದರು. ಹೊಸ ಅರಸ ಪಟ್ಟಕ್ಕೆ ಬಂದ. ಆ ಶತಮಾನದಲ್ಲಾದ ಇನ್ನೊಂದು ಮುಖ್ಯ ಘಟನೆ : ಅಮೆರಿಕಕ್ಕೆ 15 ಲಕ್ಷ ಸ್ವೀಡರ ವಲಸೆ. ಕಾರಣ – ಇಳಿಮುಖವಾದ ಕೃಷಿ ಉತ್ಪನ್ನ, ಹೆಚ್ಚಿದ ಬಡತನ, ಇಪ್ಪತ್ತನೆಯ ಶತಮಾನದಲ್ಲಿ ನಡೆದ ಎರಡು ಮಹಾಯದ್ಧಗಳಲ್ಲಿ ಸ್ವೀಡನ್ ಭಾಗವಹಿಸಲಿಲ್ಲ. ತನ್ನ ವಾಣಿಜ್ಯದಲ್ಲೇ ಗಮನ ನೆಟ್ಟು ಶ್ರೀಮಂತವಾಯಿತು.

ಸ್ವೀಡನಿನ ಪ್ರಾಚೀನ ಮಾನವ ಗವಿಮನೆಗಳಲ್ಲಿ ಜೀವಿಸಿದ್ದ. ಈ ದಿನ ಎಷ್ಟೋ ಪ್ರಮುಖ ಕೈಗಾರಿಕೋದ್ಯಮಗಳೂ ಜಲವಿದ್ಯುದಾಗರಗಳು ವಿಶಾಲವಾದ ಗವಿಮನೆಗಳಲ್ಲಿವೆ. ಸ್ವೀಡನಿನ ಮರಗಳದ್ದು ಶ್ರೇಷ್ಠ ಗುಣಮಟ್ಟ, ಅದಕ್ಕಾಗಿ ವಿದೇಶಗಳಿಂದ ವಿಶೇಷ ಬೇಡಿಕೆ. ಕಾಡು ಕಡಿಯುವುದೂ ಕಾಡು ಬೆಳೆಸುವುದೂ ಜೊತೆಯಾಗಿ ಸಾಗಿವೆ. 173,500 ಚ.ಮೈ. ವಿಸ್ತಾರದ 82 ಲಕ್ಷ ಸಂಖ್ಯೆಯ ಸ್ವೀಡನಿನ ಅಧಿಕೃತ ಅಪೇಕ್ಷೆ : ನೆಮ್ಮದಿ, ಕಲ್ಯಾಣ, ಲೋಕಶಾಂತಿ.

* * *

ಒಂದು ಸಾವಿರ ಸರೋವರಗಳಿರುವ ದೇಶ ಫಿನ್‌ಲೆಂಡ್. ಬೊಥ್ನಿಯಾ ಕೊಲ್ಲಿಯಾಚೆ ಸ್ವೀಡನಿನ ಪೂರ್ವಕ್ಕೂ ಸೋವಿಯೆತ್ ಒಕ್ಕೂಟದ ಪಶ್ಚಿಮಕ್ಕೂ 1,30,160 ಚ.ಮೈಲು ವಿಸ್ತಾರದಲ್ಲಿ ಅದು ಮೈಚಾಚಿದೆ. ಜನಸಂಖ್ಯೆ ಸುಮಾರು 50 ಲಕ್ಷ.

ಸಹಸ್ರಾರು ವರ್ಷ ಹಿಂದೆ ಈಗ ಡೆನ್ಮಾರ್ಕ್ ಇರುವ ಪ್ರದೇಶದ ಅಡವಿಗಳಿಗೆ, ಕಡಲ ತೀರಕ್ಕೆ, ಉರಾಲಿನಿಂದ ಲ್ಯಾಪ್ ಜನರೂ ಫಿನ್ (ಸುವೋಮಿ) ಬುಡಕಟ್ಟಿನವರೂ ವಲಸೆ ಬಂದುದು, ಕ್ರಮೇಣ ಡೇನ್ ಮತ್ತಿತರ ಜರ್ಮನ್ ಮೂಲದ ಜನರ ದಾಳಿಗೆ ತುತ್ತಾಗಿ ಬೇರೆ ಅರಣ್ಯಗಳತ್ತ ಹೊರಟು ಹೋದುದು ಈ ಮುಂಚೆ ಪ್ರಸ್ತಾಪಿತವಾಗಿದೆ. ಅವರು ನೆಲೆಸಿದ ಹೊಸ ನೆಲವೇ ಕಲೆವಲ ಅಥವಾ ಫಿನ್‌ಲೆಂಡ್. ಅದಕ್ಕೂ ಮುಂಚೆ ಅಲ್ಲಿಗೆ ಉರಾಲಿನಿಂದ ನೇರವಾಗಿ, ಲ್ಯಾಪ್ – ಫಿನ್ ಜನ ಬಂದಿರುವ ಸಾಧ್ಯತೆಯೂ ಇದೆ.

ಅರಸನಿಲ್ಲದ ದೇಶ. ಬುಡಕಟ್ಟು ನಿಯಮಗಳನ್ನು ಆಧರಿಸಿದ ಕಾನೂನು. ಖನಿಜ ಮತ್ತು ಅರಣ್ಯ ಸಂಪತ್ತು ಅಪಾರ. ಫಿನ್‌ಲೆಂಡ್‌ನ್ನು

ಕಬಳಿಸಲು ಸ್ವೀಡನ್ ಬಯಸಿತು. ಒಂದು ಶತಮಾನದಷ್ಟು ಪರಿಶ್ರಮ–ಹೋರಾಟಗಳ ಬಳಿಕ ಸ್ವೀಡನ್, 1293ರಲ್ಲಿ ಫಿನ್‌ಲೆಂಡನ್ನು ಗೆದ್ದಿತು. 5 ಶತಮಾನ ಕಳೆದ ಮೇಲೆ, 'ನೆಪೋಲಿಯನ್ ಯುದ್ಧಗಳ' ಸಂದರ್ಭದಲ್ಲಿ ಸ್ವೀಡನ್ ಫಿನ್‌ಲೆಂಡನ್ನು ರಷ್ಯಕ್ಕೆ ಬಿಟ್ಟುಕೊಡಬೇಕಾಯಿತು. ಸ್ವಾತಂತ್ರ್ಯ ಗಳಿಸುವ ಅವಕಾಶ ಫಿನ್‌ಲೆಂಡಿಗೆ ದೊರತದ್ದು ರಷ್ಯದಲ್ಲಿ ಅಕ್ಟೋಬರ್ ಕ್ರಾಂತಿ ನಡೆಯುತ್ತಿದ್ದಾಗ, 1917ರಲ್ಲಿ, ತಾನೊಂದು ಗಣರಾಜ್ಯ ಎಂದು ಫಿನ್‌ಲೆಂಡ್ 1919ರಲ್ಲಿ ಘೋಷಿಸಿತು. ಎರಡು ದಶಕಗಳಿಗೂ ಹೆಚ್ಚು ಕಾಲ ನೆಮ್ಮದಿ. ಈ ಅವಧಿಯನ್ನು ತಮ್ಮದೊಂದು ಚಳವಳಿ ಆರಂಭಿಸಲು ಫಾಸಿಸ್ಟ್ ಶಕ್ತಿಗಳು ಬಳಸಿದ್ದೂ ಉಂಟು. ಎರಡನೆಯ ಜಾಗತಿಕ ಯುದ್ಧ ಶುರುವಾದಾಗ, 1939–40ರ ಚಳಿಗಾಲದಲ್ಲಿ , ಸೋವಿಯೆತ್ ಸೇನಾ ತುಕಡಿಗಳು ಫಿನ್‌ಲೆಂಡಿನ ಗಡಿ ದಾಟಿದುವು. ಫಿನ್‌ಲೆಂಡ್ ತೋರಿದ ಪ್ರತಿಭಟನೆ ವಿಸ್ಮಯಕಾರಿಯಾಗಿತ್ತು. ಕೆಲ ಭಾಗವನ್ನು ರಷ್ಯಕ್ಕೆ ಕೊಡಲು ಫಿನ್‌ಲೆಂಡ್ ಒಪ್ಪಿದ ಬಳಿಕ, ಬಂದವರು ಹಿಂದಕ್ಕೆ ಸರಿದರು. ನಾಜಿಪಡೆಗಳು ಸೋವಿಯೆತ್ ಒಕ್ಕೂಟದ ಮೇಲೆ 41ರಲ್ಲಿ ದಾಳಿ ನಡೆಸಿದಾಗ, ಫಿನ್‌ಲೆಂಡಿನ ಪಡೆಗಳು ರಷ್ಯದ ಮೇಲೆ ಯುದ್ಧ ಸಾರಿದುವು. ಯುದ್ಧ ಮುಕ್ತಾಯವಾದಾಗ ಸೋವಿಯೆತ್ ಒಕ್ಕೂಟ ಬಯಸಿದ್ದು ಫಿನ್‌ಲೆಂಡಿನ ಸ್ನೇಹವನ್ನು; ವ್ಯಕ್ತಪಡಿಸಿದ್ದು ಆ ದೇಶ ಸ್ವತಂತ್ರವಾಗಿರಬೇಕು ಎಂಬ ಆಕಾಂಕ್ಷೆಯನ್ನು. ಬಯಕೆ, ಆಕಾಂಕ್ಷೆ ಎರಡೂ ಈಡೇರಿದವು. ಈಗ ಸೋವಿಯೆತ್ ಒಕ್ಕೂಟ ಮತ್ತು ಫಿನ್‌ಲೆಂಡ್ ಮಿತ್ರ ರಾಷ್ಟ್ರಗಳು.

ಲೆನಿನ್‌ಗ್ರಾಡಿನಿಂದ ಫಿನ್‌ಲೆಂಡಿನ ಎಲ್ಲೆಗೆ ಹದಿನೆಂಟೇ ಮೈಲು. ರಾಜಧಾನಿ ಹೆಲ್ಸಿಂಕಿನಲ್ಲಿ ಅಂತರರಾಷ್ಟ್ರೀಯ ಶಾಂತಿ ಸೌಹಾರ್ದ ಸಾಧಕ ಸಮ್ಮೇಳನಗಳು ನಡೆಯುತ್ತವೆ. ಫಿನ್‌ಲೆಂಡ್ ಆತಿಥೇಯ ಪಾತ್ರ ವಹಿಸುತ್ತದೆ.

2

ಮಹಾಮೇಧಾವಿಗಳು, ಪ್ರತಿಭಾ ಸಂಪನ್ನರಲ್ಲಿ ಅಸಾಮಾನ್ಯರು, ತಮ್ಮ ಜನಪದದ ಇತಿಹಾಸದ ಪುಟಗಳ ಮೇಲೆ ತಮ್ಮ ಹಸ್ತಾಕ್ಷರಗಳನ್ನು ಉಳಿಸಿ ಹೋಗುತ್ತಾರೆ. ಇತಿಹಾಸಪೂರ್ವ ಕಾಲದ ಹೆಜ್ಜೆ ಗುರುತುಗಳನ್ನು ಮಾತ್ರ ಇಂಥವರದೇ ಎಂದು ಹೇಳುವುದು ಕಷ್ಟ. ಉದಾಹರಣೆಗೆ ಪ್ರಪ್ರಥಮವಾಗಿ ಬೆಂಕಿ ಬಳಸಿದವನು ಯಾರು ? ಕವಣೆ ಬೀಸಿದವನು ? ಬಾಣ ಬಿಟ್ಟವನು ? ದೋಣಿ ಕೊರೆದವನು ? ಕೊಡಲಿ ಕಡೆದವನು ? ಉತ್ತರ : ಗೊತ್ತಿಲ್ಲ. ಬೇರೆ ಭೂಭಾಗಗಳಿಗೆ ಸಂಬಂಧಿಸಿ ಇದು ಎಷ್ಟು ಸತ್ಯವೋ ಸ್ಕಾಂಡಿನಾವಿಯದ ವಿಷಯದಲ್ಲೂ ಅಷ್ಟೇ ಸತ್ಯ. ಸುಲಭವಾಗಿ

ನೆನಪಿಗೆ ಬರುವ ಅಲ್ಲಿನ ಹೆಸರುಗಳು ಈಚಿನವು. ಖಗೋಳಜ್ಞ ಟೈಕೋ ಬ್ರಾಹೆ ಮತ್ತು ಅಣುಶಕ್ತಿಯ ವಿರಾಟ್ ದರ್ಶನಕ್ಕೆ ತಿದಿಯೊತ್ತಿದ ನೀಲ್ಸ್ ಬೊಹರ್ (ಡೆನ್‌ಮಾರ್ಕ್), ವೈಕಿಂಗರ ಪರಂಪರೆಯನ್ನು ಎತ್ತಿಹಿಡಿದು ಉತ್ತರ ಧ್ರುವ ದಕ್ಷಿಣ ಧ್ರುವಗಳನ್ನು ಮುಟ್ಟಿ ಬಂದ ನಾನ್‌ಸೆನ್ (ನಾರ್ವೇ), ಸ್ಫೋಟಕಗಳನ್ನು ಕಂಡುಹಿಡಿದ ವಿಜ್ಞಾನಿ – ಕೈಗಾರಿಕೋದ್ಯಮಿ ಆಲ್‌ಫ್ರೆಡ್ ನೊಬೆಲ್ (ಸ್ವೀಡನ್) ಎರಡನೆಯ ಮಹಾಯುದ್ಧಾನಂತರ ಸ್ಥಾಪಿತವಾದ ಸಂಯುಕ್ತರಾಷ್ಟ್ರ ಸಂಘದ ಮಹಾ ಕಾರ್ಯದರ್ಶಿಯಾಗಿ ದಕ್ಷತೆಯಿಂದ ದುಡಿದ ಟ್ರಿಗ್ವಿ ಲೀ (ನಾರ್ವೇ), ಅದೇ ಸ್ಥಾನವನ್ನು ಅಲಂಕರಿಸಿ ಕಾರ್ಯನಿರತರಾಗಿದ್ದಾಗಲೇ ದುರ್ಮರಣಕ್ಕೆ ಈಡಾದ ರಾಜನೀತಿಜ್ಞ – ಕವಿ ಡಾಗ್ ಹಾಮರ್ ಶಲ್ಡ್ (ಸ್ವೀಡನ್) – ಇವರೆಲ್ಲ ಸ್ಕಾಂಡಿನಾವಿಯದವರು.

ಡೆನ್ಮಾರ್ಕಿನ ಬ್ಯಾಲೆ, ನಾರ್ವೇಯ ಸರಕಾರ ಪೋಷಿತ ಸಂಚಾರೀ ರಂಗಭೂಮಿ, ಸ್ವೀಡನಿನ ಆಪೆರಾ – ಎಲ್ಲವೂ ಪ್ರಸಿದ್ಧ. ಚಲಚ್ಚಿತ್ರ ಲೋಕದ ಉಜ್ವಲ ತಾರೆಯರಾದ ಗ್ರೆಟಾ ಗಾರ್ಬೊ, ಇಂಗ್ರಿಡ್ ಬರ್ಗ್‌ಮನ್ (ಖ್ಯಾತ ನಿರ್ದೇಶಕ ಇಂಗ್‌ಮರ್ ಬರ್ಗ್‌ಮನ್ ಕೂಡ) ಸ್ವೀಡನಿನವರು.

ಸ್ಕಾಂಡಿನಾವಿಯದ ಬದುಕು ಮಹಾಕಾವ್ಯಗಳಿಗೆ ವಸ್ತು ಒದಗಿಸಿದೆ. ಇಂಗ್ಲಿಷಿನ ಪ್ರಥಮ ಕಾವ್ಯದ ನಾಯಕ ಬೇವೂಲ್ಫ್ ಸಹ ಸ್ಕಾಂಡಿನಾವಿಯದ ವೀರ. ಬಳಕೆಯಲ್ಲಿರುವ ಲಿಪಿ ಅವರದೇ ಆದ ಪ್ರಾಚೀನ ರೂನಿಕ್ ಮತ್ತು ಗ್ರೀಕ್ – ರೋಮನ್ ಅಕ್ಷರಗಳನ್ನು ಆಧರಿಸಿದ್ದು. (ರೂಪಿಸಿದವನು ಕ್ರಿಸ್ತಮತ ಪ್ರಸಾರಕ್ಕೆ ಬಂದ ಬಿಶಪ್ ಉಲ್‌ಫಿಲಸ್). ದೇಶಗಳಲ್ಲಿ ಬೇರೆ ಬೇರೆ ಭಾಷೆಗಳಿದ್ದರೂ ಒಬ್ಬರ ಮಾತು ಇನ್ನೊಬ್ಬರಿಗೆ ಅರ್ಥವಾಗುತ್ತದೆ. ಜನ ಪುಸ್ತಕ ಪ್ರಿಯರು. ಸ್ವೀಡನಿನಲ್ಲಿ ಪ್ರತಿ ವರ್ಷ 2 ಕೋಟಿ ಮೂವತ್ತು ಲಕ್ಷ ಪುಸ್ತಕಗಳು ಮಾರಾಟವಾಗುತ್ತವೆ. ಡೆನ್‌ಮಾರ್ಕ್, ನಾರ್ವೇಗಳಲ್ಲಿ ತಲಾ 80 ಲಕ್ಷ. ಇವುಗಳಲ್ಲಿ ಆಂಗ್ಲ ಭಾಷೆಯ ಪುಸ್ತಕಗಳೂ ಸೇರಿವೆ. ಸ್ವೀಡನಿನಲ್ಲಿರುವ 4,462 ಗ್ರಂಥಭಂಡಾರಗಳಲ್ಲಿ 2 ಕೋಟಿ 70 ಲಕ್ಷ ಗ್ರಂಥಗಳಿವೆ. ವರ್ಷದಲ್ಲಿ ಗ್ರಂಥಾಲಯಗಳಿಗೆ ಭೇಟಿ ನೀಡುವವರು 20 ಲಕ್ಷ ಮಂದಿ. ಪ್ರತಿಯೊಬ್ಬನೂ ಸರಾಸರಿ 48 ಪುಸ್ತಕಗಳನ್ನು ಎರವಲು ಪಡೆಯುತ್ತಾನೆ. (ಚಳಿಗಾಲದ ಸುದೀರ್ಘ ರಾತ್ರಿಗಳಿಗೂ ಈ ಓದುವ ಹುಚ್ಚಿಗೂ ಸಂಬಂಧವಿದ್ದೀತು!)

* * *

''ತಾತ, ಕಥೆ ಹೇಳು.''

ಸಾವಿರ ವರ್ಷ ಹಿಂದಿನ ಐಸ್‌ಲೆಂಡ್. ತಣುಪು ಗಾಳಿ ಕಚಗುಳಿ

ಇಡುವ ಸಂಜೆ. ಬೆಂಕಿಯ ಸುತ್ತಲೂ ಮನೆಯವರು – ಬಣದವರು – ನೆರೆದಿದ್ದಾರೆ. ಹಲವು ದೇಶ ಸುತ್ತುವುದರಲ್ಲಿ ಆಯುಸ್ಸು ಕಳೆದಿರುವ ವೀರಯೋಧ ತಾತ.

''ಒಂದು ಸಲ ಏನಾಯ್ತು ಎಂದರೆ, ನಮ್ಮ ನಾವೆ ನಡುಕಡಲಿನಲ್ಲಿದ್ದಾಗ ಆಕಾಶದಿಂದ ವಾಣಿ ಕೇಳಿಬಂತು...''

ನಾಯಕ ಶಕ್ತ, ಕಾರ್ಯಾಸಕ್ತ, ಧೀರ. ಆದರೆ ತನಗಿಂತಲೂ ಮಿಗಿಲಾದ ಶಕ್ತಿಗಳಿರುತ್ತವೆ, ಚೇತನಗಳಿರುತ್ತವೆ ಎಂದು ಆತನ ಭಾವನೆ. ಹಲವು ದೇವರು ವಾಸಿಸುವ ಬೇರೊಂದು ಲೋಕವಿದೆ. ಸಿಬಿಲ್ ದೇವತೆ ಭವಿಷ್ಯ ನುಡಿದಿದ್ದಳು: ದುರಾಶೆಗೊಳಗಾಗಿ ದೇವರುಗಳು ಪರಸ್ಪರ ಜಗಳವಾಡುತ್ತಾರೆ. ಸರ್ವವೂ ನಾಶವಾಗಿ ಪುನಃ ಸೃಷ್ಟಿ ಕಾರ್ಯ ನಡೆಯುತ್ತದೆ. ನಾಶ-ಸೃಷ್ಟಿ ಪುನರಾವರ್ತನೆ. ಯುದ್ಧದ ಜ್ಞಾನದ ಹಿರಿಯ ದೇವರು ಔಡಿನ್. ದೇವಗಣದಲ್ಲಿ ಪ್ರೀತಿ ಪಾತ್ರ ಸಜ್ಜನ ಬಾಲ್ದುರ್. ಸಾವು ಅಂಜಬೇಕಾದ ಸಂಗತಿಯಲ್ಲ. ಕೀರ್ತಿಯೂ ಒಳ್ಳೆಯ ಹೆಸರೂ ಅತ್ಯಂತ ಬೆಲೆಯುಳ್ಳ ಆಸ್ತಿ. ಆದ್ದರಿಂದ ನಡೆ ಮುಂದೆ, ನಡೆಮುಂದೆ ; ನುಗ್ಗಿ ನಡೆಮುಂದೆ...

ಒಂದೆಡೆ ಓಡಿನ್ ನುಡಿಯುತ್ತಾನೆ :

''ನಾವು ಕೆಚ್ಚಿನಿಂದ ಹೋರಾಡಿದ್ದೇವೆ. ಗೋಥರನ್ನು ಕಡಿದು ಬೇಸತ್ತ ಖಡ್ಗವನ್ನೂರಿ ನಿಂತಿದ್ದೇವೆ,– ರೆಂಬೆಯ ಮೇಲಿನ ಗಿಡುಗಗಳ ಹಾಗೆ. ನಾವು ಅಪಾರ ಕೀರ್ತಿ ಗಳಿಸಿದ್ದೇವೆ. ಇವತ್ತು ಸತ್ತರೇನು ? ನಾಳೆ ಸತ್ತರೇನು ?'' ಸತ್ತವನಿಗೆ ಕಾದಿದೆ 'ವಲ್ಹಲ್ಲ' – ವೀರ ಸ್ವರ್ಗ.

ಕಷ್ಟಸಾಧ್ಯವಾದ ವಿಶ್ವದಲ್ಲಿ ಅಮಾನುಷ ಮತ್ತು ನೈಸರ್ಗಿಕ ಶಕ್ತಿಗಳಿಗಿದಿರು ಹೋರಾಡಲು ಇರಬೇಕು – ದೇಹ ದೃಢತೆ, ನಾಯಕನಿಗೆ ಬಳಗಕ್ಕೆ ನಿಷ್ಠೆ , ಕಷ್ಟ ಸಹಿಷ್ಣುತೆ. ವೈಕಿಂಗರ ಈ ಗುಣಗಳನ್ನು ಐಸ್‌ಲೆಂಡಿನ 'ಎಡ್ಡ' ಬಣ್ಣಿಸುತ್ತದೆ. ಕೆಡುಕಿಗಿದಿರು ಒಳ್ಳಿತು ನಡೆಸುವ ನಿರಂತರವಾದ ಉಗ್ರ ಹೋರಾಟವನ್ನು ಅದು ಚಿತ್ರಿಸುತ್ತದೆ. ಎರಡು ಮೂರು ಶತಮಾನ ಕಾವ್ಯರಚನೆ ನಡೆದು, ಹದಿಮೂರನೆಯ ಶತಮಾನದಲ್ಲಿ ಆ ಕಾವ್ಯ ಬರಹಕ್ಕಿಳಿಯಿತು. 'ಎಡ್ಡ'ದ ಗದ್ಯರೂಪವನ್ನು ಸ್ನೋರ್‍ರಿಸ್ಟರ್ಲುಸ್ ಅಣಿಗೊಳಿಸಿದ. 'ಎಡ್ಡ'ದಷ್ಟೇ ಮುಖ್ಯ ಅನಂತರ ಬಂದ ವೀರಗಾಥೆಗಳು.

ನಿನ್ನೆಯ ನೆನಪಿನಲ್ಲಿ ಇಂದು ಬದುಕುತ್ತಿರುವ ಐಸ್‌ಲೆಂಡ್ ನಿವಾಸಿಗಳಲ್ಲಿ ಸಾಕ್ಷರತೆ ಗರಿಷ್ಠಮಟ್ಟ ಮುಟ್ಟಿದೆ. ಈಗಲೂ ಸಾಹಿತ್ಯ ಸೃಷ್ಟಿಯಾಗುತ್ತಿದೆ. (ಪ್ರಮುಖ ಕಾದಂಬರಿಕಾರ – ನೊಬೆಲ್ ವಿಜೇತ ಲಾಕ್ಸ್‌ನೆಸ್. ಕಥೆಗಾರ, ಮೊಲ್ದಿ) ಕೆಲವರು ಡೇನಿಶ್ ಭಾಷೆಯಲ್ಲಿ ಕೃತಿ ರಚಿಸುವುದೂ ಉಂಟು.

*　　*　　*

ಡೆನ್‌ಮಾರ್ಕಿನ ಒಂದು ಬುಡಕಟ್ಟಿನ ಹಿರಿಯನನ್ನು ಅವನ ತಮ್ಮ ಕೊಲೆ ಮಾಡಿದ. ಸತ್ತವನ ಮಗ ಆಮ್ಲೆತ್, ಮಂದ ಬುದ್ಧಿಯವನಂತೆ ನಟಿಸಿ, ಸಮಯ ಸಾಧಿಸಿ, ಚಿಕ್ಕಪ್ಪನನ್ನು ಮುಗಿಸಿ ಬುಡಕಟ್ಟಿನವಗಿಗೆ ವಿಷಯ ತಿಳಿಸಿದ. ಅವರು 'ಆಮ್ಲೆತ್‌ಗೆ ಜಯವಾಗಲಿ !' ಎಂದರು; ಅವನನ್ನೇ ನಾಯಕನನ್ನಾಗಿ ಸ್ವೀಕರಿಸಿದರು. ಶತಮಾನಗಳ ಬಳಿಕ ಶೇಕ್ಸ್‌ಪಿಯರ್ 'ಹ್ಯಾಮ್ಲೆಟ್' ನಾಟಕ ಬರೆಯಲು ಮೇಲಿನ ಘಟನೆ (ಕಥೆ) ಪ್ರೇರಣೆ ನೀಡಿತು. ಆ ವೇಳೆಗೆ ಎಲ್ಸಿನೋರ್‌ನಲ್ಲಿ ಡೆನ್‌ಮಾರ್ಕಿನ ಯುವಕ ಅರಸ ಕಟ್ಟಿಸಿದ ಭವ್ಯ ಅರಮನೆ ಇತ್ತು. ಅದನ್ನೆ ಶೇಕ್ಸ್‌ಪಿಯರ್ ತನ್ನ ನಾಟಕಕ್ಕೆ 'ಪರದೆ' ಯಾಗಿ ಬಳಸಿದ.

ಡೇನಿಶ್ ಸಾಹಿತ್ಯದ ಹಿರಿಯ ಹೆಸರು ಹಾನ್ಸ್ ಕ್ರಿಶ್ಚಿಯನ್ ಆಂಡರ್‌ಸನ್. ಕಥೆಗಾರನಾಗಿ ಬೆಳಗಿದ ಈ ಚಮ್ಮಾರ ಬರೆದ ಕಥೆಗಳು 168. ಜಾನಪದ ಮೂಲದ್ದು ಹಲವು. ಉಳಿದವು ಆ ಶೈಲಿಯಲ್ಲಿ ಬರೆದಂಥವು. ಮಾರ್ಟಿನ್ ಹಾನ್ಸೆನ್, ಹೆನ್ರಿಕ್ ಪೊಂಟೊಪ್ಪಿಡನ್, ಯೊಹಾನೆಸ್ ಯೆನ್ಸನ್, ಯಾನ್ ಪೇಟರ್ ಯಾಕಬ್‌ಸನ್, ಗುನ್ನರ್ ಗುನ್ನರ್‌ಸನ್, ಯೊಹಾನ್ ಶಲ್ಡ್‌ಬರ್ಗ್, ಪಲ್ಲಿ ಬಿರ್ಕೆಲೆಂಡ್ – ಬ್ರಾನ್ನೆರ್ ಇವರೆಲ್ಲ ಹೆಸರಾಂತ ಸೃಜನಶೀಲ ಬರೆಹಗಾರರು. ದುಡಿಮೆ. ಆತ್ಮಗೌರವ – ನ್ಯಾಯಗಳ ಬಗೆಗೆ ಕಥೆ ಕಾದಂಬರಿ ಬರೆದ ಮಾರ್ಟಿನ್ ಆಂಡರ್ಸನ್ ನೆಕ್ಸೊ ಬದುಕಿಗೆ ತೀರ ಹತ್ತಿರದವನು. ಕೊಪೆನ್ ಹಾಗೆನ್‌ನ ಕೊಳೆಗೇರಿಯಲ್ಲಿ ಹುಟ್ಟಿದ ಈತ ಫಾಸಿಸ್ಟ್ ವಿರೋಧಿ ಸಮರದ ಕಾಲದಲ್ಲಿ ಕಮ್ಯೂನಿಸ್ಟನಾದ. ಶ್ರೀಮತಿ ಇಸಾಕ್ ಡಿನೆಸೆಸ್ ಅಮೆರಿಕದಲ್ಲಿ ಮನೆ ಮಾಡಿ, ಇಂಗ್ಲಿಷಿನಲ್ಲಿ ತನ್ನ ಹುಟ್ಟು ನಾಡಿನ ಜೀವನವನ್ನು ಕುರಿತು ಬರೆದಳು. ನಾಟಕಕಾರ ಕಾಜ್ ಮಂಕ್ ನಾಜಿಗಳ ಕೈಯಲ್ಲಿ ಕೊಲೆಯಾದ.

* * *

ನಾರ್ವೇಯನ್ನು ಡೇನರು ಆಳಿದ ಫಲವಾಗಿ ಅಲ್ಲಿ ರೂಪು ತಳೆದ ಭಾಷೆ ರಿಕ್ಸ್‌ಮಲ್. ಇದು ಪ್ರತಿಷ್ಠಿತರಿಗೆ ಮೀಸಲು. ಗ್ರಾಮೀಣ ಭಾಷಾ ಪ್ರಭೇದಗಳನ್ನು ಆಧರಿಸಿ ಸಿದ್ಧವಾದದ್ದು ಲ್ಯಾಂಡ್ಸ್‌ಮನ್. ನಾರ್ವೇಯ ಸಾಹಿತ್ಯ ಸೃಷ್ಟಿಯಾಗುತ್ತಿರುವುದು ಈ ಭಾಷೆಯಲ್ಲಿ.

ರಾಷ್ಟ್ರೀಯ ಬೋಧೆ ಬಲಿತಂತೆ ನಾರ್ವೇಯ ಜನ ಎರಡನ್ನು ಕೇಳಿದರು : ಒಂದು, ತಮ್ಮದೇ ಜನಪ್ರತಿನಿಧಿ ಸಭೆ; ಇನ್ನೊಂದು, ವಿಶ್ವವಿದ್ಯಾನಿಲಯ. ತನ್ನ ಸ್ವಂತಿಕೆಯನ್ನು ಕುರಿತ ಜಾಗೃತಿ ಅಸಾಧಾರಣ ಸಾಹಿತ್ಯ ಸೃಷ್ಟಿಗೆ ದಾರಿ ಮಾಡಿತು.

''ಮೂರು ಕ್ರಾಂತಿಗಳು, ಆರು ಧರ್ಮಯುದ್ಧಗಳು, ಒಂದೆರಡು ವಿದೇಶೀ ಆಕ್ರಮಣಗಳು ಮತ್ತು ಒಂದು ಭೂಕಂಪ ಏನು ಮಾಡಬಲ್ಲುವೋ ಅಂಥ ಪರಿಣಾಮವನ್ನು ಇಬ್ಸೆನ್ ಇಂಗ್ಲೆಂಡಿನ ಮೇಲೆ ಬೀರಿದ.''

–ಇದು ಇಬ್ಸೆನ್ನನ (1828–1906) ಎಪ್ಪತ್ತನೆಯ ಹುಟ್ಟುಹಬ್ಬದಂದು ಆಂಗ್ಲನಾಟಕಕಾರ ಜಾರ್ಜ್ ಬರ್ನಾಡ್ ಷಾ ಸಲ್ಲಿಸಿದ ಗೌರವ.

ಪ್ರಕೃತಿ ಹಾಗೂ ಸಮಾಜಕ್ಕಿದಿರು ಒಬ್ಬ ರೈತ ನಡೆಸಿದ ಹೋರಾಟದ ಅದ್ಭುತ ಚಿತ್ರಣವನ್ನು ತನ್ನ ಕಾದಂಬರಿಯಲ್ಲಿ ನೀಡಿದ ಕ್ನಟ್ ಹಾಮ್‌ಸನ್ ನಾಜಿಗಳ ಮುಖವಾಣಿಯಾಗಿ ಜನರ ತಿರಸ್ಕಾರಕ್ಕೆ ಗುರಿಯಾದ. ಶ್ರೀಮತಿ ಸಿಗ್ರಿಡ್ ಅಂಡ್‌ಸೆಟ್ ನೊಬೆಲ್ ವಿಜೇತೆ. ಯೋಹಾನ್ ಬೋಯೆರ್ ಒಳ್ಳೆಯ ಕಾದಂಬರಿಕಾರ ಹಾಗೂ ನಾಟಕಕಾರ. ಬ್ಯೋರ್ನ್‌ಸ್ಟೆರ್ನ್ ಬ್ಯೋರ್ನ್‌ಸೋನ್. ಯೊನಾಲ್ ಲೀ, ಒಲವ್ ಡ್ವನ್, ಆಂಡ್ರಿಯಾಸ್ ಹಾಕ್‌ಲಂಡ್ ಕಥಾ ಕ್ಷೇತ್ರದಲ್ಲಿ ಪ್ರಮುಖರು. ಅರ್ನಲ್ಫ್ ಅವರ್‌ಲೆಂಡ್ ನಾಲ್ಕು ವರ್ಷ ನಾಜಿಗಳ ಕೂಟ ಶಿಬಿರದಲ್ಲಿ ಕೈದಿಯಾಗಿದ್ದ. ಆತ ನಾರ್ವೆಯ ಅನಧಿಕೃತ ರಾಷ್ಟ್ರಕವಿ. ನಾಜೀ ಆಕ್ರಮಣ ಕಾಲದಲ್ಲಿ ನಾರ್ಡಹ್ಲ್ ಗ್ರೀಗನ ಕವಿತೆಗಳಿಂದ ಜನ ಸ್ಫೂರ್ತಿ ಪಡೆದರು.

ನಾರ್ವೆಯ ಬಹ್ವಂಶ ಬರೆಹಗಾರರು ಸಮಾಜ ಪ್ರಜ್ಞೆಯಿಂದ ಬಾಧಿತರಾಗಿರುವುದು ಗಮನಾರ್ಹ ಸಂಗತಿ.

* * *

''ನನ್ನ ಅನೇಕ ಗೆಳೆಯರ ಬಗ್ಗೆ ನೀವು ಪ್ರಸ್ತಾಪಿಸಿದ್ದೀರಿ. ಎಲ್ಲಿದ್ದಾರೆ ಅವರು ? ನಿರಸನಗೊಂಡ ಭ್ರಮೆಗಳ ಕೆಸರು ತಳದಲ್ಲಿದ್ದಾರೆ ಅಥವಾ ತಾವು ಉಳಿಸಿದ ಪೆನ್ನಿಗಳ ಝಣ ಝಣ ಸದ್ದನ್ನು ಆಲಿಸುವುದರಲ್ಲಿ ಮಗ್ನರಾಗಿದ್ದಾರೆ.''

– ಇದನ್ನು ಬರೆದವನು ಸ್ವೀಡನಿನ ಕೋಟ್ಯಧೀಶ ರಸಾಯನ ವಿಜ್ಞಾನಿ – ಕೈಗಾರಿಕೋದ್ಯಮಿ ಆಲ್ಫ್ರೆಡ್ ನೊಬೆಲ್ (19ನೇ ಶತಮಾನ). ನಾರ್ವೆಯಲ್ಲಿ ಇಬ್ಸೆನ್ ಅದ್ಭುತ ನಾಟಕಗಳನ್ನು ರಚಿಸುತ್ತಿದ್ದ ಕಾಲದಲ್ಲಿ ಈತ ಮಾರಕ ಸ್ಫೋಟಕಗಳನ್ನು ತಯಾರಿಸಿ ಲೋಕದೆಲ್ಲ ಯುದ್ಧಾಸಕ್ತರಿಗೆ ಮಾರಿ ದೊರೆತ ಕೋಟಿ ಕೋಟಿ ಹಣದ ಬಿಸಿಯಲ್ಲಿ ಮೈ ಕಾಯಿಸಿಕೊಳ್ಳುತ್ತಿದ್ದ. ಬೆರ್ತಾ ಫಾನ್ ಸೆಟ್ನರ್ ಎಂಬಾಕೆ 'ನಿಮ್ಮ ಅಸ್ತ್ರಗಳನ್ನು ಕೆಳಗಿಡಿ' ಎಂಬ ಕಾದಂಬರಿ ಬರೆದಿದ್ದಳು. ಒಂದು ಶಾಂತಿ ಚಳುವಳಿಯನ್ನೂ ಆಕೆ ನಡೆಸುತ್ತಿದ್ದಳು. ಆ ಸಾಹಿತಿಯನ್ನು ಕರೆದು ನೊಬೆಲ್, ಶಾಂತಿ ತನಗೂ ಇಷ್ಟ ಎಂದ. ಕಥೆ ಹುಟ್ಟಿತು : 'ಕೋಟ್ಯವಧಿ ಜನರನ್ನು ಸಾಯಿಸುವ ಮಾರಕಾಸ್ತ್ರ ನಿರ್ಮಿಸಿದೆ ಅಂತ ನೊಬೆಲ್ ಪರಿತಪಿಸುತ್ತಿದ್ದಾನೆ; ಪಾಪ ಪ್ರಜ್ಞೆ ಅವನನ್ನು ಕಾಡುತ್ತಿದೆ' ವಾಸ್ತವವಾಗಿ ಕಾಡುತ್ತಿದ್ದುದು ಧನಪಿಶಾಚಿ. ಉಯಿಲು ಬರೆದ. ತನ್ನ ಸಂಪತ್ತಿನ ರಕ್ಷಣೆಗಾಗಿಯೂ ವಿನಿಯೋಗಕ್ಕಾಗಿಯೂ ಒಂದು ಟ್ರಸ್ಟ್ ನಿರ್ಮಾಣ. ಲೋಕ ಶಾಂತಿ, ಮಾನವ ಕಲ್ಯಾಣ, ಸಾಹಿತ್ಯ, ವಿಜ್ಞಾನ ಕ್ಷೇತ್ರಗಳ ಮಹಾ

ಪ್ರತಿಷ್ಠಿತರಿಗೆ ವರ್ಷಕ್ಕೊಮ್ಮೆ ಲಕ್ಷಗಟ್ಟಲೆ ನಿಧಿಯ ಭಾರೀ (ನೊಬೆಲ್) ಬಹುಮಾನ. 1901ರಿಂದ ನೀಡಿಕೆ ಆರಂಭವಾಯಿತು. ಸಾಹಿತ್ಯ ಬಹುಮಾನ 'ಕ್ರಾಂತಿ - ಧರ್ಮಯುದ್ಧ - ಭೂಕಂಪಗಳ' ಮೂರ್ತ ರೂಪನಾಗಿದ್ದ ನಾರ್ವೇಯ ಇಬ್ಸೆನ್‌ಗಿಲ್ಲ; ಶ್ರಮಜೀವಿ ಪಕ್ಷಪಾತಿಯಾದ ಸ್ವೀಡನಿನ ಹಿರಿಯ ಸಾಹಿತಿ ಸ್ಟ್ರಿಂಗ್‌ಬರ್ಗ್‌ಗೂ ಇಲ್ಲ. ಎಂಬತ್ತು ವರ್ಷಗಳಿಂದ ನೊಬೆಲ್ ಉರುಳು ಸೇವೆಯೂ ದೊಂಬರಾಟವೂ ನಡೆಯುತ್ತ ಬಂದಿವೆ. ನೊಬೆಲ್‌ನ ಗೋರಿಯೊಳಗಣ ಪಳೆಯುಳಿಕೆಗಳ ನಗೆಯ ಸ್ಫೋಟಕ ಅಲೆಗಳು ಭೂಗರ್ಭವನ್ನು ತಟ್ಟುತ್ತಿರಲೂಬಹುದು.

1200 ಮೊದಲ್ಗೊಂಡು ಸ್ವೀಡನಿನ ಜನ ತಮ್ಮ ಭಾಷೆಯನ್ನೇ ಬಳಸುತ್ತಿದ್ದಾರೆ. (ಹಿಂದೆ ಇದ್ದುದು 'ಎಡ್ಡ' ಕಾವ್ಯಗಳ ಹಳೆಯ ಭಾಷೆ) 1477ರಲ್ಲಿ ಉಪ್ಸಾಲದಲ್ಲಿ ವಿಶ್ವವಿದ್ಯಾಲಯ ಸ್ಥಾಪನೆಯಾದ ಮೇಲಂತೂ ವೈಜ್ಞಾನಿಕ-ಸಾಂಸ್ಕೃತಿಕ ಚಟುವಟಿಕೆ ಊರ್ಧ್ವಮುಖವಾಯಿತು. 17ನೇ ಶತಮಾನದ ಅನಂತರ ಸ್ವೀಡಿಶ್ ಸಾಹಿತ್ಯಕ್ಕೆ ರಾಷ್ಟ್ರೀಯತೆಯ ಮೆರುಗು ಬಂತು.

ಸೆಲ್ಮಾ ಲಾಗೆಲ್‌ಲಫ್ ಕಾದಂಬರಿಕಾರ್ತಿ, ನೊಬೆಲ್ ಪಾರಿತೋಷಕ ಪಡೆದ ಮೊದಲ ಮಹಿಳೆ. ಎರಿಕ್ ಲಿಂಡ್‌ಗ್ರೆನ್, ಹ್ಯಾರಿ ಮಾರ್ಟಿನ್‌ಸನ್ ಕವಿಗಳು. ಕಾರ್ಮಿಕರ ಬದುಕನ್ನು ಕಾದಂಬರಿಗಳಲ್ಲಿ ಚಿತ್ರಿಸಿದವರು ವಿಲ್ಹೆಮ್ ಮೊಬೆರ್ಗ್, ಪೆರ್ ಲೆಗರ್‌ಕ್ವಿಸ್ಟ್. ಸ್ವೀಡಿಶ್-ಫಿನ್ನಿಶ್ ಎರಡೂ ಭಾಷೆಗಳಲ್ಲಿ ಬರೆಯುವವರಿದ್ದಾರೆ: ಸೊಡೆರ್‌ಗಾನ್ ಮತ್ತು ಸಾಲ್ಮಿನೆನ್. ಸ್ವೀಡಿಶ್ ಕವಿತೆ ಪ್ರಬಂಧಗಳಿಗೆ ಹೆಸರುವಾಸಿ ಗುನ್ನರ್ ಎಕಿಲಾಫ್. ಕಥಾ ಕ್ಷೇತ್ರದ ಪ್ರಮುಖರು ಡಾಗೆರ್‌ಮನ್, ಗಿಲ್ಲೆನ್‌ಸ್ಟೆನ್, ಆಹ್ಲಿಲ್, ಯೋರ್ಗ್‌ಮನ್, ಷೋರ್ಗ್ರೆನ್, ಸಂಡ್‌ಮನ್ ಮತ್ತಿತರರು.

* * *

ಕಲೆವಲ ಮತ್ತು ಉತ್ತರದ ಪೋಹ್ಯೋಲಗಳ ನಡುವೆ ತಿಕ್ಕಾಟ. ಕಲೆವಲದ ಮೂವರು - ಜ್ಞಾನಿ, ಕುಶಲ ಕಮ್ಮಾರ ಮತ್ತು ಯೋಧ-ಸುಂದರಿ ಕನ್ಯೆಯನ್ನು ವರಿಸಲು ಉತ್ತರಕ್ಕೆ ಹೋಗುತ್ತಾರೆ. (ಲೋಹಗಳ ದೇಶದ) ಕನ್ನಿಕೆ ಕಮ್ಮಾರನ ಕೈ ಹಿಡಿಯುತ್ತಾಳೆ... ಸ್ವದೇಶಕ್ಕೆ ಯಾನ, ಪವಾಡಗಳು. ತಾಯ್ನಾಡು ಸಂಪದ್ಭರಿತವಾಗುತ್ತದೆ ಇತ್ಯಾದಿ...

22,795 ಸಾಲುಗಳ 'ಕಲೆವಲ' ಮಹಾಕಾವ್ಯ ಆರಂಭವಾಗುವುದು ಸೃಷ್ಟಿಯುಗದ ಬಣ್ಣನೆಯೊಂದಿಗೆ. ಬಾಯ್ದೆರೆಯಾಗಿ ತಲೆತಲಾಂತರಗಳಿಂದ ಉಳಿದಿದ್ದ ಈ ಜಾನಪದ ಕಾವ್ಯವನ್ನು 19ನೆಯ ಶತಮಾನದ ಉತ್ತರಾರ್ಧದಲ್ಲಿ ಕ್ರೋಡೀಕರಿಸಿದವನು. ಲಿಪಿರೂಪಕ್ಕಿಳಿಸಿದವನು ಎಲಿಯಸ್ ಲುನ್ರೋಟ್. ಇನ್ನೊಬ್ಬ – ಕಂಟಿಲೇಟರ್ – ಜಾನಪದ ಹಾಡುಗಳ ದೊಡ್ಡ ಸಂಗ್ರಹವನ್ನು 1840ರಲ್ಲಿ ಸಿದ್ಧಪಡಿಸಿದ.

ಫಿನ್‌ಲೆಂಡಿನ ಅದೇ ಅವಧಿಯ ರಾಷ್ಟ್ರೀಯ ಕವಿ ರುಂಬೆರ್ಗ್.

ಶತಮಾನಗಳ ಕಾಲ ಸ್ವೀಡನಿನ ಅಧೀನವಿದ್ದಾಗ ಫಿನ್ನರು ಆಳುವವರ ಭಾಷೆಯನ್ನು ಬಳಸುತ್ತಿದ್ದರು. ಜೀತ ಪದ್ಧತಿಯಿಂದ ಸ್ವಾತಂತ್ರ್ಯದೆಡೆಗೆ ಈ ಜನಾಂಗ ನಡೆದುಬಂದ ಕಥೆ ರೋಮಾಂಚಕಾರಿ. ಆ ನೆನಪಿಗೆ, ಆ ಬದುಕಿಗೆ, ಸ್ಪಂದಿಸದ ಫಿನ್ನಿಶ್ ಬರೆಹಗಾರನೇ ಇಲ್ಲ. ಕಾದಂಬರಿಕಾರ ಎಮಿಲ್ ಸಿಲ್ಲನ್ ಪಾ ನೊಬೆಲ್ ವಿಜೇತ. ಕಾದಂಬರಿ-ನಾಟಕಗಳ ಕರ್ತೃ ಪಕ್ಕಲ. ಹಾನ್ಪುಅ, ಹೈರಿ, ಮೆರಿ, ಫಾವೊ ಫೋಸ್ಸಿ, ಯಾರ್ನ್‌ಫೆಲ್ಟ್, ಯಾರ್‌ವೇಂಟಸ್ ಮುಂತಾದವರು ಕಥೆ ಕಾದಂಬರಿಗಳ ಕ್ಷೇತ್ರದಲ್ಲಿ ಪ್ರಸಿದ್ಧರಾಗಿದ್ದಾರೆ.

3

ಐಸ್‌ಲೆಂಡ್, ಡೆನ್‌ಮಾರ್ಕ್, ನಾರ್ವೆ, ಸ್ವೀಡನ್, ಫಿನ್‌ಲೆಂಡ್ ಈ ಐದು ದೇಶಗಳ ಹನ್ನೆರಡು ಕಥೆಗಳನ್ನು ಆರಿಸಿ ಈ ಸಂಪುಟದಲ್ಲಿ ಜೋಡಿಸಲಾಗಿದೆ. ಯೂರೋಪಿನಲ್ಲಿ ಉತ್ತರಕ್ಕಿರುವ ಭೂಭಾಗದ ಸಾಮಾಜಿಕ – ಆರ್ಥಿಕ – ರಾಜಕೀಯ – ಸಾಂಸ್ಕೃತಿಕ – ಸಾಹಿತ್ಯಿಕ ಹಿನ್ನೆಲೆಯನ್ನು ವಿವರಿಸುವ ಈ ಪ್ರಸ್ತಾವನೆ ಮುಂದಿರುವ ಕಥೆಗಳ ಅರ್ಥಪೂರ್ಣ ಓದಿಗೆ ನೆರವಾಗುತ್ತದೆಂಬ ಭರವಸೆ ನನಗಿದೆ.

ದೀಪಾವಳಿ 1981 — **ನಿರಂಜನ**
ಬೆಂಗಳೂರು — ಪ್ರಧಾನ ಸಂಪಾದಕ

ಐಸ್ ಲೆಂಡ್

○ ಸ್ನೋರಿ ಸ್ಟುರ್ಲ್‌ಸೋನ್

ಸಜ್ಜನನ ಸಾವು

ಏಸಿರ್ ದೇವಗಣಕ್ಕೆ* ಮಹತ್ವದ್ದೆಂದು ಕಂಡುಬಂದ ವಿಚಾರಗಳನ್ನೀಗ ಹೇಳಲಾಗುತ್ತದೆ. ಕತೆ ಪ್ರಾರಂಭವಾಗುವುದು ಹೀಗೆ: ಸಜ್ಜನನಾಗಿದ್ದ ಬಾಲ್ಡುರ್ ದೇವನಿಗೆ ತನ್ನ ಬದುಕಿಗೆ ಸಂಬಂಧಿಸಿದಂತೆ ವಿಪತ್ಕಾರಿ ಕನಸುಗಳು ಬೀಳತೊಡಗಿದವು. ಅವನು ದೇವಗಣಕ್ಕೆ ಇದನ್ನು ಹೇಳಲಾಗಿ, ಅವರೆಲ್ಲ ಒಟ್ಟುಗೂಡಿ ಮಂತ್ರಾಲೋಚನೆ ಮಾಡಿದರು. ಅಲ್ಲಿ ತೆಗೆದುಕೊಂಡ ನಿರ್ಣಯವಿದು : ಎಲ್ಲ ಬಗೆಯ ಅಪಾಯಗಳಿಂದ ಬಾಲ್ಡುರನಿಗೆ ರಕ್ಷಣೆಯನ್ನು ದೊರಕಿಸುವುದು. ಇದಕ್ಕೋಸ್ಕರ ಬಾಲ್ಡುರನಿಗೆ ಯಾವ ಅಪಾಯವನ್ನೂ ಉಂಟುಮಾಡಬಾರದೆಂದು ಬೆಂಕಿ ಮತ್ತು ನೀರುಗಳಿಂದ ದೇವರಾಣಿ ಫ್ರಿಗ್ ವಚನ ತೆಗೆದುಕೊಂಡಳು. ಕಬ್ಬಿಣ ಹಾಗೂ ಎಲ್ಲಾ ರೀತಿಯ ಲೋಹಗಳು, ಕಲ್ಲು, ಭೂಮಿ, ಮರ, ರೋಗ, ಮೃಗ, ಹಕ್ಕಿ, ವಿಷವಸ್ತು ಮತ್ತು ಹಾವುಗಳು – ಇವುಗಳಿಂದಲೂ ಅದೇ ರೀತಿಯ ವಚನವನ್ನು ಪಡೆಯಲಾಯಿತು. ಈ ಕೆಲಸ ಮುಗಿದು ವಿಷಯ ಎಲ್ಲರಿಗೂ ತಿಳಿದ ಮೇಲೆ, ಬಾಲ್ಡುರನಿಗೆ ಮತ್ತು ದೇವಗಣಕ್ಕೆ ಇದೊಂದು ಮನರಂಜನೆಯ ಸಾಧನವಾಗಿ ಪರಿಣಮಿಸಿತು : ದೇವಸಭೆಯಲ್ಲಿ ಬಾಲ್ಡುರ್ ಎದ್ದು ನಿಲ್ಲಬೇಕು. ಆಗ ಉಳಿದವರೆಲ್ಲ ಅವನನ್ನು ಸುತ್ತುವರಿದು ಕೆಲವರು ಅವನಿಗೆ ಬಾಣ ಬಿಡಬೇಕು, ಕೆಲವರು ಅವನನ್ನು ಕಡಿಯಬೇಕು, ಕೆಲವರು ಕಲ್ಲುಗಳಿಂದ ಅವನನ್ನು ಹೊಡೆಯಬೇಕು; ಆದರೆ ಏನು ಮಾಡಿದರೂ ಅವನಿಗೆ ಗಾಯವಾಗಲೀ ನೋವಾಗಲೀ ಆಗುತ್ತಿರಲಿಲ್ಲ. ಇದು ಬಹಳ ಪೂಜ್ಯವಾದ ಒಂದು ವಿಷಯವೆಂದು ದೇವತೆಗಳಿಗೆಲ್ಲ ಅನಿಸಿತು.

ಆದರೆ ಬಾಲ್ಡುರನಿಗೆ ಪೆಟ್ಟಾಗದೆ ಇದ್ದುದನ್ನು ನೋಡಿ ಲೋಕಿ

---

* ಏಸಿರ್ : ಸ್ಕಾಂಡಿನೇವಿಯದ ಪುರಾಣ ಕಥೆಗಳ ಪ್ರಕಾರ ಆದಿಯಲ್ಲಿ ಎರಡು ದೇವಗಣಗಳಿದ್ದವು. ಒಂದು ಏಸಿರ್; ಇನ್ನೊಂದು ಏಸಿರ್ ಗಣದ ಪ್ರತಿಸ್ಪರ್ಧಿಯಾಗಿದ್ದ ವಾನಿರ್. ಏಸಿರ್ ಗಣದ ದೇವತೆಗಳು ಆಕಾಶದಲ್ಲಿ ಆಉಸ್ಗಾರ್ಡ್ ಎಂಬ ದುರ್ಗದೊಳಗೆ ವಾಸಿಸುತ್ತಿದ್ದರು. ಓದಿನ್ ಅವರ ಅಧಿಪತಿಯಾಗಿದ್ದ. ಫ್ರಿಗ್ ದೇವಿ ಅವನ ಮಡದಿಯಾಗಿದ್ದಳು. ಉಳಿದ ದೇವತೆಗಳಲ್ಲಿ ಥೋರ್, ಬಾಲ್ಡುರ್, ಹೇಮ್‌ದಾಲ್ ಮೊದಲಾದವರು ಮುಖ್ಯರಾಗಿದ್ದರು.

ಲಾಉಫೆ ಯಾರ್‌ಸೋನ್ ಎಂಬ ಒಬ್ಬ ದೇವತೆಗೆ ಮಾತ್ರ ಏನೂ ಸಂತೋಷವಾಗಲಿಲ್ಲ. ಆತ ಹೆಂಗಸಿನಂತೆ ರೂಪ ಪಲ್ಲಟಿಸಿ ದೇವರಾಣಿ ಫ್ರಿಗ್‌ಳನ್ನು ನೋಡಲು ಅವಳ ನಿವಾಸಕ್ಕೆ ಹೋದ. ಈ ಹೆಂಗಸಿನೊಂದಿಗೆ ಫ್ರಿಗ್ ಕೇಳಿದಳು :

''ಅಲ್ಲಿ ಸಭೆಯಲ್ಲಿ ದೇವತೆಗಳು ಏನು ಮಾಡ್ತಿದ್ದಾರೆ ಅಂತ ನಿನಗೆ ಗೊತ್ತೇ ?''

ಅದಕ್ಕೆ ಆ ಕಪಟ ಹೆಂಗಸು ಉತ್ತರಿಸಿದಳು :

''ಎಲ್ಲರೂ ಬಾಲ್ಡರನಿಗೆ ಹೊಡೀತಿದ್ದಾರೆ. ಆದರೆ ಅವನಿಗೆ ಮಾತ್ರ ಏನೂ ಪೆಟ್ಟಾಗ್ತಿಲ್ಲ''

ಆಗ ಫ್ರಿಗ್ ಹೇಳಿದಳು :

''ಆಯುಧಗಳಾಗಲಿ, ಮರಗಳಾಗಲಿ ಬಾಲ್ಡರನನ್ನು ನೋಯಿಸಲಾರವು. ಅವುಗಳಿಂದೆಲ್ಲ ನಾನು ವಚನ ತೆಗೆದುಕೊಂಡಿದ್ದೇನೆ.''

ಅಷ್ಟಕ್ಕೆ ಬಿಡದೆ ಹೆಂಗಸು ಪುನಃ ಪ್ರಶ್ನಿಸಿದಳು :

''ಎಲ್ಲಾ ವಸ್ತುಗಳೂ ಬಾಲ್ಡರ್‌ನನ್ನು ಬಿಟ್ಟುಬಿಡುವ ಪ್ರತಿಜ್ಞೆ ಮಾಡಿವೆಯೆ ?''

ಫ್ರಿಗ್ ಹೇಳಿದಳು :

''ಇಲ್ಲ, ಅಲ್ಲಿ, ವಾಲ್‌ಹಾಲ್‌ನ* ಪಶ್ಚಿಮಕ್ಕೆ ಮರದ ಚಿಗುರೊಂದು ಒಂಟಿಯಾಗಿ ಬೆಳೀತಿದೆ. ಅದನ್ನು ಮಿಸ್‌ಲ್‌ಟೊ** ಅಂತಾರೆ. ಅದಿನ್ನೂ ಬಹಳ ಚಿಕ್ಕದಾಗಿರೋದರಿಂದ ಅದರಿಂದ ಪ್ರತಿಜ್ಞೆ ಮಾಡಿಸ್ಬೇಕಾದ ಅಗತ್ಯವಿಲ್ಲ ಅನ್ನಿಸಿತು.''

ಕಪಟ ಹೆಂಗಸು ಅಲ್ಲಿಂದ ಕೂಡಲೇ ಹೊರಟಳು.

ಮಿಸ್‌ಲ್‌ಟೋವನ್ನು ಕಿತ್ತು ಹಿಡಿದುಕೊಂಡು ಲೋಕಿ ಸಭಾಸ್ಥಾನಕ್ಕೆ ಬಂದ.

ಹೋದ್ರ್ ಸುತ್ತ ನೆರೆದಿದ್ದವರಿಂದ ದೂರ ನಿಂತಿದ್ದ. ಏಕೆಂದರೆ ಅವನು ಕುರುಡ. ''ನೀನೇಕೆ ಬಾಲ್ಡರ್‌ಗೆ ಹೊಡೆಯುತ್ತಿಲ್ಲ ?'' ಎಂದು ಲೋಕಿ ಅವನನ್ನು ಕೇಳಿದ.

''ಏಕೆಂದರೆ ಬಾಲ್ಡರ್ ಎಲ್ಲಿ ನಿಂತಿದ್ದಾನೋ ನನಗೆ ಕಾಣ್ತಿಲ್ಲ. ಅಷ್ಟೇ ಅಲ್ಲದೆ ಹೊಡೆಯೋದಕ್ಕೆ ನನ್ನ ಕೈಯಲ್ಲೇನೂ ಇಲ್ಲ,'' ಎಂದು ಹೋದ್ರ್ ಹೇಳಿದ.

ಆಗ ಲೋಕಿ ಎಂದ :

''ಬೇರೆಯವರ ಹಾಗೆ ನೀನೂ ನಡೆದುಕೊಳ್ಬೇಕು. ಬಾಲ್ಡರ್‌ಗೆ ಬೇರೆಯವರು ತೋರಿಸ್ತಿರೋ ಗೌರವವನ್ನು ನೀನೂ ತೋರಿಸ್ಬೇಕು. ಅವನು ನಿಂತಿರೋ ಜಾಗವನ್ನು ನಾನು ನಿನಗೆ ಹೇಳ್ತೇನೆ. ಈ ಕೋಲಿನಿಂದ ಅವನಿಗೆ ಹೊಡಿ.''

ಹೀಗೆಂದು ಲೋಕಿ ಮಿಸ್‌ಲ್‌ಟೋವನ್ನು ಅವನ ಕೈಗಿತ್ತ.

ಹೋದ್ರ್, ಅದನ್ನು ತೆಗೆದುಕೊಂಡು ಲೋಕಿಯ ಮಾರ್ಗದರ್ಶನದಲ್ಲಿ ಬಾಲ್ಡರ್ ಕಡೆಗೆ ಎಸೆದ. ಆ ಕಣೆ ಬಾಲ್ಡರ್‌ನ ದೇಹವನ್ನು ಭೇದಿಸಿ ಹಾದುಹೋಯಿತು. ಆತ ಸತ್ತು ನೆಲಕ್ಕೆ ಬಿದ್ದ. ದೇವತೆಗಳ ನಡುವಿನಲ್ಲಾಗಲೀ, ಮಾನವರ ಮಧ್ಯದಲ್ಲಾಗಲೀ ನಡೆದ ಆಕಸ್ಮಿಕಗಳಲ್ಲಿ ಇದಕ್ಕಿಂತ ದೊಡ್ಡ ಅಪಘಾತ ಬೇರೊಂದಿರಲಿಲ್ಲ.

---

* ವಾಲ್‌ಹಾಲ್ : ಆಉಸ್ಗಾರ್ಡ್‌ನಲ್ಲಿದ್ದ ದೇವರಾಜ ಓದಿನ್ನನ ಭವ್ಯ ಭವನ. ಯುದ್ಧದಲ್ಲಿ ಮಡಿದ ವೀರ ಮಾನವರ ಆತ್ಮಗಳನ್ನು ಇಲ್ಲಿಗೆ ತರಲಾಗುತ್ತಿತ್ತು. ಅವರು ಓದಿನ್ನನೊಂದಿಗೆ ಮಧುಪಾನ ಮಾಡುತ್ತಾ ಇಲ್ಲಿ ಆನಂದದಿಂದ ಕಾಲ ಕಳೆಯುತ್ತಿದ್ದರು.

** ಮಿಸ್‌ಲ್‌ಟೋ : ಸೇಬು ಮುಂತಾದ ಕೆಲವು ಮರಗಳ ಮೇಲೆ ಬೆಳೆಯುವ ಒಂದು ವಿಧದ ಪರೋಪಜೀವಿ ಸಸ್ಯ.

ಹೀಗೆ ಬಾಲ್ದುರ್ ಬಿದ್ದುದನ್ನು ನೋಡಿ ದೇವತೆಗಳ ಬಾಯಿಯಿಂದ ಮಾತೇ ಹೊರಡದಾಯಿತು. ಹಾಗೆಯೇ ಅವನನ್ನು ಹಿಡಿದೆತ್ತಲು ಅವರ ಕೈಗಳು ಕೂಡ ಮುಂದಾಗಲಾರದಾದವು. ಎಲ್ಲರೂ ಒಬ್ಬರನ್ನೊಬ್ಬರು ನೋಡುತ್ತಿದ್ದರು. ಈ ದುಷ್ಕೃತ್ಯವನ್ನು ಎಸಗಿದವನ ಬಗ್ಗೆ ಎಲ್ಲರ ಮನಸ್ಸಿನಲ್ಲೂ ಇದ್ದ ಅಭಿಪ್ರಾಯ ಒಂದೇ. ಆದರೆ ಆ ಪವಿತ್ರ ಸ್ಥಳದಲ್ಲಿ ಯಾರ ಮೇಲೂ ಸೇಡು ತೀರಿಸಿಕೊಳ್ಳುವಂತೆಯೂ ಇರಲಿಲ್ಲ. ಹೀಗಾಗಿ ದೇವತೆಗಳು ಮಾತಾಡಲು ಪ್ರಯತ್ನಿಸಿದಾಗ ಮೊದಲು ಅಳು ಹೊರಹೊಮ್ಮಿತು. ಯಾರಿಗೂ ತನ್ನ ದುಃಖವನ್ನು ಇನ್ನೊಬ್ಬನೊಂದಿಗೆ ಹೇಳಲಾಗಲಿಲ್ಲ. ಎಲ್ಲರಿಗಿಂತ ಹೆಚ್ಚು ದುಃಖಿತನಾಗಿದ್ದವನೆಂದರೆ ದೇವರಾಜ ಓದಿನ್. ಏಕೆಂದರೆ ಬಾಲ್ದುರ್‌ನ ಮರಣದಿಂದ ದೇವಗಣಕ್ಕೆ ಎಷ್ಟು ದೊಡ್ಡ ನಷ್ಟವಾಗಿದೆ ಮತ್ತು ಅದರಿಂದ ಎಂಥ ಹಾನಿಯಾಗಬಹುದು ಎಂಬುದು ಇತರರಿಗಿಂತಲೂ ಹೆಚ್ಚು ಚೆನ್ನಾಗಿ ಅವನಿಗೆ ತಿಳಿದಿತ್ತು.

ಕೊನೆಗೆ ದೇವತೆಗಳು ತುಸು ಶಾಂತರಾದಾಗ ಫ್ರಿಗ್ ಮಾತನಾಡಿದಳು : ದೇವಗಣದಲ್ಲಿ ತನ್ನನ್ನು ಪ್ರೀತಿಸುವ ಯಾರಾದರೂ ಇದ್ದರೆ, ಅವರು ಕುದುರೆಯೇರಿ ಪ್ರೇತಲೋಕಕ್ಕೆ ಹೋಗಲಿ. ಅಲ್ಲಿ ಬಾಲ್ದುರ್‌ನನ್ನು ಹುಡುಕಲಿ, ಪ್ರೇತಲೋಕದ ರಾಣಿ ಹೆಲ್ ಬಾಲ್ದುರ್‌ನನ್ನು ಆಉಸ್ಗಾರ್ಡ್‌ಗೆ ಹಿಂದೆ ಕಳುಹಿಸಿಕೊಡಲು ಒಪ್ಪಿದರೆ, ಅದಕ್ಕೋಸ್ಕರ ಅವಳು ಬಯಸಿದ್ದನ್ನು ನೀಡಿ ಅವನನ್ನು ಬಿಡಿಸಿಕೊಂಡು ಬರಲಿ ಎಂದು ಫ್ರಿಗ್ ಹೇಳಿದಳು. ಆಗ ಓದಿನ್ನನ ಮಗ ಧೀರ ಹರ್ಮೋದ್ರ್ ಈ ರಾಯಭಾರವನ್ನು ವಹಿಸಲು ಮುಂದೆ ಬಂದ. ಬಳಿಕ ಓದಿನ್ನನ ಕುದುರೆ ಸ್ಲೇಪ್ನಿರ್‌ಅನ್ನು ಕರೆತರಲಾಯಿತು. ಅದನ್ನೇರಿ ಹರ್ಮೋದ್ರ್ ಹೊರಟ.

ಬಾಲ್ದುರ್‌ನ ಶವವನ್ನು ದೇವತೆಗಳು ಸಮುದ್ರದ ಬಳಿಗೆ ತಂದರು. ಬಾಲ್ದುರ್‌ನ ಹಡಗಿನ ಹೆಸರು ಹ್ರಿಂಘೋರ್ನಿ ಎಂದು. ಅದು ಎಲ್ಲಾ ಹಡಗುಗಳಿಗಿಂತ ದೊಡ್ಡದಾಗಿತ್ತು. ದೇವತೆಗಳು ಅದನ್ನು ನೀರಿಗಿಳಿಸಿ ಬಾಲ್ದುರ್‌ನ ಚಿತೆಯನ್ನು ಅದರ ಮೇಲೆ ನಿರ್ಮಿಸಬೇಕೆಂದಿದ್ದರು. ಆದರೆ ಹಡಗು ಮುಂದೆ ಕದಲಲಿಲ್ಲ. ಆಗ ಹಿರ್ರೊಕ್ಕಿನ್ನ್ ಎಂಬ ದೈತ್ಯೆಯೊಬ್ಬಳಿಗಾಗಿ ಪಾತಾಳದಲ್ಲಿದ್ದ ದೈತ್ಯರ ವಾಸಸ್ಥಾನವಾದ ಜೊತುನ್ಹೆಮ್‌ಗೆ ಹೇಳಿ ಕಳುಹಿಸಲಾಯಿತು. ವಿಷಪೂರಿತ ಹಾವಿನ ಕಡಿವಾಣ ಹಾಕಿದ ತೋಳದ ಮೇಲೆ ಕುಳಿತು ಅವಳು ಬಂದಳು. ತೋಳವನ್ನು ನೋಡಿಕೊಳ್ಳುವ ಸಲುವಾಗಿ ನಾಲ್ವರು ಯುದ್ಧೋನ್ಮತ್ತ ಸೈನಿಕರನ್ನು ಓದಿನ್ ಕರೆಸಿದ. ಕಷ್ಟಪಟ್ಟು ಅವರು ಅದನ್ನು ಹತೋಟಿಗೆ ತೆಗೆದುಕೊಂಡರು. ಹಿರ್ರೊಕ್ಕಿನ್ನ್ ದೋಣಿಯ ಮುಂದೆ ನಿಂತು ಒಮ್ಮೆಗೆ ಅದನ್ನು ತಳ್ಳಿದಳು. ಪರಿಣಾಮವಾಗಿ ಅದರ ಲಟ್ಟಣಿಗೆಗಳಿಂದ ಬೆಂಕಿ ಜಗ್ಗನೆ ಹೊತ್ತಿ ಉರಿದು ಭೂಮಿ ತಲ್ಲಣಿಸಿತು. ಥೋರ್ ದೇವ ಕೋಪದಿಂದ ತನ್ನ ಸುತ್ತಿಗೆಯನ್ನು ಎತ್ತಿಕೊಂಡ. ದೇವತೆಗಳು ಶಾಂತಿ ಪ್ರಾರ್ಥನೆ ಮಾಡದೆ ಹೋಗಿದ್ದರೆ ಅವನು ಅವಳ ತಲೆಯನ್ನು ಚಚ್ಚಿ ಬಿಡುತ್ತಿದ್ದ.

ಬಾಲ್ದುರ್‌ನ ಶವವನ್ನು ಹಡಗಿನ ಮೇಲಕ್ಕೆ ತರಲಾಯಿತು. ಅವನ ಹೆಂಡತಿ ನನ್ನಾ – ನೆಪ್‌ನ ಮಗಳು – ಅದನ್ನು ಕಂಡು ಹೃದಯ ಬಿರಿದು ಅತ್ತಳು, ಅಳುತ್ತಾ ಸತ್ತಳು. ಅವಳನ್ನೂ ಚಿತೆಗೆ ಸಾಗಿಸಿ ಬೆಂಕಿಯನ್ನು ಹೊತ್ತಿಸಲಾಯಿತು. ಆಗ ಥೋರ್ ದೇವ ಚಿತೆಯ ಬಳಿ ನಿಂತು ತನ್ನ ಸುತ್ತಿಗೆ ಮ್ಯೊಲ್ನೀರ್‌ನಿಂದ ಚಿತಾಗ್ನಿಯನ್ನು ಪವಿತ್ರಗೊಳಿಸಿದ. ಅವನ ಹೆಜ್ಜೆಗಳ ಮುಂದೆ ಲಿತ್ ಎಂಬ ಒಬ್ಬ ಗುಜ್ಜ ಓಡಿದ. ಥೋರ್ ಅವನನ್ನು ಒದ್ದು ಬೆಂಕಿಗೆ ಎಸೆದ. ಅವನು ಬೆಂದು ಬೂದಿಯಾದ. ಅನೇಕ ಕುಲಗಳಿಗೆ ಸೇರಿದ ಜನ ಬಂದು ಆ ಶವದಹನವನ್ನು ನೋಡಿಕೊಂಡು ಹೋದರು. ಅವರಲ್ಲಿ ಓದಿನ್ ಮೊದಲಿಗನಾಗಿದ್ದ. ಅವನೊಂದಿಗೆ ಅವನ ಬೇಹುಗಾರರಾಗಿದ್ದ ಕಾಗೆಗಳಿದ್ದವು. ಅವನ ಹಿಂದೆ ಅವನ ಪತ್ನಿ ಫ್ರಿಗ್ ಹಾಗೂ ಅವನ ಪರಿಚಾರಿಕೆಯರಾಗಿದ್ದ ವಾಲ್‌ಕೀರ್‌ಗಳೆಂಬ

ವೀರಕನ್ಯೆಯರಿದ್ದರು. ಆದರೆ ಫ್ರೇಯರ್* 'ಹಿರಣ್ಯ-ಕೇಸರ' ಅಥವಾ 'ಭೀಕರ-ದಂತ' ಎಂಬ ಹೆಸರಿನ ವರಾಹವನ್ನು ಹೂಡಿದ ತನ್ನ ರಥವೇರಿ ಹೋದ. ಹೇಮ್‌ದಾಲ್ 'ಹೊಂದಲೆ' ಎಂಬ ಕುದುರೆಯ ಮೇಲೆ ಕುಳಿತು ತೆರಳಿದ. ಫ್ರೇಯಾ ತನ್ನ ಬೆಕ್ಕುಗಳನ್ನೇರಿ ಹೊರಟಳು. ಇವರಲ್ಲದೆ ಹಿಮ-ರಾಕ್ಷಸ ಮತ್ತು ಗಿರಿ-ರಾಕ್ಷಸ ಕುಲಕ್ಕೆ ಸೇರಿದ ಜನ ಸಹ ಅಲ್ಲಿಗೆ ಬಂದಿದ್ದರು. ಓದಿನ್, ದ್ರೌಪ್ನೀರ್ ಎಂಬ ಹೆಸರಿನ ತನ್ನ ಚಿನ್ನದ ಉಂಗುರವನ್ನು ಚಿತೆಯ ಮೇಲಿಟ್ಟ. ಇದಕ್ಕೆ ಒಂದು ವಿಶೇಷ ಗುಣವಿತ್ತು. ಪ್ರತಿ ಒಂಬತ್ತನೇ ರಾತ್ರಿ ಅದರಿಂದ ಒಂದೇ ತೂಕದ ಎಂಟು ಚಿನ್ನದ ಉಂಗುರಗಳು ಬೀಳುತ್ತಿದ್ದವು. ಬಾಲ್ದುರ್‌ನ ಕುದುರೆಯನ್ನು ಅದರ ಕಡಿವಾಣದೊಂದಿಗೆ ಚಿತಾಗ್ನಿಯ ಬಳಿಗೆ ಕರೆತರಲಾಯಿತು.

ಈಗ ಹರ್ಮೋದ್ರ್‌ನ ಬಗ್ಗೆ ಹೇಳಬೇಕಾಗಿದೆ. ಅವನು ಒಂಬತ್ತು ರಾತ್ರಿ ಆಳವಾದ ಕತ್ತಲ ಕಣಿವೆಗಳಲ್ಲಿ ಪಯಣಿಸಿದ. ಅದರಿಂದಾಗಿ ಗ್ಯೋಲ್ ನದಿಯನ್ನು ತಲುಪುವ ತನಕ ಅವನಿಗೆ ಏನೂ ಕಾಣಿಸಲಿರಲಿಲ್ಲ. ಅನಂತರ ಅವನು ಗ್ಯೋಲ್ ಸೇತುವೆ ಬಳಿಗೆ ಬಂದ. ಅದಕ್ಕೆ ಮಿರುಗುವ ಹೊನ್ನಿನ ಕವಚವಿತ್ತು. ಆ ಸೇತುವೆಯನ್ನು ಮೋದ್ಗುಗ್ದ್ರ್ ಎಂಬ ಕನ್ಯೆ ಕಾಯುತ್ತಿದ್ದಳು. ಅವಳು ಅವನ ಹೆಸರು, ಕುಲಗಳನ್ನು ಕೇಳಿದಳು. ಸತ್ತ ವ್ಯಕ್ತಿಗಳ ಐದು ತಂಡಗಳು ಹಿಂದಿನ ದಿನ ಸೇತುವೆಯನ್ನು ದಾಟಿ ಹೋಗಿದ್ದವೆಂದು ಅವನಿಗೆ ತಿಳಿಸಿ ಆಕೆ ಕೇಳಿದಳು :

''ಆದರೆ ನೀನೊಬ್ಬನೇ ದಾಟುವಾಗ ಕೂಡ ಸೇತುವೆ ಅಷ್ಟೇ ಶಬ್ದ ಮಾಡುತ್ತಿದೆ; ಅಲ್ಲದೆ ಸತ್ತ ವ್ಯಕ್ತಿಗಳ ಬಣ್ಣ ನಿನಗಿಲ್ಲ, ಪ್ರೇತ ಲೋಕದ ದಾರಿಯಲ್ಲಿ ನೀನೇಕೆ ಪಯಣಿಸುತ್ತಿರುವೆ ?''

ಅದಕ್ಕೆ ಅವನು ಉತ್ತರಿಸಿದ :

''ಬಾಲ್ದುರ್‌ನನ್ನು ಹುಡುಕುವ ಸಲುವಾಗಿ ಪ್ರೇತಲೋಕಕ್ಕೆ ಪ್ರಯಾಣಿಸಲು ನನ್ನನ್ನು ನೇಮಿಸಲಾಗಿದೆ. ಈ ದಾರಿಯಲ್ಲಿ ಬಾಲ್ದುರ್‌ನನ್ನು ನೀನೇನಾದರೂ ನೋಡಿದ್ದೀಯಾ ?''

ಆಗ ಅವಳೆಂದಳು :

''ಗ್ಯೋಲ್ ಸೇತುವೆಯನ್ನು ಬಾಲ್ದುರ್ ದಾಟಿ ಹೋದದ್ದನ್ನು ನಾನು ನೋಡಿದ್ದೇನೆ. ಆದರೆ ಪ್ರೇತಲೋಕದ ದಾರಿ ಇಲ್ಲಿಂದ ಕೆಳಗಡೆ ಉತ್ತರಕ್ಕಿದೆ.''

ಹರ್ಮೋದ್ರ್ ಕುದುರೆಯ ಮೇಲೆ ಸವಾರಿ ಮಾಡುತ್ತ ಪ್ರೇತಲೋಕದ ಹೆಬ್ಬಾಗಿಲನ್ನು ತಲುಪಿದ. ಅಲ್ಲಿ ಕುದುರೆಯಿಂದಿಳಿದು, ಆತ ಜೀನು ಬಿಗಿಗೊಳಿಸಿ ಪುನಃ ಕುದುರೆಯ ಮೇಲೇರಿ ಅದನ್ನು ಚಬುಕಿನಿಂದ ಬಾರಿಸಿದ. ಕುದುರೆ ಬಾಗಿಲ ಮೇಲೆ ಹಾರಿತು. ಹರ್ಮೋದ್ರ್ ನಡುಮನೆಯ ಬಳಿ ಬಂದು ಕುದುರೆಯಿಂದ ಕೆಳಗಿಳಿದು ಒಳ ಹೊಕ್ಕ. ಅಲ್ಲಿ ಎತ್ತರವಾದ ಪೀಠದಲ್ಲಿ ತನ್ನ ಸೋದರ ಬಾಲ್ದುರ್ ಕುಳಿತಿರುವುದನ್ನು ನೋಡಿದ ಮತ್ತು ಆ ರಾತ್ರಿಯೆಲ್ಲಾ ಅಲ್ಲೇ ಕಾಯುತ್ತಾ ಕಳೆದ. ಬೆಳಿಗ್ಗೆ ಹರ್ಮೋದ್ರ್ ಪ್ರೇತಲೋಕದ ರಾಣಿ ಹೆಲ್ ದೇವಿಗೆ ಪ್ರಾರ್ಥನೆ ಸಲ್ಲಿಸಿ, ಏಸಿರ್ ದೇವಗಣದ ದುಃಖ ಮಿತಿ ಮೀರಿದೆಯೆಂದೂ, ಬಾಲ್ದುರ್‌ನನ್ನು ತನ್ನೊಂದಿಗೆ ಮನೆಗೆ ಕಳುಹಿಸಬೇಕೆಂದೂ ಕೇಳಿಕೊಂಡ. ಆದರೆ, ಬಾಲ್ದುರ್ ಸರ್ವರ ಪ್ರೀತಿಗೆ ಪಾತ್ರನಾದವನೆಂದು ಕೇಳಿ ಬರುತ್ತಿದ್ದ ಮಾತು ಎಷ್ಟು ನಿಜವಾದದ್ದು ಎನ್ನುವುದನ್ನು ಪರೀಕ್ಷಿಸಬೇಕಾಗಿದೆ ಎಂದು ನುಡಿದು ಹೆಲ್ ದೇವಿ ಮತ್ತೆ ಹೇಳಿದಳು :

''ಆದುದರಿಂದ ಪ್ರಪಂಚದ ಸಕಲ ಚರಾಚರ ವಸ್ತುಗಳೂ ಬಾಲ್ದುರನಿಗಾಗಿ ಅತ್ತರೆ, ಆತ

---

* ಫ್ರೇಯರ್ ಮತ್ತು ಫ್ರೇಯಾ : ಇವರಿಬ್ಬರೂ ವಾನಿರ್ ಗಣಕ್ಕೆ ಸೇರಿದ ದೇವತೆಗಳು

ಏಸಿರ್ ಗಣಕ್ಕೆ ಹಿಂತಿರುಗಿ ಹೋಗಲಿ. ಆದರೆ ಯಾರಾದರೂ ಇದನ್ನು ವಿರೋಧಿಸಿದರೆ ಅಥವಾ ಅಳದೇ ಇದ್ದರೆ ಆತ ನನ್ನೊಂದಿಗೇ ಇರಬೇಕಾಗ್ತದೆ.''

ಅನಂತರ ಹರ್ಮೋಗ್ರ್ ಮೇಲೆದ್ದ, ಆದರೆ ಬಾಲ್ದುರ್ ಅವನನ್ನು ಬೀಳ್ಕೊಡಲು ಅವನೊಡನೆ ಹೊರಬಂದ. ದ್ರಾಪ್ನೀರ್ ಉಂಗುರವನ್ನು ತನ್ನ ಬೆರಳಿನಿಂದ ಕಳಚಿ ಓದಿನ್ನನಿಗೆ ನೆನಪಿನ ಕಾಣಿಕೆಯಾಗಿ ಕೊಟ್ಟ, ಹಾಗೆಯೇ ನನ್ನಾ ಫ್ರಿಗ್ ದೇವಿಗೆ ಒಂದು ಲಿನನ್ ಅಂಗಿಯನ್ನೂ ಅನೇಕ ಉಡುಗೊರೆಗಳನ್ನೂ, ಫುಲ್ಲಾಳಿಗೆ ಒಂದು ಚಿನ್ನದ ಉಂಗುರವನ್ನೂ ಕೊಟ್ಟಳು.

ಹರ್ಮೋದ್ರ್ ಹಿಂತಿರುಗಿ ಹೊರಟು ಆಉಸ್ಗಾರ್ಡ್‌ಗೆ ಬಂದ. ಅಲ್ಲಿ ತಾನು ಕಂಡು ಕೇಳಿದುದನ್ನೆಲ್ಲಾ ತಿಳಿಸಿದ. ಅನಂತರ ಬಾಲ್ದುರ್‌ನನ್ನು ಪ್ರೇತಲೋಕದಿಂದ ಬಿಡಿಸಿ ತರುವ ಸಲುವಾಗಿ ಚರಾಚರಗಳೆಲ್ಲವೂ ಅವನಿಗಾಗಿ ಅಳಬೇಕೆಂದು ಅವುಗಳನ್ನು ವಿನಂತಿಸಲು ಏಸಿರ್ ದೇವಗಣ ಪ್ರಪಂಚದಾದ್ಯಂತ ದೂತರನ್ನು ಕಳುಹಿಸಿತು. ಅದರಂತೆ ಸಕಲ ಮಾನವರು ಮಾತ್ರವಲ್ಲದೆ ಚರವಸ್ತುಗಳು, ನೆಲ, ಕಲ್ಲು, ಮರ, ಲೋಹಗಳೆಲ್ಲವೂ ಅತ್ತವು. ಮಂಜಿನ ಮುಸುಕಿನಿಂದ ಬಿಸಿಲಿಗೆ ಬಂದಾಗ ಈ ವಸ್ತುಗಳು ಅಳುವುದನ್ನು ನೀವು ನೋಡಿರಬಹುದು – ಅಂದು ಹಾಗೆಯೇ ಅವು ಕಣ್ಣೀರು ಸುರಿಸಿದವು :

ಹೀಗೆ ತಮ್ಮ ಕೆಲಸವನ್ನು ಚೆನ್ನಾಗಿ ಮಾಡಿ ದೂತರು ಮನೆಗಳಿಗೆ ಹೊರಟಾಗ, ಗುಹೆಯೊಂದರಲ್ಲಿ ಥೊಕ್ ಎಂಬ ಒಬ್ಬ ರಾಕ್ಷಸಿಯನ್ನು ಅವರು ನೋಡಿದರು. ಬಾಲ್ದುರ್‌ನನ್ನು ಪ್ರೇತಲೋಕದಿಂದ ಬಿಡಿಸುವ ಸಲುವಾಗಿ ಅಳಬೇಕೆಂದು ಅವಳನ್ನು ಕೇಳಿಕೊಂಡರು.

ಅದಕ್ಕೆ ಅವಳು ಹೀಗೆ ಉತ್ತರಿಸಿದಳು :

ಕಣ್ಣೀರಿಳಿಯದು ಅತ್ತರೆ ಥೊಕ್
ಮಣ್ಣನು ಮುಕ್ಕಿದ ಬಾಲ್ದುರ್‌ಗಾಗಿ;
ಬದುಕಲಿ, ಸಾಯಲಿ, ಆ ನೀಚನ ಮಗನಲಿ
ಉದಿಸದು ಪ್ರೀತಿಯು ನನಗೆ;
ತನ್ನಯ ಹಿಡಿತಕೆ ಸಿಲುಕಿದ ಜೀವವ
ಇನ್ನಾದರು ಹೆಲ್ ಬಿಡದಿರಲಿ!

ಆ ರಾಕ್ಷಸಿ ಏಸಿರ್ ದೇವಗಣಕ್ಕೆ ಅತೀವ ಹಾನಿಯನ್ನುಂಟುಮಾಡಿದ ಲೋಕಿ ಲಾಉಫೇಯಾರ್ ಸೋನ್‌ನ ಹೊರತು ಬೇರಾರೂ ಆಗಿರಲಿಲ್ಲವೆಂಬುದು ಎಲ್ಲ ಜನರ ಅಭಿಪ್ರಾಯ. ❍

○ ಮೋಲ್ದಿ

ಬಲೆ–ಬೆಸ್ತರು

ಮೀನು ಬಲೆಯ 'ಬ್ರಿಂದಿಸ್' ದೋಣಿ ಹಳ್ಳಿಯ ರೇವುಕಟ್ಟೆಯ ಬಳಿ ಯಾನಕ್ಕೆ ಸಿದ್ಧವಾಗಿ ನಿಂತಿತ್ತು. ಆ ಕಟ್ಟೆಯ ಕೊನೆಯಲ್ಲಿ ಹದಿನಾರರ ಹರೆಯದ ತರುಣನೊಬ್ಬ ನಿಂತಿದ್ದ. ಅವನ ಬದಿಯಲ್ಲಿ ಹೊಸ ಕಿಟ್‌ಬ್ಯಾಗ್ ಇತ್ತು. ಕಡಲತಡಿಯ ಹಿಂದಣ ದಿಣ್ಣೆಯ ಮೇಲಿದ್ದ ಒಂದು ಚಿಕ್ಕ ಕೆಂಪು ಮನೆಯ ಕಡೆ ಅವನ ನೋಟ ನೆಟ್ಟಿತ್ತು. ತನ್ನ ತಾಯಿ ಕ್ರಿಸ್ಟನ್ ಆ ದಿಣ್ಣೆಯ ಮೇಲಿನ ಮನೆಯ ಕಿಟಿಕಿಯಿಂದ ನೋಡಬಹುದೆಂಬ ನಿರೀಕ್ಷೆ ಅವನದಾಗಿತ್ತು. ಅವಳು ತನ್ನ ಭಾವನೆಗಳನ್ನು ಎಂದೂ ಹೊರಗೆಡಹುವವಳಲ್ಲ. ಆದರೂ ಈ ಸಂದರ್ಭದಲ್ಲಿ ಆಕೆ ಅಲ್ಲಿ ನಿಂತು, ಅವನಿಗೆ ವಿದಾಯ ಹೇಳಿ ಅವನ ಮೊದಲ ಸಮುದ್ರ ಪ್ರಯಾಣಕ್ಕೆ ಶುಭ ಕೋರಬೇಕಾಗಿತ್ತು. ಒಂದು ಕ್ಷಣ ಅವನಿಗೆ ತಾಯಿಯ ಭಾವಹೀನ ಕಲ್ಲಿನಂಥ ಮುಖ ಹೊಳೆಯಿತು. ಸರಿ, ಇನ್ನು ಇಲ್ಲಿ ನಿಲ್ಲುವುದರಿಂದ ಪ್ರಯೋಜನ ವಿರಲಿಲ್ಲ! ಹುಡುಗ ಕಿಟ್‌ಬ್ಯಾಗನ್ನು ಹೆಗಲಿಗೇರಿಸಿ ದೋಣಿಯ ಅಟ್ಟಣೆಗೆ ಜಿಗಿದ.

*   *   *

''ನಾವಿಲ್ಲಿ ಬಲೆ ಬೀಸೋಣ''

ಮೀನು ಹಿಡಿಯುವ ನೆಲೆಯನ್ನವರು ತಲುಪಿದ್ದರು. ಕಂದು ಬಣ್ಣದ ದೊಡ್ಡ ಬಲೆ, ಬಿಗಿಯಾಗಿ ಹೆಣೆದು ಸೀಸದ ಮುಳುಗು ಗುಂಡುಗಳನ್ನೂ, ತೇಲುಬುರುಡೆಗಳನ್ನೂ ಹೊಂದಿಸಿದ್ದ ಬಲೆ ನೀರಿಗಿಳಿಸಲ್ಪಟ್ಟು ದೋಣಿಯ ಹಿಂದೆ ವಿಶಾಲವಾಗಿ ಹರಡಿಕೊಂಡಿತು. ಹಸಿರು ತೇಲು ಬುರುಡೆಗಳು ಕಣ್ಣಿಗೆ ಗೋಚರಿಸದಷ್ಟು ದೂರಕ್ಕೆ ಬಲೆ ಹಬ್ಬಿತ್ತು. ಅಲೆ ಹೊರಳಿದಾಗ ಕೆಂಪು ತೇಲು ಬುರುಡೆಗಳು ಕಾಣಿಸುತ್ತಿದ್ದವು. ಬ್ರಿಂದಿಸ್ ದೋಣಿಯೊಂದಿಗೆ ಬಂದಿದ್ದ ಆ ಹಳ್ಳಿಯ ಇತರ ಐದು ದೋಣಿಗಳು ದಿಗಂತದಲ್ಲೆಲ್ಲೋ ಅಸ್ಪಷ್ಟವಾಗಿ ಗೋಚರಿಸುತ್ತಿದ್ದವು.

ಕತ್ತಲಾವರಿಸಿತು. ದೋಣಿಯನ್ನು ಮಂದಗತಿಯಲ್ಲಿ ತೇಲುವಂತೆ ಮಾಡಲಾಯಿತು. ಯಂತ್ರದ ಶಬ್ದ ನಿಂತಿತು. ಸರಕಿಳಿಸುವ ಬಾಗಿಲ ಕದವನ್ನು ಮುಚ್ಚಲಾಯಿತು. ಕೊನೆಯ ಮರದ ತುದಿಯ ಲಾಟೀನು ನಕ್ಷತ್ರದಂತೆ ಮಿನುಗಿತು.

ದೋಣಿಯ ಮುಮ್ಮಾಳಿಗೆ ಒಂದು ಮೇಜು ಸಹ ಹಿಡಿಸದಷ್ಟು ಚಿಕ್ಕದಾಗಿತ್ತು. ಅವರು ಮೊಣಕಾಲುಗಳ ಮೇಲೆ ತಟ್ಟೆಗಳನ್ನಿಟ್ಟುಕೊಂಡು ಊಟ ಮಾಡಿದರು. ಚಿಕ್ಕ ಸ್ಟವ್ ಚಟ ಚಟ ಸದ್ದು ಮಾಡುತ್ತ ಅವರನ್ನು ಬೆಚ್ಚಗಿಟ್ಟಿತ್ತು. ಸುತ್ತ ಕುಳಿತಿದ್ದವರ ತಲೆಯ ಮೇಲೆ ಅದರ ಬೆಳಕು ಲಾಸ್ಯವಾಡುತ್ತಿತ್ತು. ಅದರಿಂದಾಗಿ ವಿಚಿತ್ರ ಆಕಾರದ ನೆರಳುಗಳು ಗೋಡೆಯ ಮೇಲೆ, ಸೂರಿನ ಮೇಲೆ ಬೀಳುತ್ತಿದ್ದವು. ನಾಯಕ ಯೋಕುಲ್ ಸುಮ್ಮನೆ ಕುಳಿತಿದ್ದ. ಕಪ್ಪು ಬಟ್ಟೆ ಧರಿಸಿದ್ದ ಅವನು ಹೆಚ್ಚು ಮಾತಾಡದ, ದೈತ್ಯನಂಥ ದೊಡ್ಡ ಮುಖವುಳ್ಳ ವ್ಯಕ್ತಿಯಾಗಿದ್ದ. ಸಣಕಲು ದೇಹದ, ರೋಗಿಯಂತಿದ್ದ ಅಡುಗೆಯವನು ಸಹ ಸುಮ್ಮನಿದ್ದ. ಲಿಕಾಫ್ರೊನ್ ಎಂಬ ವಿಚಿತ್ರ ಹೆಸರಿನ ಎಂಜಿನಿಯರ್ ರಾಜಕೀಯ ಮಾತಾಡುತ್ತಿದ್ದ. ಹುಡುಗ ಮಾತಾಡುತ್ತಿದ್ದವನ ಕಣ್ಣುಗಳನ್ನು ಗಮನಿಸುತ್ತಿದ್ದ. ಅವನಿಗೆ ಆ ಧ್ವನಿ ತುಂಬಾ ಚೆನ್ನಾಗಿದೆ ಅನ್ನಿಸಿತು. ಪಳಗಿದ, ಸಂತೋಷ ಕೊಡುವ ಆ ವಿಚಿತ್ರ ಧ್ವನಿ ಕೋಣೆಯನ್ನೆಲ್ಲ ಆವರಿಸಿ ವಿಸ್ಮಯಕಾರಿ ಪ್ರಶಾಂತ ಸ್ಥಿತಿಯನ್ನುಂಟುಮಾಡಿತ್ತು.

ನಾವಿಕರ ತಂಡದಲ್ಲಿದ್ದವರು ಆಗಾಗ ತಲೆಯಾಡಿಸಿ ಎಂಜಿನಿಯರನ ಮಾತಿಗೆ ಒಪ್ಪಿಗೆ ಸೂಚಿಸುತ್ತಿದ್ದರೇ ಹೊರತು ಪ್ರತಿಕ್ರಿಯೆಯನ್ನೇನೂ ವ್ಯಕ್ತಪಡಿಸುತ್ತಿರಲಿಲ್ಲ. ''ಮಾರ್ ನೀನು ಮಲಗು, ನೀನು ಎರಡರಿಂದ ನಾಲ್ಕರವರೆಗೆ ತೇಲುಬುರುಡೆಯನ್ನು ಕಾಯಬೇಕಾಗ್ತದೆ'' ಎಂದು ಯೋಕುಲ್ ಹುಡುಗನಿಗೆ ಹೇಳಿದ. ಹುಡುಗ ಮಲಗುವ ಜಾಗಕ್ಕೆ ತೆರಳಿ, ದೋಣಿಗೆ ಮೃದುವಾಗಿ ತಾಕುವ ಅಲೆಗಳ ಸಪ್ಪಳವನ್ನು, ಅಟ್ಟಣೆಯ ಮೇಲಿನ ಹಗ್ಗ ಕಿರುಗುಟ್ಟುವುದನ್ನು ಕೇಳಿಸಿಕೊಳ್ಳುತ್ತಾ ಮಲಗಿದ. ಆ ಹಳೆಯ ದೋಣಿಯ ತೂಗಾಟದಲ್ಲಿ ಅವನು ಮನೆಯಲ್ಲಿರುವವನಂತೆ ನಿದ್ದೆ ಹೋದ. ನಿದ್ದೆ ಹೋಗುವ ಮುಂಚೆ ಅವನು ಕೇಳಿದ ಕರ್ಕಶ ಧ್ವನಿ ಯೋಕುಲ್‌ನದಾಗಿತ್ತು.

''ಕಡಲಿನ ಈ ಸ್ತಬ್ಧತೆಯಿಂದ ನನಗೇಕೋ ಆತಂಕವಾಗ್ತಿದೆ.''

ಗಂಟೆಯ ನಾಲ್ಕು ಸದ್ದು. ಹುಡುಗನ ಭುಜವನ್ನು ಏನೋ ಹಗುರವಾಗಿ ತಟ್ಟಿತು. ಅವನ ಕೈ ಹಿಡಿಯಿತು. ಕ್ಷಣ ಮಾತ್ರದಲ್ಲಿ ಅವನಿಗೆ ಎಚ್ಚರವಾಯಿತು. ಅವನ ಕೈಗೆ ಒಂದು ಗಡಿಯಾರ ಕಟ್ಟುತ್ತಾ, ಯೋಕುಲ್ ಅವನ ಕಡೆ ಬಾಗಿದ. ಬೇರೆಯವರು ನಿದ್ದೆ ಮಾಡುತ್ತಿದ್ದುದರಿಂದ ಸಹಜವಾಗಿಯೇ ಅವನು ಮೆಲುದನಿಯಲ್ಲಿ ಪಿಸುಗುಟ್ಟಿದ :

'ನಮ್ಮನ್ನು ನಾಲ್ಕು ಗಂಟೆಗೆ ಎಬ್ಬಿಸು. ಒಲೆ ಮೇಲೆ ಬಿಸಿ ನೀರು ಸಿದ್ಧವಾಗಿರಲಿ. ಯಾವುದಾದರೂ ದೋಣಿ ಕಣ್ಣಿಗೆ ಬಿದ್ದರೆ ನನಗೆ ಹೇಳು ?'

ಹುಡುಗ ಒಲೆಯ ಉರಿಯನ್ನು ಹಚ್ಚಿಸಿದ. ಅನಂತರ ಅಟ್ಟಣೆಯ ಮೇಲೇರಿ ಸರಕಿಳಿಸುವ ಕಿಂಡಿಯ ಬಾಗಿಲ ಮೇಲೆ ಕುಳಿತ. ನಕ್ಷತ್ರಗಳು ಮಿನುಗುತ್ತಿದ್ದವು. ಶಾಂತ ಸ್ಥಿತಿಯಿತ್ತು. ದೋಣಿಯ ದಿಮ್ಮಿಯ ಕಿರುಗುಟ್ಟುವಿಕೆ, ಸಮುದ್ರದ ನಿರಂತರ ಅಲೆಗಳು ನೀರವತೆಯನ್ನು ಭೇದಿಸುತ್ತಿದ್ದವು. ಇರುಳಿನಲ್ಲಿ ಸಮುದ್ರ ಭಯಂಕರ ರಹಸ್ಯಗಳನ್ನು ಪಿಸುಗುಟ್ಟುವಂತಿರುತ್ತಿತ್ತು. ಹಳೆಯ ದೋಣಿ ಭಾರವಾಗಿ ನಿಟ್ಟುಸಿರು ಬಿಡುತ್ತಿತ್ತು. ಅಲೆಗಳ ಸದ್ದು ಮಗುವಿನ ಅಳುವಿನಂತಿತ್ತು. ಮೂಡಣದಲ್ಲಿ ಆ ಹುಡುಗ ಉಜ್ವಲ ನಕ್ಷತ್ರವೊಂದನ್ನು ನೋಡಿದ. ಅವನಿಗೆ ಹಿಂದೆಂದೂ ಅದನ್ನು ನೋಡಿದ್ದ ನೆನಪಾಗಲಿಲ್ಲ. ದೂರದಲ್ಲೆಲ್ಲೋ ದೋಣಿಯೊಂದರ ಮೇಲಿದ್ದ ಕೆಂಪು ದೀಪ ಅವನಿಗೆ ಕಾಣಿಸಿತು. ಆ ಕಡೆಯಿಂದ ಬೀಸುತ್ತಿದ್ದ ಗಾಳಿ ಬೆಸ್ತರ ಹಾಡಿನ ತುಣುಕುಗಳನ್ನು ಹೊತ್ತು ತರುತ್ತಿತ್ತು.

''ಚೆಲುವೆ, ಚೆಲುವೆ ಮಾರಿಯಾ, ಬೆಸ್ತರೆಲ್ಲಾ ಸಮುದ್ರಕ್ಕಿಳಿದಿದ್ದಾರೆ.'' ದಿಣ್ಣೆ ಮೇಲಿನ ಮನೆಯ ಕ್ರಿಸ್ಟ್ರನ್ ರಾತ್ರಿ ಉಡುಪಿನಲ್ಲಿ, ಬರಿಗಾಲಿನಲ್ಲಿ ಕಿಟಕಿಯ ಬಳಿ ನಿಂತಿದ್ದಳು. ಕನ್ನಡಿಯಂತೆ ನಯವಾಗಿದ್ದ ಸಮುದ್ರವನ್ನು ಆಲೋಚನಾಭರಿತಳಾಗಿ ನೋಡುತ್ತಿದ್ದಳು. ಸಾಮಾನ್ಯವಾಗಿ ಆ ಹೊತ್ತಿನಲ್ಲವಳು

ಮಲಗಿರುತ್ತಿದ್ದಳು. ಆದರಿವತ್ತು ಅವಳಿಗೆ ನಿದ್ರೆಯೇ ಬರುತ್ತಿರಲಿಲ್ಲ. ತನ್ನ ಜೀವನದ ಒಂದು ಅಧ್ಯಾಯದ ಅಂತ್ಯವನ್ನು ಈ ದಿನ ಅವಳು ಕಂಡಿದ್ದಳು. ಈ ದಿನ ತನ್ನ ಮಗನ ಶಿಕ್ಷಣಕ್ಕೆ ತನ್ನ ಕೊನೆಯ ಕೊಡುಗೆಯನ್ನು ಅವಳು ನೀಡಿದ್ದಳು. ಅದರ ಮುಂದಿನ ಭಾಗದ ಉಸ್ತುವಾರಿಯನ್ನು ದೃಢಕಾಯ ಕಪ್ತಾನ ಯೋಕುಲ್ ವಹಿಸಿಕೊಂಡಿದ್ದ.

''ಹದಿನೈದು ವರ್ಷಗಳು'' ಅವಳು ಪಿಸುಗುಟ್ಟಿದಳು.

ಅದು ತುಂಬಾ ದೀರ್ಘಕಾಲದಂತೆ ಕಂಡುಬರುತ್ತದೆ. ಆದರೆ ಹಿಂದಕ್ಕೆ ತಿರುಗಿ ನೋಡಿದರೆ ಉರುಳಿ ಹೋದ ವರ್ಷಗಳು ನಿಜವಾಗಿಯೂ ಅಲ್ಪಾವಧಿ ಅನ್ನಿಸುತ್ತದೆ; ಅವಳು ಈ ಹಳ್ಳಿಗೆ ಬಂದು ಆಗಲೇ ಹದಿನೈದು ವರ್ಷಗಳಾಗಿದ್ದವು. ಒಂದು ಉತ್ತಮ ಮನೆತನಕ್ಕೆ ಸೇರಿದ ಹುಡುಗಿ, ಮನೆಯಿಂದ ಓಡಿಬಂದು ನಾವಿಕ ಮಾಗ್ನಸ್‌ನನ್ನು, ತಂದೆ ತಾಯಿಗಳ ಮತ್ತು ನೆರೆಹೊರೆಯವರ ವಿರೋಧ ಲೆಕ್ಕಿಸದೆ ಮದುವೆಯಾಗಿದ್ದಳು. ಕಪ್ಪು ಕಣ್ಣಿನ ಆ ತರುಣ ಹೆಂಗಸು, ಬೆಸ್ತರ ಹಳ್ಳಿಯಲ್ಲಿ ಇತರ ಜನರೊಂದಿಗೆ ಬೆರೆಯದೆ ತನ್ನ ಪಾಡಿಗೆ ತಾನಿದ್ದಳು.

ಅವಳ ಇತಿಹಾಸವನ್ನು ಕೇಳಿದ ಹಿರಿಯರು ಅಂಥ ಕೃತ್ಯಗಳು ಅಶುಭಕಾರಕ ಎಂದರು. ಹಿರಿಯರು ಹೇಳುವುದೆಲ್ಲಾ ಯಾವಾಗಲೂ ಸರಿಯಾಗಿರುವುದಿಲ್ಲ. ವಿಧಿ ಕೆಲವರ ಪಾಲಿಗೆ ಚೆನ್ನಾಗಿರುತ್ತದೆ. ಮತ್ತೆ ಕೆಲವರ ಪಾಲಿಗೆ ಕೆಟ್ಟದಾಗಿರುತ್ತದೆ. ಆದರೆ ಈ ಸಲ ಹಿರಿಯರು ಹೇಳಿದಂತೆಯೇ ಆಯಿತು. ಆ ಹೆಣ್ಣು ಮಗಳು ಒಂದು ವರ್ಷ ಕಳೆಯುತ್ತಿದ್ದಂತೆ ವಿಧವೆಯಾದಳು. ಸಾಮಾನ್ಯ ಬೆಸ್ತಗಿತ್ತಿಯಂತೆ ಮೀನು ಹಿಡಿಯುವ ಕೆಲಸಕ್ಕೆ ತೊಡಗಿದಳು. ಅವಳ ಸೌಂದರ್ಯ ಮೊದಲಿನಿಂದಲೂ ಆ ಹಳ್ಳಿಯ ಗಂಡಸರನ್ನು ಆಕರ್ಷಿಸಿತ್ತು. ಆದರೆ ಹೆಂಗಸರನ್ನು ಅಷ್ಟೇ ಕಳವಳಕ್ಕೂ ಗುರಿ ಮಾಡಿತ್ತು. ಅವಳ ಸ್ವಾಭಿಮಾನದಿಂದಾಗಿ ಈ ಪರಿಸ್ಥಿತಿ ಬದಲಾಗಲಿಲ್ಲ. ಅವಳ ಜೊತೆ ಸ್ನೇಹ ಬೆಳೆಸಲು ಪ್ರಯತ್ನಿಸಿದವರು ಅವಳ ಕಪ್ಪು ಕಣ್ಣಿನ ಧೀರನೋಟವನ್ನು ಎದುರಿಸಬೇಕಾಯಿತು. ತಾನಾಗಿಯೇ ಎಂದೂ ಅವಳು ಯಾರ ಜೊತೆಯೂ ಮಾತಿಗೆಳಸುತ್ತಿರಲಿಲ್ಲ. ಇದರಿಂದಾಗಿ ಜನ ಬೇಗನೆ ಅವಳನ್ನು ಅವಳ ಪಾಡಿಗೆ ಬಿಟ್ಟರು. ಅವಳು ಬೆಳಿಗ್ಗೆ ದಿಣ್ಣೆಯಿಳಿದು ಬಂದರೆ ಮತ್ತೆ ಸಂಜೆ ಪುನಃ ಅಲ್ಲಿಗೆ. ತನ್ನ ಪುಟ್ಟ ಹುಡುಗನ ಬಳಿಗೆ ಹಿಂದಿರುಗುತ್ತಿದ್ದಳು.

ಅನಂತರ ಜಾಗತಿಕ ಆರ್ಥಿಕ ಕುಸಿತ ಮತ್ತು ಅದರ ಪರಿಣಾಮವಾಗಿ ಸಂಕಷ್ಟಗಳು ಬಂದವು. ಹಳ್ಳಿಯ ಜನ ಉಪವಾಸದ ಅಂಚನ್ನು ತಲಪಿದರು. ಅಧಿಕಾರಿಗಳು ಆಗಾಗ ಉಚಿತ ಆಹಾರ ಹಂಚುತ್ತಿದ್ದರು. ಆದರೆ ದಿಣ್ಣೆಯ ಮೇಲಿದ್ದ ಆ ಹೆಂಗಸು ಸಹಾಯವಿಲ್ಲದೆ ಹೇಗೋ ದಿನ ಕಳೆದಳು. ಕೆಲವೇ ವರ್ಷಗಳಲ್ಲಿ ಅವಳು ಮುದುಕಿಯಂತಾದಳು. ಆದರೆ ಹುಡುಗ ಬೆಳೆದ. ಯಾರೋ ಬೆಳಗಿನ ಹೊತ್ತು ಮನೆ ಬಾಗಿಲಿಗೆ ತಂದಿಡುತ್ತಿದ್ದ ಮೀನುಗಳಿಂದಾಗಿ ಅವರು ಉಪವಾಸದಿಂದ ಪಾರಾದರು. ಕ್ರಿಸ್ಟಿನ್‌ಗೆ ಅದು ಯಾರೆಂದು ಗೊತ್ತಾಗಲಿಲ್ಲ. ತಿಳಿದುಕೊಳ್ಳಲು ಅವಳು ಪ್ರಯತ್ನಿಸಲೂ ಇಲ್ಲ. ಆದರೆ ಕಪ್ತಾನ ಯೋಕುಲ್ ಬಗ್ಗೆ ಅವಳಿಗೆ ಗುಮಾನಿ ಇತ್ತು. ಹೀಗೆ ವರ್ಷಗಳುರುಳಿದವು. ದಿಣ್ಣೆಯ ಮೇಲಿನ ಹೆಂಗಸು ಕ್ರಮೇಣ ಹಳ್ಳಿಯ ಜಾನಪದದಲ್ಲಿ ಒಂದು ಸ್ಥಾನ ಪಡೆದು ಕೊಂಡಳು. ಅವಳು ಮಾಟಗಾತಿ ಎಂಬ ಪುಕಾರು ಸಹ ಹಬ್ಬಿತು. ಹಳ್ಳಿಯ ಹೆಂಗಸರು ತಮ್ಮ ಮಕ್ಕಳನ್ನು ಗದರಿಸುವಾಗ ಬೆದರು ಗುಮ್ಮನ ಬದಲು ಅವಳ ಹೆಸರನ್ನು ಬಳಸಿಕೊಳ್ಳುತ್ತಿದ್ದರು.

* * *

ಕ್ರಿಸ್ಟಿನ್ ಕಿಟಕಿ ತೆರೆದಳು. ಸಮುದ್ರದ ಮೇಲಿಂದ ಹಾದುಬಂದ ತಂಗಾಳಿ ಅವಳ ಮೇಲೆ ಬೀಸಿತು. ಹೌದು ಯೋಕುಲ್‌ನ ಕೈಕೆಳಗೆ ಹುಡುಗನಿಗೆ ಯೋಗ್ಯ ರಕ್ಷಣೆ ಮತ್ತು ತರಬೇತಿ

ದೊರೆಯುವುದರಲ್ಲಿ ಸಂದೇಹವಿರಲಿಲ್ಲ. ಯೋಕುಲ್‌ನೊಂದಿಗೆ ಒಂದೆರಡು ವರ್ಷ ಕಳೆದ ಮೇಲೆ ದಕ್ಷಿಣದ ನಾವಿಕರ ತರಬೇತಿ ಶಾಲೆಗೆ ಅವನು ಹೋಗಬಹುದು. ಮಗನ ಭವಿಷ್ಯದ ಬಗ್ಗೆ ಆಕೆ ಸವಿಗನಸು ಕಂಡಳು. ಅದಕ್ಕೆ ಕಾರಣವಿಲ್ಲದಿರಲಿಲ್ಲ. ಅವನು ಶಕ್ತಿಶಾಲಿ, ಕರ್ತವ್ಯಶೀಲ, ಉದಾರಿ. ಶಾಲೆಯ ತರಗತಿಗಳಲ್ಲಿ ಉನ್ನತ ಸ್ಥಾನ ಪಡೆದು, ಈಜು ಹಾಗೂ ಆಟಗಳಲ್ಲಿ ಅನೇಕ ಬಹುಮಾನಗಳನ್ನು ಗೆದ್ದಿದ್ದ. ಅವನ ವಿರುದ್ಧ ದೂರುವಂತದ್ದೇನೂ ಇರಲಿಲ್ಲ. ಅವನು ಅವಳನ್ನು ನಿರಾಶೆಗೊಳಿಸಿರಲಿಲ್ಲ. ಮಗ ರೇವುಕಟ್ಟೆಯ ಕೊನೆಯಲ್ಲಿ ತಂದೆಯಂತೆ ಆಕರ್ಷಕವಾಗಿ, ದಿಟ್ಟ ನಿಲುವಿನಲ್ಲಿ ನಿಂತಿದ್ದಾಗ, ಭುಜಗಳ ಸ್ವರೂಪದಲ್ಲಿ ವಿಲಕ್ಷಣ ಸೌಂದರ್ಯವನ್ನು ಹೊಂದಿದ್ದ ಅವನನ್ನು ಪರದೆಯ ಹಿಂದಿನಿಂದ ನೋಡಿ ಅನುಭವಿಸಿದ್ದ ಆನಂದ ಈಗ ಅವಳಲ್ಲಿ ಮರುಕಳಿಸಿತು. ಕ್ರಿಸ್ಟಿನ್‌ಳ ಕಲ್ಪನಾ ಸಾಮ್ರಾಜ್ಯದಲ್ಲಿ ಅವಳ ಮಗ ವಿಶಾಲ ಸಮುದ್ರದ ಮೇಲೆ ತೇಲುವ ದೊಡ್ಡ ಹಡಗಿನ ನಾವಿಕನಾಗಿದ್ದ, ಅವಳ ಮಗ !

ಕಿಟಕಿಯನ್ನು ಮುಚ್ಚಿ ಕ್ರಿಸ್ಟಿನ್ ಹಾಸಿಗೆ ತೆರಳಿದಳು. ಅನೇಕ ವರ್ಷಗಳ ತರುವಾಯ ಮೊದಲ ಬಾರಿಗೆ ಅವಳ ತುಟಿಗಳು ಮಂದಹಾಸದಿಂದ ಅರಳಿದವು.

* * *

ಹುಡುಗ ಗಡಿಯಾರ ನೋಡಿದ. ಬೇರೆಯವರನ್ನು ಎಚ್ಚರಿಸುವ ಸಮಯವಾಗಿತ್ತು. ಅವನು ಎದ್ದು ನಿಂತು ಮೂಡಣದಲ್ಲಿ ಆಕಾಶ ಬಣ್ಣ ಬದಲಾಯಿಸುತ್ತಿರುವುದನ್ನು ಗಮನಿಸಿದ. ಮೋಡಗಳ ದಟ್ಟರಾಶಿ ಅಲ್ಲಿ ಸುಳಿಯುತ್ತಿತ್ತು. ಹಕ್ಕಿಗಳ ರೆಕ್ಕೆ ಸದ್ದು ಕೇಳಿ ಆತ ಮೇಲೆ ನೋಡಿದ. ಸಮುದ್ರದ ಬಿಳಿ ಹಕ್ಕಿಗಳ ಗುಂಪೊಂದು ಭೂಮಿಯ ಕಡೆಗೆ ದೋಣಿಯ ಮೇಲಿಂದ ಹಾರಿಹೋಯಿತು. ಆಕಾಶದಲ್ಲಿ ದೂರದಲ್ಲೆಲ್ಲೋ ನಕ್ಷತ್ರವೊಂದು ದೊಡ್ಡ ಕಮಾನಿನಂತೆ ಬಿತ್ತು. ಮಕ್ಕಳ ಪುಟ್ಟ ಕೈಗಳಂತೆ ದೋಣಿಗೆ ತಾಕುತ್ತಿದ್ದ ಅಲೆಗಳು ಇದ್ದಕಿದ್ದಂತೆ ಅಪ್ಪಳಿಸತೊಡಗಿದವು. ಉಪ್ಪುನೀರಿನ ಹನಿಗಳು ಅವನ ಬಾಯಿ ಮೂಗುಗಳನ್ನು ಹೊಕ್ಕವು. ಗಾಳಿ ರಭಸವಾಗಿ ಬೀಸಿ ಅವನ ಮೇಲಂಗಿಯನ್ನು ಸೆಳೆಯಿತು. ಹಠಾತ್ತನೆ ದೋಣಿ ಓಲಾಡಿ ಲಾಟೀನು ಕಂಬಕ್ಕೆ ಬಡಿಯಿತು. ದೋಣಿಯ ಕೆಳಭಾಗಕ್ಕೆ ಹೋಗುವ ಮುಂಚೆ, ಆತ ಸುತ್ತಲೂ ನೋಡಿದ. ನೆಲದ ಕುರುಹುಗಳೇನೂ ಕಾಣಲಿಲ್ಲ.

ಕಪ್ತಾನ ಯೋಕುಲ್ ಮೊಣಕೈಯೂರಿ ಎದ್ದು ಸದ್ದಿಗೆ ಕಿವಿಗೊಟ್ಟ. ಒಂದರ ಹಿಂದೆ ಒಂದು ಗಾಳಿಯ ಅಲೆಗಳು ದೋಣಿಯನ್ನು ಅಪ್ಪಳಿಸಿದವು. ''ಗಾಳಿ ಕೆರಳಿದೆ !'' ಕಪ್ತಾನ ಕಿರುಕೋಣೆಯಿಂದ ಎದ್ದು ಬಂದು ಅಡಿಗೆಯವನನ್ನು ಮತ್ತು ಎಂಜಿನಿಯರ್‌ನನ್ನು ಎಚ್ಚರಿಸಿದ. ''ತಕ್ಷಣ ನಾವು ಬಲೆ ಎಳೆದು ಕೊಳ್ಳಬೇಕು'' ಅವರು ಕೂಡಲೆ ಮೇಣದ ಬಟ್ಟೆ ತೊಟ್ಟು ಹೊರಟರು. ಅಟ್ಟಣೆ ಒಮ್ಮೆಗೆ ಖಾಲಿಯಾಯಿತು.

''ಶಾರ್ಕ್ !''

ತುಂಬಾ ಅಗಲವಾಗಿ ಹರಿದುಹೋಗಿದ್ದ ಬಲೆಯ ಒಂದು ತುದಿಯನ್ನು ಯೋಕುಲ್ ದೋಣಿಯ ಮೇಲಕ್ಕೆ ಎಳೆದ. ಗಂಭೀರ ಸಾಗರದ ಈ ದರೋಡೆಕೋರ ಮೀನುಗಳನ್ನು ಬಹು ಬೇಗ ಅವರು ಕಂಡರು. ದೋಣಿಯ ಸುತ್ತ ಚದರಿದ ಸಮುದ್ರದ ನೀರು ಅವುಗಳಿಂದ ತುಂಬಿತ್ತು. ಲಾಟೀನು ತೂಗಾಡಿ ಕಂಬಕ್ಕೆ ಬಡಿಯಿತು. ಗಾಜಿನ ಚೂರುಗಳು ಲಿಕಾಫ್ರೊನ್ನನ ಮೇಲೆ ಸುರಿದು ಬಿದ್ದವು.

ದೋಣಿ ಭಯಂಕರವಾಗಿ ತೂಗಾಡತೊಡಗಿತು. ಅಲೆಯೊಂದರ ತುದಿಯಲ್ಲದು ನೇತಾಡಿ ಕೆಳಕ್ಕೆ ಅಪ್ಪಳಿಸಿತು. ಅನಂತರ ಸಮುದ್ರ ಎಣ್ಣೆ ಸವರಿದ ಹಸಿರು ಗಾಜಿನಂತೆ ಮೇಲೆದ್ದಿತು.

ಸಾಯುತ್ತಿರುವ ಪ್ರಾಣಿಯಂತೆ ದೋಣಿ ತೊಳಲಾಡಿತು. ಉಪ್ಪು ನೀರಿನ ಪ್ರವಾಹ ದೋಣಿಯಲ್ಲಿ ಇದ್ದವರನ್ನು ಅಪ್ಪಳಿಸಿತು. ಹುಡುಗನ ಎದೆ ಉರಿಯತೊಡಗಿತು. ಮೊಣಕಾಲು ಕುಸಿಯಿತು. ಅವನು ಬೋರಲುಬಿದ್ದ. ದೋಣಿಯ ಕೆಳಭಾಗದಲ್ಲಿದ್ದ ಉಪ್ಪುನೀರು ಮತ್ತು ಅಂಬಲಿ ಮೀನಿನಿಂದ ಅವನಿಗೆ ವಾಕರಿಕೆ ಬಂತು. ತಣ್ಣನೆಯ ಬೆವರು ದೇಹವನ್ನೆಲ್ಲಾ ವ್ಯಾಪಿಸಿತು. ಆದರೆ ಅವನ ಕೈಗಳು, ತೋಳುಗಳು ಅಂಬಲಿ ಮೀನಿನ ಮುಳ್ಳಿನಿಂದಾಗಿ ಉರಿಯುತ್ತಿದ್ದರೂ ಬಲೆಯನ್ನೆಳೆಯಲು ಚುರುಕಾಗಿ ಚಲಿಸಿದವು. ಇದವನ ಅಗ್ನಿ ಪರೀಕ್ಷೆಯಾಗಿತ್ತು. ಅದನ್ನು ಎದುರಿಸಬಲ್ಲೆನೆಂಬುದನ್ನವನು ತೋರಿಸಲೇಬೇಕಾಗಿತ್ತು. ದೃಢ ನಿರ್ಧಾರಕ್ಕೆ ಬಂದ ಅವನ ಸಿಡಿಲಿನ ಗರ್ಜನೆಯನ್ನೂ, ಶಾರ್ಕ್‌ಗಳ ಹರಿತ ರೆಕ್ಕೆಗಳನ್ನೂ ಕಡೆಗಣಿಸಿದ. ಅವನ ಕಣ್ಣಿಗೆ ಬಲೆಯ ಹೊರತು ಮತ್ತೇನೂ ಕಾಣಿಸುತ್ತಿರಲಿಲ್ಲ. ಅವನೆದುರಿಗೆ ಅದರ ರಾಶಿ ಬಿತ್ತು. ಅತಿ ತಾಳ್ಮೆಯಿಂದ ಅವನದನ್ನು ಗಾಲಿ ಮನೆಯ ಹಿಂದಕ್ಕೆ ಎಳೆದು ಹಾಕತೊಡಗಿದ.

ಇದ್ದಕ್ಕಿದ್ದಂತೆ ಎತ್ತುವ ಯಂತ್ರ ನಿಂತುಹೋಯಿತು. ಹುಡುಗ ಮೇಲೆ ನೋಡಿದ. ಭಯಂಕರ ಮಳೆಯೊಡಗೂಡಿದ ಬಿರುಗಾಳಿ ಮತ್ತು ಬೆಟ್ಟದಂಥ ಸಮುದ್ರ ಅವರ ಮೇಲೆ ಏರಿ ಬರುತ್ತಿತ್ತು. ನಿರಂತರ ಮಿಂಚಿನ ಪ್ರಕಾಶ ದೋಣಿಯನ್ನು ಬೆಳಗಿಸಿತು. ಯೋಕುಲ್ ದೋಣಿಯ ಮುಂತುದಿಗೆ ಕೊಡಲಿ ಹಿಡಿದು ಓಡುತ್ತಿರುವುದನ್ನು ಅವನು ನೋಡಿದ. ಬಲೆಗಳು ದೋಣಿಯನ್ನು ಕೆಳಕ್ಕೆಳೆಯುತ್ತಿದ್ದವು. ಒಂದೇ ಏಟಿಗೆ ಎತ್ತುವ ಯಂತ್ರದ ಹಗ್ಗ ಕತ್ತರಿಸಿ ಬಿತ್ತು. ಆ ಕ್ಷಣದಲ್ಲಿ ವಿಪತ್ಕಾರಿ ಹೆದ್ದೆರೆಯೊಂದು ದೋಣಿಯ ಬಲ ಪಾರ್ಶ್ವದ ಮೇಲೆ ಏರಿ ಬರುತ್ತಿರುವುದನ್ನು ಹುಡುಗ ನೋಡಿದ. ಗಾಲಿ ಮನೆಯೊಳಕ್ಕೆ ಅವನು ನುಸುಳಿದ.

ಕರ್ಕಶ ಧ್ವನಿ, ಚೀರುವಿಕೆ, ಮರ ಮುರಿದ ಸದ್ದು ಮೇಲಿನಿಂದ ಕೇಳಿಬಂತು. ಹಿಂದಣ ಕೂವೆ ಮರ ನೀರಿಗೆ ಬಿತ್ತು. ''ಹುಡುಗ ಎಲ್ಲಿ ?'' ಯೋಕುಲ್‌ನ ಕೂಗು ಅವನಿಗೆ ಕೇಳಿಸಿತು. ''ಅದರ ಜೊತೆ ಹೋದನೆ ?'' ಯೋಕುಲ್ ಮತ್ತು ಲಿಕಾಫ್ರೊನ್ ಇಬ್ಬರೂ ಗಾಲಿಮನೆಗೆ ಧಾವಿಸಿದರು. ಯೋಕುಲ್ ಹುಡುಗನನ್ನು ಅಟ್ಟಣೆಗೆ ಕರೆದೊಯ್ದ. ಲಿಕಾಫ್ರೊನ್‌ಗೆ ಅವನನ್ನು ನೋಡಿಕೊಳ್ಳಲು ಹೇಳಿ ಒಲೆಯಲ್ಲಿದ್ದ ಬೆಂಕಿ ಆರಿಸಿದ.

ಎಂಜಿನಿಯರ್ ಓಡಿಹೋಗಿ ಬೆಂಕಿಯನ್ನು ಪೂರ್ಣ ಆರಿಸುವಷ್ಟರಲ್ಲಿ ಮತ್ತೊಂದು ಹೆದ್ದೆರೆ ದೋಣಿಯನ್ನು ಅಪ್ಪಳಿಸಿತು. ಆ ಸದ್ದಿನಿಂದಲೇ ಅದು ದೋಣಿಯ ಅಟ್ಟದ ಮೇಲೆ ಎಷ್ಟು ಅನಾಹುತ ಮಾಡಿರಬಹುದೆಂಬುದನ್ನು ಅವರು ಊಹಿಸಿದರು. ಅದೇ ಸಮಯದಲ್ಲಿ ಮುಮ್ಮಾಳಿಗೆಯ ಬಾಗಿಲನ್ನು ಯಾರೋ ಬಡಿದರು. ಅವರು ಎದ್ದು ಅಲ್ಲಿಗೆ ಹೋಗುವ ಮೊದಲೇ ತೋಳೊಂದು ಬಾಗಿಲನ್ನು ತಳ್ಳಿಕೊಂಡು ಬಂತು. ಯೋಕುಲ್ ಅಲ್ಲಿ ನಿಂತಿದ್ದ. ಅವನ ಮುಖವೆಲ್ಲ ರಕ್ತಮಯವಾಗಿತ್ತು. ಅವನೇನೋ ಬಡಬಡಿಸುತ್ತಿದ್ದ. ಆದರೆ ಆ ಬಿರುಗಾಳಿಯ ಸದ್ದಿನಲ್ಲಿ ಅದು ಕರಗಿಹೋಯಿತು. ಮತ್ತೊಂದು ಅಲೆ ದೋಣಿಯ ಮೇಲೆ ಹರಿಹಾಯ್ದು ಕಪ್ತಾನನನ್ನು ಎಳೆದೊಯ್ದಿತು. ದೋಣಿ ಒಂದು ಪಕ್ಕಕ್ಕೆ ಮುಗುಚಿಕೊಂಡು. ಸಮುದ್ರ ಮುಮ್ಮಾಳಿಗೆಯೊಳಕ್ಕೆ ನುಗ್ಗಿ ಬಂತು.

ಆ ಹುಡುಗನಿಗೆ ತಿಳಿವು ಮೂಡಿದಾಗ, ಆತ ಕೂವೆ ಮರದ ಮೇಲ್ಭಾಗದಲ್ಲಿದ್ದ. ಅವನ ಕಾಲುಗಳಿಗೆ ತಂತಿ ಮತ್ತು ಹಗ್ಗ ಭದ್ರವಾಗಿ ಸುತ್ತಿಕೊಂಡಿತ್ತು. ದೋಣಿ ವಿಮಾನ ದಾಳಿಗೆ ತುತ್ತಾಗಿತ್ತೋ ಎನ್ನುವಂತೆ ತೋರುತ್ತಿತ್ತು – ಅದರ ಗಾಲಿ ಮತ್ತು ಮುಂದಣ ಕೂವೆ ಮರವನ್ನುಳಿದು ಅಟ್ಟದಲ್ಲಿ ಬೇರೇನೂ ಉಳಿದಿರಲಿಲ್ಲ. ಅದರ ಒಳಭಾಗದ ಅರ್ಧಾಂಶ ನೀರಿನಿಂದ ತುಂಬಿತ್ತು. ಅದೊಂದು ಮರದ ತುಂಡಿನಂತೆ ಅಲೆಗಳ ಹೊಡೆತಕ್ಕೆ ಸಿಕ್ಕಿ ಏರಿಳಿಯುತ್ತಾ ತೇಲುತ್ತಿತ್ತು.

ಮುಮ್ಮಾಳಿಗೆಯ ಹೊಸ್ತಿಲ ಕೆಳಗೆ ಒಂದು ತಲೆ, ಭುಜ ಮತ್ತು ಬೋರಲು ಬಿದ್ದ ಮುಖ ಕಾಣಿಸಿತು. ಅದು ಎಂಜಿನಿಯರನದು. ಹುಡುಗ ಕ್ಷೀಣ ಧ್ವನಿಯಲ್ಲಿ ಕರೆದ : ''ಲಿಕಾಫ್ರೋನ್, ಲಿಕಾಫ್ರೋನ್'' ಎಂಜಿನಿಯರ್ ಉತ್ತರಿಸಲಿಲ್ಲ. ಮುಮ್ಮಾಳಿಗೆಯಲ್ಲಿ ತುಂಬಿದ ನೀರಿನಲ್ಲಿ ಆತ ಮುಳುಗಿಹೋಗಿದ್ದ ನೆಂಬುದು ಹುಡುಗನಿಗೆ ಗೊತ್ತಾಯಿತು. ದೋಣಿಯ ಮುಂಭಾಗದ ಅಂಚಿನಾಚೆಗೆ ಕೊಚ್ಚಿಕೊಂಡು ಹೋಗಿ ದೇಹ ಕಣ್ಮರೆಯಾಯಿತು. ದೋಣಿಯ ಒಳಭಾಗದ ನೀರು ಈಗ ಮುಮ್ಮಾಳಿಗೆಯವರೆಗೂ ಏರಿತ್ತು. ತನ್ನ ಕೆಳಗಡೆ ದೋಣಿ ಹೊರಳಾಡುತ್ತಿರುವುದು ಹುಡುಗನ ಅನುಭವಕ್ಕೆ ಬಂತು. ಅವನು ಕಣ್ಣುಮುಚ್ಚಿ ಕೂವೆ ಮರವನ್ನು ಭದ್ರವಾಗಿ ಅಪ್ಪಿಕೊಂಡ. ಕೂವೆ ಮರ ಮತ್ತು ತಾನು ಒಂದೇ ಎಂಬಂತೆ ಅದನ್ನವನು ಒತ್ತಿ ಹಿಡಿದ. ಸಿಡಿಲಿನಿಂದೆದ್ದ ಗಾಳಿಯ ಅಲೆಯೊಂದು ದೋಣಿಯ ಮೇಲೆ ಹಾದುಹೋಯಿತು. ಮಿಂಚಿನ ಪ್ರಕಾಶ ಮುಳುಗುತ್ತಿದ್ದ ಮುರುಕು ದೋಣಿಯನ್ನು, ಎದುರಿಗೆ ಬಂಡೆಗಳಿಂದ ಕೂಡಿದ್ದ ತೀರವನ್ನು ಹಾಗೂ ಅದಕ್ಕೆ ಬಡಿಯುತ್ತಿದ್ದ ತೆರೆಗಳ ಬಿಳಿನೊರೆಯ ಹೆರೆಯನ್ನು ಬೆಳಗಿಸಿತು.

ಮರುದಿನ ಮಧ್ಯಾಹ್ನದ ವೇಳೆಗೆ ಬ್ರಿಂದಿಸ್ ದೋಣಿಯ ಸೋದರ ದೋಣಿಗಳು ಅಸ್ತವ್ಯಸ್ತ ಗೊಂಡು ಒಂದೊಂದಾಗಿ ಬಂದರು ತಲಪಿದವು. ಎಲ್ಲವೂ ಬೇರೆ ಬೇರೆ ಪ್ರಮಾಣಗಳಲ್ಲಿ ಹಾನಿಗೊಳ ಗಾಗಿದ್ದವು. ಸಂಜೆಯಾದರೂ ಬ್ರಿಂದಿಸ್ ಕಾಣಿಸಲಿಲ್ಲ. ಅದು ಇನ್ನೂ ತೇಲುತ್ತಿರಬಹುದೆಂಬ ಆಸೆ ನಿಧಾನವಾಗಿ ಕರಗಿತು. ಅನೇಕ 'ಅಪ್ಸರೆಯರು' (ಮೀನು ಹಿಡಿವ ದೋಣಿಯನ್ನು ಅವರು ಹಾಗೆ ಕರೆಯುತ್ತಾರೆ.) ಸಮುದ್ರದಲ್ಲಿ ಕಾಣೆಯಾಗಿ ಎಲ್ಲರೂ ಭಯಗ್ರಸ್ಥರಾಗಿದ್ದರು. ಬಿರುಗಾಳಿ ಇನ್ನೂ ರಭಸವಾಗಿತ್ತು. ಅದು ಶಾಂತವಾಗುವವರೆಗೆ ಹುಡುಕಾಟಕ್ಕೆ ತೊಡಗುವಂತಿರಲಿಲ್ಲ.

ದಿಣ್ಣೆಯ ಮೇಲಿನ ಮನೆಯಲ್ಲಿ, ಕ್ರಿಸ್ಟ್ರನ್ ತನ್ನ ಮುಖದ ಬಿಳಿದೊಗಲಿನಲ್ಲಿ ಹೂತು ಹೋಗಿದ್ದ ಕಣ್ಣುಗಳಿಂದ ಸಮುದ್ರದ ಕಡೆ ನೆಟ್ಟ ನೋಟ ಬೀರುತ್ತ ಕುಳಿತಿದ್ದಳು. ಮುಂಜಾನೆಯ ಬೆಳಕು ದಿಗಂತವನ್ನು ವೀಕ್ಷಿಸಲು ಸಾಧ್ಯವಾಗುವಂತೆ ಮಾಡುವವರೆಗೆ ಅವಳು ಇರುಳೆಲ್ಲಾ ಕತ್ತಲೆಯಲ್ಲಿ ಅಚಲಳಾಗಿ ಕುಳಿತಿದ್ದಳು. ಬಿರುಗಾಳಿ ಈಗ ಶಾಂತಗೊಂಡಿತ್ತು. ಆದರೆ ದೋಣಿ ಯಾವುದೂ ಕಾಣಿಸಲಿಲ್ಲ. ಯಾವ ದಿಕ್ಕಿನಲ್ಲೂ ಕೂವೆಯಮರ ಗೋಚರಿಸಲಿಲ್ಲ. ಸ್ವಲ್ಪ ಹೊತ್ತು ಅವಳು ಕುರ್ಚಿಯ ಮೇಲೆ ಮಂಕು ಬಡಿದವಳಂತೆ ಕುಳಿತಿದ್ದಳು. ಅನಂತರ ತತ್ತರಿಸುತ್ತ ಎದ್ದು ನಿಂತ ಅವಳು ಕಿಟಿಕಿಯನ್ನು ನಡಗುವ ಕೈಗಳಿಂದ, ಬೆರಳ ಗಿಣ್ಣುಗಳು ದಣಿದು ಬೆಳ್ಳಗಾಗುವವರೆಗೂ ಬಿಗಿಯಾಗಿ ಹಿಡಿದುಕೊಂಡಿದ್ದಳು.

ಅದು ನಡೆದು ಹೋಗಿದೆ... ಅವಳು ಹತೋಟಿ ಮೀರಿ ನಡುಗಲಾರಂಭಿಸಿದಳು. ಕೈಯಿಂದ ಹೃದಯವನ್ನು ಒತ್ತಿ ಹಿಡಿದಳು. ಅದು ನಡೆದು ಹೋದ ಬಗೆ ಹೀಗೆ.... ದೋಣಿ ಕಾಣೆಯಾಗಿದೆ... ಆದರೆ ಅವಳ ಮಗ ಮಾತ್ರ ಬದುಕಿದ್ದಾನೆ. ಅವನಿನ್ನೂ ತರುಣ, ಶಕ್ತಿಶಾಲಿ. ಉಳಿದವರೆಲ್ಲಾ ಮುಳುಗಿ ಹೋದರು. ಮಗ ಮಾರ್ ಮಾತ್ರ ದೋಣಿಯಿಂದ ನೀರಿಗೆ ಧುಮುಕಿ ಈಜತೊಡಗಿದ.

ಕ್ರಿಸ್ಟ್ರನ್ ಅವನನ್ನು ನೋಡಿದಳು. ಅವನಲ್ಲಿದ್ದಾನೆ, ನೊರೆ ರಾಶಿಯ ಮೇಲೆ. ಅವನ ಕೂದಲು ಪ್ಲಾಟಿನಂನಂತೆ ಹೊಳೆಯುತ್ತಿದೆ, ಕಡಲನಾಯಿಯಂತೆ ಅವಳ ಮಗ ಈಜಬಲ್ಲ. ಕ್ರಿಸ್ಟ್ರನ್ ಹೆಮ್ಮೆಯಿಂದ ಕಣ್ಣೀರ್‌ಗರೆಯುತ್ತಾ ಮಗನನ್ನು ಹುರಿದುಂಬಿಸಿದಳು.

''ಈಜಿ ಬಾ ಮಾರ್, ಈಜಿ ಬಾ.''

ಅಲೆಗಳು ಅವನನ್ನು ಕಪ್ಪು ಬಂಡೆಗಳಿಂದ ಕೂಡಿದ ಅಪರಿಚಿತ ತೀರಕ್ಕೆ ಎಳೆದ್ಯೊಯ್ಯುವವರೆಗೂ ಅವಳು ಮಗನನ್ನು ಹುರಿದುಂಬಿಸುತ್ತಿದ್ದಳು.

ಅವನು ತಾನೇ ಎದ್ದು ನಿಂತ. ಬಿರುಗಾಳಿ ಅವನ ಬಟ್ಟೆಯನ್ನು ಚಿಂದಿ ಚಿಂದಿ ಮಾಡಿತ್ತು. ಅವನು ಅರ್ಧ ಬತ್ತಲೆಯಾಗಿದ್ದ. ಅವನ ಶಕ್ತಿಯುತ ಸ್ನಾಯುಗಳನ್ನು, ಅವಳ ಚರ್ಮವನ್ನು ಹೋಲುವ ಕಂದು ಚರ್ಮವನ್ನು ಅವಳು ಹೆಮ್ಮೆಯಿಂದ ನೋಡಿದಳು. ಅವನು ಚೆಲುವ, ಹಳ್ಳಿಯಲ್ಲಿರುವ ಹುಡುಗರಲ್ಲೆಲ್ಲಾ ಅತಿ ಚೆಲುವ, ಪರಾಕ್ರಮಿ. ಅವನು ಅವಳಲ್ಲಿಗೆ ಮತ್ತೆ ಹಿಂದಿರುಗಲಿದ್ದಾನೆ. ಕ್ರಿಸ್ಟಿನ್ ಒಮ್ಮೆ ನಗು, ಒಮ್ಮೆ ಅಳುವಿನ ಏರಿಳಿತಕ್ಕೊಳಗಾದಳು.

ಅವನೀಗ ಸುರಕ್ಷಿತ. ಸಮುದ್ರ ತೀರಕ್ಕೆ ಹತ್ತಿರದಲ್ಲೇ ಮನೆಯೊಂದಿದೆ. ಅದರಲ್ಲಿರುವವರು ಅವನ ನೆರವಿಗೆ ಬಂದರು. ಅವರು ತುಂಬ ಒಳ್ಳೆಯವರು. ಆದರೆ ಅವನೆಷ್ಟು ದಣಿದಿದ್ದನೆಂದರೆ ತನ್ನ ಹೆಸರು ತಿಳಿಸುವ ಮುನ್ನವೇ ನಿದ್ದೆ ಹೋದ. ಒಂದು ಹಗಲು, ಒಂದು ರಾತ್ರಿ ಅವನು ನಿದ್ದೆ ಮಾಡಿದ. ಅದು ಸಹಜ.

ಈಗ ಅವನಿಗೆ ಎಚ್ಚರವಾಗುತ್ತದೆ. ಸರಿಯಾಗಿ ಇಷ್ಟು ಹೊತ್ತಿಗೆ – ಅವನು ತನ್ನ ವಿಚಾರವನ್ನೆಲ್ಲಾ ತಿಳಿಸಿರುತ್ತಾನೆ – ಅವರು ತಂತಿ ಕಛೇರಿಗೆ ಹೋಗುತ್ತಾರೆ – ತಂತಿ ಕಛೇರಿಯಿಂದ ಅವಳಿಗೆ ಸಂದೇಶ ತಲಪುತ್ತದೆ.

ಕ್ರಿಸ್ಟಿನ್ ಗಡಿಯಾರದ ಕಡೆ ನೋಡಿದಳು – ಎಂಟು ಗಂಟೆ ಹತ್ತು ನಿಮಿಷ. ತಂತಿ ಕಛೇರಿ ತೆರೆದು ಹತ್ತು ನಿಮಿಷವಾಯಿತು. ಸಂದೇಶವಾಹಕ ಇನ್ನೇನು ಓಡಿ ಬರುತ್ತಾನೆ. ಅವಳ ಮಗ, ಅವಳ ಮಗ ಮಾರ್ – ಅವಳ ಬಳಿಗೆ ಹಿಂದಿರುಗಿ ಬರುತ್ತಾನೆ.

ಕ್ರಿಸ್ಟಿನ್ ಅಡುಗೆ ಮನೆ ಕಿಟಕಿ ಕಡೆ ನಿಧಾನವಾಗಿ ನಡೆದಳು. ನೀಳ ನಿಟ್ಟುಸಿರಿನಿಂದ ಅವಳೆದೆ ಏರಿಳಿಯಿತು. ಹುಡುಗನೊಬ್ಬ ಷೆಡ್ಡೊಂದನ್ನು ಸುತ್ತಿಕೊಂಡು ಅವಳ ಮನೆಯ ಕಡೆ ಓಡಿ ಬಂದ. ಕ್ರಿಸ್ಟಿನ್ ಹೊರಬಾಗಿಲು ತೆರೆಯಲು ಓಡಿದಳು. ಅವಳ ತುಟಿ ಚಲಿಸಿದರೂ ಮಾತು ಹೊರ ಬರಲಿಲ್ಲ. ಹುಡುಗ ಮನೆಯನ್ನು ದಾಟಿ ಮುಂದಕ್ಕೆ ಓಡಿದ. ಅವಳಿಗೆ ಅವನ ಗುರುತು ಸಿಕ್ಕಿತು. ಒಂದು ಚಿಕ್ಕ ದೋಣಿಯನ್ನು ಬಗಲಲ್ಲಿ ಇರುಕಿಕೊಂಡು ಸಮುದ್ರ ತೀರಕ್ಕೆ ಹೋಗುತ್ತಿದ್ದ ಆತ ಪೀಪಾಯಿಗಾರ ಅರ್ನಿಯ ಮಗ.

ಕ್ರಿಸ್ಟಿನ್ ನಿರುತ್ಸಾಹದಿಂದ ಅಡುಗೆ ಮನೆ ಕಡೆ ಹೊರಟಳು. ಅವಳ ತುಟಿಗಳಿನ್ನೂ ನಡುಗುತ್ತಿದ್ದವು. ಕ್ರಮೇಣ ಅವಳ ಮನಸ್ಸು ಗಟ್ಟಿಯಾಗತೊಡಗಿತು. ಅವಳ ಮುಖ ಕಲ್ಲಿನಿಂದ ಕಡೆದ ವಿಗ್ರಹದಂತಾಯಿತು. ಅದರಿಂದ ಏನೂ ತಿಳಿಯಲಾಗುತ್ತಿರಲಿಲ್ಲ. ಮಗ ಎಂದೆಂದಿಗೂ ಹಿಂದಿರುಗಿ ಬರಲಾರನೆಂಬುದು ಕ್ರಿಸ್ಟಿನ್‌ಗೆ ಈಗ ಚೆನ್ನಾಗಿ ಗೊತ್ತಾಯಿತು. ಅವಳು ನಿನ್ನೆ ಬೆಳಿಗ್ಗೆ ನಡು ಮನೆಯ ಮಧ್ಯದಲ್ಲಿಟ್ಟಿದ್ದ ಬಕೆಟ್ ಇನ್ನೂ ಅಲ್ಲೇ ಇತ್ತು. ನಿಧಾನವಾಗಿ ಜೋಮು ಹಿಡಿದವಳಂತೆ ಅದರ ಬದಿಯಲ್ಲವಳು ಮೊಣಕಾಲೂರಿ ಕುಳಿತು ನೆಲ ಉಜ್ಜುವ ಬ್ರಷ್ ತೆಗೆದುಕೊಂಡಳು. ನಡುನಡುವೆ ದೀರ್ಘ ವಿರಾಮಗಳೊಂದಿಗೆ ಮರದ ಒರಟು ನೆಲಗಟ್ಟಿನ ಮೇಲೆ ಬ್ರಷ್ ಪರಚತೊಡಗಿತು. ಎಷ್ಟು ಬಲವಾಗಿ ಅದನ್ನು ಬಳಸಲಾಗುತ್ತಿತ್ತೆಂದರೆ, ಅದರ ಬಿರುಗೂದಲುಗಳು ಬಾಗಿ ಅಗಲವಾಗಿ ಹರಡಿಕೊಂಡವು. ○

ಡೆನ್ಮಾರ್ಕ್

○ ಹಾನ್ಸ್ ಕ್ರಿಶ್ಚಿಯನ್ ಆಂಡರ್‌ಸನ್

ಬುಲ್ ಬುಲ್ ಹಕ್ಕಿ

ಚೀನಾ ದೇಶದ ಚಕ್ರವರ್ತಿಯ ಅರಮನೆ ಪ್ರಪಂಚದಲ್ಲೇ ಅತ್ಯಂತ ಸುಂದರವಾದ ಅರಮನೆಯಾಗಿತ್ತು. ಅದನ್ನು ಸಂಪೂರ್ಣ ವಾಗಿ ಬಹಳ ನಯವಾದ ಪಿಂಗಾಣಿ ಗಾಜಿನಿಂದ ನಿರ್ಮಿಸಿದ್ದರು. ಅದನ್ನು ಮುಟ್ಟುವವರು ತಮ್ಮ ಸ್ಪರ್ಶದಿಂದ ಅದು ಒಡೆದು ಹೋಗದಂತೆ ತುಂಬಾ ಎಚ್ಚರಿಕೆಯಿಂದಿರಬೇಕಾಗಿರುತ್ತಿತ್ತು.

ಅರಮನೆಯ ಉದ್ಯಾನದಲ್ಲಿ ಅನೇಕ ಬಗೆಯ ಅತ್ಯುತ್ತಮ ಜಾತಿಯ ಹೂವುಗಳನ್ನು ನೋಡಬಹುದಿತ್ತು. ಅವುಗಳಲ್ಲಿ ಹೆಚ್ಚು ಸುಂದರವಾದವುಗಳಿಗೆ ಬೆಳ್ಳಿಯ ಕಿರು ಗಂಟೆಗಳನ್ನು ಕಟ್ಟಲಾಗಿತ್ತು. ಆ ಗಂಟೆಗಳ ಸದ್ದು, ಅವುಗಳ ಬದಿಯಲ್ಲಿ ಹಾದುಹೋಗುವವರು ಅವುಗಳನ್ನು ಗಮನಿಸುವಂತೆ ಮಾಡುತ್ತಿತ್ತು. ನಿಜವಾಗಿಯೂ ಚಕ್ರವರ್ತಿಯ ಉದ್ಯಾನದಲ್ಲಿ ಎಲ್ಲವನ್ನೂ ಆಶ್ಚರ್ಯಕರ ರೀತಿಯಲ್ಲಿ ಹೊಂದಿಸಲಾಗಿತ್ತು. ಆ ಉದ್ಯಾನ ತುಂಬಾ ವಿಶಾಲ ವಾಗಿತ್ತು. ಉದ್ಯಾನದ ಎಲ್ಲೆ ಎಲ್ಲಿದೆ ಎಂಬುದು ಅದರ ಮಾಲಿಗೂ ಗೊತ್ತಿರಲಿಲ್ಲ. ಆ ಉದ್ಯಾನದ ಎಲ್ಲೆಯಾಚೆಗೆ ಯಾರಾದರೂ ನಡೆದು ಹೋದರೆ ದೊಡ್ಡ ದೊಡ್ಡ ಮರಗಳಿಂದ ಕೂಡಿದ ಸುಂದರ ಕಾಡನ್ನು ಪ್ರವೇಶಿಸುತ್ತಿದ್ದರು. ಅದರಾಚೆಗೆ ಸಮುದ್ರವಿತ್ತು. ದೊಡ್ಡ ಮರಗಳು ಆಳವಾಗಿದ್ದ ನೀಲಿ ಸಮುದ್ರದ ಕಡೆಗೆ ತಮ್ಮ ಕೊಂಬೆಗಳನ್ನು ಚಾಚಿದ್ದವು. ದೊಡ್ಡ ಹಡಗುಗಳು ಆ ಕೊಂಬೆಗಳ ಕೆಳಗೆ ತೇಲಿಕೊಂಡು ಹೋಗುತ್ತಿದ್ದವು. ಆ ಕೊಂಬೆಗಳ ಮೇಲೆ ಒಂದು ಬುಲ್ ಬುಲ್ ಹಕ್ಕಿ ವಾಸವಾಗಿತ್ತು. ಅದು ತುಂಬಾ ಇಂಪಾಗಿ ಹಾಡುತ್ತಿತ್ತು. ಬಡ ಬೆಸ್ತರು ಕೂಡ ಬಲೆ ಹರಡಲು ಹೊರ ಬಂದಾಗ ತಮ್ಮ ಕೆಲಸವನ್ನು ಮರೆತು ಹಾಡನ್ನು ಕೇಳುತ್ತಾ ನಿಲ್ಲುತ್ತಿದ್ದರು.

ಜಗತ್ತಿನ ಎಲ್ಲಾ ಭಾಗಗಳಿಂದ ಪ್ರವಾಸಿಗರು ಚಕ್ರವರ್ತಿ ವಾಸ ವಾಗಿದ್ದ ನಗರಕ್ಕೆ ಬರುತ್ತಿದ್ದರು. ಅವರಿಗೆಲ್ಲಾ ಆ ನಗರ, ಅರಮನೆ, ಉದ್ಯಾನ ಮೆಚ್ಚುಗೆಯಾಗುತ್ತಿದ್ದವು. ಆದರೆ ಅವರು ಬುಲ್‌ಬುಲ್ ಹಕ್ಕಿಯ ಹಾಡನ್ನು ಕೇಳಿದರೆ 'ಎಲ್ಲಕ್ಕಿಂತ ಇದು ಚೆನ್ನಾಗಿದೆ' ಎಂದು ಹೇಳುತ್ತಿದ್ದರು. ಅವರು ತಮ್ಮ ಮನೆಗಳಿಗೆ ಹಿಂದಿರುಗಿದ ಮೇಲೂ ಅದರ ಬಗ್ಗೆ ಮಾತನ್ನಾಡುತ್ತಿದ್ದರು. ಆ ನಗರ, ಅರಮನೆ ಮತ್ತು ಉದ್ಯಾನವನ್ನು ಕುರಿತು ಪುಸ್ತಕ ಬರೆದ ವಿದ್ವಾಂಸರು ಎಲ್ಲಕ್ಕಿಂತ

ಹೆಚ್ಚಾಗಿ ಬುಲ್‌ಬುಲ್ ಹಕ್ಕಿಯ ಹಾಡನ್ನು ಹೊಗಳುತ್ತಿದ್ದರು. ಸಮುದ್ರದ ಸಮೀಪದ ಕಾಡಿನಲ್ಲಿದ್ದ ಬುಲ್‌ಬುಲ್ ಹಕ್ಕಿಯ ಮೇಲೆ ಕವಿಗಳು ಸುಂದರವಾದ ಪದ್ಯಗಳನ್ನು ಸಹ ಬರೆದರು.

ಆ ಪುಸ್ತಕಗಳು ಜಗತ್ತಿನಾದ್ಯಂತ ಪ್ರಸಾರವಾದವು. ಕೊನೆಗೆ ಅವುಗಳಲ್ಲೊಂದು ಚಕ್ರವರ್ತಿಯನ್ನೂ ತಲಪಿದವು. ಅದನ್ನು ಓದುತ್ತ ಅವನು ಕ್ಷಣಕ್ಷಣವೂ ತಲೆದೂಗಿದ. ನಗರದ, ಅರಮನೆಯ ಮತ್ತು ಉದ್ಯಾನದ ವರ್ಣನೆಗಳಿಂದ ಅವನು ಅತಿಯಾಗಿ ಸಂತೋಷಿಸಿದ. ಆದರೆ ಅವನು ಕೊನೆಗೆ ಕಂಡದ್ದು ಅವನನ್ನು ಆಶ್ಚರ್ಯಚಕಿತನನ್ನಾಗಿಸಿತು. ''ಆದರೆ ಇವೆಲ್ಲವುಗಳಿಗಿಂತ ಬುಲ್‌ಬುಲ್ ಹಕ್ಕಿಯೇ ಅದ್ಭುತವಾದದ್ದು'' ಎಂದು ಆ ಪುಸ್ತಕದಲ್ಲಿ ಬರೆಯಲಾಗಿತ್ತು.

''ಇದೆಂಥ ಜಗತ್ತು? ಬುಲ್‌ಬುಲ್ ಹಕ್ಕಿ! ನನಗೆ ಗೊತ್ತೇ ಇರಲಿಲ್ಲ! ನನ್ನ ಸಾಮ್ರಾಜ್ಯದಲ್ಲಿ, ನನ್ನ ಉದ್ಯಾನದಲ್ಲಿ ಅದರ ಹಾಡನ್ನು ನಾನು ಕೇಳದೆ ಇರುವಂಥ ಹಕ್ಕಿಯೊಂದು ಇರಲು ಹೇಗೆ ತಾನೇ ಸಾಧ್ಯ? ನಿಜವಾಗಿಯೂ ಪುಸ್ತಕಗಳಿಂದ ಒಬ್ಬ ಕಲಿಯಬಹುದಾದ್ದೂ ಇದೆ'' ಎಂದು ಚಕ್ರವರ್ತಿ ಹೇಳಿದ.

ಅವನು ತನ್ನ ಪ್ರಧಾನಿಯನ್ನು ಕರೆಸಿದ. ಅವನೆಂಥವನೆಂದರೆ ತನಗಿಂತ ಕೆಳಹಂತದವರ ಜೊತೆ ಅವನು ಮಾತಾಡುತ್ತಲೇ ಇರಲಿಲ್ಲ. ಅವನನ್ನು ಯಾರಾದರೂ ಯಾವ ವಿಷಯದ ಮೇಲಾದರೂ ಪ್ರಶ್ನೆ ಕೇಳುವ ಸಾಹಸ ಮಾಡಿದರೆ ದೊರೆಯುತ್ತಿದ್ದುದು ಯಾವ ಖಚಿತ ಅರ್ಥವನ್ನೂ ಸೂಚಿಸದ ಉತ್ತರ. ಕೇವಲ ''ಪೂಹ್''.

''ಬುಲ್‌ಬುಲ್ ಅನ್ನೋ ಒಂದು ಅದ್ಭುತ ಪಕ್ಷಿಯಿದೆಯಂತೆ ಇಲ್ಲಿ. ಅದರ ಹಾಡು ನನ್ನ ಸಾಮ್ರಾಜ್ಯ ದಲ್ಲಿರುವ ಎಲ್ಲಾ ವಸ್ತುಗಳಿಗಿಂತ ಹೆಚ್ಚು ಬೆಲೆಬಾಳುವಂಥದ್ದು ಎಂದು ಹೇಳಲಾಗ್ತಿದೆ. ಅದರ ಬಗ್ಗೆ ನನಗೆ ಈವರೆಗೆ ಯಾರೂ ಯಾಕೆ ಏನನ್ನೂ ತಿಳಿಸಿಲ್ಲ?'' ಎಂದು ಚಕ್ರವರ್ತಿ ತನ್ನ ಮಾತನ್ನು ಪ್ರಾರಂಭಿಸಿದ.

''ಈ ಮುಂಚೆ ಎಂದೂ ನಾನದರ ಹಾಡನ್ನಾಗಲೀ, ಅದರ ವಿಚಾರವನ್ನಾಗಲೀ ಕೇಳಿರ್ಲಿಲ್ಲ. ಆಸ್ಥಾನಕ್ಕೆ ಇದುವರೆಗೂ ಅದು ಬಂದೇ ಇಲ್ಲ'' ಎಂದು ಪ್ರಧಾನಿ ಹೇಳಿದ.

ಚಕ್ರವರ್ತಿ ನುಡಿದ :

''ಈ ಸಂಜೆ ನನ್ನ ಮುಂದೆ ಅದು ಹಾಡಬೇಕು ಅಂತ ನಾನು ಇಷ್ಟಪಟ್ಟಿದ್ದೇನೆ. ನನ್ನಲ್ಲಿರೋದು ನನಗಿಂತ ಇಡೀ ಜಗತ್ತಿಗೇ ಹೆಚ್ಚು ತಿಳಿದಂತಿದೆ.''

ಅದಕ್ಕೆ ಪ್ರಧಾನಿ ಉತ್ತರಿಸಿದ :

''ಈ ಮುಂಚೆ ಅದರ ಬಗ್ಗೆ ನಾನು ಕೇಳಿರಲೇ ಇಲ್ಲ. ಆದರೂ ನಾನದನ್ನು ಹುಡುಕ್ತೇನೆ. ಅದನ್ನು ಪಡೆದುಕೊಳ್ಳೋದಕ್ಕೆ ಪ್ರಯತ್ನಿಸ್ತೇನೆ.''

ಆದರೆ ಅದನ್ನು ಹುಡುಕುವುದೆಲ್ಲಿ? ಪ್ರಧಾನಿ ದಾಪುಗಾಲು ಹಾಕುತ್ತಾ ಮೇಲೆ ಕೆಳಗೆ ಓಡಾಡಿದ. ಅರಮನೆಯ ಹಜಾರಗಳಲ್ಲಿ, ಹಾದಿಗಳಲ್ಲಿ ಹುಡುಕಾಡಿದ. ಎದುರು ಸಿಕ್ಕವರೊಡನೆ ಅದರ ಬಗ್ಗೆ ವಿಚಾರಿಸಿದ. ಆದರೆ ಯಾರಿಗೂ ಬುಲ್‌ಬುಲ್ ಹಕ್ಕಿಯ ವಿಷಯವಾಗಿ ಏನೂ ಗೊತ್ತಿರಲಿಲ್ಲ. ಆದ್ದರಿಂದ ಅವನು ಚಕ್ರವರ್ತಿಯ ಬಳಿಗೆ ಹಿಂದಿರುಗಿ ಬಂದು ಹೇಳಿದ :

''ಅದು ಪುಸ್ತಕ ಬರೆದವನು ಕಲ್ಪಿಸಿದ ಒಂದು ದಂತಕತೆಯಾಗಿರಬೇಕು. ಸಾರ್ವಭೌಮರಾದ ತಾವು ಪುಸ್ತಕಗಳಲ್ಲಿ ಬರೆದಿರೋದನ್ನೆಲ್ಲಾ ನಂಬಬಾರದು. ಅದರಲ್ಲಿ ಬಹಳಷ್ಟು ಶುದ್ಧ ಕಲ್ಪನೆಯಾಗಿರ್‍ತದೆ.''

''ಆದರೆ, ಅದರ ಬಗ್ಗೆ ನಾನು ಓದಿದ ಪುಸ್ತಕ ಜಪಾನಿನ ಮಹಾ ಚಕ್ರವರ್ತಿಗಳ ಕಡೆಯಿಂದ ನನಗೆ ಬಂದದ್ದು. ಆದ್ದರಿಂದ ಅದು ಸುಳ್ಳಾಗಿರಲಾರದು. ಬುಲ್ ಬುಲ್ ಹಕ್ಕಿಯ ಹಾಡನ್ನು ಕೇಳಲು ನಾನು ಬಯಸಿದ್ದೇನೆ. ಈ ಸಂಜೆ ಅದು ಇಲ್ಲಿಗೆ ಬರಲೇಬೇಕು. ಇಲ್ಲದೇ ಹೋದರೆ ರಾತ್ರಿಯೂಟದ ನಂತರ ರಾಜಪರಿವಾರದವರನ್ನೆಲ್ಲಾ ಚಾಟಿಯೇಟಿನ

ಶಿಕ್ಷೆಗೆ ಗುರಿಪಡಿಸಲಾಗುವುದು'' ಎಂದು ಚಕ್ರವರ್ತಿ ಹೇಳಿದ.

ವಿಪರೀತ ಗಾಬರಿಯಿಂದ ಪ್ರಧಾನಿ ಮೇಲೆ, ಕೆಳಗೆ ಓಡಾಡಿದ. ಅರಮನೆಯ ಪಹಾರಗಳಲ್ಲಿ ಹಾದಿಯಲ್ಲಿ ಹುಡುಕಾಡಿದ. ರಾಜಪರಿವಾರದ ಅರ್ಧ ಭಾಗ ಅವನ ಹಿಂದೆ ಓಡಿತು. ಏಕೆಂದರೆ ಯಾರಿಗೂ ಚಾಟಿಯೇಟು ತಿನ್ನುವ ಅಪೇಕ್ಷೆಯಿರಲಿಲ್ಲ. ಅನೇಕರನ್ನು ಆಶ್ಚರ್ಯಕರ ಬುಲ್‌ಬುಲ್ ಹಕ್ಕಿಯ ಬಗ್ಗೆ ಪ್ರಶ್ನಿಸಲಾಯಿತು. ಇಡೀ ಜಗತ್ತಿನಲ್ಲಿ ಅದು ಸುದ್ದಿ ಮಾಡಿದ್ದರೂ ರಾಜಪರಿವಾರದಲ್ಲಿ ಮಾತ್ರ ಯಾರಿಗೂ ಅದರ ವಿಚಾರ ತಿಳಿದಿರಲಿಲ್ಲ.

ಅವರು ಕೊನೆಗೆ ಅಡುಗೆಯ ಮನೆಯಲ್ಲಿದ್ದ ಬಡ ಪುಟಾಣಿ ಹುಡುಗಿಯೊಬ್ಬಳನ್ನು ಭೇಟಿಯಾದರು. ಅವಳೆಂದಳು :

''ಓ, ನಿಜವಾಗಿಯೂ, ಬುಲ್‌ಬುಲ್ ಹಕ್ಕಿ ನನಗೆ ಚೆನ್ನಾಗಿ ಗೊತ್ತು ಆಹಾ! ಅದೆಷ್ಟು ಚೆನ್ನಾಗಿ ಹಾಡ್ತದೆ! ಪ್ರತಿ ಸಂಜೆ ಊಟದ ಮೇಜಿನ ಮೇಲೆ ಉಳಿದದ್ದನ್ನು ನಾನು ನನ್ನ ಬಡ ರೋಗಿ ತಾಯಿಗೆ ಕೊಂಡೊಯ್ತೇನೆ. ಅವಳು ಸಮುದ್ರ ತೀರದಲ್ಲಿ ವಾಸವಾಗಿದ್ದಾಳೆ. ಹಿಂದಿರುಗಿ ಬರುವಾಗ ನಾನು ಸ್ವಲ್ಪ ಹೊತ್ತು ಕಾಡಿನಲ್ಲಿ ಸುಧಾರಿಸಿಕೊಳ್ತೇನೆ. ಆಗ ಆ ಬುಲ್‌ಬುಲ್ ಹಕ್ಕಿಯ ಹಾಡನ್ನು ಕೇಳ್ತೇನೆ. ಅದರ ಹಾಡು ನನ್ನ ಕಣ್ಣಲ್ಲಿ ನೀರು ಬರಿಸ್ತದೆ !''

ಪ್ರಧಾನಿ ಅವಳೊಡನೆ ಹೇಳಿದ :

''ಅಡುಗೆ ಮನೆಯ ಪುಟ್ಟ ಸೇವಕಿಯೇ, ನೀನೀಗ ನಮ್ಮನ್ನು ಆ ಹಕ್ಕಿಯ ಬಳಿಗೆ ಕರೆದೊಯ್ದರೆ, ನಿನಗೆ ಅಡುಗೆ ಮನೆಯಲ್ಲಿ ದೊಡ್ಡ ಕೆಲಸ ಕೊಡಿಸ್ತೇನೆ. ಚಕ್ರವರ್ತಿ ಊಟ ಮಾಡೋದನ್ನು ನೋಡೋದಕ್ಕೆ ಅನುಮತಿ ದೊರಕಿಸಿ ಕೊಡ್ತೇನೆ. ಯಾಕೆಂದರೆ ಆ ಹಕ್ಕಿ ಈ ಸಂಜೆ ಆಸ್ಥಾನದಲ್ಲಿ ಹಾಡಲೇಬೇಕಾಗಿದೆ.''

ಅವರು ಜೊತೆಗೂಡಿ ಬುಲ್‌ಬುಲ್ ಹಕ್ಕಿ ಕಾಡಿನಲ್ಲಿ ವಾಡಿಕೆಯಾಗಿ ಹಾಡುತ್ತಿದ್ದ ಜಾಗಕ್ಕೆ ಹೊರಟರು. ರಾಜಪರಿವಾರದ ಅರ್ಧಭಾಗ ಅವರನ್ನು ಹಿಂಬಾಲಿಸಿತು. ಅವರು ದಾರಿಯಲ್ಲಿ ಹೋಗುತ್ತಿರಬೇಕಾದರೆ ಒಂದು ಹಸು ಕೂಗಿತು.

ಆಗ ಪರಿವಾರದಲ್ಲಿದ್ದ ಆಸ್ಥಾನ ಪರಿಚಾರಕರೆಂದರು :

''ಒಹ್ ! ನಮಗದು ಸಿಕ್ಕಿತು ! ಅಷ್ಟು ಸಣ್ಣ ಪ್ರಾಣಿ ಅದ್ಭುತ ಧ್ವನಿ ಹೊಮ್ಮಿಸ್ತಿದೆ. ನಿಜವಾಗಿಯೂ, ಈ ಮುಂಚೆ ಎಲ್ಲೋ ಆ ಧ್ವನಿಯನ್ನು ನಾವು ಕೇಳಿದ್ದೆವಲ್ಲ ?''

''ಇಲ್ಲ, ನೀವು ಕೇಳ್ತಿರೋದು ಹಸುವಿನ ಕೂಗು, ಆ ಜಾಗ ಇನ್ನೂ ದೂರವಿದೆ'' ಎಂದಳು ಅಡುಗೆ ಮನೆಯ ಪುಟ್ಟ ಸೇವಕಿ.

ಮುಂದೆ ಕೊಳವೊಂದರಲ್ಲಿ ಕಪ್ಪೆಗಳು ವಟಗುಟ್ಟುತ್ತಿದ್ದವು.

ಆಗ ಆಸ್ಥಾನದ ಮುಖ್ಯ ಧರ್ಮ ಬೋಧಕ ಹೇಳಿದ :

''ಅದು ಇಲ್ಲಿದೆ ! ಅದರ ಧ್ವನಿ ಇಗರ್ಜಿಯ ಕಿರುಗಂಟೆಯ ಧ್ವನಿಯಂತಿದೆ.''

''ಇಲ್ಲ, ಅವು ಕಪ್ಪೆಗಳು. ಇನ್ನೇನು ನಾವು ಆ ಹಕ್ಕಿಯನ್ನು ಸಮೀಪಿಸಲಿದ್ದೇವೆ'' ಎಂದು ಅಡುಗೆ ಮನೆಯ ಪುಟ್ಟ ಸೇವಕಿ ನುಡಿದಳು.

ಆಗ ಬುಲ್‌ಬುಲ್ ಹಕ್ಕಿಯ ಹಾಡು ಕೇಳತೊಡಗಿತು.

''ಅದು ಅಲ್ಲಿದೆ ! ಕೇಳಿ ! ಕೇಳಿ ! ಅದು ಅಲ್ಲಿ ಕುಳಿತಿದೆ.''

– ಮರದ ತುದಿಯ ಕೊಂಬೆಯ ಮೇಲೆ ಕುಳಿತಿದ್ದ ಕಂದು ಬಣ್ಣದ ಹಕ್ಕಿಯ ಕಡೆ ತೋರುತ್ತಾ ಆ ಪುಟ್ಟ ಹುಡುಗಿ ಹೇಳಿದಳು.

ಹಕ್ಕಿಯ ಇಂಚರವನ್ನು ಕೇಳಿ ಪ್ರಧಾನಿ ಅಚ್ಚರಿಯಿಂದ ಉದ್ಗರಿಸಿದ :

''ಅದು ಸಾಧ್ಯವೇ? ನಾನು ಅದನ್ನು ಯೋಚಿಸಿರಲೇ ಇಲ್ಲ. ನೋಡಲು ಅದೆಷ್ಟು ಸರಳವಾಗಿದೆ! ನಮ್ಮಂಥ ಗಣ್ಯ ವ್ಯಕ್ತಿಗಳನ್ನು ಕಂಡು ಅದು ತನ್ನ ಸ್ವರೂಪ ಬದಲಾಯಿಸಿ ಕೊಂಡಿರ್ಬಹುದು.''

''ಪುಟ್ಟ ಬುಲ್‌ಬುಲ್ ಹಕ್ಕಿ! ನಮ್ಮ ಕರುಣಾಳು ಚಕ್ರವರ್ತಿ ನಿನ್ನ ಹಾಡು ಕೇಳೋದಕ್ಕೆ ಬಯಸಿದ್ದಾನೆ'' ಎಂದು ಅಡುಗೆ ಮನೆಯ ಪುಟ್ಟಸೇವಕಿ ಆ ಹಕ್ಕಿಯನ್ನು ಕರೆದಳು.

''ತುಂಬಾ ಸಂತೋಷದಿಂದ'' ಎಂದು ಹೇಳಿ ಆ ಹಕ್ಕಿ ಸೊಗಸಾಗಿ ಹಾಡಿತು. ಅದನ್ನು ಕೇಳಿದವರೆಲ್ಲಾ ಆನಂದಪರವಶರಾದರು.

''ಅದು ಗಾಜಿನ ಗಂಟೆಯ ಧ್ವನಿಯಂತಿದೆ. ಅದರ ಕಿರುಕಂಠದ ಚಲನೆಯೂ ಆಕರ್ಷಕ ವಾಗಿದೆ! ಅದು ಅಪ್ರತಿಮವಾದದ್ದು. ಈ ಮುಂಚೆ ಇಂಥದನ್ನು ನಾವು ಕೇಳಿರಲೇ ಇಲ್ಲ. ಆಸ್ಥಾನದಲ್ಲಿ ಅದಕ್ಕೆ ಹೆಚ್ಚು ಯಶಸ್ಸು ಸಿಕ್ಕಲಿದೆ'' ಎಂದು ಪ್ರಧಾನಿ ಹೇಳಿದ.

''ಚಕ್ರವರ್ತಿಗಾಗಿ ನಾನು ಮತ್ತೆ ಹಾಡಲೇ ?'' ಚಕ್ರವರ್ತಿ ಅವರಲ್ಲೊಬ್ಬನಾಗಿರಬಹುದೆಂದು ತಿಳಿದು ಹಕ್ಕಿ ಕೇಳಿತು.

ಹಕ್ಕಿಯ ಪ್ರಶ್ನೆಗೆ ಪ್ರಧಾನಿ ಉತ್ತರಿಸಿದ :

''ತುಂಬಾ ಸೊಗಸಾಗಿದೆ ಬುಲ್‌ಬುಲ್ ಹಕ್ಕಿ! ಈ ಸಂಜೆ ಆಸ್ಥಾನದಲ್ಲಿ ಹಾಡುವ ಸಲುವಾಗಿ ನಿನ್ನನ್ನು ಕರೆದೊಯ್ಯುವ ಕಾರ್ಯಗೌರವ ನನ್ನದಾಗಿದೆ. ಆಗ ಅಲ್ಲಿ ಚಕ್ರವರ್ತಿ ಸಾರ್ವಭೌಮರು ನಿನ್ನ ಹಾಡನ್ನು ಕೇಳಿ ಸಂತುಷ್ಟರಾಗಲಿದ್ದಾರೆ.''

''ಹಸಿರು ಮರಗಳ ನಡುವೆ ನನ್ನ ಹಾಡು ಹೆಚ್ಚು ಇಂಪಾಗಿ ಕೇಳ್ತದೆ'' ಎಂದು ಬುಲ್‌ಬುಲ್ ಹಕ್ಕಿ ಹೇಳಿತು. ಆದರೆ ಚಕ್ರವರ್ತಿ ಇಷ್ಟಪಟ್ಟಿದ್ದಾನೆಂದು ತಿಳಿದು ಬಂದಿದ್ದರಿಂದ ಸಂತೋಷವಾಗಿಯೇ ಅದು ಅವರನ್ನು ಹಿಂಬಾಲಿಸಿತು.

ಚಕ್ರವರ್ತಿ ಕೂಡುವ ಭವ್ಯ ಹಜಾರದ ನಡುವೆ ಹಕ್ಕಿ ಕುಳಿತು ಹಾಡುವ ಸಲುವಾಗಿ ಚಿನ್ನದ ಅಡ್ಡಗಂಬಿಯೊಂದನ್ನು ನಿಲ್ಲಿಸಲಾಗಿತ್ತು. ರಾಜಪರಿವಾರವೆಲ್ಲಾ ಅಲ್ಲಿ ಸೇರಿತ್ತು. ಅಡುಗೆ ಮನೆಯ ಪುಟ್ಟ ಸೇವಕಿಗೆ ಬಾಗಿಲ ಹಿಂದೆ ನಿಂತುಕೊಳ್ಳಲು ಅನುಮತಿ ದೊರಕಿತ್ತು. ಈಗ ಆಕೆಗೆ 'ಅಡುಗೆ ಮನೆಯ ಪರಿಚಾರಿಕೆ' ಎಂಬ ಅಂತಸ್ತು ಮತ್ತು ಬಿರುದು ಸಿಕ್ಕಿತ್ತು. ಎಲ್ಲರೂ ವೈಭವದ ಪೋಷಾಕುಗಳನ್ನು ಧರಿಸಿದ್ದರು. ಕಂದುಬಣ್ಣದ ಪುಟ್ಟ ಹಕ್ಕಿಯ ಮೇಲೆ ಎಲ್ಲರ ಕಣ್ಣೂ ನೆಲೆಸಿತ್ತು. ಚಕ್ರವರ್ತಿ ತನ್ನ ತಲೆಯಾಡಿಸಿ ಹಾಡನ್ನು ಪ್ರಾರಂಭಿಸಲು ಸೂಚಿಸಿದ.

ಬುಲ್ ಬುಲ್ ಹಕ್ಕಿ ಎಷ್ಟು ಇಂಪಾಗಿ ಹಾಡಿತೆಂದರೆ, ಚಕ್ರವರ್ತಿಯ ಕಣ್ಣುಗಳಲ್ಲಿ ನೀರು ತುಂಬಿತು ಮತ್ತು ಅದು ಅವನ ಕೆನ್ನೆಯ ಮೇಲೆ ಜಾರಿ ಕೆಳಗುರುಳಿತು. ಬುಲ್ ಬುಲ್ ಹಕ್ಕಿ ಅನಂತರ ಇನ್ನೂ ಇಂಪಾಗಿ, ಕೇಳುವವರ ಮನ ಮುಟ್ಟುವಂತೆ ಹಾಡಿತು. ಚಕ್ರವರ್ತಿಗೆ ತುಂಬಾ ಸಂತೋಷವಾಗಿ ಹೀಗೆ ಹೇಳಿದ :

''ಬುಲ್‌ಬುಲ್ ಹಕ್ಕಿ ನೀನು ನನ್ನ ಕೊರಳ ಚಿನ್ನದ ಸರವನ್ನು ಸ್ವೀಕರಿಸು; ಅದನ್ನು ಕುತ್ತಿಗೆಯಲ್ಲಿ ಧರಿಸು.''

ಆದರೆ ಬುಲ್ ಬುಲ್ ಹಕ್ಕಿ ಅವನಿಗೆ ವಂದಿಸಿ, ತನಗೆ ಈಗಾಗಲೇ ಸಾಕಷ್ಟು ಬಹುಮಾನ ದೊರೆತಿದೆಯೆಂದು ಹೇಳಿತು.

''ಚಕ್ರವರ್ತಿಯ ಕಣ್ಣುಗಳಲ್ಲಿ ನಾನು ನೀರು ನೋಡಿದೆ. ಅದು ನಾನು ಗಳಿಸಬಹುದಾದ

ಅತ್ಯಂತ ಶ್ರೇಷ್ಠ ಬಹುಮಾನವಾಗಿದೆ. ಚಕ್ರವರ್ತಿಯ ಕಣ್ಣೀರಿಗೆ ವಿಶೇಷ ಬೆಲೆಯಿದೆ. ನನಗೆ ಹೆಚ್ಚು ಗೌರವ ಸಂದಾಯವಾಗಿದೆ ಅಂತ ನನಗನಿಸ್ತದೆ'' ಎಂದು ಹೇಳಿ ಹಿಂದಿಗಿಂತ ಹೆಚ್ಚು ಮಧುರವಾಗಿ ಅದು ಹಾಡತೊಡಗಿತು.

''ನಿಜವಾಗಿಯೂ, ಅಂಥ ಹಾಡುಗಾರಿಕೆ ಹಿಂದೆಂದೂ ಕೇಳಿರದಂಥ ವರ'' ಎಂದು ಅಲ್ಲಿ ಸೇರಿದ್ದ ಹೆಂಗಸರು ಹೇಳಿದ್ದೇ ಅಲ್ಲದೆ, ತಮ್ಮ ಬಾಯಲ್ಲೇ ನೀರು ತುಂಬಿಕೊಂಡು, ಮಾತಾಡುವಾಗ ಅದರಂತೆ ಕಂಠವನ್ನು ತಿರುಗಿಸಲು ಪ್ರಯತ್ನಿಸಿದರು. ತಾವು ಸಹ ಬುಲ್‌ಬುಲ್ ಹಕ್ಕಿಗಳಾಗಬಹುದೆಂದು ಅವರು ಭಾವಿಸಿದರು.

ಕಾಲಾಳುಗಳು ಮತ್ತು ಪರಿಚಾರಿಕೆಯರು ಸಹ ತಮ್ಮ ಸಂತೃಪ್ತಿಯನ್ನು ಪ್ರಕಟಿಸಿದರು. ಅದು ವಿಶೇಷ ಸಂಗತಿ. ಏಕೆಂದರೆ ಎಲ್ಲರಿಗಿಂತ ಅವರನ್ನು ತೃಪ್ತಿಪಡಿಸುವುದು ಅತ್ಯಂತ ಪ್ರಯಾಸದ ಕೆಲಸವಾಗಿತ್ತು.

ನಿಜವಾಗಿಯೂ ಬುಲ್‌ಬುಲ್‌ಹಕ್ಕಿ ಪರಿಪೂರ್ಣ ಯಶಸ್ಸು ಗಳಿಸಿತ್ತು. ಆಸ್ಥಾನದಲ್ಲಿ ತನ್ನದೇ ಆದ ಪಂಜರವನ್ನು ಹೊಂದಿ ಉಳಿದುಕೊಳ್ಳಲು ಈಗ ಅದಕ್ಕೆ ಅವಕಾಶ ದೊರೆಯಿತು. ಹಗಲಿನಲ್ಲಿ ಎರಡು ಸಲ ಮತ್ತು ಇರುಳಿನಲ್ಲಿ ಒಮ್ಮೆ ಅಲ್ಲಿಂದ ಹೊರಬರಲು ಅದಕ್ಕೆ ಅನುಮತಿ ದೊರಕಿತು. ಅದನ್ನು ನೋಡಿಕೊಳ್ಳಲು ಹನ್ನೆರಡು ಜನ ಸೇವಕರನ್ನು ನೇಮಿಸಲಾಯಿತು. ಅದು ಪಂಜರದಿಂದ ಹೊರಬಂದಾಗ ಅದರ ಕಾಲಿಗೆ ಕಟ್ಟಿದ್ದ ರೇಷ್ಮೆದಾರವನ್ನು ಅವರು ಹಿಡಿದಿರುತ್ತಿದ್ದರು. ಅಂಥ ಹಾರಾಟದಲ್ಲಿ ಹೆಚ್ಚು ಸಂತೋಷಪಡುವಂಥದ್ದೇನೂ ಇರಲಿಲ್ಲ.

ನಗರದಲ್ಲಿ ಎಲ್ಲರೂ ಈ ಅದ್ಭುತ ಹಕ್ಕಿಯ ವಿಚಾರವನ್ನೇ ಮಾತಾಡುತ್ತಿದ್ದರು. ಇಬ್ಬರು ಭೇಟಿಯಾದಾಗ ಒಬ್ಬ 'ಬುಲ್' ಅನ್ನುವಷ್ಟರಲ್ಲಿ ಮತ್ತೊಬ್ಬ 'ಬುಲ್' ಅಂದುಬಿಡುತ್ತಿದ್ದ. ಅನಂತರ ಅವರು ತಲೆದೂಗಿ ಸರಿಯಾಗಿ ಅರ್ಥಮಾಡಿಕೊಳ್ಳುತ್ತಿದ್ದರು. ನಿಜವಾಗಿಯೂ, ಹನ್ನೊಂದು ಮಕ್ಕಳಿಗೆ 'ಬುಲ್‌ಬುಲ್' ಎಂದು ಹೆಸರಿಡಲಾಯಿತು. ಆದರೆ ಅವರಲ್ಲೊಬ್ಬರಿಗೂ ಒಂದೇ ಒಂದು ರಾಗವನ್ನು ಸಹ ಹಾಡಲಾಗುತ್ತಿರಲಿಲ್ಲ.

ಒಂದು ದಿನ ಚಕ್ರವರ್ತಿಗೆ ಒಂದು ದೊಡ್ಡ ಭಾಂಗಿ ಬಂದಿತು. ಅದರ ಮೇಲೆ 'ಬುಲ್‌ಬುಲ್' ಎಂದು ಬರೆಯಾಗಿತ್ತು.

''ನಮ್ಮ ಖ್ಯಾತ ಹಕ್ಕಿಯ ಬಗ್ಗೆ ನಾವು ಮತ್ತೊಂದು ಹೊಸ ಪುಸ್ತಕ ಪಡೆದೆವು'' ಎಂದು ಚಕ್ರವರ್ತಿ ಹೇಳಿದ. ಆದರೆ ಅದು ಪುಸ್ತಕವಾಗಿರದೆ ಪೆಟ್ಟಿಗೆಯೊಂದರಲ್ಲಿದ್ದ ಸಣ್ಣ ಯಂತ್ರವಾಗಿತ್ತು. ಅದು ಜೀವಂತ ಬುಲ್‌ಬುಲ್ ಹಕ್ಕಿಯ ಹಾಗೆ ಕಾಣುವಂತೆ ತಯಾರಿಸಲಾದ ಒಂದು ಕೃತಕ ಬುಲ್‌ಬುಲ್ ಹಕ್ಕಿಯಾಗಿತ್ತು. ಆದರೆ ಅದು ಸಂಪೂರ್ಣವಾಗಿ ವಜ್ರ ಮಾಣಿಕ್ಯಗಳಿಂದ, ನೀಲ ಮಣಿಗಳಿಂದ ಆವೃತವಾಗಿತ್ತು. ಆ ಕೃತಕ ಹಕ್ಕಿಯ ಕೀಲಿ ಕೈಯನ್ನು ತಿರುಗಿಸಿದಾಗ ಅದು ನಿಜವಾದ ಬುಲ್‌ಬುಲ್ ಹಕ್ಕಿಯ ಹಾಡಿನ ರಾಗಗಳಲ್ಲೊಂದನ್ನು ಹಾಡುತ್ತಿತ್ತು. ಬೆಳ್ಳಿ ಮತ್ತು ಚಿನ್ನದ ಹೊಳಪಿನಿಂದ ಕೂಡಿದ ಅದರ ಬಾಲ ಮೇಲಕ್ಕೂ, ಕೆಳಕ್ಕೂ ಆಡುತ್ತಿತ್ತು.

''ಇದು ಭವ್ಯವಾಗಿದೆ!'' ಎಂದು ಪ್ರತಿಯೊಬ್ಬರೂ ಹೇಳಿದರು. ಆ ಹಕ್ಕಿಯನ್ನು ತಂದವನಿಗೆ 'ಸಾರ್ವಭೌಮರಿಗೆ ಬುಲ್‌ಬುಲ್ ಹಕ್ಕಿಯನ್ನು ತಂದವನು' ಎಂಬ ಬಿರುದನ್ನು ದಯಪಾಲಿಸಲಾಯಿತು.

ನಿಜವಾದ ಮತ್ತು ಕೃತಕ ಬುಲ್‌ಬುಲ್ ಹಕ್ಕಿಗಳು ಒಟ್ಟಿಗೆ ಹಾಡಬೇಕೆಂದು ರಾಜ ಆಜ್ಞಾಪಿಸಿದ. ಅದು ಯಶಸ್ವಿಯಾಗಲಿಲ್ಲ. ಏಕೆಂದರೆ ನಿಜವಾದ ಬುಲ್‌ಬುಲ್ ಹಕ್ಕಿ ತನ್ನ ಸಹಜ ದಾಟಿಯಲ್ಲಿ ಹಾಡುತ್ತಿತ್ತು. ಆದರೆ ಕೃತಕ ಹಕ್ಕಿ ಚಕ್ರಗಳ ಮೂಲಕ ಧ್ವನಿ ಹೊಮ್ಮಿಸುತ್ತಿತ್ತು.

''ಅದು ಅದರ ತಪ್ಪಲ್ಲ. ಅದು ಲಯವನ್ನು ಸರಿಯಾಗಿ ಪಾಲಿಸ್ತದೆ ಮತ್ತು ಕ್ರಮಬದ್ಧವಾಗಿ ಹಾಡ್ತದೆ'' ಎಂದು ಸಂಗೀತ ವಿದ್ವಾಂಸ ಹೇಳಿದ.

ಅದರಿಂದಾಗಿ ಕೃತಕ ಪಕ್ಷಿ ಈಗ ಒಂಟಿಯಾಗಿ ಹಾಡಬೇಕಾಯಿತು. ಅದು ನಿಜವಾದ ಬುಲ್‌ಬುಲ್ ಹಕ್ಕಿಯಷ್ಟೇ ಯಶಸ್ಸು ಗಳಿಸಿತು. ನೋಡಲು ಅದು ತುಂಬಾ ಸುಂದರವಾಗಿತ್ತು. ಅದರ ಗರಿ ರತ್ನಾಭರಣಗಳಂತೆ ಹೊಳೆಯುತ್ತಿತ್ತು.

ಮೂರಲ್ಲ, ಮೂವತ್ತಮೂರು ಸಲ ಹಾಡಿದರೂ ಅದರದು ಒಂದೇ ರಾಗ. ಅಷ್ಟಾಗಿಯೂ ಅದಕ್ಕೆ ಬಳಲಿಕೆಯಾಗುತ್ತಿರಲಿಲ್ಲ. ಪ್ರತಿಯೊಬ್ಬರೂ ಅಪೇಕ್ಷೆಪಟ್ಟು ಮತ್ತೆ ಮತ್ತೆ ಅದನ್ನು ಕೇಳುತ್ತಿದ್ದರು.

ಹಾಗಿದ್ದರೂ ನಿಜವಾದ ಬುಲ್‌ಬುಲ್ ಹಕ್ಕಿ ಈಗ ಏನಾದರೂ ಹಾಡಬೇಕೆಂದು ಚಕ್ರವರ್ತಿ ಬಯಸಿದ. ಆದರೆ ಅದೆಲ್ಲಿ ಹೋಯಿತು ? ಅದು ತೆರೆದ ಕಿಟಕಿಯಿಂದ ಹಾರಿ ಹೋದದ್ದನ್ನು ಯಾರೂ ಗಮನಿಸಿರಲಿಲ್ಲ. ಅದು ತನ್ನ ಹಸಿರು ಕಾಡಿಗೆ ಹಾರಿಹೋಗಿತ್ತು. ''ಏನಿದರರ್ಥ ?'' ಎಂದ ಚಕ್ರವರ್ತಿ. ರಾಜಪರಿವಾರದವರೆಲ್ಲರೂ ಬುಲ್‌ಬುಲ್ ಹಕ್ಕಿಯನ್ನು ಹಳಿದರು. ಅದೊಂದು ಕೃತಘ್ನ ಜಂತು ಎಂದು ಜರೆದರು. 'ಅದೇನಿದ್ದರೂ ಅತ್ಯುತ್ತಮ ಹಕ್ಕಿ ನಮ್ಮೊಂದಿಗಿದೆ' ಎಂದು ಹೇಳಿದರು ಮತ್ತು ಮೂವತ್ತನಾಲ್ಕನೆಯ ಸಲವೂ ಅವರು ಅದೇ ರಾಗವನ್ನು ಕೇಳಿದರು : ಆದರೆ ಅದು ಒಂದೇ ಎಂಬುದು ಅವರಿಗೆ ಗೊತ್ತಾಗಲಿಲ್ಲ. ಏಕೆಂದರೆ ಅದು ಅಷ್ಟು ಕಷ್ಟದ ರಾಗವಾಗಿತ್ತು. ಸಂಗೀತ ವಿದ್ವಾಂಸ ಕೃತಕ ಹಕ್ಕಿಯನ್ನು ಮನಸಾರೆ ಹೊಗಳಿದ. ಅದು ನಿಜವಾದ ಬುಲ್‌ಬುಲ್‌ಗಿಂತ ಎಲ್ಲಾ ವಿಧದಲ್ಲೂ ಸರ್ವಶ್ರೇಷ್ಠವಾದುದಾಗಿದೆ ಎಂದು ಘೋಷಿಸಿ ಅವನೆಂದ :

''ನೋಡಿ, ನಿಜವಾದ ಬುಲ್‌ಬುಲ್ ಯಾವ ರಾಗವನ್ನು ಹೊಮ್ಮಿಸ್ತದೆ ಅಂತ ಮೊದಲೇ ಯಾರೂ ಊಹಿಸಲಾಗುತ್ತಿರಲಿಲ್ಲ, ಆದರೆ ಕೃತಕ ಹಕ್ಕಿಯಲ್ಲಿ ಹಾಗಲ್ಲ, ಎಲ್ಲವೂ ಮೊದಲೇ ತಿಳಿದಿರ್ತದೆ. ಅದು ಒಂದೇ ಒಂದು ರೀತಿಯಲ್ಲಿ ಹಾಡ್ತದೆ. ಅದನ್ನು ಯಾರು ಬೇಕಾದರೂ ಸಾಧಿಸಿ ತೋರಿಸಬಹುದು. ಅದರ ಭಾಗಗಳನ್ನೆಲ್ಲಾ ಬಿಡಿಸಿ ಬಿಡಿಸಿ ತೋರಬಹುದು. ಅದರ ಚಕ್ರಗಳು ಒಂದಾದ ಮೇಲೆ ಒಂದು ತಿರುಗುವ ರಚನೆಯ ವಿಧಾನವನ್ನು ನೋಡಬಹುದು.''

''ನಾನೂ ಹಾಗೇ ಯೋಚಿಸಿದ್ದೆ'' ಎಂದು ಪ್ರತಿಯೊಬ್ಬನೂ ಹೇಳಿದ. ಮುಂದೆ ಬರಲಿರುವ ಭಾನುವಾರದಂದು ಆ ಹಕ್ಕಿಯನ್ನು ಪ್ರಜೆಗಳಿಗೆ ತೋರಿಸಲು ವಿದ್ವಾಂಸ ಅನುಮತಿ ಪಡೆದುಕೊಂಡ.

''ಅವರೂ ಅದರ ಹಾಡನ್ನು ಕೇಳಲಿ'' ಎಂದು ಚಕ್ರವರ್ತಿ ನುಡಿದ. ಪರಿಣಾಮವಾಗಿ ಅವರೆಲ್ಲಾ ಅದರ ಹಾಡನ್ನು ಕೇಳಿದರು. ಅದರಿಂದ ಅವರಿಗೆ ಟೀ ಕುಡಿದಷ್ಟು ಆನಂದವಾಯಿತು. ಟೀ ಸೇವನೆ ಚೀನೀಯರನ್ನು ಸಂತೋಷಗೊಳಿಸುತ್ತದೆ. ಆದರೆ ನಿಜವಾದ ಬುಲ್‌ಬುಲ್ ಹಕ್ಕಿಯ ಹಾಡನ್ನು ಕೇಳಿದ್ದ ಬೆಸ್ತರವನು ಹೇಳಿದ :

''ಹಾಡೇನೋ ತುಂಬಾ ಇಂಪಾಗಿದೆ. ಹೆಚ್ಚು ಕಡಿಮೆ ನಿಜವಾದ ಹಕ್ಕಿಯ ಹಾಡಿನಂತೆಯೇ ಇದೆ. ಆದರೆ ಅದರಲ್ಲಿ ಇನ್ನೂ ಏನೋ ಇರಬೇಕೆನ್ನಿಸ್ತದೆ. ಅದೇನೆಂದು ಮಾತ್ರ ನನಗೆ ಗೊತ್ತಾಗ್ತಿಲ್ಲ.''

ನಿಜವಾದ ಬುಲ್‌ಬುಲ್ ಹಕ್ಕಿಯನ್ನು ಸಾಮ್ರಾಜ್ಯದಿಂದ ಗಡಿಪಾರು ಮಾಡಲಾಯಿತು.

ಚಕ್ರವರ್ತಿಯ ಹಾಸಿಗೆ ಪಕ್ಕದಲ್ಲಿ ರೇಷ್ಮೆ ಮೆತ್ತೆಯ ಮೇಲೆ ಕೃತಕ ಹಕ್ಕಿ ಜಾಗ ಪಡೆದುಕೊಂಡಿತು. ಬಹುಮಾನವಾಗಿ ಬಂದಿದ್ದ ಚಿನ್ನ ಮತ್ತು ಅಮೂಲ್ಯ ಹರಳುಗಳು ಅದರ ಸುತ್ತ ಹರಡಿಕೊಂಡಿದ್ದವು. ಅದಕ್ಕೆ 'ಸಾರ್ವಭೌಮರ ಶಯ್ಯಾಗಾರದ ಹಾಡುಗಾರ' ಎಂಬ ಸ್ಥಾನ ಮತ್ತು ಬಿರುದನ್ನು ದಯಪಾಲಿಸಲಾಯಿತು.

ಸಂಗೀತ ವಿದ್ವಾಂಸ ಆ ಕೃತಕ ಹಕ್ಕಿಯನ್ನು ಕುರಿತು ಇಪ್ಪತ್ತೆಂಟು ಸಂಪುಟಗಳ ಪುಸ್ತಕ ಬರೆದ. ಈ

ಪುಸ್ತಕದಲ್ಲಿ ಚೀನಿ ಭಾಷೆಯ ಅತಿ ದೊಡ್ಡ ಹಾಗೂ ಅತಿ ಕ್ಲಿಷ್ಟ ಪದಗಳನ್ನು ಅವನು ಬಳಸಿದ್ದ. ಆದ್ದರಿಂದ ಎಲ್ಲರೂ ನಾವದನ್ನು ಓದಿದ್ದೇವೆ ಮತ್ತು ಅರ್ಥಮಾಡಿಕೊಂಡಿದ್ದೇವೆ ಎಂದರು. ಇಲ್ಲದಿದ್ದರೆ ಅವರು ಮೂರ್ಖರೆನಿಸಿಕೊಳ್ಳುತ್ತಿದ್ದರು, ಬಹುಶಃ ಛಡಿ ಏಟನ್ನೂ ತಿನ್ನಬೇಕಾಗುತ್ತಿತ್ತು.

ಒಂದು ವರ್ಷ ಹೀಗೆ ಕಳೆಯಿತು. ಚಕ್ರವರ್ತಿ, ರಾಜಪರಿವಾರ ಮತ್ತು ಚೀನೀಯರೆಲ್ಲರೂ ಕೃತಕ ಹಕ್ಕಿಯ ರಾಗವನ್ನು ಮನನ ಮಾಡಿದರು. ಅವರೆಲ್ಲರೂ ಅದರ ಜೊತೆ ಹಾಡಬಲ್ಲವ ರಾಗಿದ್ದರು. ಹಕ್ಕಿಯಿಂದ ಅವರು ಪಡೆಯುತ್ತಿದ್ದ ಸಂತೋಷಕ್ಕೆ ಇದು ಮುಖ್ಯ ಕಾರಣವಾಗಿತ್ತು. ಸಣ್ಣ ಮಕ್ಕಳು ಬೀದಿಯಲ್ಲಿ ಹೋಗುತ್ತಾ ಹಕ್ಕಿಯ ಹಾಡನ್ನು ಅನುಕರಿಸುತ್ತಿದ್ದರು. ಚಕ್ರವರ್ತಿ ಸಹ ತನ್ನಲ್ಲೇ ಹಾಡಿಕೊಳ್ಳುತ್ತಿದ್ದ.

ಆದರೆ, ಆ ಹಕ್ಕಿ ಒಂದು ದಿನ ಸಂಜೆ ಹಾಡುತ್ತಿರುವಾಗ ಚಕ್ರವರ್ತಿ ಹಾಸಿಗೆಯ ಮೇಲೆ ಮಲಗಿ ಆಲಿಸುತ್ತಿದ್ದ. ಇದ್ದಕ್ಕಿದ್ದಂತೆ ಹಕ್ಕಿಯ ದೇಹದಲ್ಲಿ ಏನೋ ಸದ್ದಾಯಿತು. ತಕ್ಷಣ ಅದರೊಳಗೆ ಒಂದು ಸುರುಳಿ ಸುತ್ತು ಮುರಿದು ಬಿತ್ತು.

ಕರಕರ ಶಬ್ದ ಮಾಡುತಾತ್ತ ಅದರ ಚಕ್ರಗಳೆಲ್ಲಾ ವೇಗವಾಗಿ ತಿರುಗಿದವು; ಸಂಗೀತ ನಿಂತು ಹೋಯಿತು.

ಚಕ್ರವರ್ತಿ ಕೂಡಲೇ ಹಾಸಿಗೆಯಿಂದ ಜಿಗಿದು ತನ್ನ ಮುಖ್ಯ ವೈದ್ಯನನ್ನು ಕರೆದ. ಅವನು ತಾನೇ ಬಂದು ಏನು ಮಾಡಿಯಾನು ? ಗಡಿಯಾರ ರಿಪೇರಿ ಮಾಡುವವನನ್ನು ಕರೆತರಲಾಯಿತು.

ಕೊನೆಗೆ ದೀರ್ಘ ಪ್ರಯತ್ನ, ಚರ್ಚೆ, ವಿಚಾರ ವಿನಿಮಯಗಳಾದ ಮೇಲೆ ಹಕ್ಕಿಯ ಸ್ಥಿತಿ ಸ್ವಲ್ಪ ಸುಧಾರಿಸಿತು. ಅದರ ಬೆಣೆಗಳು ಸವೆದಿರುವುದರಿಂದ ಅದು ಹೆಚ್ಚು ಹೊತ್ತು ಹಾಡಬಾರದೆಂದು ಗಡಿಯಾರ ರಿಪೇರಿ ಮಾಡುವವನು ಹೇಳಿದ. ಅದರ ಹಾಡುವಿಕೆಗೆ ಧಕ್ಕೆ ಬಾರದಂತೆ ಹೊಸ ಬೆಣೆಗಳನ್ನು ಬಳಸುವುದು ಅಸಾಧ್ಯವಾಯಿತು.

ಕೃತಕ ಹಕ್ಕಿ ವರ್ಷಕ್ಕೊಮ್ಮೆ ಮಾತ್ರ, ತುಂಬಾ ಕಷ್ಟಪಟ್ಟುಕೊಂಡು ಹಾಡಬೇಕಾಗಿ ಬಂದದ್ದು ಎಲ್ಲರ ದುಃಖಕ್ಕೆ ಕಾರಣವಾಯಿತು. ಇಷ್ಟಾದರೂ ಸಂಗೀತ ವಿದ್ವಾಂಸ ಎಂದಿನಂತೆ ದೊಡ್ಡ ದೊಡ್ಡ ಪದಗಳನ್ನು ಪ್ರಯೋಗಿಸಿ ಒಂದು ಚಿಕ್ಕ ಭಾಷಣ ಮಾಡಿ ಹಕ್ಕಿ ಚೆನ್ನಾಗಿಯೇ ಇದೆ ಎಂದು ಹೇಳಿದ. ಅದನ್ನು ಯಾರೂ ವಿರೋಧಿಸಲಿಲ್ಲ.

ಐದು ವರ್ಷಗಳು ಕಳೆದ ಮೇಲೆ ಚಕ್ರವರ್ತಿ ರೋಗಪೀಡಿತನಾದ. ಅವನು ಬದುಕುವುದಿಲ್ಲವೆಂಬ ಸುದ್ದಿ ಹರಡಿ ಎಲ್ಲೆಲ್ಲೂ ಶೋಕ ವ್ಯಾಪಿಸಿತು. ಹೊಸ ಚಕ್ರವರ್ತಿಯ ಆಯ್ಕೆಯನ್ನೂ ಮಾಡಲಾಗಿತ್ತು. ಜನ ಅರಮನೆಯ ಹೊರ ಬೀದಿಗಳಲ್ಲಿ ಗುಂಪುಗೂಡಿ ಚಕ್ರವರ್ತಿಯ ಆರೋಗ್ಯದ ಬಗ್ಗೆ ಪ್ರಧಾನಿಯನ್ನು ಕೇಳತೊಡಗಿದರು.

ಅವನು ''ಪೂಹ್ !'' ಎಂದು ತಲೆಯಾಡಿಸುತ್ತಿದ್ದ.

ಚಕ್ರವರ್ತಿ ತನ್ನ ಸುಂದರ ಹಾಸಿಗೆಯ ಮೇಲೆ ತಣ್ಣಗೆ, ಕಳೆಗುಂದಿ ಮಲಗಿದ್ದ. ರಾಜ ಪರಿವಾರದವರೆಲ್ಲಾ ಅವನು ಸತ್ತೇಹೋದನೆಂದು ಭಾವಿಸಿ ಹೊಸ ಚಕ್ರವರ್ತಿಯನ್ನು ಅಭಿನಂದಿಸಲು ಓಡಿದರು.

ಆದರೆ ಚಕ್ರವರ್ತಿ ಇನ್ನೂ ಸತ್ತಿರಲಿಲ್ಲ. ತುಂಬಾ ಕಷ್ಟಪಟ್ಟುಕೊಂಡು ಉಸಿರಾಡುತ್ತಿದ್ದ. ಅವನಿಗೆ ಎದೆಯ ಮೇಲೇನೋ ಕುಳಿತಿದೆ ಅನ್ನಿಸಿತು. ಕಣ್ಣು ತೆರೆದು ನೋಡಿದಾಗ ಅಲ್ಲಿ ಯಮ ಕುಳಿತಿದ್ದ. ಅವನು ಚಕ್ರವರ್ತಿಯ ಕಿರೀಟ ಧರಿಸಿದ್ದ. ಅವನ ಒಂದು ಕೈಯಲ್ಲಿ ಚಿನ್ನದ ಕುಡುಗೋಲು, ಮತ್ತೊಂದರಲ್ಲಿ ಸುಂದರವಾದ ರಾಜಲಾಂಛನವಿತ್ತು. ಗೋಡೆಗಳ ಬಳಿ ಇಳಿ ಬಿದ್ದಿದ್ದ ದಪ್ಪನೆಯ

ಮಕಮಲ್ಲಿನ ಪರದೆಗಳ ಮಡಿಕೆಗಳಿಂದ ವಿಚಿತ್ರ ಮುಖಗಳು ಇಣುಕುತ್ತಿದ್ದವು. ಅವುಗಳಲ್ಲಿ ಕೆಲವು ತುಂಬಾ ವಿಕಾರವಾಗಿದ್ದವು. ಇನ್ನು ಕೆಲವು ಸಭ್ಯತೆಯಿಂದ ಕೂಡಿ ಸುಂದರವಾಗಿದ್ದವು. ಅವು ಚಕ್ರವರ್ತಿಯ ಕೆಟ್ಟ ಹಾಗೂ ಒಳ್ಳೆಯ ಕೃತ್ಯಗಳ ಪ್ರತೀಕಗಳಾಗಿದ್ದವು. ಅವನ ಎದೆಯ ಮೇಲೆ ಯಮ ಕುಳಿತಿರಬೇಕಾದರೆ ಅವು ಚಕ್ರವರ್ತಿಯನ್ನು ದುರುಗುಟ್ಟಿ ನೋಡುತ್ತಿದ್ದವು. 'ನಿನಗಿದು ಗೊತ್ತೇ ?' ಅವು ಒಂದಾದ ಮೇಲೊಂದರಂತೆ ಪಿಸುಗುಟ್ಟಿದವು. 'ನಿನಗದು ನೆನಪಿದೆಯೇ ?' ಚಕ್ರವರ್ತಿ ಹಣೆಯ ಮೇಲೆ ಬೆವರ ಹನಿ ಒಸರುವಂತೆ ಅವು ಅವನನ್ನು ನಿಂದಿಸತೊಡಗಿದವು.

''ನನಗಂಥದೇನೂ ಗೊತ್ತಿಲ್ಲ'' ಎಂದು ಚಕ್ರವರ್ತಿ ಹೇಳಿದ. ಬಳಿಕ ಅವನು ಒರಲಿದ.

''ಸಂಗೀತ, ಸಂಗೀತ, ಚೀನಾದ ದೊಡ್ಡ ನಗಾರಿ ಬಾರಿಸಿ! ಅವುಗಳ ಮಾತು ನನಗೆ ಕೇಳಿಸಬಾರದು.''

ಆದರೂ ಅವು ಮುಂದುವರಿಸಿದವು. ಅವುಗಳ ಪ್ರತಿ ಮಾತಿಗೂ ಯಮ ಚೀನೀ ಶೈಲಿಯಲ್ಲಿ ತಲೆಯಾಡಿಸುತ್ತಿದ್ದ.

ಚಕ್ರವರ್ತಿ ಕಿರಿಚಿದ :

''ಸಂಗೀತ, ಸಂಗೀತ, ಪ್ರೀತಿ ಪಾತ್ರ ಚಿನ್ನದ ಪುಟಾಣಿ ಹಕ್ಕಿಯೇ! ಹಾಡು! ನಾನು ಬೇಡಿಕೊಳ್ಳುತ್ತಿದ್ದೇನೆ, ಹಾಡು! ನಾನು ನಿನಗೆ ಚಿನ್ನ ಮತ್ತು ಅಮೂಲ್ಯ ಹರಳುಗಳನ್ನು ಕೊಟ್ಟಿದ್ದೇನೆ. ನನ್ನ ಚಿನ್ನದ ಸರವನ್ನು ಸಹ ನಿನ್ನ ಕುತ್ತಿಗೆಗೆ ಹಾಕಿದ್ದೇನೆ. ಹಾಡು, ನಾನು ಬೇಡಿಕೊಳ್ಳುತ್ತಿದ್ದೇನೆ. ಹಾಡು !''

ಆದರೆ ಹಕ್ಕಿ ಮೌನವಾಗಿತ್ತು. ಅದಕ್ಕೆ ಕೀಲಿ ತಿರುಗಿಸುವವರಾರೂ ಅಲ್ಲಿರಲಿಲ್ಲ. ಹಾಗೆ ಮಾಡದೆ ಅದು ಹಾಡುತ್ತಿರಲಿಲ್ಲ. ಯಮ ತನ್ನ ಗುಳಿ ಬಿದ್ದ ಕಣ್ಣುಗಳಿಂದ ಚಕ್ರವರ್ತಿಯ ಕಡೆ ದುರುಗುಟ್ಟಿ ನೋಡುತ್ತಲೇ ಇದ್ದ! ಎಲ್ಲೆಲ್ಲೂ ನೀರವತೆ ಆವರಿಸಿತ್ತು. ಅದು ಭಯಭರಿತ ನೀರವತೆಯಾಗಿತ್ತು!

ಇದ್ದಕ್ಕಿದ್ದಂತೆ ಕಿಟಕಿಯಿಂದ ಮಧುರ ಸಂಗೀತ ಕೇಳಿಬಂತು. ನಿಜವಾದ ಬುಲ್‌ಬುಲ್ ಹಕ್ಕಿ ಹೊರಗೆ ಕೊಂಬೆಯೊಂದರ ಮೇಲೆ ಕುಳಿತು ಹಾಡುತ್ತಿತ್ತು. ಚಕ್ರವರ್ತಿಯು ರೋಗಪೀಡಿತ ನಾಗಿರುವುದನ್ನು ತಿಳಿದು ಅವನನ್ನು ಸಮಾಧಾನಪಡಿಸುವ ಸಲುವಾಗಿ, ಅವನಲ್ಲಿ ಭರವಸೆ ಮೂಡಿಸುವ ಸಲುವಾಗಿ ಅದು ಹಾಡಲು ಬಂದಿತ್ತು. ಹಾಡು ಕೇಳಿಬಂದಂತೆ ಪ್ರೇತರೂಪಗಳು ಕಳೆಗುಂದಿದವು. ಚಕ್ರವರ್ತಿಯ ದುರ್ಬಲ ಅವಯವಗಳಲ್ಲಿ ರಕ್ತವು ವೇಗವಾಗಿ ಚಲಿಸತೊಡಗಿತು. ಹಾಡು ಕೇಳಿದ ಯಮ ಸಹ ''ಹಾಡು ಬುಲ್‌ಬುಲ್, ಹಾಡು'' ಎಂದ.

''ನೀನು ನನಗೆ ನಿನ್ನ ಚಿನ್ನದ ಕುಡುಗೋಲನ್ನು ಕೊಡುವೆಯಾ ? ಆ ಅಮೂಲ್ಯ ರಾಜಲಾಂಛನವನ್ನು ಕೊಡುವೆಯಾ ? ಚಕ್ರವರ್ತಿಯ ಕಿರೀಟವನ್ನು ಕೊಡುವೆಯಾ ?'' ಎಂದು ಹಕ್ಕಿ ಯಮನನ್ನು ಕೇಳಿತು.

ಒಂದೇ ಒಂದು ಹಾಡಿಗೆ ಯಮ ತನ್ನ ಸಂಪತ್ತನ್ನೆಲ್ಲಾ ಕೊಟ್ಟುಬಿಟ್ಟ. ಬುಲ್‌ಬುಲ್ ಹಕ್ಕಿಯ ಹಾಡು ಮುಂದುವರಿಯಿತು. ಬಿಳಿ ಗುಲಾಬಿ ಅರಳುವುದರ ಬಗ್ಗೆ, ಸುಗಂಧ ಪುಷ್ಪಗಳು ತಮ್ಮ ಪರಿಮಳವನ್ನು ಪಸರಿಸುವುದರ ಬಗ್ಗೆ ಗತಿಸಿದ ಗೆಳೆಯರ ದುಃಖಾಶ್ರುವಿನಿಂದ ತೊಯ್ದ ಚಿಗುರು ಹುಲ್ಲಿನಿಂದ ಕೂಡಿದ ಇಗರ್ಜಿಯ ರುದ್ರಭೂಮಿಯ ನೀರವ ಅಂಗಳದ ಬಗ್ಗೆ ಅದು ಹಾಡಿತು. ಇದರಿಂದ ಯಮನಿಗೆ ತನ್ನ ಹೂದೋಟವನ್ನು ನೋಡಬೇಕೆಂಬ ಬಯಕೆಯುಂಟಾಯಿತು. ಅವನು ತಣ್ಣನೆಯ ಬಿಳಿ ನೆರಳಿನಂತೆ ಕಿಟಕಿಯಿಂದ ಹಾರಿಹೋದ.

''ಧನ್ಯವಾದಗಳು, ಧನ್ಯವಾದಗಳು ಪುಟ್ಟ ಹಕ್ಕಿ. ನಿನ್ನನ್ನು ನಾನು ಚೆನ್ನಾಗಿ ಬಲ್ಲೆ. ನನ್ನ ಸಾಮ್ರಾಜ್ಯದಿಂದ ನಾನು ನಿನ್ನನ್ನು ಗಡಿಪಾರು ಮಾಡಿದೆ. ನಿನ್ನ ಹಾಡಿನ ಮೂಲಕ ನನ್ನ ಎದೆಯ ಮೇಲೆ ಕುಳಿತಿದ್ದ ಯಮನನ್ನೂ ಹಾಸಿಗೆ ಬಳಿಯಿದ್ದ ಆ ವಿಪತ್ಕಾರಿ ಮುಖಗಳನ್ನೂ ನೀನು ಓಡಿಸಿದೆ. ನಿನಗೇನು ಬಹುಮಾನವನ್ನು ನಾನು ಕೊಡಲಿ ?'' ಎಂದು ಚಕ್ರವರ್ತಿ ಕೇಳಿದ.

''ಈಗಾಗಲೇ ನೀನು ನನಗೆ ಬಹುಮಾನವನ್ನು ಕೊಟ್ಟಿರುವೆ. ನಾನು ಮೊದಲು ಹಾಡಿದಾಗ ನಿನ್ನ ಕಣ್ಣಿನಲ್ಲಿ ನೀರು ಕಂಡೆ. ಅದನ್ನು ನಾನೆಂದೂ ಮರೆಯಲಾರೆ. ಸಂಗೀತಗಾರನ ಹೃದಯವನ್ನು ಆಹ್ಲಾದಗೊಳಿಸುವ ಆಭರಣಗಳವು. ನೀನೀಗ ನಿದ್ರೆಮಾಡಿ, ಸಂತೋಷ ಮತ್ತು ಆರೋಗ್ಯಗಳನ್ನು ಪಡೆದು ಎಚ್ಚರಗೊಳ್ಳು. ನಾನು ನಿನಗಾಗಿ ಮತ್ತೆ ಹಾಡುವೆ'' ಎಂದು ಬುಲ್‌ಬುಲ್ ಹೇಳಿತು.

ಹಕ್ಕಿ ಹಾಡಿತು – ಚಕ್ರವರ್ತಿ ಮಧುರ ನಿದ್ದೆಯಲ್ಲಿ ಮುಳುಗಿದ. ಆಹಾ ! ಅದೆಷ್ಟು ಮೃದು ಮತ್ತು ಚೇತೋಹಾರಿಯಾಗಿತ್ತು!

ಚಕ್ರವರ್ತಿ ಚೈತನ್ಯಶಾಲಿಯಾಗಿ, ಆರೋಗ್ಯ ಹೊಂದಿ ಎಚ್ಚರಗೊಂಡಾಗ ಕಿಟಿಕಿಯಲ್ಲಿ ಸೂರ್ಯ ಬೆಳಗುತ್ತಿದ್ದ. ಅವನು ಸತ್ತಿರುವನೆಂದೇ ಎಲ್ಲರೂ ನಂಬಿದ್ದರಿಂದ ಅವನ ಒಬ್ಬ ಸೇವಕ ಕೂಡ ಹಿಂದಿರುಗಿ ಬಂದಿರಲಿಲ್ಲ. ಬುಲ್‌ಬುಲ್ ಹಕ್ಕಿ ಮಾತ್ರ ಅವನ ಪಕ್ಕದಲ್ಲಿ ಕುಳಿತು ಹಾಡುತ್ತಿತ್ತು.

''ನೀನು ಯಾವಾಗಲೂ ನನ್ನ ಬಳಿಯೇ ಇರು. ನಿನಗಿಷ್ಟ ಬಂದಾಗ ಹಾಡು. ಈ ಕೃತಕ ಹಕ್ಕಿಯನ್ನು ನಾನು ಒಡೆದು ನುಚ್ಚುನೂರು ಮಾಡ್ತೇನೆ'' ಎಂದು ಚಕ್ರವರ್ತಿ ನುಡಿದ.

ಅದಕ್ಕೆ ಬುಲ್‌ಬುಲ್ ಹಕ್ಕಿ ಹೇಳಿತು :

''ಹಾಗೆ ಮಾಡಬೇಡ. ತನ್ನಿಂದ ಎಷ್ಟು ಸಾಧ್ಯವೋ ಅದನ್ನು ಕೃತಕ ಹಕ್ಕಿ ಮಾಡಿದೆ. ಅದರ ಕಡೆ ಗಮನ ಕೊಡು. ನಾನು ಅರಮನೆಯಲ್ಲಿ ಉಳಿದುಕೊಳ್ಳಲಾರೆ. ಆದರೆ, ನನಗೆ ಬೇಕೆನಿಸಿದಾಗ ಬರಲು ಬಿಡು. ಸಂಜೆಯ ಹೊತ್ತು ಕಿಟಿಕಿಯ ಸಮೀಪದ ಕೊಂಬೆಯ ಮೇಲೆ ಕುಳಿತು ನಿನಗಾಗಿ ಹಾಡುವೆ. ಅದರಿಂದ ನಿನಗೆ ಸಂತೋಷವಾಗ್ತದೆ; ಅಲ್ಲದೆ, ಹಿತಕರ ಭಾವನೆಗಳನ್ನು ನೀನು ಹೊಂದುವೆ. ಯಾರು ಸಂತೋಷದಿಂದಿರುವರೋ ಯಾರು ದುಃಖಿಗಳಾಗಿರುವರೋ ಅವರನ್ನು ಕುರಿತು ನಾನು ಹಾಡುವೆ. ನಿನ್ನ ಗಮನಕ್ಕೆ ಬರದ ಒಳಿತು, ಕೆಡಕುಗಳ ಬಗ್ಗೆ ನಾನು ಹಾಡುವೆ. ಪುಟ್ಟ ಗಾಯಕನಾದ ನಾನು ದೂರದ ಬೆಸ್ತರ ಗುಡಿಸಲು ಬಳಿಗೆ, ರೈತರ ಹಟ್ಟಿಯ ಬಳಿಗೆ, ನಿನ್ನಿಂದ ಹಾಗೂ ನಿನ್ನ ಆಸ್ಥಾನದಿಂದ ದೂರವಿರುವ ಎಲ್ಲರ ಬಳಿಗೆ ಹಾರಾಡ್ತೇನೆ. ನಿನ್ನ ಕಿರೀಟಕ್ಕಿಂತ ಮಿಗಿಲಾಗಿ ನಿನ್ನ ಹೃದಯವನ್ನು ನಾನು ಪ್ರೀತಿಸ್ತೇನೆ. ಆದರೂ ಕಿರೀಟ ತನ್ನದೇ ಆದ ಪಾವಿತ್ರ್ಯದಿಂದ ಪೂಜ್ಯವೆನಿಸಿದೆ. ನಾನು ಬರುವೆ, ಬಂದು ಹಾಡುವೆ. ಆದರೆ ಒಂದು ವಿಷಯದ ಬಗ್ಗೆ ಮಾತ್ರ ನೀನು ನನಗೆ ವಚನ ಕೊಡ್ಬೇಕು.''

''ಆಗಲಿ ಒಪ್ಪಿದ್ದೇನೆ'' ಎಂದು ಚಕ್ರವರ್ತಿ ಹೇಳಿದ. ತಾನೇ ತೊಟ್ಟುಕೊಂಡ ವೈಭವೋಪೇತ ರಾಜ ಲಾಂಛನಗಳೊಂದಿಗೆ ಅವನು ಎದ್ದುನಿಂತ. ಭಾರವಾದ ಚಿನ್ನದ ಕುಡುಗೋಲನ್ನು ಎದೆಗೆ ಒತ್ತಿ ಹಿಡಿದ.

''ನನ್ನದೊಂದು ಬಿನ್ನಹ. ಎಲ್ಲವನ್ನೂ ನಿನಗೆ ತಿಳಿಸುವ ಪುಟ್ಟ ಹಕ್ಕಿಯೊಂದು ನಿನ್ನ ಬಳಿ ಇರೋದು ಯಾರಿಗೂ ಗೊತ್ತಾಗ್ಬಾರದು. ಆಗ ಎಲ್ಲವೂ ಸರಿಯಾಗಿ ನಡೆಯುತ್ತದೆ'' ಎಂದು ಹೇಳಿ ಬುಲ್‌ಬುಲ್ ಹಾರಿಹೋಯಿತು.

ಗತಿಸಿದ ಚಕ್ರವರ್ತಿಯನ್ನು ನೋಡಲು ಸೇವಕರು ಬಂದರು. ಚಕ್ರವರ್ತಿ ಅವರನ್ನು ನೋಡಿ ''ಶುಭ ಪ್ರಭಾತ !'' ಎಂದ.

❍ ಯೇನ್ಸ್ ಪೇಟರ್ ಯಾಕಬ್‌ಸನ್

ಎರಡು ಪ್ರಪಂಚಗಳು

ಸಲ್ಲಾಚ್ ನಲಿವಿನ ನದಿಯಲ್ಲ. ಅದರ ಮೂಡಣ ತೀರದಲ್ಲೊಂದು ಸಣ್ಣ ಹಳ್ಳಿ. ಮಂಕು, ಬಡತನ, ವಿಚಿತ್ರ ಮೌನ ಕವಿದಿದ್ದ ಹಳ್ಳಿಯದು.

ದಾಟಲು ಹಣವಿಲ್ಲದೆ ದಡದಲ್ಲಿ ನಿಂತ ಕುರೂಪಿ ತಿರುಪೆಯವರಂತೆ ಆ ಹಳ್ಳಿಯ ಮನೆಗಳು ನದಿಯ ಅಂಚಿನಲ್ಲಿ ಒತ್ತೊತ್ತಾಗಿ ನಿಂತಿದ್ದವು. ಅವು ತಮ್ಮ ಶಕ್ತಿಹೀನ ತೋಳುಗಳನ್ನು ಚಾಚಿ ಪರಸ್ಪರ ಆತುಕೊಂಡಂತಿದ್ದವು. ಹವಾಮಾನದ ಆಘಾತಕ್ಕೆ ಸಿಕ್ಕಿದ್ದ ಆ ಮನೆಗಳ ಕಾಂತಿಹೀನ ಕಿಟಿಕಿಗಳು ಎದುರು ತೀರದ ಹುಲ್ಲು ಹಸಲೆಯ ಮೇಲೆ ವಿರಳವಾಗಿ ಕಟ್ಟಿದ್ದ ಮನೆಗಳ ಕಡೆ ದ್ವೇಷಾಸೂಯೆಗಳಿಂದ ನೋಡುತ್ತಿದ್ದವು. ಈ ಮುರುಕಲು ಮನೆಗಳ ಮೇಲೆ ಬೆಳಕು ಬೀಳುತ್ತಿರಲಿಲ್ಲ. ಅವುಗಳನ್ನು ಕವಿದಿದ್ದ ದಬ್ಬಾಳಿಕೆಯ ಕತ್ತಲು ಮತ್ತು ಸ್ತಬ್ಧತೆಯು ನದಿ ನೀರಿನ ಸದ್ದಿನ ಭಾರದಿಂದ ಕೂಡಿತ್ತು. ನದಿ ತನ್ನ ಪಾಡಿಗೆ ತಾನು ಆಯಾಸದಿಂದ, ವಿಚಿತ್ರ ಮರೆವಿನಿಂದೆಂಬಂತೆ ನಿಧಾನವಾಗಿ, ನಿರಂತರವಾಗಿ ಹರಿಯುತ್ತಿತ್ತು.

ಸೂರ್ಯ ಮುಳುಗುತ್ತಿದ್ದ. ಮಿಡತೆಗಳ ಸದ್ದು ಎಲ್ಲೆಲ್ಲೂ ಕೇಳಿಬರತೊಡಗಿತು. ಎದುರು ದಡದಿಂದ ಬೀಸುತ್ತಿದ್ದ ಮಂದಗಾಳಿ ಆ ಸದ್ದನ್ನು ಹೊತ್ತು ತರುತ್ತಿತ್ತು.

ಸ್ವಲ್ಪ ದೂರದಲ್ಲಿ ದೋಣಿಯೊಂದು ಕಾಣಿಸಿಕೊಂಡಿತು.

ಬಡಕಲು ಹೆಂಗಸೊಬ್ಬಳು ನದಿತೀರದ ಮನೆಯೊಂದರ ಬಾಗಿಲ ಚೌಕಟ್ಟಿಗೆ ಒರಗಿ ಆ ದೋಣಿಯ ಕಡೆ ನೋಡುತ್ತಾ ನಿಂತಿದ್ದಳು. ತೆಳ್ಳಗಿನ ಒಂದು ಕೈಯಿಂದ ಅವಳು ತನ್ನ ಕಣ್ಣುಗಳನ್ನು ಮರೆ ಮಾಡಿದ್ದಳು. ಯಾಕೆಂದರೆ ದೋಣಿಯಿದ್ದ ಜಾಗದಲ್ಲಿ ಸೂರ್ಯನ ಹೊಂಗಿರಣಗಳಿಂದ ನೀರು ಮಿಂಚುತ್ತಿದ್ದು, ಚಿನ್ನದ ಕನ್ನಡಿಯ ಮೇಲೆ ದೋಣಿ ತೇಲಿಬರುತ್ತಿದ್ದಂತೆ ತೋರುತ್ತಿತ್ತು.

ಆ ನಿರ್ಮಲ ಮುಸ್ಸಂಜೆಯಲ್ಲಿ ಮಯಣ ಬಣ್ಣದ ಅವಳ ಕಾಂತಿಹೀನ ಮುಖ. ಅದರಲ್ಲಿ ತನ್ನದೇ ಆದ ಬೆಳಕಿತ್ತೋ ಎಂಬಂತೆ ಹೊಳೆಯುತ್ತಿತ್ತು. ಕತ್ತಲು ತುಂಬಿದ ಇರುಳಿನಲ್ಲೂ ಗೋಚರಿಸುವ ದಟ್ಟ ಬಿಳಿನೊರೆಯಂತೆ ಅದು ಸ್ಪಷ್ಟವಾಗಿ ಕಾಣುತ್ತಿತ್ತು. ಭಯ

ತುಂಬಿದ, ಭರವಸೆಯಿಲ್ಲದ ಆಕೆಯ ಕಣ್ಣುಗಳು ಏನನ್ನೋ ಹುಡುಕುತ್ತಿದ್ದವು. ದುರ್ಬಲ ನಗೆಯೊಂದು ಅವಳ ಆಯಾಸಭರಿತ ಮುಖದಲ್ಲಿ ಮೂಡಿತ್ತು. ಆದರೆ ಅವಳ ಹಣೆಯಲ್ಲಿ ಮೂಡಿದ್ದ ನೆರಿಗೆಗಳು ಇಡೀ ಮುಖದ ಮೇಲೆ ನಿರಾಶೆಯ ನೆರಳನ್ನು ಹರಡಿದ್ದವು.

ಆ ಸಣ್ಣ ಹಳ್ಳಿಯಲ್ಲಿದ್ದ ಇಗರ್ಜಿಯ ಗಂಟೆಯ ಸದ್ದು ಕೇಳತೊಡಗಿತು.

ಮುಳುಗುತ್ತಿದ್ದ ಸೂರ್ಯನ ಕಡೆಯಿಂದ ಮುಖ ತಿರುವಿ, ಗಂಟೆಯ ಸದ್ದಿನಿಂದ ತಪ್ಪಿಸಿ ಕೊಳ್ಳುವವಳಂತೆ ಅವಳು ತಲೆ ಆಡಿಸಿದಳು. ಬಳಿಕ ಆ ನಿರಂತರ ಸದ್ದಿಗೆ ಉತ್ತರಿಸುವವಳಂತೆ ಅವಳು ಗೊಣಗಿದಳು:

''ನಾನು ಕಾಯಲಾರೆ, ಕಾಯಲಾರೆ !''

ಆದರೆ ಗಂಟೆಯ ಸದ್ದು ಮುಂದುವರಿಯಿತು.

ದುಃಖಿತಳಂತೆ ಅವಳು ಅಂಗಳದಲ್ಲಿ ಶತಪಥ ತಿರುಗತೊಡಗಿದಳು.

ನಿರಾಶೆಯ ನೆರಳು ಗಾಢವಾಯಿತು. ಅಳುವ ತೀವ್ರತೆಯನ್ನು ಮುಟ್ಟಿಯೂ ಅಳಲಾರದವಳಂತೆ ಅವಳು ಭಾರವಾದ ನಿಟ್ಟುಸಿರಿಟ್ಟಳು.

ಅನೇಕ ವರ್ಷಗಳಿಂದ ಆಕೆ ಒಂದು ಬೇನೆಗೆ ಸಿಲುಕಿ ನರಳುತ್ತಿದ್ದಳು. ಸಮಾಧಾನದಿಂದಿರಲು, ಮಲಗಲು, ನಡೆದಾಡಲು ಅವಳಿಗೆ ಅದು ಅವಕಾಶ ಕೊಡುತ್ತಿರಲಿಲ್ಲ. ಅವಳು ಅನೇಕ 'ಪ್ರಾಜ್ಞ' ಸ್ತ್ರೀಯರ ಸಲಹೆ ಕೇಳಿದ್ದಳು. ತನ್ನನ್ನು ತಾನೇ ಒಂದು 'ಪವಿತ್ರ' ವಸಂತ ಕಾಲದಿಂದ ಮತ್ತೊಂದಕ್ಕೆ ಎಳೆದು ತಂದಿದ್ದಳು. ಕೊನೆಗೆ ಸೇಂಟ್ ಬಾರ್ಥೋಲೊಮ್ಯುವಿನ ಸೆಪ್ಟೆಂಬರ್ ಯಾತ್ರೆಗೂ ಹೋಗಿ ಬಂದಿದ್ದಳು. ಅಲ್ಲಿ ಒಕ್ಕಣ್ಣಿನ ಮುದುಕನೊಬ್ಬ ಶ್ವೇತಪುಷ್ಪದ ಒಂದು ಗುಚ್ಛ, ಒಂದು ಗಾಜಿನ ಚೂರು, ಸ್ವಲ್ಪ ಧಾನ್ಯ, ಶ್ಮಶಾನದಲ್ಲಿರುವ ಕೆಲವು ಗಿಡದ ಎಲೆಗಳು, ಅವಳ ತಲೆಗೂದಲಿನ ಒಂದು ಕುಚ್ಚು ಮತ್ತು ಶವಪೆಟ್ಟಿಗೆಯ ಒಂದು ಸಿಬಿರು, ಇವುಗಳನ್ನು ಗಂಟು ಕಟ್ಟಿ, ನದಿಯಲ್ಲಿ ಸಾಗಿ ಹೋಗುತ್ತಿರುವ ಆರೋಗ್ಯಶಾಲಿ, ನವತರುಣ ಸ್ತ್ರೀಯೊಬ್ಬಳ ಕಡೆ ಎಸೆಯಬೇಕೆಂದು ಉಪದೇಶಿಸಿದ್ದ. ಆಗ ಆ ಬೇನೆ ಅವಳನ್ನು ಬಿಟ್ಟು ಬೇರೊಬ್ಬರನ್ನು ಸೇರುತ್ತದೆ ಎಂದು ಹೇಳಿದ್ದ.

ಅವಳೀಗ ಆ ಗಂಟನ್ನು ಸಿದ್ಧಪಡಿಸಿ ತನ್ನ ಶಾಲಿನಲ್ಲಿ ಮರೆಮಾಡಿಟ್ಟುಕೊಂಡಿದ್ದಳು. ಆ ಮಂತ್ರಪೂರಿತ ಗಂಟನ್ನು ಸಿದ್ಧಪಡಿಸಿದ ಮೇಲೆ ಕಾಣಿಸಿಕೊಂಡ ಮೊದಲ ದೋಣಿ ಅದಾಗಿತ್ತು. ಅವಳು ಮತ್ತೆ ಬಾಗಿಲ ಬಳಿಗೆ ಬಂದಳು. ದೋಣಿ ಸಮೀಪಿಸುತ್ತಿತ್ತು. ಅದರಲ್ಲಿ ಆರು ಜನ ಇದ್ದದ್ದೂ ಕಾಣಿಸುತ್ತಿತ್ತು. ಅವರ ಪರಿಚಯ ಅವಳಿಗಿರಲಿಲ್ಲ. ದೋಣಿಯ ಮುಂಭಾಗದಲ್ಲಿ ಅಂಬಿಗ ಹುಟ್ಟುಹಾಕುವ ಕೋಲು ಹಿಡಿದು ನಿಂತಿದ್ದ. ಅವನ ಹಿಂದೆ ತರುಣನೊಬ್ಬನ ಪಕ್ಕದಲ್ಲಿ ಹೆಂಗಸೊಬ್ಬಳು ಕುಳಿತಿದ್ದಳು. ಉಳಿದವರು ದೋಣಿಯ ಮಧ್ಯಭಾಗದಲ್ಲಿ ಆಸೀನರಾಗಿದ್ದರು.

ರೋಗಪೀಡಿತ ಹೆಂಗಸು ಬಾಗಿಲ ಚೌಕಟ್ಟಿನ ಮೇಲೆ ಬಾಗಿದಳು. ಮುಖದ ಮೇಲೆ ಮೂಡಿದ್ದ ಪ್ರತಿಯೊಂದು ಗೆರೆಯೂ ಅವಳ ಮನಸ್ಸಿನ ಬೇಗುದಿಯನ್ನು ಸೂಚಿಸುತ್ತಿತ್ತು. ಅವಳ ಕೈಗಳು ಶಾಲಿನಲ್ಲಿ ಅಡಗಿದ್ದವು. ಗಲ್ಲ ರಕ್ತರಂಜಿತವಾಗಿತ್ತು. ಅವಳ ಉಸಿರಾಟ ಕ್ಷೀಣಿಸಿತ್ತು. ಅದುರುತ್ತಿದ್ದ ಮೂಗಿನ ಹೊಳ್ಳೆಗಳು, ಹತ್ತಿ ಉರಿಯುವಂತಿದ್ದ ಕೆನ್ನೆಗಳು, ಅರಳಿ ದಿಟ್ಟಿಸುತ್ತಿದ್ದ ಕಣ್ಣುಗಳು ದೋಣಿಯ ಆಗಮನವನ್ನು ನಿರೀಕ್ಷಿಸುತ್ತಿದ್ದವು.

ಪ್ರಯಾಣಿಕರ ಮಾತು ಒಮ್ಮೆ ಸ್ಪಷ್ಟವಾಗಿ, ಒಮ್ಮೆ ಅಸ್ಪಷ್ಟವಾಗಿ ಕೇಳಿಬರುತ್ತಿತ್ತು.

''ಸುಖ ಅನ್ನೋದು ನಿಜವಾಗಿಯೂ ಒಂದು ವಿಧರ್ಮಿಯ ಭಾವನೆ ಹೊಸ ಒಡಂಬಡಿಕೆ ಯಲ್ಲೆಲ್ಲೂ ನಿಮಗೆ ಆ ಪದ ಕಾಣಸಿಗೋದಿಲ್ಲ'' ಎಂದು ಒಬ್ಬ ಹೇಳುತ್ತಿದ್ದ.

''ಮುಕ್ತಿ?'' ಮತ್ತೊಬ್ಬ ಪ್ರಶ್ನಿಸಿದ.

''ಇಲ್ಲ, ಈಗ ಕೇಳಿ, ಆದರ್ಶ ಸಂಭಾಷಣೆ ಎನ್ನುವುದು ನಾವು ಆಡುವ ಮಾತುಗಳಿಂದ ಎಷ್ಟು ದೂರ ಸಾಧ್ಯವೋ ಅಷ್ಟು ದೂರ ಇರುತ್ತದೆ. ಆದ್ದರಿಂದ ನಾವು ಮಾತು ಮೊದಲು ಮಾಡಿದಲ್ಲಿಗೇ ಮರಳೋದು ಒಳ್ಳೆಯದು ಅನ್ನಿಸ್ತದೆ'' ಎಂದು ಅವರಲ್ಲೊಬ್ಬ ಹೇಳಿದ.

''ಹಾಗಾದರೆ ಸರಿ. ಗ್ರೀಕರು...''

''ಮೊದಲು ಫಿನಿಶಿಯನ್ನರು!''

''ಫಿನಿಶಿಯನ್ನರ ಬಗ್ಗೆ ನಿನಗೇನು ಗೊತ್ತು?''

''ಏನೂ ಇಲ್ಲ! ಆದರೆ ಫಿನಿಶಿಯನ್ನರ ವಿಚಾರವನ್ನೇಕೆ ಯಾವಾಗಲೂ ಹಾರಿಸಿ ಬಿಡ್ತಾರೆ?''

ದೋಣಿ ಈಗ ಮನೆಯ ಎದುರಿಗೆ ಬಂದಿತ್ತು. ಅದು ದಾಟಿ ಹೋಗುತ್ತಿರುವಾಗ ಒಬ್ಬ ಸಿಗರೇಟ್ ಹಚ್ಚಿದ. ದೋಣಿಯ ಮುಂಭಾಗದಲ್ಲಿದ್ದ ಹೆಂಗಸಿನ ಮುಖ ಆ ಕೆಂಬೆಳಕಿನಲ್ಲಿ ಗೋಚರಿಸಿತು. ಸುಖದ ನಗೆಯ, ಬಿರಿದ ತುಟಿಯ, ಕನಸುಗಣ್ಣಿನಿಂದ ಕತ್ತಲೆ ತುಂಬಿದ ಗಗನವನ್ನು ನೋಡುತ್ತಿದ್ದ ನವಯುವತಿಯ ಮುಖವದು. ಬೆಳಕು ನಂದಿತು. ನೀರಿಗೆ ಏನನ್ನೋ ಎಸೆದ ಸದ್ದು ಕೇಳಿಸಿತು. ದೋಣಿ ಮುಂದಕ್ಕೆ ಹಾದು ಹೋಯಿತು.

* * *

ಒಂದು ವರ್ಷ ಕಳೆಯಿತು. ನದಿಯ ಕರಿ ನೀರಿನ ಮೇಲೆ ಮೋಡಗಳ ಮರೆಯಲ್ಲಿ ಮುಳುಗುತ್ತಿದ್ದ ಸೂರ್ಯ ಬೀರಿದ ಕಿರಣಗಳಿಂದ ರಕ್ತವರ್ಣದ ಚಿತ್ರ ಪ್ರತಿಫಲಿಸುತ್ತಿತ್ತು. ಬಯಲಿನಲ್ಲಿ ಶುದ್ಧ ಗಾಳಿ ಬೀಸುತ್ತಿತ್ತು. ಮಿಡತೆಗಳಿರಲಿಲ್ಲ. ನದಿ ಹರಿಯುವ ಸದ್ದು ಮತ್ತು ದಡದಲ್ಲಿದ್ದ ಜೊಂಡುಗಳ ಪಿಸುಗುಟ್ಟುವಿಕೆ ಮಾತ್ರ ಕೇಳಿಸುತ್ತಿತ್ತು. ದೂರದಲ್ಲಿ ದೋಣಿಯೊಂದು ಬರುತ್ತಿತ್ತು.

ಮುದಿ ಹೆಂಗಸು ಕೆಳಗೆ ನದಿ ತೀರದಲ್ಲಿದ್ದಳು... ಅವಳು ಮಂತ್ರಪೂರಿತ ಗಂಟನ್ನು ಯುವತಿಯ ಕಡೆ ಎಸೆದ ಮೇಲೆ ಪ್ರಜ್ಞೆ ತಪ್ಪಿ ಬಿದ್ದಿದ್ದಳು. ಅವಳ ತೀವ್ರ ಭಾವೋದ್ವೇಗ – ಬಹುಶಃ ಆ ಊರಿಗೆ ಹೊಸದಾಗಿ ಬಂದಿದ್ದ ಡಾಕ್ಟರನ ಪಾತ್ರವೂ ಅದರಲ್ಲಿದ್ದಿರಬಹುದು – ಅವಳ ರೋಗವನ್ನು ಶಮನ ಮಾಡಿತ್ತು. ತಿಂಗಳುಗಳುರುಳಿದಂತೆ ಅವಳು ಚೇತರಿಸಿಕೊಂಡು ಕೊನೆಗೆ ಸಂಪೂರ್ಣ ಆರೋಗ್ಯಶಾಲಿಯಾಗಿದ್ದಳು. ಪ್ರಾರಂಭದಲ್ಲಿ ಈ ಆರೋಗ್ಯದ ಅನುಭವ ಅವಳಿಗೆ ಮತ್ತೇರಿಸಿದಂತಿತ್ತು. ಆದರದು ಬಹಳ ಕಾಲ ಉಳಿದುಕೊಳ್ಳಲಿಲ್ಲ. ದೋಣಿಯಲ್ಲಿದ್ದ ಯುವತಿಯ ಚಿತ್ರ ಅವಳನ್ನು ಸದಾ ಕಾಡುತ್ತಿದ್ದುದರಿಂದ ಅವಳು ನೆಮ್ಮದಿ ಕಳೆದುಕೊಂಡಿದ್ದಳು. ದುಃಖಿತ ಳಾಗಿದ್ದಳು. ಅವಳಿಗೆ ಆ ಯುವತಿ ತನ್ನ ಕಾಲಬಳಿ ಮೊಣಕಾಲೂರಿ ಕುಳಿತು ಮೊರೆಯಿಡುವ ನೋಟವನ್ನು ಬೀರುತ್ತಿರುವಂತೆ ಭಾಸವಾಗುತ್ತಿತ್ತು. ಅನಂತರ ಆ ಚಿತ್ರ ಕಣ್ಮರೆಯಾಗುತ್ತಿತ್ತು. ಆದರೂ ಅದು ಇನ್ನೂ ಅಲ್ಲೇ ಇದೆ ಅನ್ನಿಸುತ್ತಿತ್ತು. ಆ ಯುವತಿ ಸದಾ ನರಳುತ್ತಿದ್ದಳು, ನರಳುವಿಕೆ ನಿಂತರೂ ಕಳೆಗುಂದಿ, ದೀನಳಾಗಿ, ಅಸಹಜವಾಗಿ ಬಿರಿದ ಕಣ್ಣುಗಳಿಂದ ಆಶ್ಚರ್ಯ ಸೂಸುತ್ತಾ ಆಕೆ ತನ್ನನ್ನು ದಿಟ್ಟಿಸುವಂತಿರುತ್ತಿದ್ದ ಆ ದೃಶ್ಯ ಈಗ ಸದಾ ಅವಳಿಗೆ ಗೋಚರಿಸುತ್ತಿತ್ತು...

ಈ ಸಂಜೆ ಅವಳು ನದಿ ತೀರದಲ್ಲಿ ಕೈಯಲ್ಲಿ ಕೋಲೊಂದನ್ನು ಹಿಡಿದು ಮೆದು ಮಣ್ಣಿನ ಮೇಲೆ ಶಿಲುಬೆಗಳನ್ನು ಬರೆಯುತ್ತಿದ್ದಳು. ಒಮ್ಮೊಮ್ಮೆ ನೇರ ನಿಂತು ಏನನ್ನೋ ಕೇಳಿಸಿಕೊಳ್ಳುತ್ತಿದ್ದಳು. ಅನಂತರ ಮತ್ತೆ ಬಾಗಿ ಶಿಲುಬೆಗಳನ್ನು ಬರೆಯುತ್ತಿದ್ದಳು.

ಆಗ ಗಂಟೆ ಬಾರಿಸತೊಡಗಿತು. ಅವಳು ಎಚ್ಚರಿಕೆಯಿಂದ ಕೊನೆಯ ಶಿಲುಬೆಯನ್ನು ಬರೆದು ಮುಗಿಸಿದಳು. ಕೋಲನ್ನು ಬದಿಗಿಟ್ಟು ಮೊಣಕಾಲೂರಿ ಪ್ರಾರ್ಥಿಸಿದಳು. ಅನಂತರ ಅವಳು

ನದಿಗಿಳಿದು, ಕಂಕುಳವರೆಗೆ ನೀರು ಬರುವ ತನಕ ಮುಂದುವರಿದಳು. ಅವಳು ಕೈಗಳನ್ನು ಕಟ್ಟಿಕರಿ ನೀರಿನಲ್ಲಿ ಮುಳುಗಿದಳು. ನೀರು ಅವಳನ್ನು ಆಳಕ್ಕೆ ಸೆಳೆದುಕೊಂಡು, ಎಂದಿನಂತೆ ಭಾರವಾಗಿ, ಶೋಕಭರಿತವಾಗಿ ಊರಿಂದಾಚೆಗೆ, ಬಯಲಿಂದಾಚೆಗೆ ಹರಿದುಹೋಯಿತು.

ಈಗ ದೋಣಿ ತುಂಬಾ ಹತ್ತಿರದಲ್ಲಿತ್ತು. ಕಳೆದ ವರ್ಷ ಪ್ರಯಾಣದಲ್ಲಿ ಜೊತೆಗಿದ್ದ ಅದೇ ಯುವಕರು ದೋಣಿಯಲ್ಲಿದ್ದರು. ಆಗ ಅವರು ಮದುವೆಗೆ ಹೋಗುತ್ತಿದ್ದರು. ಅವನು ದೋಣಿಯ ಮುಂಭಾಗದಲ್ಲಿ ಕುಳಿತಿದ್ದ. ಆಕೆ ಮಧ್ಯೆ ನಿಂತಿದ್ದಳು. ಬೂದು ಬಣ್ಣದ ದೊಡ್ಡ ಶಾಲು ಹೊದೆದು, ಕೆಂಪು ಟೋಪಿ ಧರಿಸಿದ್ದಳು. ಕಂಬವೊಂದಕ್ಕೆ ಒರಗಿ ನಿಂತಿದ್ದ ಅವಳು ಆಲಾಪಗೈಯುತ್ತಿದ್ದಳು.

ಅವರು ಆ ಮನೆಯನ್ನು ಹಾದುಹೋದರು. ಅವಳು ಸಂತೋಷದಿಂದ ಮುಂದೆ ಕುಳಿತಿದ್ದವನ ಕಡೆ ತಲೆ ಆಡಿಸಿದಳು. ಆಕಾಶದ ಕಡೆ ನೋಡುತ್ತ ಹಾಡತೊಡಗಿದಳು. ಚಲಿಸುತ್ತಿದ್ದ ಮೋಡಗಳನ್ನು ನೋಡುತ್ತಾ ಅವಳು ಕಂಬಕ್ಕೊರಗಿ ಹಾಡಿದಳು... ಆ ಹಾಡು ಸುಖ, ಗೆಲವುಗಳಿಂದ ತುಂಬಿ ತುಳುಕುತ್ತಿತ್ತು. ❍

○ ಮಾರ್ಟಿನ್ ಆಂಡರ್ಸನ್ ನೆಕ್ಸೊ

ಹಾದಿಯ ಹಕ್ಕಿಗಳು

ಅವನ ಹೆಸರು ಪೀಟರ್ ನಿಕೊಲಾಯ್ ಫರ್ಡಿನಂಡ್ ಬಾಲ್ತಾಸರ್ ರಾಸ್ಮುಸೇನ್ ಕ್ಯೋಉ. ಧ್ವನಿ ವಿಜ್ಞಾನದ ಅನುಲ್ಲಂಘನೀಯ ನಿಯಮಗಳನ್ನು ಅನುಸರಿಸಿ – ಆ ನಿಮಯಗಳನ್ನು ಇಲ್ಲಿ ವಿವರಿಸಲು ಸಾಧ್ಯವಿಲ್ಲ – ಈ ಹೆಸರು ಕ್ರಮೇಣ ನೆಬಕಡ್ನೆಜರ್* ಎಂಬ ರೂಪ ಪಡೆದಿತ್ತು. ಅವನು ಪ್ರಪಂಚವನ್ನು ನೋಡಿದ್ದ ಮತ್ತು ಮನುಷ್ಯನ ಪೀಳಿಗೆಯನ್ನು ಬಲ್ಲವನಾಗಿದ್ದ.

ಉದ್ಯೋಗದಿಂದ ಚಮ್ಮಾರನಾಗಿದ್ದ ಅವನು, ಸ್ವಭಾವತಃ ಒಬ್ಬ ಅಲೆಮಾರಿ ಕಸುಬುದಾರ. ಕೆಲವರ ರಕ್ತದಲ್ಲಿ ಭೂಮಿಯ ಪರಿಭ್ರಮಣೆ ಒಂದು ಒತ್ತಡವಾಗಿ ಪರಿಣಮಿಸಿರುತ್ತದೆ. ಅದರಿಂದಾಗಿ ಜಗತ್ತಿನ ಸುತ್ತ ಉಪಗ್ರಹಗಳಂತೆ ತಿರುಗುವುದನ್ನು ಅವರು ತಮಗೆ ತಾವೇ ಕಡ್ಡಾಯ ಮಾಡಿಕೊಂಡಿರುತ್ತಾರೆ. ಅಂಥವರಲ್ಲಿ ನೆಬಕಡ್ನೆಜರನೂ ಒಬ್ಬನಾಗಿದ್ದ. ಅಜ್ಞಾತದತ್ತ ಪಯಣ ಬೆಳೆಸುವ ಇಚ್ಛೆಯೇ ಅವನ ಜೀವನದ ಚಾಲಕ ಶಕ್ತಿಯಾಗಿತ್ತು. ಯಾವುದನ್ನಾದರೂ ಸರಿ, ಮಧ್ಯದಲ್ಲೆ ಬಿಟ್ಟು ಹೋಗುವುದು ಅವನಿಗೆ ಬೇರೆ ಸಂಗತಿಗಳಿಗಿಂತ ಚೆನ್ನಾಗಿ ಗೊತ್ತಿತ್ತು. ಹೀಗಾಗಿ ಅವನು ಅನೇಕ ಸಲ ಸುಖದಿಂದ ತನ್ನನ್ನು ಬೇರ್ಪಡಿಸಿಕೊಂಡು, ಹಾಗಿರುವುದೇ ಹೆಚ್ಚು ಸುಖವೆಂಬ ಭಾವನೆಗೆ ಒಳಗಾಗುತ್ತಿದ್ದ.

ಅವನು ನಾಗರಿಕ ಪ್ರಪಂಚದ ಬಹುಭಾಗವನ್ನು ಸುತ್ತಾಡಿದ್ದ. ಅವನ ಶಬ್ದಕೋಶದಲ್ಲಿ ನಾಗರಿಕತೆ ಎಂಬ ಪದಕ್ಕೆ ಚರ್ಮದ ಜೋಡುಗಳನ್ನು ಧರಿಸುವುದು ಎಂಬ ಸ್ಪಷ್ಟ ಅರ್ಥವಿತ್ತು. ಜರ್ಮನ್ ಊಟ ಮತ್ತು ವಸತಿಗೃಹಗಳ, ಫ್ರೆಂಚ್ ಹೆದ್ದಾರಿಗಳ ಒಳ ಹೊರಗುಗಳೆಲ್ಲವೂ ಅವನಿಗೆ ತಿಳಿದಿದ್ದುವು. ಪೈರೆನೀಸ್ ಮತ್ತು ಆಲ್ಫ್ಸ್ ಪರ್ವತ ಶ್ರೇಣಿಗಳ ನಡುವೆ ಅವನು ಅನೇಕ ಸಲ ಓಡಾಡಿದ್ದ. ಒಂದು ಕಾಲನ್ನು ಸ್ವಿಟ್ಸರ್ಲೆಂಡಿನಲ್ಲೂ ಮತ್ತೊಂದು ಫ್ರಾನ್ಸಿನಲ್ಲೂ ಇಟ್ಟಿರುತ್ತಿದ್ದ. ಇಟಲಿಯ ಇಳಿಜಾರುಗಳ ಮೇಲೆ

* ಕ್ರಿಸ್ತಪೂರ್ವ 7-6ನೇ ಶತಮಾನದಲ್ಲಿ ಈ ಹೆಸರಿನ ಒಬ್ಬ ವ್ಯಕ್ತಿ ಬ್ಯಾಬಿಲನಿನ ದೊರೆಯಾಗಿದ್ದ.

ಉಗುಳುತ್ತಾ ಅವನು ಸಿಸಿಲಿ, ಜಿಬ್ರಾಲ್ಟರ್, ಏಷ್ಯಾ ಮೈನರ್‌ಗಳಿಗೆ ಹೋಗಿಬಂದಿದ್ದ.

ಪ್ರವಾಸದಲ್ಲಿ ಆಧುನಿಕ ಸಾರಿಗೆ ವ್ಯವಸ್ಥೆಯ ಎಲ್ಲ ರಹಸ್ಯಗಳೂ ಅವನಿಗೆ ಪರಿಚಿತವಾಗಿದ್ದವು. ಸರಕು ಸಾಗಣೆ ಬಂಡಿಯ ಚಕ್ರಗಳ ನಡುವೆ ಜೋತುಬೀಳುವುದು ಎಲ್ಲಿ ಸಾಧ್ಯ, ಟಿಕೇಟು ಕಳೆದು ಕೊಂಡವನಂತೆ ನಟಿಸುವುದು ಎಲ್ಲಿ ಅನುಕೂಲಕರ ಅಥವಾ ಮೇಲ್ವಿಚಾರಕನ ಔದಾರ್ಯಕ್ಕೆ ಮನವಿ ಮಾಡಿಕೊಳ್ಳುವುದು ಎಲ್ಲಿ ಎಂಬುದೆಲ್ಲಾ ಅವನಿಗೆ ತಿಳಿದಿತ್ತು. ಒಂದು ದೊಡ್ಡ ಹಡಗಿನ ಕೇಬಲ್ ಕೋಣೆಯಲ್ಲಿ ಅಡಗಿ ಕುಳಿತು ಅವನು ಜಿಬ್ರಾಲ್ಟರ್‌ನಿಂದ ಸಿಸಿಲಿಗೆ ದಾಟಿದ್ದ. ಸ್ವಲ್ಪ ಹೊತ್ತಾದ ಮೇಲೆ ಹಸಿವು ಅವನನ್ನು ಅಟ್ಟಣೆಗೆ ಎಳೆದು ತಂದಿತ್ತು. ಅಲ್ಲಿ ಅವನ ಕರ್ಕಶ ಮಾತುಗಳ ಬೈಗುಳಗಳನ್ನು ಕೇಳಬೇಕಾಯಿತು. ಶಾರ್ಕ್ ಮೀನುಗಳಿಗೆ ಆಹಾರವಾಗಿ ಸಮುದ್ರಕ್ಕೆ ಎಸೆದು ಬಿಡುತ್ತೇವೆಂದು ಅವನನ್ನು ಬೆದರಿಸಿದರು. ಆದರೆ, ಹೇಗೋ ಅವನು ತನ್ನ ಗುರಿಯನ್ನು ತಲಪಿದ.

ಸಿಸಿಲಿಯಿಂದ ಹೊರಟ ಉಗಿ ಹಡಗಿನಲ್ಲಿ ಅವನು ಕುಲುಮೆ ಉರಿಯನ್ನು ರಕ್ಷಿಸುವ ಕೆಲಸಗಾರನಾಗಿದ್ದ. ಗ್ರೀಸ್ ದೇಶವನ್ನು ತಲಪುವುದು ಅವನ ಉದ್ದೇಶವಾಗಿತ್ತು. ಆದರೆ ಕುಲುಮೆ ಉರಿ ನೋಡಿಕೊಳ್ಳುವ ಕೆಲಸ ಅವನಿಗೆ ಗೊತ್ತಿಲ್ಲವೆಂಬುದು ಬಹಳ ಬೇಗ ತಿಳಿದುಬಂತು. ಆದ್ದರಿಂದ ಅವನನ್ನು ಬ್ರಿಂದಿಸಿಯ ಸಮುದ್ರ ತೀರದಲ್ಲಿ ಇಳಿಸಲಾಯಿತು. ಇಲ್ಲಿ ಅವನು ತನ್ನ ಕಾಲುಗಳಿಗೆ ಕೊಬ್ಬನ್ನು ಲೇಪಿಸಿ ಏಡ್ರಿಯಾಟಿಕ್ ಸುತ್ತಿ, ಕೆಳಗಿನ ಮತ್ತೊಂದು ತುದಿಯವರೆಗೂ ತಿಂಗಳುಗಟ್ಟಲೆ ನಡೆಯಬೇಕಾಯಿತು. ಆದರೆ ಈ ಸಲವೂ ಅವನು ಗುರಿಯನ್ನು ತಲಪಿದ. ತನ್ನ ಕಾಲನ್ನು ಸದುಪಯೋಗಪಡಿಸಿಕೊಳ್ಳಲು ಅವನಿಗೆ ಇದಕ್ಕಿಂತ ಹೆಚ್ಚು ಉತ್ತಮ ಕೆಲಸ ಯಾವುದಿತ್ತು? ದೊರೆ ನೆಬಕಡ್ನೆಜರ್‌ಗೆ ಒಂದು ಗ್ರಹಕ್ಕಿರುವಷ್ಟೇ ತಾಳ್ಮೆಯಿತ್ತು. ಯಾವ ಉದ್ದೇಶವೂ ಇಲ್ಲದೆ ಹಾಗೂ ಯಾವ ರೀತಿಯ ಕಳವಳಕ್ಕೂ ಒಳಗಾಗದೆ ಅವನು ಅಲೆಯುವ ಸಲುವಾಗಿಯೇ ಅಲೆದ. ಬಾಲ್ಕನ್ ಪ್ರದೇಶದಲ್ಲಿ ಡಕಾಯಿತರ ಕೈಗೆ ಸಿಕ್ಕಿ ಬಿದ್ದಾಗ ಅವನಿಗೆ ಸಂತೋಷವಾಗಿತ್ತು. ಅವನ ಬಟ್ಟೆಯ ಸ್ಥಿತಿಯನ್ನು ಗಮನಿಸಿ ಅವರು ತಿರಸ್ಕಾರದಿಂದ ಅವನನ್ನು ಬಿಟ್ಟುಬಿಟ್ಟರು. ಅದಾದ ಮೇಲೆ ಅವನು ಹೆಮ್ಮೆ ಮತ್ತು ಹಾವಭಾವದಿಂದ ''ಪ್ರಾಣಿಗಳ ದೊರೆಯನ್ನು ಇಲಿ ಕಾಪಾಡಿತು. ಆದರೆ ದೊರೆ ನೆಬಕಡ್ನೆಜರ್‌ನನ್ನು ಒಂದು ಕೊರೆ ಕಾಪಾಡಿತು'' ಎಂದು ಹೇಳುತ್ತಿದ್ದ.

ಚಿನ್ನವನ್ನು ನೋಡಬೇಕೆಂದು ಅವನು ಕ್ಯಾಲಿಫೋರ್ನಿಯಾಕ್ಕೆ ಒಂದು ಪ್ರವಾಸ ಕೈಗೊಂಡ. ಆದರೆ ಚಿನ್ನವು ಅಲ್ಲಿ, ಒಬ್ಬ ಅಲೆಮಾರಿ ಕಸುಬುದಾರನಿಗೆ ತುಂಬ ಭಾರವಾದ ವಸ್ತು ಎಂಬ ತೀರ್ಮಾನಕ್ಕೆ ಅವನು ಬರಬೇಕಾಯಿತು. ಅಲ್ಲಿಂದ ಅವನು ಕಲ್ಲಿದ್ದಲು ಸಾಗಿಸುವ ಬಂಡಿಯ ಗಾಲಿಗಳ ಅಚ್ಚಿಗೆ ಜೋತುಬಿದ್ದು ನ್ಯೂಯಾರ್ಕ್‌ಗೆ ಬೇಗನೆ ಹಿಂತಿರುಗಿದ. ಈ ಸಂದರ್ಭದಲ್ಲಿ ಅವನು ಅಮೆರಿಕನ್ನರು ನಿಜವಾಗಿಯೂ ಕ್ರಿಯಾಶಾಲಿಗಳು ಎಂಬುದನ್ನು ಕಂಡುಕೊಂಡ. ಜರ್ಮನಿಯಲ್ಲಿ ರೈಲು ರಸ್ತೆ ನೌಕರರು ಲಾಟೀನು ಹಿಡಿದು, ರೈಲುಗಳ ಕೆಳಗೆ ನುಸುಳಿ ಅಲ್ಲಿ ಅಡಗಿ ಕೊಂಡಿರುತ್ತಿದ್ದ ಅಲೆಮಾರಿಗಳನ್ನು ಹೊರಕ್ಕೆಳೆದು ಪೊಲೀಸ್ ಕೋರ್ಟಿಗೆ ಕರೆದೊಯ್ಯುತ್ತಿದ್ದರು. ಅಲ್ಲಿ ಅವರು ವಿಚಾರಣೆಗೆ ಗುರಿಯಾಗುತ್ತಿದ್ದರು. ಸಮಾಜ ಸೌಲಭ್ಯಗಳನ್ನು ಅಕ್ರಮವಾಗಿ ಉಪಯೋಗಿಸಿಕೊಳ್ಳುತ್ತಿದ್ದರೆಂದು ಅವರನ್ನು ಕಟ್ಟಳೆಗನುಸಾರ ಜಿಲ್ಲೆಯಿಂದ ಹೊರದೂಡಲಾಗುತ್ತಿತ್ತು. ಆದರೆ ಅಮೆರಿಕದಲ್ಲಿ, ಒಬ್ಬ ವ್ಯಕ್ತಿ ಒಂದು ನೀರ್ಕೊಳವೆಯೊಂದಿಗೆ ರೈಲಿನ ಒಂದು ತುದಿಯಿಂದ ಇನ್ನೊಂದು ತುದಿಯವರೆಗೂ ಓಡುತ್ತಾ ರೈಲಿನ ಕೆಳಕ್ಕೆ ತಣ್ಣನೆಯ ನೀರನ್ನು ಹಾಯಿಸುತ್ತಿದ್ದ. ರೈಲು ಅತಿವೇಗವಾಗಿ ಓಡುವಾಗ ತೊಯ್ದ ಬಟ್ಟೆಗಳು ಹೆಪ್ಪುಗಟ್ಟುತ್ತಿದ್ದವು. ಇದರಿಂದ ಜೀವಮಾನವಿಡೀ ಎಡ ಭುಜದ ಸಂಧಿವಾತ ರೋಗಕ್ಕೆ ಅಲ್ಲಿ ಅಡಗಿಕೊಂಡವನು ಗುರಿಯಾಗಬೇಕಾಗುತ್ತಿತ್ತು.

ಕೊಪೆನ್‌ಹೇಗನ್‌ಗೆ ಹಿಂದಿರುಗುವ ಖರ್ಚಿಗಾಗಿ ಅವನು ನ್ಯೂಯಾರ್ಕಿನಲ್ಲಿ ಮೊದಲು ಅಡಿಗೆಯವ, ಅನಂತರ ಹಡಗು ಪರಿಚಾರಕನ ಕೆಲಸಕ್ಕೆ ಪ್ರಯತ್ನಿಸಿದ. ಆ ಎರಡು ಯೋಜನೆಗಳೂ ವಿಫಲವಾದದ್ದರಿಂದ ಪಾರ್ಶ್ವವಾಯುವಿಗೆ ತುತ್ತಾಗಿ ಬೀದಿಯಲ್ಲಿ ಕುಸಿದುಬಿದ್ದ. ಆಗ ಅವನು ಸರಿಯಾದ ಸಮಯಕ್ಕೆ ಕಣ್ಣು ತೆರೆದು 'ಡೇನ್' ಎಂದು ಹೇಳಿದ. ಅವನನ್ನು ಡೇನಿಶ್ ರಾಯಭಾರ ಕಛೇರಿಗೆ ಕರೆದೊಯ್ದರು – ಅಲ್ಲಿಂದ ಅವನನ್ನು ಡೆನ್ಮಾರ್ಕಿಗೆ ರವಾನಿಸಿದರು.

ನಿಜವಾಗಿ ಅವನು ಜೀವನವನ್ನು ಮತ್ತು ಮನುಕುಲವನ್ನು ಕಂಡಿದ್ದ! ಅವನ ವೃತ್ತಿ ಅವನನ್ನು ಭೂಮಿಯ ಅರ್ಧ ಭಾಗ ಸುತ್ತಾಡಿಸಿತ್ತು. ಅವನು ಪ್ರತಿಯೊಂದು ದೊಡ್ಡ ನಗರದಲ್ಲೂ ಅದನ್ನು ಸುತ್ತಿ ನೋಡಲು ಬೇಕಾಗುವಷ್ಟು ದಿನಗಳು ಮಾತ್ರ ಕೆಲಸ ಮಾಡಿದ್ದ. ತನ್ನ ವೃತ್ತಿಯ ಎಲ್ಲ ರಹಸ್ಯಗಳನ್ನು ಅವನು ಅರಿತಿದ್ದ. ಕೆಲಸ ಮಾಡುತ್ತ ಹೆಚ್ಚು ಸಮಯವನ್ನೇನೂ ಅವನು ಕಳೆಯುತ್ತಿರಲಿಲ್ಲ. ಆದರೆ ಅವನು ನಿರ್ಮಿಸಿದ್ದೆಲ್ಲ ಅದ್ಭುತವಾಗಿರುತ್ತಿತ್ತು. ಅವನ ನಿರ್ಮಿತಿಯ ಕಣಕಣವೂ ಸಾವಿರಾರು ಜನರ ನಿರ್ಮಾಣಗಳೊಂದಿಗೆ ಸ್ಪರ್ಧಿಸಿ ಪಡೆದುಕೊಳ್ಳುವ ಸಾಮರ್ಥ್ಯ ಹೊಂದಿರುತ್ತಿತ್ತು.

ತಾನು ಕಸುಬನ್ನು ಕಲಿತುಕೊಂಡಿದ್ದ ಕೊಳಕು ಕಿರು ಅಂಗಡಿಯನ್ನು ಅವನು ನಸುನಗುತ್ತಾ ಜ್ಞಾಪಿಸಿಕೊಂಡ. ಅವನೀಗ ಆಶ್ಚರ್ಯಕರವಾದದ್ದನ್ನು ಮಾಡಬೇಕೆಂದುಕೊಂಡ. ಮನುಷ್ಯ ತನ್ನ ಕೌಶಲವನ್ನು ತನ್ನ ದೇಶಕ್ಕೆ ಬಳಸಬೇಕೆಂಬ ನಡೆಯ ಪ್ರಕಾರ ತಾನಿನ್ನು ಡೆನ್ಮಾರ್ಕಿನಲ್ಲಿ ನೆಲೆಸಬೇಕು. ವಿಶಾಲ ಜಗತ್ತು ತಂದುಕೊಟ್ಟಿರುವ ಅನುಭವದಿಂದ ಲಾಭ ಗಳಿಸಬೇಕು ಎಂದು ಯೋಜನೆ ಹಾಕಿಕೊಂಡ. ಮನೆಯೂಟಕ್ಕೆ ತನ್ನ ಜೀರ್ಣಾಂಗಗಳನ್ನು ಹೊಂದಿಸಿಕೊಳ್ಳುವ ಸಲುವಾಗಿ ಒಂದು ತಿಂಗಳು ತೆಗೆದುಕೊಂಡ. ತರುವಾಯ ಒಬ್ಬ ಚಮ್ಮಾರನ ಅಂಗಡಿಯಲ್ಲಿ ಕೆಲಸಕ್ಕೆ ಸೇರಿಕೊಂಡ.

ಆದರೆ ದೊರೆ ನೆಬಕಡ್ನೆಜರ್‌ಗೆ ವಿಶಾಲ ಪ್ರದೇಶಗಳಲ್ಲಿ ಕೆಲವು ಸರಳ ಸೂತ್ರಗಳನ್ನನುಸರಿಸಿ ಸಂಚರಿಸುವುದು ರೂಢಿಯಾಗಿಹೋಗಿತ್ತು. ತನ್ನ ಸಂಚಾರದಲ್ಲಿ ಅವನು ಕಡೆಗಣಿಸುವ, ತ್ಯಜಿಸುವ ಗುಣವನ್ನು ರೂಢಿಸಿಕೊಂಡಿದ್ದ. ಅಂಗಡಿಗಳಲ್ಲಿ ಹೊರೆಯಾಗಿ ಬಿದ್ದಿರುವ ಅನೇಕ ಪರಿಕರಗಳು ಅನಗತ್ಯವೆಂಬುದನ್ನು ಅವನಿಗೆ ಜೀವನ ಚೆನ್ನಾಗಿ ಕಲಿಸಿಕೊಟ್ಟಿತ್ತು. ರಸ್ತೆ ಬದಿಯಲ್ಲಿ ಕುಳಿತು ದಬ್ಬಳ, ಚಾಕು, ಸ್ವಲ್ಪ ದಾರ ಮತ್ತು ಪಾಲಿಶ್ ಮಾಡಲು ಬೇಕಾದ ಮುರಿದ ಕುರ್ಚಿಯ ಕಾಲು – ಇವುಗಳಿಂದಲೇ ಅದ್ಭುತವನ್ನು ನಿರ್ಮಿಸಿದವನಿಗೆ; ಕೆಲಸವನ್ನು ಸರಳಗೊಳಿಸುವ ವಿಶಿಷ್ಟ ಸಾಮರ್ಥ್ಯವನ್ನು ಹೊಂದಿದ್ದ ಅವನಿಗೆ, ಡೇನಿಶ್ ಚಮ್ಮಾರನೊಬ್ಬ ಕೆಲಸ ಮಾಡಲು ಅಣಿಗೊಳಿಸುತ್ತಿದ್ದ ಪರಿಕರಗಳು ತಮಾಷೆಯಾಗಿ ಕಂಡುಬರುತ್ತಿದ್ದವು.

ಇದರ ಫಲವಾಗಿ ಅವನು ಹೋದೆಡೆಯಲ್ಲೆಲ್ಲಾ ಅನವಶ್ಯ ಸಾಧನಗಳನ್ನು ಮಾಡಲು ಹಿಂದೆಗೆಯಲಿಲ್ಲ. ಇದರಿಂದ ಅವನ ಕೆಲಸಕ್ಕೆ ತೊಂದರೆಯೇನೂ ಆಗದಿದ್ದರೂ ಅವನ ಧಣಿಗಳು ಅದನ್ನು ಸಹಿಸಲಿಲ್ಲ ಮತ್ತು ಅವುಗಳ ಬೆಲೆಯನ್ನು ಅವನ ಸಂಬಳದಲ್ಲಿ ಹಿಡಿದುಕೊಂಡರು. ಅಷ್ಟೇ ಅಲ್ಲದೆ ಅವನನ್ನು ಬೈದು, ಪೊಲೀಸರಿಗೆ ಹಿಡಿದುಕೊಡುವುದಾಗಿ ಬೆದರಿಸಿದರು.

ಅವನೀಗ ತನ್ನ ವಸತಿಗೃಹದಲ್ಲೇ ಕೆಲಸ ಮಾಡಲಾರಂಭಿಸಿದ. ಅವನ ಉಳಿತಾಯ ಬುದ್ಧಿ ಈಗ ಸಾಧನಗಳಿಂದ ಉತ್ಪಾದನೆಗೆ ಬೇಕಾದ ವಸ್ತುಗಳೆಡೆಗೆ ತಿರುಗಿತು. ಅವನಿಗೆ ರಟ್ಟಿನ ಬೆಲೆ ಗೊತ್ತಿತ್ತು. ಅದರಿಂದಾಗಿ ಧಣಿಗಳು ಅಳತೆಗೆ ತಕ್ಕಂತೆ ಕೊಟ್ಟಿದ್ದ ಚರ್ಮದಲ್ಲಿ ಉಳಿತಾಯ ಮಾಡಲು ಅವನಿಗೆ ಸಾಧ್ಯವಾಯಿತು. ಅದರಿಂದ ಬಂದ ಹಣವನ್ನು ಆತ ತನ್ನ ಕುಡಿತದ ದಿನವನ್ನು ಸೋಮವಾರದಿಂದ ಬುಧವಾರದ ಸಂಜೆಯವರೆಗೆ ವಿಸ್ತರಿಸಲು ಖರ್ಚು ಮಾಡಿದ.

ತುಂಬಾ ವೇಗವಾಗಿ ಮತ್ತು ಹೆಚ್ಚು ಕಡಿಮೆ ಏನೂ ಇಲ್ಲದೆ ನಿರ್ಮಿಸುವ ಹಾಗೂ

ಸೋಮಾರಿತನವನ್ನು, ಹಸಿವನ್ನು ಮತ್ತು ಈ ಜಗತ್ತಿನಲ್ಲಿ ಕೆಲವು ತೊಟ್ಟು ಮದ್ಯ ಎಲ್ಲಕ್ಕಿಂತ ಹೆಚ್ಚೆಂದು ಭಾವಿಸುವ ಅವನನ್ನು ಅವನ ಗೆಳೆಯರು ಪ್ರತಿಭಾವಂತನೆಂದು ನಿರ್ಧರಿಸಿದರು.

ದೊರೆ ನೆಬಕಡ್ನೆಜರ್ ಪ್ರತಿಭಾವಂತನೆಂಬುದರಲ್ಲಿ ಯಾವ ಸಂಶಯವೂ ಇರಲಿಲ್ಲ. ಅವನು ಕೆಲಸಕ್ಕೆ ತೊಡಗಿದಾಗ ಭೂತದಂತೆ ಕೆಲಸ ಮಾಡುತ್ತಿದ್ದ. ಅವನ ಬೆರಳುಗಳು ಹೆಬ್ಬೆರಳುಗಳಂತೆ ವರ್ತಿಸುತ್ತವೆಂದು ಯಾರಿಗೂ ಹೇಳಲಾಗುತ್ತಿರಲಿಲ್ಲ. ಕಣ್ಣು ಕುಕ್ಕುವ ನೀಲಿ ಜ್ವಾಲೆ – ಜಿಪ್! 5 ಗಂಟೆಗೆ ಮುಂಚಿತವಾಗಿಯೇ ಎರಡು ಜೊತೆ ಹೆಂಗಸರ ಜೋಡು ಸಿದ್ಧವಾಗಿರುತ್ತಿದ್ದವು. ಅನಂತರ ಹೀಗೆ ಸಂಪಾದಿಸಿದ ದ್ವಿಗುಣಿತ ಕೂಲಿಯಲ್ಲಿ ಆತ ಚೆನ್ನಾಗಿ ಕುಡಿಯುತ್ತಿದ್ದ. ಕುಡಿದ ಅಮಲಿನಲ್ಲಿ ದಾರಿಯ ಕಲ್ಲು ರಾಶಿಯ ಮೇಲೆ ಅಥವಾ ಬೇಲಿಯ ಹಿಂದೆ ಮಲಗಿರುತ್ತಿದ್ದ. ಚಿಟಿಕೆ ಹೊಡೆಯುವಷ್ಟರಲ್ಲಿ ಬೆಳಿಗ್ಗೆ ಕೆಲಸಕ್ಕೆ ಹಾಜರಾಗುತ್ತಿದ್ದ.

ಆದರೆ ಇಂಥ ದುಡಿತ ಅವನು ಇಷ್ಟಪಟ್ಟಿರಲಿಲ್ಲ. ಎರಡು ದಿನ ಒಂದೇ ಸಮನೆ ಕೆಲಸ ಮಾಡುವುದರ ಬದಲು ಒಂದೇ ದಿನ ಒಂದು ಪೆಟ್ಟಿಗೆ ಮೂರು ಜೊತೆ ಮಾಡುವುದನ್ನು ಅವನು ಇಚ್ಛಿಸಿದ.

ಕೆಲಸ ಮಾಡುವಾಗ ಅವನಿಗೆ ಪ್ರಪಂಚದ ಪರಿವೆಯೇ ಇರುತ್ತಿರಲಿಲ್ಲ. ಆದರೆ ಕುಡಿಯಲು ಹೊರಟಾಗ, ತನ್ನ ಜೊತೆಗೆ ಕೆಲವೊಮ್ಮೆ ಯಾರೂ ಸಿಗುತ್ತಿರಲಿಲ್ಲವೆಂಬ ಸಂಗತಿ ಅವನ ಗಮನಕ್ಕೆ ಬರುತ್ತಿತ್ತು. ಅತ್ಯಂತ ಹಾಸ್ಯಾಸ್ಪದವಾದ ವಿಷಯವೊಂದು ಬಾರಿ ಬಾರಿಗೂ ಅವನ ಯೋಜನೆಯನ್ನು ಕೆಡಿಸುತ್ತಿತ್ತು: ಜನರಿಗೆ ಸಮಯವಿರಲಿಲ್ಲ! ದೇವರೇ ಕರುಣಿಸು, ಕುಡಿಯಲು ಸಮಯವಿಲ್ಲ! ಅವನಿಗದು ಅರ್ಥವಾಗುತ್ತಿರಲಿಲ್ಲ, ಆದರೆ ಅದು ವಾಸ್ತವ ಸಂಗತಿಯಾಗಿತ್ತು.

ಅದು ವಿವರಿಸಲಾಗದ ವಿನೋದವಾಗಿತ್ತು. ತಾನು ಏಕಾಕಿಯಾಗಿದ್ದೇನೆಂಬುದು ಕೆಲ ಸಮಯದ ಅನಂತರ ಅವನ ಅರಿವಿಗೆ ಬಂದು ನಗು ತರಿಸಿತು. ಅವನ ಗೆಳೆಯರು ಅವನಿಗೆ ಮತ್ತು ಅವನ ದೃಢ ನಂಬಿಕೆಗಳಿಗೆ ಬೆನ್ನು ತೋರಿಸಿ, ಜೀವನದ ಓಟದಲ್ಲಿ ಹಿಂದುಳಿಯಲಿಚ್ಛಿಸದೆ ತಮ್ಮ ಗುಲಾಮ ಚಾಕರಿಯಲ್ಲೇ ಮುಂದುವರಿದರು. ಅವರು ಉಪಯುಕ್ತ ನಾಗರಿಕರೂ ಬೊಜ್ಜು ಬೆಳೆಸಿಕೊಂಡ ಸಮಾಜದ ಗಣ್ಯ ವ್ಯಕ್ತಿಗಳೂ ಅಮೂಲ್ಯ ರಾಜಕೀಯ ಪ್ರಜ್ಞೆಯುಳ್ಳವರೂ ಆದರು. ಅವರು ಬೆಳಗ್ಗೆ ಏಳಕ್ಕೆ ಕಾಲೆಳೆದುಕೊಂಡು ಕೆಲಸಕ್ಕೆ ಹೋಗಿ, ಸಂಜೆ ಆರಕ್ಕೆ ಮನೆಗೆ ಹಿಂತಿರುಗುತ್ತಿದ್ದರು. ಅವನ ಬಳಿ ಗಡಿಯಾರವಿದ್ದಿದ್ದರೆ ಅವರನ್ನು ನೋಡಿ ಅದನ್ನು ಸರಿಪಡಿಸಿಕೊಳ್ಳ ಬಹುದಿತ್ತು. ಅವರು ಸಂಜೆ ರಾಜಕೀಯ ಸಭೆಗಳಿಗೆ ಹೋಗುತ್ತಿದ್ದರು. ಮದುವೆ ಮಾಡಿಕೊಂಡು ಹೆಂಡತಿ ಮಕ್ಕಳೊಂದಿಗೆ ಭಾನುವಾರ ಮಧ್ಯಾಹ್ನ ಸರ್ಕಸ್‌ಗೆ ಹೋಗಿಬರುತ್ತಿದ್ದರು. ಅವರದನ್ನು ಸುಖಜೀವನ ಅನ್ನುತ್ತಿದ್ದರು. ಥೂ !

ಈಗ ಕುಡಿಯಲು ಹೋಗುತ್ತಿದ್ದವರು ಕೂಡ ಅವನಂಥವರಾಗಲಿಲ್ಲ. ಗುಲಾಮ ಚಾಕರಿಯಿಂದ ಉಂಟಾದ ಅಂಕುಡೊಂಕುಗಳನ್ನು ಸರಿಪಡಿಸುವ ಅವಶ್ಯಕತೆ ಅವರಿಗಿರಲಿಲ್ಲ. ಪಾನಕೇಳಿಗಳು ಹೆಚ್ಚು ಹೆಚ್ಚಾಗಿ ಪುಂಡಾಟವನ್ನೇ ವೃತ್ತಿಯನ್ನಾಗಿ ಮಾಡಿಕೊಂಡಿರುವವರ ಕೈವಶವಾಗಿದ್ದವು. ದೊರೆ ನೆಬಕಡ್ನೆಜರ್ ಪುಂಡನಾಗಿರಲಿಲ್ಲ. ಅವನು ಊರು ಸುತ್ತಿ ಪ್ರಪಂಚ ನೋಡಿದ್ದ ಒಬ್ಬ ಸ್ವತಂತ್ರ ವ್ಯಕ್ತಿಯಾಗಿದ್ದ ಅಷ್ಟೇ. ಆದರೆ ಅವನು ಹೀಗೆ ಪ್ರಪಂಚ ಪರ್ಯಟನೆ ಮಾಡುತ್ತಿದ್ದಾಗ, ಅವನ ಜೊತೆಯವರು ಮಾತ್ರ ಗುಲಾಮರಾಗಿ ಮುಂದುವರಿದಿದ್ದರು.

ಸರಿ, ಅದು ಅವರ ಸಮಾಧಿ. ಅವರು ಕಾರ್ಖಾನೆಗಳಲ್ಲಿ, ದೊಡ್ಡ ಕಾರ್ಯಾಗಾರಗಳಲ್ಲಿ ಒಟ್ಟುಗೂಡಿ ಗಂಟೆಯ ಬಡಿತಕ್ಕನುಗುಣವಾಗಿ ಕೆಲಸ ಮಾಡಬಯಸಿದರೆ ಮಾಡಿಕೊಳ್ಳಲಿ!

ದೊರೆ ನೆಬಕಡ್ನೆಜರ್ ಅಂಗಡಿಗಳಲ್ಲಿ ಕೆಲಸ ಮಾಡಲು ಇಚ್ಛಿಸದೆ ತನ್ನ ವಸತಿಗೃಹದಲ್ಲೇ ಕಾರ್ಯ ಮುಂದುವರಿಸಿದ. ಅವನ ಧಣಿ ಅವನೇ. ಒಬ್ಬ ಮೇಲ್ವಿಚಾರಕನ ಹದ್ದಿನ ಕಣ್ಣುಗಳಡಿಯಲ್ಲಿ ಕೆಲಸ ಮಾಡಲು ಅವನು ಸಿದ್ಧನಿರಲಿಲ್ಲ. ಇನ್ನು ಕಾರ್ಮಿಕ ಸಂಘದ ಸದಸ್ಯನಾಗಿ ಅದು ನಿಯಮಿಸುವ ಎಲ್ಲಾ ನಿಯಮಗಳನ್ನು ಪಾಲಿಸುವುದು – ಸೈತಾನನಾಣೆ, ಅದು ಸಾಧ್ಯವೇ ಇಲ್ಲ!

ದೊರೆ ನೆಬಕಡ್ನೆಜರ್‌ಗೆ ತನ್ನ ವ್ಯವಹಾರಗಳನ್ನು ತಾನೇ ನೋಡಿಕೊಳ್ಳಬಲ್ಲ ಶಕ್ತಿಯಿತ್ತು. ಮೂರು ದಿನಗಳ ಕೆಲಸವನ್ನು ಒಂದೇ ದಿನದಲ್ಲಿ ಮಾಡಿ ಮುಗಿಸಿ ಉಳಿದೆರಡು ದಿನ ಸುಖ ಅನುಭವಿಸುವ ಹಕ್ಕು ಅವನಿಗೆ ಬೇಕಿತ್ತು. ಬೆಲೆಗಳ ಬಗ್ಗೆ ಅವನೆಂದೂ ಯೋಚಿಸಬೇಕಾಗಿರಲಿಲ್ಲ. ಆದರೆ ಮನೆಯಲ್ಲೇ ಕೆಲಸ ಮಾಡುವುದನ್ನು ಕಾರ್ಮಿಕ ಸಂಘ ಬಹಿಷ್ಕರಿಸಿದೆ ಎಂದು ಒಂದು ದಿನ ಅವನಿಗೆ ತಿಳಿದುಬಂತು. ವರ್ಣಿಸಲಾಗದ ತಿರಸ್ಕಾರ ಭಾವನೆ ಅವನಿಗುಂಟಾಯಿತು. ''ನನ್ನನ್ನವರು ಮುಟ್ಟಲು ಸಾಧ್ಯವಿಲ್ಲ'' ಎಂದುಕೊಂಡು ತನ್ನ ರೀತಿಯಲ್ಲೇ ಅವನು ಕೆಲಸ ಮುಂದುವರಿಸಿದ. ಅವನ ಕಾರ್ಯ ಕುಶಲತೆ ಗೌರವಕ್ಕೆ ಪಾತ್ರವಾಗಿತ್ತು. ಆದುದರಿಂದ ವಿಶೇಷ ಕೌಶಲ್ಯವುಳ್ಳ ವ್ಯಕ್ತಿ ಬೇಕಾದಾಗಲೆಲ್ಲಾ ಧಣಿಗಳು ಅವನನ್ನೆ ನೇಮಿಸಿಕೊಳ್ಳುತ್ತಿದ್ದರು.

ಆದರೆ ಮಾಲಿಕರು ರಹಸ್ಯವಾಗಿ ಕೆಲಸಕ್ಕೆ ನೇಮಿಸಿಕೊಳ್ಳಬೇಕಾಗುತ್ತಿತ್ತು. ಯಾಕೆಂದರೆ ಸಾಮಾನ್ಯವಾಗಿ ಅವರು ಕಾರ್ಮಿಕ ಸಂಘ ವಿಧಿಸುವ ನಿಯಮಗಳನ್ನು ಪಾಲಿಸಲು ಬಯಸುತ್ತಿದ್ದರು. ದೊರೆ ನೆಬಕಡ್ನೆಜರ್‌ನಿಂದ ಏನನ್ನು ನಿರೀಕ್ಷಿಸಬೇಕೆಂಬುದು ಯಾರಿಗೂ ಸರಿಯಾಗಿ ಗೊತ್ತಿರಲಿಲ್ಲ. ಗಣ್ಯ ವ್ಯಕ್ತಿಗಳಾರೋ ಕೊಟ್ಟಿದ್ದ ಕೆಲಸದ ಮಧ್ಯೆ ಒಮ್ಮೊಮ್ಮೆ ಅವನನ್ನು ಪಿಶಾಚಿ ಹಿಡಿದುಕೊಂಡು ಬಿಡುತ್ತಿತ್ತು. ಅಲ್ಲದೆ ಅವನು ತಯಾರಿಸಿದ ಚರ್ಮದ ಜೋಡುಗಳನ್ನು ಡೆನ್ಮಾರ್ಕಿನಲ್ಲಿದ್ದ ಕೆಲವು ಗಣ್ಯ ವ್ಯಕ್ತಿಗಳು ಮಾತ್ರ ಧರಿಸುತ್ತಿದ್ದುದರಿಂದ ಅವನ ಹೊಟ್ಟೆ ತುಂಬುತ್ತಿರಲಿಲ್ಲ.

ಕೊನೆಗೆ, ಎಲ್ಲಾ ಪ್ರತಿಭಾವಂತರಂತೆ, ಡೆನ್ಮಾರ್ಕಿನ ಪರಿಸ್ಥಿತಿ ಬಿಕ್ಕಟ್ಟಿನದಾಗುತ್ತಿದೆ ಎಂಬ ತೀರ್ಮಾನಕ್ಕೆ ಅವನು ಬಂದ. ತನ್ನ ದರಿದ್ರ ದೇಶದ ಕಡೆ ಅವನು ಮತ್ತೊಮ್ಮೆ ಬೆನ್ನು ತಿರುಗಿಸಲು ಯೋಚಿಸಿದ. ಅವನ ಮನಸ್ಸಿನಲ್ಲಿ ವಿಶಾಲ ಜಗತ್ತು ನೆಲೆಸಿತ್ತು. ಅದರ ಬಗ್ಗೆ ಕೃತಜ್ಞತೆಯಿಂದ ಮತ್ತು ಸಂತೋಷದಿಂದ ಅವನು ಸದಾ ಯೋಚಿಸುತ್ತಿದ್ದ. ಮತ್ತೊಮ್ಮೆ ಅವನು, ತಾನು ಹಿಡಿದ ಜಾಡನ್ನು ಅರ್ಧದಲ್ಲೇ ಬಿಟ್ಟ.

ಆದರೆ ಹಿಂದಿನ ಉತ್ಸಾಹವನ್ನು ಅವನು ಕಳೆದುಕೊಂಡಿದ್ದ. ಹಿಂದೆ ತನ್ನ ಮೂಳೆಗಳಲ್ಲಿ ಗಾಳಿ ತುಂಬಿದೆ. ಒಂದು ಜಾಗದಿಂದ ಮತ್ತೊಂದಕ್ಕೆ ಹಕ್ಕಿಗಳಂತೆ ಹಾರಾಡಬೇಕು ಎಂದು ಅವನಿಗೆ ಅನ್ನಿಸುತ್ತಿತ್ತು. ಈಗ ಹಾರುವ ಶಕ್ತಿ ನಶಿಸಿ, ಗುರುತ್ವ ಮಾತ್ರ ಉಳಿದು ಅದು ಭೂಮಿಗೆ ಅವನನ್ನು ಬಂಧಿಸಿತ್ತು. ಇದೇಕೆ ಹೀಗೆ ಎಂದು ಅವನಿಗೆ ಅರ್ಥವಾಗದಿದ್ದರೂ ಅದು ಸತ್ಯವಾಗಿತ್ತು. ಹಿಂದೆ ಸುಮ್ಮನಿರಲು ಎಷ್ಟು ಕಷ್ಟವಾಗುತ್ತಿತ್ತೋ, ಈಗ ಹಾರಾಟಕ್ಕೆ ಅಣಿಯಾಗುವುದೂ ಅವನಿಗೆ ಅಷ್ಟೇ ಪ್ರಯಾಸಕರವಾಗಿತ್ತು.

ಹಿಂದಿನಂತೆ ಗೊತ್ತು ಗುರಿಯಿಲ್ಲದೆ ಹಾರಾಡಲು ಈಗ ಅವನಿಂದ ಸಾಧ್ಯವಿರಲಿಲ್ಲ. ಸಾವಧಾನವಾಗಿ ಕುಳಿತು ಸಮಚಿತ್ತದಿಂದ ವಿಷಯದ ಬಗ್ಗೆ ಆಲೋಚಿಸಬೇಕಾಗಿತ್ತು. ಭೂಮಿಯ ತಿರುಗುವಿಕೆಯು ಬೆಟ್ಟಗಳನ್ನು, ನದಿಗಳನ್ನು ಹಾಗೂ ಕೊನೆಕಾಣದ ರಸ್ತೆಗಳನ್ನು ಅವನ ಮಿದುಳಿನಲ್ಲಿಯೂ ಈಗ ತಿರುಗುವಂತೆ ಮಾಡುತ್ತಿರಲಿಲ್ಲ. ಪ್ರಯಾಣದ ಸವೆತ ಕೊರತೆಗಳನ್ನು ತಾಳಲು ಸಾಧ್ಯವೇ ಎಂಬುದೇ ಈಗಿನ ಪ್ರಶ್ನೆಯಾಗಿತ್ತು. ಇದಕ್ಕೆ ಕೆಲವು ಸಂಗತಿಗಳು ಅಗತ್ಯವಾಗಿದ್ದವು : ವಿಶೇಷವಾಗಿ ಗಟ್ಟಿ ಕಾಲುಗಳು ಮತ್ತು ಕಲ್ಲನ್ನಾದರೂ ಕರಗಿಸಬಲ್ಲಂಥ

ಹೊಟ್ಟೆ. ಕಾಲ ಕಳೆದಂತೆ ಈ ಎರಡು ಆಸ್ತಿಗಳನ್ನೂ ಅವನು ಕಳೆದುಕೊಂಡಿದ್ದ. ಅನಂತರ ಭೂಮಿಗೆ ಅಂಟಿಕೊಂಡಂಥ ಭಾರದ ಅನುಭವ ಸಾಮಾನ್ಯ. ಇದರಿಂದಾಗಿ ಅವಿರತ ಚಲನೆ ಮತ್ತು ಸೆಳೆತಗಳಿಂದ ಕೂಡಿರುವಂಥ ಈ ವಿಶಾಲ ಜಗತ್ತು ಈಗ ಅವನನ್ನು ಆಕರ್ಷಿಸಲಿಲ್ಲ. ಅದು ಅವನಲ್ಲಿ ಹೆದರಿಕೆಯನ್ನು ಹುಟ್ಟಿಸಿತ್ತು. ಒಂದು ಸಣ್ಣ ಮನೆ, ಬೇಯಿಸಿದ ಮೃದು ಆಹಾರ, ಬೆಚ್ಚನೆಯ ಬಟ್ಟೆ, ಶುಭ್ರ ಹಾಸಿಗೆಯ ಒಂದು ಕೋಣೆ - ಈಗ ಅವನು ಬಯಸುತ್ತಿದ್ದುದು ಇವಿಷ್ಟನ್ನೇ.

ತಾನು ತಂದದ್ದರಲ್ಲಿ ಜೀವಿಸುವ ದುರ್ಬಲ ಮನಸ್ಸಿನ ಒಬ್ಬ ಹೆಂಗಸಿನ ಬೆಂಬಲದೊಂದಿಗೆ ತನ್ನ ಅಪೇಕ್ಷೆಗಳನ್ನು ಕಾರ್ಯರೂಪಕ್ಕೆ ತರಲ ಅವನು ಪ್ರಯತ್ನಿಸಿದ. ಕುಡಿದಿರುವಾಗ ಬಿಟ್ಟು ಬೇರೆ ಸಮಯದಲ್ಲೆಲ್ಲಾ ಅವರು ಕಚ್ಚಾಡುತ್ತಿದ್ದರು. ಒಂದೆರಡು ವರ್ಷಗಳಲ್ಲೇ ಮನೆ ಮತ್ತು ಸಂಸಾರದ ಅಪೇಕ್ಷೆಯ ಅವನ ರೋಗ ಚೆನ್ನಾಗಿ ಗುಣವಾಯಿತು. ಯಾರು ಬೇಕಾದರೂ ತಮಗೆ ಬೇಕಾದಂತೆ ಸಂಸಾರದ ಸುಖವನ್ನು ಪಡೆದುಕೊಳ್ಳಲಿ; ಅವನಿಗೀಗ ಅದರರ್ಥವೇನೆಂಬುದು ಗೊತ್ತಾಗಿತ್ತು!

ಮತ್ತೆ ಅವನು ತನ್ನ ಕಸುಬನ್ನು ಆರಂಭಿಸಲು ಬಯಸಿದ. ಆದರೆ ಅಲೆಮಾರಿಯಾದ ಅವನಂಥವರಿಗೆ ಉದ್ಯೋಗದ ಬಾಗಿಲು ಭದ್ರವಾಗಿ ಮುಚ್ಚಿತ್ತು. ಕೊನೆಗೆ ಪ್ರಾಚೀನ ಕಾಲದ ದೊಡ್ಡ ಮನುಷ್ಯರು ತನಗಿಂತ ಹಿಂದೆ ಯಾವುದನ್ನು ಅಂಗೀಕರಿಸಿದ್ದರೋ ಅದನ್ನು ತಾನು ಸಹ ಅಂಗೀಕರಿಸಿದರೆ ತಪ್ಪಿಲ್ಲವೆಂಬ ನಿರ್ಧಾರಕ್ಕೆ ಅವನು ತಲಪಿದ: ಅಂದರೆ, ಸಮುದಾಯದ ವೆಚ್ಚದಲ್ಲಿ ಊಟ. ಈ ಉದ್ದೇಶದಿಂದ ಆತ ಓರ್‌ಸ್ಟೆಡ್‌ವೆಇ ಮತ್ತು ಸ್ವೀನೆರಿಗಿನ್ ನಡುವಿನ ಓ-ಬೂಲ್‌ವಾರ್ ರಸ್ತೆಯಲ್ಲಿದ್ದ ಸಾರ್ವಜನಿಕ ವೃತ್ತಿಭವನದಲ್ಲಿ ಪ್ರವೇಶ ಪಡೆದುಕೊಂಡ.

ಅವನಿಗೆ ದಬ್ಬಳ ಮತ್ತು ಅರಗಿನ ಕೊನೆಯನ್ನು ಕೊಟ್ಟು ಚಮ್ಮಾರರ ಜೊತೆ ಸ್ಥಳಾವಕಾಶ ಮಾಡಿಕೊಡಲಾಯಿತು. ಆದರೆ ಹೊರಗಿನ ಪ್ರಪಂಚದೊಂದಿಗೆ ಅನುಚಿತ ಸ್ಪರ್ಧೆಯನ್ನು ನಿರ್ಮಿಸಲು ಅವನು ಅಲ್ಲಿ ಪ್ರವೇಶಿಸಿರಲಿಲ್ಲ. ಹಾಗೆಯೇ ನಿರ್ದಿಷ್ಟವಾದ ದುಡಿಯುವ ವೇಳೆ ಮತ್ತು ಕಾರ್ಯಾಗಾರದ ನಿಯಮಗಳ ವಿರುದ್ಧ ಅವನು ಬಂಡಾಯ ಹೂಡಿದ್ದುದು ಈ ಸಂಸ್ಥೆಯ ಸಮವಸ್ತ್ರವನ್ನು ಧರಿಸಿ, ಅದರ ನಿವಾಸಿಗಳ ಕೆಲಸದ ಕೋಣೆಯಲ್ಲಿ ತಲೆಗೂದಲು ಕತ್ತರಿಸಿಕೊಂಡು ಗುಲಾಮರಂತೆ ಕುಳಿತು, ಅದರ ಅಂಗಳದಲ್ಲಿ ಒಂದು ಗಂಟೆ ಕಾಲ ನಿಧಾನವಾಗಿ ತಿರುಗಾಡುವ ಸ್ವಾತಂತ್ರ್ಯವನ್ನು ಪಡೆಯುವುದ ಕ್ಕೋಸ್ಕರವೂ ಆಗಿರಲಿಲ್ಲ. ಅವನು ತನ್ನ ಕಲೆಗಿಂತಲೂ ಸ್ವಾತಂತ್ರ್ಯವನ್ನು ಹೆಚ್ಚು ಪ್ರೀತಿಸುತ್ತಿದ್ದ. ಸಂಧಿವಾತ ಬಡಿದ ಅವನ ಭುಜಕ್ಕೆ ನಮನಗಳು. ಇದು ಹಾಗೂ ಚೂರಿಯನ್ನು ಹಿಡಿಯಲಾಗದ ಅವನ ನಡುಗುವ ಕೈ, ಅವನು ಕುಶಲ ಕೆಲಸಗಾರನಾಗ ಲಾರನೆಂದು ತೀರ್ಮಾನಿಸಿದವು.

ಅಧಿಕಾರಿಗಳು ಕೂಪೆನ್‌ಹೇಗನ್ನಿನ ಸೇತುವೆ ಮತ್ತು ಮಾರುಕಟ್ಟೆಯ ಮೇಲೆ ಪೊರಕೆ ಮತ್ತು ಗೋರುಸನಿಕೆ ಹಿಡಿದು ದಾಳಿ ನಡೆಸುವ ಕಿರು ದಳಕ್ಕೆ ಅವನನ್ನು ಸೇರಿಸಿದರು. ಅವನು ನಿಧಾನವಾಗಿ ನಡೆದು ಪಾಲುಮಾರಿಕೆಯಿಂದ ದಾರಿಯ ಮೇಲೆ ಪೊರಕೆಯನ್ನು ಆಡಿಸುತ್ತಿದ್ದ. ಗುಬ್ಬಚ್ಚಿಗಳು ಕಸದ ರಾಶಿಯ ಮೇಲೆ ಒರಟೊರಟಾಗಿ ರೆಕ್ಕೆ ಬಡಿಯುತ್ತಿದ್ದಾಗ, ಸುತ್ತಲ ಜೀವನ ಜ್ವರ ಬಡಿದಂತೆ ತುಡಿಯುತ್ತಿದ್ದಾಗ, ಪಣ ಗೊತ್ತಿದ್ದೂ ಸುರಕ್ಷಿತವಾಗಿ ಆಟದಿಂದ ಹೊರಗುಳಿಯು ವವನಂತೆ ಅವನು ಈ ಆವೇಶದ ಆತುರವನ್ನು ಸೌಮ್ಯವೂ ನೋವಿನಿಂದ ಕೂಡಿದ್ದೂ ಆದ ನಗುವಿನೊಂದಿಗೆ ಗಮನಿಸುತ್ತಿದ್ದ. ಅವನೂ ಬೇರೆಯವರಂತೆ ತೀವ್ರವಾಗಿ, ಪರಿಪೂರ್ಣವಾಗಿ ಜೀವಿಸಿದ್ದನಾದ್ದರಿಂದ ಅದು ಅವನನ್ನು ಉದ್ರೇಕಗೊಳಿಸಲಿಲ್ಲ. ಆದರೆ ಯಾರಾದರೂ ಕೆಲಸಗಾರರು ಕಲ್ಲಿನ ಅಥವಾ ಮರಳಿನ ರಾಶಿಯ ಮೇಲೆ ದಾಪುಗಾಲು ಹಾಕುತ್ತಾ ನಡೆದು ತಮ್ಮ ಕೋಟಿನ

ಜೇಬಿನಿಂದ ಶುಭ್ರವಾದ ಬಾಟಲಿಯೊಂದನ್ನು ಹೊರತೆಗೆದಾಗ ಅವನು ಸೂಕ್ಷ್ಮ ಮನೋಯಾತನೆಗೆ ಗುರಿಯಾಗುತ್ತಿದ್ದ ಮತ್ತು ಅದನ್ನು ಪ್ರೀತಿಯಿಂದ ಮೇಲೆತ್ತಿ ತನ್ನ ಬಾಯಿಗೆ ಸುರಿದುಕೊಳ್ಳುವ ಹಂಬಲ ಹೊಂದುತ್ತಿದ್ದ. ಇದು ಹೊರತು ಅವನು ತೃಪ್ತಿಯಿಂದಿರುತ್ತಿದ್ದ ಮತ್ತು ಯಾರ ಬಗ್ಗೆಯೂ ಹೊಟ್ಟೆಕಿಚ್ಚುಪಡುತ್ತಿರಲಿಲ್ಲ– ಒಂದು ಮನುಷ್ಯ ಪ್ರಾಣಿಯ ಬಗ್ಗೆ ಸಹ.

ಒಂದು ಮಧ್ಯಾಹ್ನ ಆತ ಹೋಇಬ್ರೋಪ್ಲಾಡ್ಸನ್ನು ಗುಡಿಸುತ್ತಿದ್ದ. ಶಾಂತಿಯುತವಾದ ತೃಪ್ತಿಯ ಭಾವನೆ ಅವನನ್ನು ಆವರಿಸಿತ್ತು. ಆದರೆ ಆಗ ಅವನ ಕಣ್ಣಿಗೆ ಬಿದ್ದ ಒಂದು ದೃಶ್ಯ ಅವನ ದಾರ್ಶನಿಕ ಹೃದಯದ ಪ್ರಶಾಂತತೆಯನ್ನು ಅಪಹರಿಸಿದ್ದಲ್ಲದೆ, ಅದು ವೇಗವಾಗಿ ಚಲಿಸಿ ಡವಗುಟ್ಟುವಂತೆ ಮಾಡಿತು.

ಹೆಂಗಸೊಬ್ಬಳು ಕೋಬಮಾಯರ್‌ಯಾಡ್‌ಅ ಕಡೆಯಿಂದ ಕಾಲೆಳೆದುಕೊಂಡು ಬಂದು ಹೋಇಬ್ರೋಪ್ಲಾಡ್ಸನ್ನು ದಾಟಿ ಹಣದ ಮಾರುಕಟ್ಟೆಯ ಕಡೆ ನಡೆಯುತ್ತಿದ್ದಳು. ಅವಳು ಹೊಳೆಯುವ ಸ್ಟ್ರಾ ಹ್ಯಾಟ್ ಧರಿಸಿದ್ದಳು. ಅದರ ಅಂಚು ಕಳಚಿ ಮೂಗಿನ ಮೇಲೆ ನೇತಾಡುತ್ತಿತ್ತು. ಅದರಿಂದಾಗಿ ಮುಖವಾಡವೊಂದರಿಂದ ಅವಳು ಹೊರಗೆ ಇಣುಕುತ್ತಿರುವಂತೆ ಕಾಣುತ್ತಿತ್ತು. ಇದರ ಜೊತೆಗೆ ಅವಳು ಫ್ರೆಂಚ್ ಶಾಲಿನ ತುಣುಕೊಂದನ್ನು ಹೊದ್ದಿದ್ದಳು. ತುಂಬಾ ಚಿಕ್ಕದು ಅನ್ನಿಸುವ ಲಂಗ ತೊಟ್ಟು ರೇಶ್ಮೆ ಮೇಲ್ಭಾಗದ ಷೂಗಳನ್ನು ಹಾಕಿಕೊಂಡಿದ್ದಳು. ಅವಳ ಕೆನ್ನೆ ಮತ್ತು ಮೂಗು ಮೂರು ಕೆಂಪು ಸೇಬುಗಳಂತೆ ಹೊರಕ್ಕೆ ಚಾಚಿಕೊಂಡಿದ್ದವು. ಅವಳು ಮುಂದಕ್ಕೆ ಬಾಗಿ ತನ್ನ ಕಟಿಗಳನ್ನು ವಯ್ಯಾರದಿಂದ ಬಳುಕಿಸುತ್ತಿದ್ದಳು, ಕಾಲುಗಳನ್ನು ಮೇಲೆತ್ತದೆ ಎಳೆಯುತ್ತಿದ್ದಳು. ಮುಂಭಾಗದ ಪಟ್ಟಿ ಕಿತ್ತು ಹೋಗಿದ್ದ ತನ್ನ ಷೂಗಳು ಕಾಲಿನಿಂದ ಕಳಚಿ ಹೋಗಬಹುದೆಂದು ಅವಳು ಹಾಗೆ ನಡೆಯುತ್ತಿದ್ದಾಳೆ ಎಂಬುದನ್ನು ಅವನ ಅನುಭವಿ ಕಣ್ಣುಗಳು ಗುರುತಿಸಿದವು.

ಅವನ ಡವಗುಟ್ಟುತ್ತಿದ್ದ ಹೃದಯ ಆ ಹೆಂಗಸು ತಾನು ಗಾಢವಾಗಿ ಪ್ರೀತಿಸಿದ್ದ ಏಕೈಕ ಮಹಿಳೆಯೂ ತನ್ನ ಕೊನೆಯ ಪ್ರಿಯತಮೆಯೂ ಆಗಿದ್ದ ಅಸುಖಿ ಮಾಲ್‌ವೀನಾ ಎಂಬುದನ್ನು ತಿಳಿಸಿತು. ಅವಳು ಅವನೊಂದಿಗೆ ಹಾಸಿಗೆ, ಮದ್ಯವನ್ನು ಹಂಚಿಕೊಂಡಿದ್ದಾಕೆ, ಕುಡಿತದ ಪ್ರಮಾಣಕ್ಕನುಗುಣವಾಗಿ ಹೊಡೆತಗಳನ್ನು ವಿನಿಮಯ ಮಾಡಿಕೊಂಡಿದ್ದಾಕೆ. ವೃತ್ತಿಭವನದ ಬಾಗಿಲು ತಟ್ಟಿ ಹೆಂಗಸರ ಮತ್ತು ಗಂಡಸರ ವಿಭಾಗಗಳಿಗೆ ಇಬ್ಬರೂ ಪ್ರವೇಶ ಪಡೆದಾಗ ಹೃದಯ ವಿದ್ರಾವಕವಾಗಿ ಯಾರನ್ನು ಆತ ಬೀಳ್ಕೊಟ್ಟಿದ್ದನೋ ಆಕೆ.

ಆಕೆಗದು ಬಿಡುವಿನ ಮಧ್ಯಾಹ್ನವಾಗಿತ್ತು. ವಿಹಾರಕ್ಕಾಗಿ ಆಕೆ ಹೊರಹೊರಟಿದ್ದಳು – ಸಂಸ್ಕಾರ ವಾದಂದಿನಿಂದ ತನ್ನ ಹದಿನೆಂಟನೇ ವಯಸ್ಸಿನವರೆಗೆ ಒಬ್ಬ ಮುದಿ ಶ್ರೀಮಂತನ ಉಪಪತ್ನಿಯಾಗಿದ್ದ ಮಾಲ್‌ವೀನಾ! ಯಾರು ತನ್ನ ಕರ್ಕಶ ಧ್ವನಿಯಲ್ಲೂ ಸಭ್ಯತೆಯಿಂದ ತೊದಲುತ್ತಿದ್ದಳೋ, ನ್ಯಾಯಾಲಯದಿಂದ ಚರಂಡಿಯವರೆಗಿನ ಎಲ್ಲ ವಾಸನೆಗಳನ್ನು ಯಾರು ಹೊರ ಹೊಮ್ಮಿಸುತ್ತಿದ್ದಳೋ, ತಾನು ಭೇಟಿಯಾಗಿದ್ದ ಜನರ ಪೈಕಿ ಜಗತ್ತಿನ ತಿರುಗುವ ಗುಣವನ್ನು ತನ್ನಂತೆ ಯಾರು ರಕ್ತಗತ ಮಾಡಿಕೊಂಡಿದ್ದ ಏಕಮಾತ್ರ ವ್ಯಕ್ತಿಯಾಗಿದ್ದಳೋ, ಅಂಥ ಮಾಲ್‌ವೀನಾ!

ಈಗ ಅವಳು ವಿಹಾರಕ್ಕೆ ಹೊರಟಿದ್ದಳು!

ಅವಳೊಂದಿಗೆ ಹೋಗಬೇಕೆಂಬ ತಡೆದುಕೊಳ್ಳಲಾಗದ ಒತ್ತಡದಿಂದ ಅವನು ಆವೇಶ ಭರಿತನಾದ. ಇನ್ನೇನು ಪೊರಕೆಯನ್ನು ಕೈಯಿಂದ ಎಸೆದು ಜೊತೆಯಲ್ಲಿ ತನ್ನನ್ನು ಕರೆದೊಯ್ಯೆಂದು ಅವಳಿಗೆ ಕೂಗಿ ಹೇಳಬೇಕೆಂದು ಅವನಿಗನ್ನಿಸಿತು. ಆದರೆ ಅವನಲ್ಲಿ ನೆನೆಗುದಿಯಾಗಿದ್ದ ಹಿಂದಿನ ಪ್ರಸಂಗಾವಧಾನತೆ ಅವನನ್ನು ತಡೆಯಿತು. ಪೊರಕೆಯನ್ನು ಕೆಳಗೆ ಹಾಕಿ ಆತ ಮಂಕು

ಬಡಿದವನಂತೆ ಮೇಲ್ವಿಚಾರಕನಾದ ಪೇಟರ್‌ಸನ್ ಬಳಿಗೆ ಕಾಲೆಳೆದುಕೊಂಡು ಬಂದು, ಹೊಟ್ಟೆ ನೋವಿನ ಕಾರಣದಿಂದ ಮೆಲ್ಲಗೆ ಹೊರಗೆ ಹೋಗಲು ಅನುಮತಿ ಬೇಕೆಂದು ಕೇಳಿದ.

ಕೆಲಸದ ಮನೆಯಲ್ಲಿ ತನ್ನ ಉಳಿದ ದಿನಗಳನ್ನು ಕಳೆಯುವುದಕ್ಕಿಂತ ಹೆಚ್ಚಿನ ಬಯಕೆ ದೊರೆ ನೆಬಕಡ್ನೆಜರ್‌ಗೆ ಇರಲಿಲ್ಲವೆಂಬುದನ್ನು ಮೇಲ್ವಿಚಾರಕ ಪೇಟರ್‌ಸನ್ ಬಲ್ಲವನಾಗಿದ್ದ. ಅನುಮಾನದಿಂದ ಅವನು ಮೊದಲು ತನ್ನ ಕೈ ಗಡಿಯಾರದ ಕಡೆ ನೋಡಿದ. ಅನಂತರ 'ಗಡಿಯಾರ'ದ ಕೆಳಗೆ ನಿಂತಿದ್ದ ಪೊಲೀಸನ ಕಡೆಗೂ, ಬಳಿಕ ರೋಗಿಯ ಕಡೆಗೂ ನೋಡಿದ. ಮನುಷ್ಯ ತೀವ್ರ ರೋಗಪೀಡಿತನಂತೆ ಕಂಡುಬಂದ.

''ನೀನೊಬ್ಬನೇ ಮನೆಗೆ ಹೋಗಲು ಸಾಧ್ಯವಿದೆಯೇ ?'' ಎಂದು ಅವನು ಕೇಳಿದ.

''ಓಹೋ ! ಆದರೆ, ಹತ್ತು ಓರ್‌ಗಳು (ನಾಣ್ಯಗಳು) ಇದ್ದಿದ್ದರೆ ಮನೆಯ ಬಾಗಿಲ ತನಕ ಬಸ್‌ನಲ್ಲಿ ಹೋಗೋದಕ್ಕೆ ಸಾಧ್ಯ.''

''ಒಳ್ಳೆಯದು ಆ ಬಸ್ಸನ್ನು ಹಿಡಿ ನೋಡೋಣ !'' ಆದರೆ ದೊರೆ ನೆಬಕಡ್ನೆಜರ್ ತುಂಬಾ ದುರ್ಬಲನಾಗಿದ್ದರಿಂದ ಓಡಿಹೋಗಿ ಆ ಬಸ್ಸನ್ನು ಹಿಡಿಯಲಾಗಲಿಲ್ಲ. ಬಸ್ ನಿಂತಿದ್ದ ಟೋರ್ವಾಲ್ಡ್‌ಸನ್ ಮ್ಯೂಸಿಯಂ ಬಳಿಗೆ ಆತ ಕಾಲೆಳೆದುಕೊಂಡು ಹೋದ. ಅದನ್ನು ಅವನು ತಲಪುವ ಮುಂಚೆಯೇ ಬಸ್ಸು ಹೊರಟುಬಿಟ್ಟಿತು. ತರುವಾಯ ಅವನು ಖಿನ್ನ ಸ್ವರದಲ್ಲಿ ಕಂಡಕ್ಟರನನ್ನು ಕರೆಯುತ್ತಾ ಅದರ ಹಿಂದೆ ಆತುರದಿಂದ ಓಡಿದ. ಮೇಲ್ವಿಚಾರಕ ಪೇಟರ್‌ಸನ್ ಶಂಕೆಯಿಂದ ತಲೆ ಕೊಡವಿಕೊಂಡ. ನೆಬಕಡ್ನೆಜರ್ ನಿಜವಾಗಿಯೂ ರೋಗಪೀಡಿತನಾಗಿರಬೇಕು. ಇಲ್ಲದಿದ್ದರೆ ಚಲಿಸುತ್ತಿದ್ದ ವಿದ್ಯುತ್ ವಾಹನವೊಂದನ್ನು ಓಡಿ ಹಿಡಿದುಬಿಡಲು ತನಗೆ ಸಾಧ್ಯವಾದೀತೆಂದು ಅವನು ಭಾವಿಸುತ್ತಿರಲಿಲ್ಲ. ಆದರೆ ಅದರಲ್ಲೇನು, ಇನ್ನೊಂದು ನಿಮಿಷಕ್ಕೆ ಮತ್ತೊಂದು ಬರಲಿದೆ. ಅಂಥವು ಬೇಕಾದಷ್ಟಿವೆ ಎಂದು ಮೇಲ್ವಿಚಾರಕ ತನಗೆ ತಾನೇ ಸಮಾಧಾನ ಹೇಳಿಕೊಂಡ.

ಇತ್ತ, ಓಡುತ್ತಿದ್ದ ನೆಬಕಡ್ನೆಜರ್‌ನ ಲೆಕ್ಕಾಚಾರದಂತೆ, ಅವನ ಮತ್ತು ಮೇಲ್ವಿಚಾರಕನ ನಡುವೆ ಕೆಲವು ಮನೆಗಳು ಅಡ್ಡಬಂದವು. ಅವನು ಓಟವನ್ನು ನಿಧಾನಗೊಳಿಸಿ ಸ್ಟಾರ್ಮ್‌ಬ್ರಿಡ್ಜ್ ಕಡೆಯಿಂದ ಅರಮನೆಯ ಅಂಗಳದ ಕಡೆ ತಿರುಗಿದ. ಈಗ ತನ್ನ ಸಮವಸ್ತ್ರದಿಂದಾಗಿ ಅನುಮಾನಕ್ಕೆ ಗುರಿಯಾಗಿ ಸಿಕ್ಕಿ ಹಾಕಿಕೊಳ್ಳದಿರುವುದು ಅತ್ಯಂತ ಮುಖ್ಯವಾಗಿತ್ತು. ಮಾರುಕಟ್ಟೆಯ ಹಿಂದೆ ಮೂರು ಓರ್‌ಗಳಿಗೆ ಒಂದು ದೊಡ್ಡ ಹಳದಿ ಕಾಗದ ಚೀಲವನ್ನೂ, ಎರಡು ಓರ್‌ಗಳಿಗೆ ಒಂದು ಪತ್ರಿಕೆಯನ್ನೂ ಅವನು ಕೊಂಡುಕೊಂಡ. ಉಳಿದದ್ದು ಹೊಗೆಸೊಪ್ಪಿಗೆ ಹೋಯಿತು. ಅವನೆಂದೂ ಹೊಗೆಸೊಪ್ಪು ಅಗಿದವನಲ್ಲ. ಆದರೆ ಜೇಬಿನಲ್ಲಿದ್ದ ಉಳಿಕೆ ಚಿಲ್ಲರೆಯಿಂದ ಅವನು ಚಡಪಡಿಸುತ್ತಿದ್ದ. ಅದನ್ನು ಗೆಳೆಯರಿಗೆ ಕೊಡಬಹುತ್ತೆಂದು ಅವನಿಗನ್ನಿಸಿತು. ಆಮೇಲೆ ಆ ಹಣವನ್ನು ಹಾಲಿನ ಮದ್ಯಕ್ಕೆ ಬಳಸಬಹುದಾಗಿತ್ತೆಂದು ಅವನಿಗೆ ಹೊಳೆಯಿತು. ಆದರೆ ತನ್ನ ವರ್ತನೆಗಳಿಗಾಗಿ ಅವನೆಂದೂ ಮರುಗುವವನಾಗಿರಲಿಲ್ಲ. ಆತ ಪತ್ರಿಕೆಯನ್ನು ಕಾಗದದ ಚೀಲ ದೊಳಕ್ಕೆ ತುರುಕಿದ. ಅದನ್ನು ಜೋಪಾನವಾಗಿ ಕಂಕುಳಲ್ಲಿ ಸಿಕ್ಕಿಸಿಕೊಂಡ. ಅರಮನೆಯ ಆವರಣದಿಂದ ರಹಸ್ಯ ಕಾರ್ಯದಲ್ಲಿ ಹೊರಟ ಸೈನಿಕನಂತೆ ನೆಟ್ಟಗೆ ಹೊರ ನಡೆದ. ದಾರಿಯಲ್ಲಿ ಪೊಲೀಸರು ಅವನ ಕಡೆ ಸಂಶಯದಿಂದ ನೋಡಿದರು. ಆದರೆ ಪಾಪಪ್ರಜ್ಞೆಗೆ ಪಕ್ಕಾಗದಿದ್ದ ಅವನು ಭರವಸೆಯಿಂದ ಮುನ್ನಡೆದ.

ಮಾಲ್‌ವೀನಾ ಕಣ್ಣಿಗೆ ಬೀಳುವವರೆಗೂ ಖ್ರಿಸ್ಟ್ಯಾನ್ಸ್‌ಹಾವ್ನ್ ಮಾರುಕಟ್ಟೆಯ ಹಿಂದಿನ ಸಂದಿ ಗೊಂದಿಗಳಲ್ಲಿ ಅವನು ಗೊತ್ತು ಗುರಿಯಿಲ್ಲದೆ ಅಲೆದ. ಡ್ರಾನ್ನಿನ್ ಉನ್ಸೆಯಾಡುಅದ ಬಹು

ಕಿಟಿಕಿಗಳ ಮನೆಯೊಂದರ ಬಾಗಿಲೊಳಗೆ ಆಕೆ ಮರೆಯಾಗುತ್ತಿದ್ದಾಗ ಆತ ಅವಳನ್ನು ನೋಡಿದ. ಅವಳು ಯಾವ ಕೆಲಸದ ನಿಮಿತ್ತ ಅಲ್ಲಿಗೆ ಬಂದಿದ್ದಳೆಂಬುದು ಅವನಿಗೆ ತಕ್ಷಣ ತಿಳಿಯಿತು. ಕತ್ತಲ ಮೊಗಸಾಲೆಯ ಕಡೆ ಮುಖ ಮಾಡಿಕೊಂಡಿದ್ದ ಮೂರನೆಯ ಮಹಡಿಯ ಕೋಣೆಯೊಂದರ ಬಳಿಗೆ ಆತ ನೇರವಾಗಿ ಹೋದ.

ಕತ್ತಲಲ್ಲಿ ಮಾಲ್‌ವೀನಾಳ ಉಡುಪಿನ ಸದ್ದು ಕೇಳಿ ಅವನು ಒಮ್ಮೆಗೇ ''ಒಳ್ಳೆಯ ದಿನ, ಮಾನ್ಯೆ'' ಎಂದು ಹೇಳಿ ಅವಳ ಕಿವಿಗಳೆರಡನ್ನೂ ಒತ್ತಿಹಿಡಿದು ಚುಂಬಿಸಿದ.

''ಕ್ಷಮಿಸು, ನನ್ನನ್ನು ನೀನು ಭಯಪಡಿಸಿದೆ ಪುಟ್ಟ ನೆಜರ್ ! ನಿನ್ನನ್ನು ಇಲ್ಲಿ ನೋಡ್ತಿರೋದೇ ವಿಚಿತ್ರ'' ಎಂದು ಅವಳು ವಯ್ಯಾರದಿಂದ ನುಡಿದಳು.

''ಮಾನ್ಯೆ, ನೀನು ರಾಜಕುಮಾರನಿಗಾಗಿ ನೊಡ್ತಿದ್ದೀಯಲ್ವೆ ? ಅವನನ್ನು ಕೈಬಿಟ್ಟಿದ್ದರೆ ಆಶ್ಚರ್ಯವೇನೂ ಇಲ್ಲ.''

''ಇಲ್ಲ, ಈಗತಾನೆ ಅವನು ಅತ್ತದ್ದು ನನಗೆ ಕೇಳಿಸಿತು. ಆದರೆ ಬಾಗಿಲಿನಲ್ಲಿ ಬೀಗದ ಕೈ ಇಲ್ಲ.''

ದೊರೆ ನೆಬಕಡ್ನೆಜರ್ ತನ್ನ ಪರಿಣತ ಬೆರಳುಗಳಿಂದ ಬೀಗವನ್ನು ಪರೀಕ್ಷಿಸಿ ಅದರ ತೂತಿನಲ್ಲಿ ಇಣುಕಿ ಮೆಲುದನಿಯಲ್ಲಿ ಹೇಳಿದ :

''ತುಂಬಾ ಸರಳ ರಚನೆ, ಒಂದು ಚೂರು ತಂತಿ ಸಿಗುವಂತಿದ್ದರೆ''

ಅವನು ಒಂದು ಕ್ಷಣ ಯೋಚಿಸಿದ. ಮೊಗಸಾಲೆಯಲ್ಲಿ ಸದ್ದು ಮಾಡದೆ ಕೆಲವು ಮೆಟ್ಟಿಲುಗಳನ್ನಿಳಿದು ನಡೆದು ಬಾಗಿಲೊಂದರ ಹಿಂದಕ್ಕೆ ಬಂದ. ಅಲ್ಲಿ ಹೆಂಗಸೊಬ್ಬಳು ಗಲಾಟೆ ಮಾಡುತ್ತಿದ್ದ ಮಕ್ಕಳನ್ನು ಗದರಿಸುತ್ತಿದ್ದಳು. ಅವನು ಆ ಬಾಗಿಲಿನಲ್ಲಿದ್ದ ಬೀಗದ ಕೈಯನ್ನು ತೆಗೆದುಕೊಂಡು ಬಂದ. ಅದು ತೆಗೆಯಬೇಕಾಗಿದ್ದ ಬೀಗಕ್ಕೆ ಹೊಂದುತ್ತಿತ್ತು.

''ನೀನು ಮಹಾ ಚಾಣಾಕ್ಷ ನೆಜರ್'' ಹುಸಿ ನಗುತ್ತಾ ಮಾಲ್‌ವೀನಾ ಹೇಳಿದಳು.

''ಇಲ್ಲ, ಮನೆ ಯಜಮಾನ ಮಹಾ ಜಿಪುಣ, ಅವನು ಎಲ್ಲಾ ಬಾಗಿಲುಗಳಿಗೂ ಒಂದೇ ತರದ ಬೀಗ ಹಾಕಿಸಿದ್ದಾನೆ'' ಎಂದು ನೆಬಕಡ್ನೆಜರ್ ಬಿಂಕವಿಲ್ಲದೆ ಉತ್ತರಿಸಿ, ತೆಗೆದುಕೊಂಡಷ್ಟೇ ಚಾಣಾಕ್ಷತನದಿಂದ ಬೀಗದ ಕೈಯನ್ನು ಇಟ್ಟುಬಂದು ''ಖಂಡಿತ ಜಿಪುಣ'' ಎಂದ.

ಅವನ ಬೆರಳುಗಳ ಮೇಲೆ ಠೀವಿಯಿಂದ ಮೆಲ್ಲಗೆ ಪೆಟ್ಟುಕೊಡುತ್ತಾ ಅವಳೆಂದಳು :

''ನೀನು ಬಿಡು, ಯಾವಾಗಲೂ ಹೊಲಸು ಸಂಗತಿಗಳ ಬಗ್ಗೆ ತಮಾಷೆ ಮಾಡ್ತೀಯ. ನಮ್ಮ ವಿಭಾಗದಲ್ಲಿ ಪ್ರತಿವಾರ ನಾವು ಬದಲಾಯಿಸ್ತೇವೆ ಅಂತ ನಿನಗೆ ನಾನು ಹೇಳಬಯಸ್ತೇನೆ.''

ದೊರೆ ನೆಬಕಡ್ನೆಜರ್‌ಗೆ ಅವಳ ಮಾತು ಅರ್ಥವಾಗಲಿಲ್ಲ. ಅವಳು ಶ್ರೀಮಂತಳಂತೆ ನಟಿಸುತ್ತಿದ್ದಾಗ ಅವಳು ಬಳಸುತ್ತಿದ್ದ ಪದಗಳು ಅವನಿಗರ್ಥವಾಗುತ್ತಿರಲಿಲ್ಲ. ಆದರೆ ಅವಳ ನಾಜೂಕಿನ ನಡತೆಯಲ್ಲಿ ಕೃತ್ರಿಮವಿರಲಿಲ್ಲವೆಂದು ಅವನಿಗೆ ಗೊತ್ತಿತ್ತು.

''ಮಾನ್ಯೆ...'' ಎನ್ನುತ್ತಾ ಅವನು ಗಂಭೀರವಾಗಿ ಬಾಗಿಲನ್ನು ತೆರೆದ.

ಸಣ್ಣ ಗಾತ್ರದ ಒಂದೂವರೆ ಕಿಟಿಕಿಯಿದ್ದ ಒಂದು ಕೋಣೆಯನ್ನು ಅವರು ಹೊಕ್ಕರು. ಕಿಟಿಕಿಯ ಉಳಿದರ್ಧ ಭಾಗ ಅಡುಗೆಮನೆಗೆ ಸೇರಿತ್ತು. ಅದು ಆ ಕಡೆ ಆರಡಿ ಈಕಡೆ ಆರಡಿ ಇತ್ತು. ಮಧ್ಯಕ್ಕೆ ಸರಿಯಾಗಿ ಕೋಣೆ ವಿಭಜನೆಗೊಂಡಿತ್ತು. ಈ ವಿಭಜನೆಯಿಂದ ಕೋಣೆಯಲ್ಲಿ ಒಂದು ಗೂಡು ಏರ್ಪಟ್ಟಿತ್ತು. ಅಲ್ಲಿ ಒಂದು ಮರದ ಮಂಚವನ್ನು ಮಾತ್ರ ಹಾಕಲು ಸಾಧ್ಯವಿತ್ತು. ಅದು ಚಿಂದಿಬಟ್ಟೆಗಳಿಂದ ತುಂಬಿತ್ತು. ಅದರ ಕೆಳಗೆ ಸೀಸೆಗಳು ತುಂಬಿದ್ದವು. ಮೇಜಿನ ಕಾಲುಗಳೆರಡು ಎದುರಿನ ಗೋಡೆಗೆ ಆತುಕೊಂಡಿದ್ದವು. ಕಿಟಿಕಿಯ ಅಡಿಯಲ್ಲಿ ಒಂದು ಕೊಳಕು ತೊಟ್ಟಿಲಿತ್ತು. ಅದರಲ್ಲಿ

ಆರು ತಿಂಗಳಿನ ಪುಟ್ಟ ಮಗುವೊಂದು ಹಳೆ ಪರದೆಯಿಂದ ಮಾಡಿದ ಒಂದು ಮೊಲೆ ತೊಟ್ಟನ್ನು ಚೀಪುತ್ತಾ ಮಲಗಿತ್ತು. ಪರದೆಯಲ್ಲಿ ಇಂಥ ಹಲವು ಮೊಲೆತೊಟ್ಟುಗಳನ್ನು ಗಂಟು ಹಾಕಲಾಗಿತ್ತು. ಮಗು ಅನುಗಳನ್ನು ಒಂದೊಂದಾಗಿ ಚೀಪಿ ಅನಂತರ ಆಚೆಗೆ ಸರಿಸಿತ್ತು. ಅವು ಕೆಳಗೆ ಬಿದ್ದು ನೆಲವನ್ನು ಗುಡಿಸುತ್ತಿದ್ದವು. ಮಲಗಿದ್ದ ಮಗು ತನ್ನ ಈಗಿನ ಮೊಲೆತೊಟ್ಟನ್ನು ನಿಧಾನವಾಗಿ ಬಾಯಿಯ ಒಳ ಹೊರ ಎಳೆಯುತ್ತಿತ್ತು. ಪರದೆಯ ಇನ್ನೊಂದು ತುದಿಯನ್ನು ಒಂದು ಮೊಳೆಗೆ ಬಿಗಿಯಲಾಗಿತ್ತು.

ಕೋಣೆಯಲ್ಲಿದ್ದ ಒಂದೇ ಕುರ್ಚಿಗೆ ಎರಡು ಮೂರು ವರ್ಷದ ಮತ್ತೊಬ್ಬ ಹುಡುಗನನ್ನು ಕಟ್ಟಿ ಹಾಕಲಾಗಿತ್ತು. ಹತ್ತಿರದ ಕಿಟಕಿಯಿಂದ ಅವನು ಹೊರಗೆ ನೋಡಬಹುದಾಗಿತ್ತು. ಕಿಟಕಿಯಲ್ಲಿ ಕಚ್ಚಿ ಹಾಕಿದ್ದ ಒಣಗಿದ ರೊಟ್ಟಿಯ ತುಣುಕುಗಳಿದ್ದವು. ಹುಡುಗ ನಿದ್ರಿಸುತ್ತಿದ್ದ. ಅವನ ಭಾರವಾದ ತಲೆ ಒಂದು ಕಡೆ ವಾಲಿಕೊಂಡಿತ್ತು. ಅವನ ದುರ್ಬಲ ಉಸಿರಾಟ ಮೃದು ಸಿಳ್ಳಿನಂತೆ ಕೇಳಿ ಬರುತ್ತಿತ್ತು. ತನ್ನ ದೊಡ್ಡ ಕಣ್ಣುಗಳನ್ನು ತೆರೆದು ಅವನು ಅವರೆಡೆ ನೋಡಿದ.

''ದೇವರೇ ! ನನ್ನ ಮರಿ, ಪುಟ್ಟ ಮರಿ !''

– ಹರ್ಷ ಹೊಮ್ಮಿಸುತ್ತಾ ಕೀರಲು ದನಿಯಲ್ಲಿ ದೊರೆ ನೆಬಕಡ್ನೆಜರ್ ಕಿರುಚಿದ. ನಟನಂತೆ ಕೈಗಳನ್ನು ಚಾಚಿದ. ''ನಿನಗೆ ನಿನ್ನ ಸ್ವಂತ ತಂದೆ ಗೊತ್ತಿಲ್ಲವೆ, ಹಾ ?'' ಎಂದ.

ಇಬ್ಬರೂ ಅವನ ಕಟ್ಟುಗಳನ್ನು ಬಿಚ್ಚಿದರು. ಮಾಲ್‌ವೀನಾ ಅವನನ್ನು ತೊಡೆಯ ಮೇಲೆ ಕೂರಿಸಿಕೊಂಡು ಚೊಕ್ಕಟಗೊಳಿಸತೊಡಗಿದಳು. ಅಷ್ಟರಲ್ಲಿ ಸುಖೀ ತಂದೆ ದಾಪುಗಾಲು ಹಾಕಿ ಸುತ್ತುತ್ತಾ ತನ್ನ ಸಂತೋಷವನ್ನು ಚಿಕ್ಕ ಉದ್ಗಾರಗಳ ಮೂಲಕ ಹೊರಹಾಕಿದ.

''ಹುಡುಗಿ! ನೀನು ಹೀಗಿರುವಾಗ ತುಂಬಾ ಚೆನ್ನಾಗಿ ಕಾಣ್ತಿ! ಅವನನ್ನು ಆರೈಕೆ ಮಾಡುವಾಗ ನೀನು ತುಂಬಾ ಸುಂದರಿಯಾಗಿ ಕಾಣ್ತಿ! ನಿನ್ನನ್ನು ನೀನು ಕಾಣಲು ಸಾಧ್ಯವಿದ್ದಿದ್ದರೆ ಅದು ನಿನಗೆ ಗೊತ್ತಾಗ್ತಿತ್ತು!''

ತನ್ನ ಬಗ್ಗೆ ಸಡಗರ ಪಡಲು ಅವರಿಗೆ ಅವಕಾಶಕೊಟ್ಟ ಮಗು ಅದರ ಬಗ್ಗೆ ಆಸಕ್ತಿಯನ್ನೇನೂ ಪ್ರಕಟಿಸಲಿಲ್ಲ. ಅವನು ಕಳೆಗುಂದಿ ಉದಾಸೀನನಾಗಿದ್ದ. ಉಸಿರಾಟ ಕಿವಿಗೆ ಕೇಳುವಷ್ಟು ಭಾರವಾಗಿತ್ತು. ಅಲ್ಲಿ ನಡೆಯುತ್ತಿದ್ದ ಘಟನೆಗಳಿಂದ ಅವನು ಸ್ವಲ್ಪವೂ ಪ್ರಭಾವಿತನಾಗಿರಲಿಲ್ಲ. ಏರಿಳಿತಗಳಿಗೆ ಜಗ್ಗದೆ ಜೀವನದಲ್ಲಿ ಮುನ್ನಡೆಯುವ ನಿರ್ಧಾರಕ್ಕೆ ಆತ ಬಂದಂತಿತ್ತು. ಜಡತೆ ಅವನನ್ನಾವರಿಸಿತ್ತು. ಯಾವ ರೀತಿಯಲ್ಲೂ ಅವನು ಮಾಲ್‌ವೀನಾಳ ಕೆಲಸಕ್ಕೆ ಸಹಾಯ ನೀಡುತ್ತಿರಲಿಲ್ಲ. ಅವನು ಉಸಿರಾಡುವಾಗ ಹೊಮ್ಮುತ್ತಿದ್ದ ಗೊರಕೆಯ ಸದ್ದು ತೃಪ್ತಿಯ ಅಭಿವ್ಯಕ್ತಿಯಂತಿತ್ತು.

''ಅವನ ಮೈ ಭಾರವಾಗಿದೆ. ತನ್ನನ್ನು ಮುದ್ದಿಸ್ಬೇಕು ಅಂತ ಅವನ ಅಪೇಕ್ಷೆ. ಅಲ್ಲದೆ ಅವನು ಹೇಗೆ ಮೈತುಂಬಿಕೊಂಡಿದ್ದಾನೆ ನೋಡು ನೆಜರ್ !'' ಎಂದಳು ಮಾಲ್‌ವೀನಾ.

ಅವನನ್ನು ನೋಡುತ್ತಾ ನೆಬಕಡ್ನೆಜರ್ ಕೇಳಿದ :

''ಅವನು ಮಾತೇ ಆಡ್ತಾ ಇಲ್ಲ. ಅವನಿಗೆ ಮಾತು ಬರ್ತದಾ ? ಮಾತೇ ಆಡಲಾರ ಅನ್ನಿಸ್ತದೆ ನನಗೆ ? ಎಷ್ಟು ವರ್ಷ ಅಂತ ಹೇಳಿದೆ ನೀನು ?''

''ಮೂರು ವರ್ಷ ನೆಜರ್, ಮೂರು ದಾಟಿದ, ನಿನಗೆ ಮರೆತೇ ಹೋಯ್ತೆ ?''

''ಯಾಕೆ – ಒಬ್ಬ ಮನುಷ್ಯನಿಗೆ ಯೋಚನೆ ಮಾಡೋದಕ್ಕೆ ಬೇಕಾದಷ್ಟು ವಿಷಯಗಳಿರ್ತವೆ.''

ಮೂರು ವರ್ಷಗಳು – ಸರಿ, ಹಾಗಿದ್ದರೆ ತನ್ನ ಅಭಿಪ್ರಾಯ ವ್ಯಕ್ತಪಡಿಸಲು ಅವನಿಗೆ ಸಾಕಷ್ಟು ಸಮಯವಿದೆ. ಅವನು ಡೆನ್ಮಾರ್ಕಿನ ಶಾಸನ ಸಭೆಯ ಸದಸ್ಯನಾದರೂ ಕೂಡ ಎಂದು ಯೋಚಿಸುತ್ತಾ ನೆಬಕಡ್ನೆಜರ್ ಮತ್ತೆ ಹೇಳಿದ :

''ಭಾವಣೆ ಹಾರಿ ಹೋಗುವಷ್ಟು ಮಾತನಾಡೋದಕ್ಕೆ ಸಹ ಆತ ಇನ್ನೂ ಕಲೀಬಹುದು. ಅದಿರ್ಲ್ಲಿ, ಅವನು ಯಾವ ಕೆಲಸ ಮಾಡಬೇಕು, ಹೇಳು ನೋಡೋಣ.''

''ದೇವರೇ ಇಲ್ಲ,'' ಬೆದರಿದ ದನಿಯಲ್ಲಿ ಮಾಲ್‌ವೀನಾ ಹೇಳಿದಳು,

''ನನಗೆ ತಿಳಿದ ಮಟ್ಟಿಗೆ ಅದು ತುಂಬಾ ಮುಖ್ಯ. ಆ ಚಿಕ್ಕ ದೇಹದಲ್ಲಿ ಎಷ್ಟೋ ಸಾಧ್ಯತೆಗಳು ಅಡಗಿವೆ. ಸರಿಯಾಗಿ ಹೇಳೋದಾದ್ರೆ ಅವನೊಂದು ಮನುಕುಲದ ಬೀಜ. ಯಾರಿಗೆ ಗೊತ್ತು, ಒಂದು ದಿನ ಅವನು ಸುಖ ಜೀವನ ಎಂಬ ಇಡೀ ಕೇಕಿನ ಮೇಲೆ ಕುಳಿತುಕೊಳ್ಳಬಹುದು. ಆ ದಿನ ಕಂಡರೆ ನಾವು ಧನ್ಯರು.''

ಮಾನ್‌ವೀನಾ ಹೇಳಿದಳು :

''ಅವನು ಬ್ರೆಡ್ ಅಂಗಡಿಯ ಯಜಮಾನ ಆದಾನು'' ಕೇಕ್ ಪದಕ್ಕೆ ಪ್ರತಿಕ್ರಿಯೆಯಂತಿತ್ತು. ಅವಳ ಉತ್ತರ. ಅಲ್ಲದೆ ಸಿಹಿ ತಿಂಡಿಗಳೆಂದರೆ ಅವಳಿಗೆ ತುಂಬಾ ಇಷ್ಟ.

ದೊರೆ ನೆಬಕಡ್ನೆಜರ್‌ಗೆ ತೃಪ್ತಿಯಾಗಲಿಲ್ಲ. ಅವನೆಂದ :

''ನನ್ನ ಮಾತಿನಿಂದ ತಪ್ಪು ತಿಳಿದುಕೊಳ್ಳಬೇಡ ಮಾನ್ಯೆ; ನಿಮಗೆ ಹೆಂಗಸರಿಗೆ ಕಲ್ಪನಾಶಕ್ತಿಯೇ ಇಲ್ಲ. ಕುಶಲ ಕಸಬಿನ ಕಾಲ ಮುಗೀತು, ದೊರೆ ನೆಬಕಡ್ನೆಜರ್‌ಗಿಂತ ಒಳ್ಳೇ ಕುಶಲ ಕಸಬುದಾರರನ್ನ ನೀನೆಲ್ಲಾದರೂ ಕಂಡಿದ್ದೀಯಾ ? ಅದಕ್ಕವನಿಗೆ ಸಿಕ್ಕಿದ್ದೇನು ? ಈಗಿನ ಕಾಲದಲ್ಲಿ ತಲೆ ಇರಬೇಕು. ಈ ಕಾಲದಲ್ಲಿ ಎಲ್ಲಕ್ಕಿಂತ ಮುಖ್ಯ ಮೆದುಳು, ಗೊತ್ತಾ? ಅವನ ತಲೆಯೇನೊ ದೊಡ್ಡದಾಗಿದೆ, ದೇವರಿಗೇ ಗೊತ್ತು - ಪುಟ್ಟಮರಿ !''

ದೊರೆ ನೆಬಕಡ್ನೆಜರ್ ತನ್ನ ದೊಡ್ಡ ಕೈಗಳಿಂದ ಮಗುವಿನ ತಲೆ ಹಿಡಿದುಕೊಂಡ. ''ಅಲ್ಲಿ ಯೀಸ್ಟ್* ಕೆಲಸ ಮಾಡ್ತಿದೆಯಾ ಪಾಪು ?'' ಎಂದು ಕಣ್ಣೀರು ತುಂಬಿ ನಗುತ್ತಾ ಕೇಳಿದ.

ಮಗುವಿನ ಭವ್ಯ ಭವಿಷ್ಯದ ಯೋಚನೆಯಿಂದ ಆತ ಉತ್ತೇಜಿತನಾದ. ಅವನ ಕೈಗಳು ಕಂಪಿಸಿದುವು. ಆತ ಹೇಳಿದ :

''ಅವನು ಒಂದು ಮಾತನ್ನೂ ಆಡ್ತಿಲ್ಲ. ಕಣ್ಣು ಕೂಡ ಮಿಟುಕಿಸೋದಿಲ್ಲ. ನಾನು ಹೇಳ್ತೇನೆ, ಕೇಳು. ಅವನಲ್ಲಿ ಬೇಕಾದಷ್ಟು ಸ್ಥೈರ್ಯವಿದೆ. ಅಲ್ಲದೆ ಮಾಲ್‌ವೀನಾ ನಿನಗೆ ಗೊತ್ತಾ? ಇಲ್ಲಿ ಮೇಲ್ಗಡೆ, ಅವನ ಈ ಚಿಕ್ಕ ಗುಮ್ಮಟದೊಳಗೆ ನಡೀತಿರೋದೆಲ್ಲಾ ನನಗೆ ಗೊತ್ತಾಗ್ತಿದೆ. ಅವನ ಮೆದುಳು ಈ ಕ್ಷಣದಲ್ಲಿ ಸಹ ತುಂಬಾ ಕೆಲಸ ಮಾಡ್ತಿದೆ. ಅವನು ಖಂಡಿತ ಜಾಣನಾಗ್ತಾನೆ! ನೋಡು, ಎಷ್ಟು ಸಮಾಧಾನದಿಂದಿದ್ದಾನೆ. ಇಷ್ಟು ಚಿಕ್ಕವನಾದರೂ ಎಲ್ಲಾ ಗೊತ್ತಿರುವ ನಮ್ಮ ಪ್ರಭುವಿನಂತೆ ಎಷ್ಟು ಚೆನ್ನಾಗಿ ನಟಿಸ್ತಾನೆ ನೋಡು. ಅವನ ಕೈಗೆ ಎಟುಕಲಾರದಷ್ಟು ಏನೂ ಇಲ್ಲ ಅಂತ ನನಗನ್ನಿಸ್ತದೆ !''

ಮಗುವನ್ನು ನೋಡುತ್ತಾ ದೊರೆ ನೆಬಕಡ್ನೆಜರ್ ಮೆಲ್ಲಗೆ ಸಿಳ್ಳೆ ಹಾಕತೊಡಗಿದ. ಭವಿಷ್ಯದ ಆಳದಲ್ಲಿ ಮುಳುಗಿದ್ದ ಅವನಿಗೆ ಮಾಲ್‌ವೀನಾ ಕರವಸ್ತ್ರ ಕೇಳಿದ್ದು ಗೊತ್ತಾಗಲೇ ಇಲ್ಲ. ಅವಳು ಕೇಳಿದ್ದನ್ನು ಕೊಡುವ ಶಕ್ತಿ ಅವನಿಗಿರಲೂ ಇಲ್ಲ. ಭವಿಷ್ಯದ ಕಲ್ಪನೆಯಲ್ಲಿ ಅವನ ಅಸ್ತಿತ್ವ ಹೆಚ್ಚು ಯಶಸ್ವಿಯಾಗಿ, ಹೆಚ್ಚಿನ ಪ್ರಮಾಣದಲ್ಲಿ ಪುನರಾವರ್ತನೆಗೊಳ್ಳುತ್ತಿತ್ತು. ಅವನು ಸ್ವತಃ ದಾಖಲೆಯನ್ನು ಮುರಿದಿದ್ದ; ಅದರೆ ಅದು ಈಗಾಗಲೇ ವಿನಾಶದ ಅಂಚಿನಲ್ಲಿದ್ದ ಒಂದು ವಿಷಯದಲ್ಲಿ. ಆ ಪಂದ್ಯದಲ್ಲಿ ಆತ ನೂರಾರು ಸಲ ಗೆದ್ದಿದ್ದರೂ ವಿಜಯದ ಭಾವನೆ ಅವನಿಗುಂಟಾಗಿರಲಿಲ್ಲ. ಆದರೆ

* ಬ್ರೆಡ್ ತಯಾರಿಕೆಯಲ್ಲಿ ಉಪಯೋಗಿಸುವ ಜಿಗಟು ಪದಾರ್ಥ.

ಮಗ ಬೆಳೆದ ಮೇಲೆ ಅವನ ಪರಿಸ್ಥಿತಿ ಉತ್ತಮವಾಗುತ್ತದೆ ಎನ್ನುವುದರಲ್ಲಿ ನೆಬಕಡ್ನೆಜರ್‌ಗೆ ಸಂದೇಹವಿರಲಿಲ್ಲ. ಆ ಗದ್ದಲ ಸಂಭ್ರಮಗಳನ್ನು ಮನಸ್ಸಿನಲ್ಲಿಯೇ ಊಹಿಸಿ, ಮಗನ ಪರವಾಗಿ ಅವನ ತಲೆ ತಿರುಗಿತು.

ಭವಿಷ್ಯದ ಬಗೆಗಿನ ಅವನ ಈ ಆಲೋಚನೆಗಳು ನಿಧಾನವಾಗಿ ಕರಗಿದವು. ಒಮ್ಮೆ ತಲೆ ಕೊಡವಿ ಅವನು ಭೂಮಿಗಿಳಿದ. ಆಗ ಆತನಿಗೆ ತನ್ನ ಗಂಟಲು ಒಣಗಿರುವುದರ ಅರಿವಾಯಿತು. ಆತ ಕೋಣೆಯಲ್ಲಿ ಸುತ್ತಾಡಿದ. ಅವನ ಅವಿಶ್ರಾಂತ ಕಣ್ಣುಗಳು ಎಲ್ಲಾ ಮೂಲೆಗಳನ್ನೂ ಹುಡುಕುತ್ತಿದ್ದವು. ಹಾಸಿಗೆಯ ಕೆಳಗಿನಿಂದ ಕೆಲವು ಬಾಟಲಿಗಳನ್ನು ತೆಗೆದು ಬೆಳಕಿಗೆ ಹಿಡಿದು ನೋಡುತ್ತಾ ಅವನು ಮಾಲ್‌ವೀನಾಳೊಡನೆ ಕೇಳಿದ :

''ವೈನ್ ಉಗ್ರಾಣಕ್ಕೆ ಏನಾಗಿದೆಯೋ ಗೊತ್ತಿಲ್ಲ. ಎಲ್ಲಾ ಚೆನ್ನಾಗಿ ಖಾಲಿಯಾಗಿದೆ; ಒಳ್ಳೇದಾಯ್ತಲ್ಲಾ! ಇಲ್ಲಿ ಕೇಳು. ನಿಮ್ಮಕ್ಕನ ಲೆಕ್ಕದ ಅಂಗಡಿ ಇಲ್ಲೆಲ್ಲೋ ಇರಬೇಕಲ್ಲವೇ ?''

ಮಾಲ್‌ವೀನಾ ತಲೆಯಾಡಿಸಿದಳು. ಮಗುವಿನ ಮೂಗನ್ನು ಕರವಸ್ತ್ರದಿಂದ ಒರೆಸುವುದರಲ್ಲಿ ಅವಳು ತಲ್ಲೀನಳಾಗಿದ್ದಳು. ಅವನೆಂದ :

''ಇದೇನಾಶ್ಚರ್ಯ ! ಅವರು ಠೀವಿಯಿಂದ ಬದುಕ್ತಿದ್ದಾರೆ ! ಇಲ್ಲಿ ಅವಳು ಸಂಸಾರಕ್ಕೆ ಸಹಾಯ ಮಾಡ್ತಿದ್ದಾಳೆ. ಅಲ್ಲಿ ಅವನು ಒಂದು ವಾರಕ್ಕೆ ಹದಿನಾರು ಕ್ರೌನ್‌ಗಳನ್ನು ಸಂಪಾದಿಸೋದಲ್ಲದೆ, ಒಂದು ಕಾಸೂ ಬಿಡದ ಹಾಗೆ ಅದನ್ನು ಖರ್ಚು ಮಾಡೋ ಸ್ಥಿತಿಯಲ್ಲಿದ್ದಾನೆ ! ಅಂಥವರಿಗೆ ಒಂದು ತೊಟ್ಟು ಮದ್ಯವನ್ನು ಸಾಲ ಕೊಡುವಂಥ ಲೆಕ್ಕದಂಗಡಿ ಇರಲಾರದು ಅಂತ ನೀನು ಭಾವಿಸಿದ್ದೀಯಾ ?''

ಈ ರೀತಿಯ ಅರ್ಥಹೀನ ವರ್ತನೆ ಅವನ ಅರಿವಿಗೆ ಮೀರಿದುದಾಗಿತ್ತು. ಆತ ಮಗುವಿನತ್ತ ನೋಡುತ್ತಾ ಕೇಳಿದ :

''ಮರಿ, ನಿನಗೀಗ 'ಡ್ಯಾಡಿ' ಅನ್ನೋಕೆ ಬರ್ತದಾ ? ನೀನೀಗ ಚೆನ್ನಾಗಿ ಕಾಣ್ತಿದ್ದೀಯ ! ದೇವರ ದಯೆ ! ಇಲ್ನೋಡು ಪ್ರಿಯೆ, ಈತ ನಮ್ಮಿಬ್ಬರನ್ನೂ ಹೋಲ್ತಿದ್ದಾನೆ ಅಂತ ನನಗೆ ಕಾಣ್ತದೆ. ಎಲ್ಲದರಲ್ಲೂ ನಾವು ಸಮಾನ ಅಭಿಪ್ರಾಯ ಉಳ್ಳವರಾಗಿರೋದರ ಫಲ ಇದು !''

ಅನಂತರ ಒಂದು ಚಿಕ್ಕ ಮೇಜಿನಷ್ಟಿದ್ದ ಅಡುಗೆ ಮನೆಯನ್ನವನು ಹೊಕ್ಕ.

''ಕೊಳಾಯಿ ನೀರು ಇಡಿಸುವಷ್ಟು ಇವರಿಗೆ ತಾಕತ್ತಿದೆ – ಓಹ್, ಎಂಥ ದುಂದುಗಾರರು !''

ತರುವಾಯ ಮಾಲ್‌ವೀನಾ ಮತ್ತು ಮಗುವಿನ ಬಳಿಗೆ ಅವನು ಮರಳಿ ಬಂದ.

''ಮರಿ, ನಿನಗೆ 'ಡ್ಯಾಡಿ' ಅನ್ನೋಕೆ ಬರ್ತದಾ ? ನನಗೊಂದು ಮುತ್ತು ಕೊಡು ಹುಡುಗಿ ! ನಿನ್ನ ತೊಡೆ ಮೇಲೆ ಮಗುವಿದ್ದಾಗ ಎಷ್ಟು ಚೆನ್ನಾಗಿ ಕಾಣ್ತೆ ನೀನು, ನಿನ್ನನ್ನ ನೀನೇ ನೋಡ್ಕೊಳ್ಳೋದಕ್ಕೆ ಸಾಧ್ಯವಿದ್ದಿದ್ದರೆ ನಿನಗೆ ಗೊತ್ತಾಗ್ತಿತ್ತು !''

ಆದರೆ ಮಾಲ್‌ವೀನಾ ಮುಖ ಸಿಂಡರಿಸಿ ಹೇಳಿದಳು :

''ನೀನು ಯಾವಾಗಲೂ ನನ್ನ ಸಂಬಂಧಿಗಳನ್ನು ಬಯ್ಯುತ್ತಿ. ಆದರೆ ಮರಿಯ ಬಗೆಗೆ ಅವರು ಚೆನ್ನಾಗಿ ನಡೆದುಕೊಂಡಿದ್ದಾರೆ. ಏನೂ ಪ್ರತಿಫಲವಿಲ್ದೆ ಅವನನ್ನವರು ಸಾಕ್ತಿದ್ದಾರೆ.''

''ನಿಜ, ತಮ್ಮ ತಿಳಿವಳಿಕೆಗೆ ತಕ್ಕ ಹಾಗೆ ಅವರು ಒಳ್ಳೆಯವರಾಗಿದ್ದಾರೆ ಮಾಲ್. ಸುಮ್ಮನೆ ಜಂಬ ಕೊಚ್ಚಬೇಡ – ಮರಿ !''

ಮಗುವಿಗೇನಾದರೂ ಕೊಡಲು ನೆಬಕಡ್ನೆಜರ್ ಜೇಬು ತಡಕಾಡಿದ. ಅವನಿಗೆ ತಂಬಾಕಿನ ಕಟ್ಟು ಸಿಕ್ಕಿತು. ಛೆ, ಇದೆಂಥ ಅನಿಷ್ಟ! ಚಿಲ್ಲರೆ ಐದು ಓರ್‌ಗಳಲ್ಲಿ ಮಗುವಿಗೇನಾದರೂ ತರಬಹುದಿತ್ತು. ಕೊನೇ ಪಕ್ಷ ಕ್ರೀಮನ್ನಾದರೂ. ಅಂಥ ರಾಜಕುಮಾರನಿಗೆ ಕ್ರೀಮ್ ದೊಡ್ಡದೇನಲ್ಲ. ಆತ ಅಡುಗೆ

ಮನೆಗೆ ಹಿಂದಿರುಗಿ ತಟ್ಟೆ ಇಡುವ ಜಾಗದಲ್ಲಿ ಆಸೆಯಿಂದ ಹುಡುಕತೊಡಗಿದ.

ವಿಸ್ಮಯದ ಸಿಳ್ಳೆ ಕೂಡಲೆ ಅವನಿಂದ ಹೊರಬಂತು. ಲೋಟವೊಂದರ ಕೆಳಗೆ ಹತ್ತು ಓರ್‌ಗಳು ಅವನ ಕಣ್ಣಿಗೆ ಬಿದ್ದುವು.

ಆತ ಮಾಲ್‌ವೀನಾಳ ಬಳಿಗೆ ಸಂತೋಷದಿಂದ ಕುಣಿಯುತ್ತಾ ಬಂದು ಹೇಳಿದ :

''ಇಲ್ನೋಡು ಮಾಲ್‌ವೀನಾ, ನನ್ನ ಹೃದಯದ ಚಿನ್ನ! ಬೇಗ ಕೆಳಗೆ ಹೋಗಿ ರಾಜಕುಮಾರನಿಗೆ ಐದು ಓರ್‌ಗಳಷ್ಟು ಕ್ರೀಮನ್ನೂ ಬಾಕಿ ಹಣದಲ್ಲಿ ಬ್ರಾಂದಿಯನ್ನೂ ತೆಗೆದುಕೊಂಡು ಬಾ. ಅದು ಒಬ್ಬ ಕಾಯಿಲೆ ಮನುಷ್ಯನಿಗೆ ಅಂತ ಹೇಳು. ಅವರು ಅಳತೆಗಿಂತ ಸ್ವಲ್ಪ ಹೆಚ್ಚು ಕೊಟ್ಟಾರು.''

ಮಾಲ್‌ವೀನಾ ಮಾತ್ರವಲ್ಲ ಜಗತ್ತಿನಲ್ಲಿ ಬೇರೆ ಯಾರಾದರೂ ಸರಿ ಆ ಹಣವನ್ನೆಲ್ಲ ಬ್ರಾಂದಿ ಕೊಳ್ಳಲು ಉಪಯೋಗಿಸದೇ ಬಿಡುತ್ತಿರಲಿಲ್ಲ. ಮೊದಲನೆಯದಾಗಿ, ಆ ಹೊತ್ತಿನಲ್ಲಿ ಕ್ರೀಮ್ ತುಂಬಾ ಕಹಿಯಾಗಿರುತ್ತದೆ. ಅಷ್ಟೇ ಅಲ್ಲದೆ ಆ ಹೊತ್ತಿನಲ್ಲಿ ಅದು ಎಲ್ಲೂ ಸಿಗುವುದಿಲ್ಲ. ಜೊತೆಗೆ ಹತ್ತು ಓರ್‌ಗಿಂತ ಕಡಿಮೆ ಹಣಕ್ಕೆ ಬ್ರಾಂದಿ ಬರುವುದಿಲ್ಲ. ಈ ಸಮಾಧಾನಕರ ಕಾರಣಗಳು ದೊರೆತ ಮೇಲೆ ಮಾಲ್‌ವೀನಾಳನ್ನು ದೂರುವಂಥ ವ್ಯಕ್ತಿಯಾಗಿರಲಿಲ್ಲ ದೊರೆ ನೆಬಕಡ್ನೆಜರ್. ಮರಿ ಸಹ ಬ್ರೆಡ್ ತುಣುಕಿನ ಮೇಲೆ ಬ್ರಾಂದಿ ತೊಟ್ಟು ಹಾಕಿ ಕೊಟ್ಟರೆ ರುಚಿ ನೋಡುವಷ್ಟು ಬೆಳೆದಿದ್ದ.

ಕುಡಿದ ಮೇಲೆ ಗೃಹ ಜೀವನದ ಉಲ್ಲಾಸ ಕಣ್ಮರೆಯಾದಂತಾಯಿತು. ತನ್ನ ಸಂಸಾರದ ಮಡಿಲಿನಲ್ಲಿ ಕುಳಿತಿದ್ದರಿಂದ ದೊರೆತ ತೃಪ್ತಿ ದೊರೆ ನೆಬಕಡ್ನೆಜರ್‌ನಲ್ಲಿ ಬಹಳ ಕಾಲ ಉಳಿಯಲಿಲ್ಲ. ಆಗಾಗ ಕಿಟಕಿ ಬಳಿ ಹೋಗಿ ಅತ ಹೊರಗೆ ಇಣುಕತೊಡಗಿದ. ಅವನ ಮೊದಲಿನ ಠೀವಿ ಈಗ ಸ್ವಲ್ಪ ಹಿಂದಿರುಗಿತ್ತು. ಅವನಲ್ಲಿ ಇನ್ನೂ ಹಾರಾಡುವ ಚೈತನ್ಯವಿತ್ತು. ಅವನಿಗೆ ಈ ಚೈತನ್ಯವನ್ನು ವ್ಯಯ ಮಾಡಲು ಒಂದು ದಾರಿ ಬೇಕೆನಿಸಿತ್ತು. ಸರಿಯಾಗಿ ಹೇಳುವುದಾದರೆ ಮತ್ತೊಮ್ಮೆ ಪ್ರಪಂಚದೊಂದಿಗೆ ಸೆಣೆಸಬೇಕೆಂದು ತೋರಿತು.

ಆ ದಿನ ಮಾಮೂಲಿಗಿಂತ ಬೇರೆ ರೀತಿಯ ಸುಂದರ ದಿನವಾಗಿತ್ತು. ಸಾಮಾನ್ಯವಾಗಿ ಯಾವಾಗಲೂ ನಗರವನ್ನಾವರಿಸಿರುವ ಹೊಗೆಯನ್ನು ಸೂರ್ಯ ಕಿರಣಗಳು ಭೇದಿಸಿ, ಬೀದಿಯಲ್ಲಿ ಬೆಳಕು ಪ್ರವಹಿಸಿತ್ತು. ನೀಲಿ ಗಗನದ ಅನಂತತೆ ಮರಗಳ ಮುಖಾಂತರ ಕಾಣುತ್ತಿತ್ತು.

''ಇಂಥ ದಿನವನ್ನು ಸಂಭ್ರಮದಿಂದ ಕಳೀಬೇಕು. ಇಲ್ಲಿ ತೂಕಡಿಸ್ತಾ ಕೂತು ವ್ಯರ್ಥಗೊಳಿಸ ಬಾರದು. ಹೇಗೂ ಮರಿ ಮಲಗಿದ್ದಾನೆ. ಹೊರಗೆ ಹೋಗಿ ಒಳ್ಳೇ ಗಾಳಿ ಸೇವಿಸಬೇಕು ಅನ್ನಿಸ್ತಿದೆ. ಕೊಂಚ ಹಣವಿದ್ದಿದ್ದರೆ ಚೆನ್ನಾಗಿರ್ತಿತ್ತು.''

ಹೀಗೆ ಹೇಳುತ್ತಾ ದೊರೆ ನೆಬಕಡ್ನೆಜರ್ ಖಾಲಿ ಕೋಣೆಯನ್ನು ದಿಟ್ಟಿಸಿ ಅನ್ವೇಷಣೆಯ ನೋಟ ಬೀರಿದ.

''ಈ ವೇಷದಲ್ಲಿ ನೀನು ಹೊರಗೆ ಹೋಗುವಂತಿಲ್ಲ'' ಮಾಲ್‌ವೀನಾ ಎಚ್ಚರಿಸಿದಳು.

''ನಿಜ, ಸಾದಾ ಉಡುಪಾದರೆ ಸಾಕು. ಬಟ್ಟೆ ಬೀರುವಿನಲ್ಲಿ ಬೇಕಾದಷ್ಟು ಬಟ್ಟೆಗಳಿವೆ.''

ಇದ್ದ ಬಟ್ಟೆಗಳನ್ನು ಅವರು ಚೆನ್ನಾಗಿ ಪರೀಕ್ಷಿಸಿದರು. ಕೊನೆಗೆ ಹೆಚ್ಚು ಕೊಳಕಾಗಿರದಿದ್ದ ಎರಡು ಷರಾಯಿಗಳನ್ನೂ ಒಂದು ಕಂದು ಬಣ್ಣದ ಓವರ್ ಕೋಟನ್ನೂ ಹುಡುಕಿ ತೆಗೆದರು. ದೊರೆ ನೆಬಕಡ್ನೆಜರ್ ಅದನ್ನು ತೊಟ್ಟುಕೊಂಡ. ವೃತ್ತಿಭವನದ ಸಮವಸ್ತ್ರವನ್ನು ಹಾಸಿಗೆಯ ಮೇಲೆ ಎಸೆದ.

''ನಾನು ಅವಕ್ಕೆ ಅಲ್ಲಲ್ಲಿ ಹೊಲಿಗೆ ಹಾಕಿದರೆ ನಿನಗೆ ತುಂಬಾ ಚೆನ್ನಾಗಿ ಕಾಣ್ತದೆ'' ಎಂದು ಹೇಳಿದ ಮಾಲ್‌ವೀನಾ ಅವನನ್ನು ಮೃದುವಾಗಿ ಹೊಡೆದಳು.

ಅವನು ಉಲ್ಲಾಸದಿಂದ ಉತ್ತರಿಸಿದ :

''ಹೌದು, ಅಷ್ಟು ಕೆಟ್ಟದ್ದಾಗೇನೂ ಇಲ್ಲ. ಆದರೆ ನನ್ನ ಕಾಲುಚೀಲ ಅವರ ಕಣ್ಣಿಗೆ ಬಿದ್ದರೆ ಖಂಡಿತಾ ಎಳೆದೊಯ್ತಾರೆ.''

''ನೆಜರ್, ಅದಕ್ಕೇನು, ಷರಾಯಿ ಇನ್ನೂ ಸ್ವಲ್ಪ ಕೆಳಕ್ಕೆ ಎಳೆದುಕೊಂಡರಾಯಿತು.''

''ಅದರಿಂದ ಪ್ರಯೋಜನವೇನೂ ಇಲ್ಲ! ಆದರೆ ಪರವಾ ಇಲ್ಲ, ವರ್ಷದ ಈ ಋತುವಿನಲ್ಲಿ ಕಾಲುಚೀಲವಿಲ್ಲದೆ ಮರದ ಬೂಟು ಹಾಕಿಕೊಂಡು ಹೋದರೆ ತೊಂದರೆಯೇನಿಲ್ಲ.''

''ನೀನು ಕಾಲುಚೀಲವಿಲ್ಲದೆ ಬರೀ ಕಾಲಲ್ಲಿ ಬಂದರೆ ನಿನ್ನ ಜೊತೆ ಖಂಡಿತ ನಾನು ಬರೋದಿಲ್ಲ. ನಾನು ಬೇರೆ ಯಾರ ಜೊತೆನಾದ್ರೂ ಹೋಗ್ತೇನೆ !''

ಅವನು ಅವಸರದಿಂದ ನುಡಿದ :

''ನಾನು ನಿಜವಾಗಿಯೂ ಹಾಗೆ ಮಾಡ್ತೇನೆ ಅಂತ ತಿಳ್ಕೊಂಡಿಯಾ ? ಸುಮ್ಮನೆ ತಮಾಷೆಗೆ ಹೇಳಿದೆ ಕಣೆ. ನಾವಿನ್ನೂ ಅಷ್ಟು ಗತಿಗೆಟ್ಟಿಲ್ಲ.''

ಅವನ ಮಾತಿನಲ್ಲಿ ಜಂಬವಿದ್ದರೂ ಮನಸ್ಸಿನಲ್ಲಿ ಅನುಮಾನವಿತ್ತು.

''ನೀನು ಅಟ್ಟಣೆ ಮೇಲೆ ಪ್ರಯತ್ನಿಸಬಹುದು'' ಮಾಲ್‌ವೀನಾ ಸೂಚಿಸಿದಳು.

''ಅದನ್ನೇ ನಾನೂ ಯೋಚಿಸಿದ್ದೆ.''

– ತನ್ನ ರಮಣಿಯ ಮುಂದೆ ತನ್ನ ಹಿರಿಮೆಯನ್ನು ಆದಷ್ಟು ಮಟ್ಟಿಗೆ ಕಾಪಾಡಿಕೊಳ್ಳುವ ಉದ್ದೇಶದಿಂದ ಅವನು ಶಾಂತ ರೀತಿಯಲ್ಲಿ ಉತ್ತರಿಸಿದ. ಅವನು ಕೂಡಲೆ ಹೊರಕ್ಕೆ ಹೋಗಿ ಬೇಗನೆ ಹಿಂದಿರುಗಿದ. ಬರುವಾಗ ಹರಿದ ರೇಷ್ಮೆ ಹ್ಯಾಟೊಂದನ್ನು, ಒಂದು ಜೊತೆ ಹಿಗ್ಗಲಿಸುವ ಸವೆದ ಬೂಟನ್ನು ತಂದ.

''ಇದು ತುಂಬಾ ಹಾಳಾಗಿದೆ. ಆದರೆ ಮರದ ಬೂಟಿಗಿಂತ ಮೇಲು. ನನಗೆ ಮರದ ಬೂಟು ಕಂಡರಾಗೋದಿಲ್ಲ. ಅದು ನಮ್ಮ ಕಸಬನ್ನೇ ಹಾಳು ಮಾಡ್ತದೆ. ಅದನ್ನು ಹಾಕಿಕೊಂಡ್ರೆ ಹೇಗೆ ನಡೀಬಹುದು, ಯೋಚಿಸು !''

ಅವರು ಆರಿಸಿ ತೆಗೆದಿದ್ದ ಬಟ್ಟೆ ಸುಕ್ಕು ಸುಕ್ಕಾಗಿತ್ತು. ಆದರೆ ಅದರಲ್ಲಿದ್ದ ದೊಡ್ಡ ತೂತುಗಳಿಗೆ ಮಾತ್ರ ಅವರು ಗಮನ ನೀಡಿದರು. ಮಾಲ್‌ವೀನಾ ದಾರ ಸೂಜಿಗಳಿಗಾಗಿ ಹುಡುಕಾಡಿದಳು. ತೊಟ್ಟಿಲಿನಲ್ಲಿದ್ದ ಚಿಕ್ಕ ಮಗು ಕೈಕಾಲು ಆಡಿಸುತ್ತಾ ಅಳತೊಡಗಿತು. ಮಾಲ್‌ವೀನಾಳ ತಂಗಿ ಇನ್ನೇನು ಬರಬಹುದೆಂದು ಅವರಿಗನ್ನಿಸಿತು. ಅವರು ಮಗುವನ್ನು ತಟ್ಟಿ ಮಲಗಿಸಿ, ಅದನ್ನು ಪುನಃ ಕಿಟಿಕಿಯ ಬಳಿಯ ಕುರ್ಚಿಯಲ್ಲಿ ಕೂಡಿಸಿ ಹೊರಗೆ ಬೀಳದಿರಲಿ ಎಂದು ಕಟ್ಟಿದರು.

''ಅಲ್ಲಿ ಕೂತು ಆಕಾಶ ನೋಡೋದಕ್ಕೆ ಮರಿ ಚೆನ್ನಾಗಿರ್‍ತದೆ.''

– ಮಗುವಿನ ತೆಳು ಕೂದಲಿನ ಮೇಲೆ ಕೈ ಆಡಿಸುತ್ತಾ ದೊರೆ ನೆಬಕಡ್ನೆಜರ್ ಹೇಳಿದ. ಆದರೆ ಮಗು ಮಲಗಲು ಬಯಸಿತು. ಅದರ ತಲೆ ಒಂದು ಕಡೆಗೆ ಜೋತುಬಿತ್ತು. ಮತ್ತೆ ಅದು ಮೃದುವಾಗಿ ಸಿಳ್ಳೆ ಹಾಕುವಂತೆ ಉಸಿರಾಡತೊಡಗಿತು.

ಈ ಸಮಯಕ್ಕೆ ತೊಟ್ಟಿಲಿನಲ್ಲಿದ್ದ ಪುಟ್ಟ ಹೆಣ್ಣು ಮಗುವಿಗೆ ಕೋಪ ಬಂದಿತ್ತು. ತನ್ನ ಮೊಲೆ ತೊಟ್ಟನ್ನು ಕಳೆದುಕೊಂಡಿದ್ದ ಅದು ಜೋರಾಗಿ ಅಳುತ್ತಾ, ಬೆತ್ತಲೆ ಹೊಟ್ಟೆ ಮುಂದಕ್ಕೆ ಚಾಚುತ್ತಾ, ತಲೆ ಕಾಲುಗಳ ನಡುವೆ ಸೇತುವೆ ಕಟ್ಟಿತ್ತು. ಅವಳನ್ನು ಸಾಂತ್ವನಗೊಳಿಸಲು ಏನಾದರೂ ಗೋಚರಿಸಬಹುದೆಂದು ದೊರೆ ನೆಬಕಡ್ನೆಜರ ಸುತ್ತಲೂ ನೋಡುತ್ತಾ ಹೇಳಿದ :

''ಪಾಪ ! ಅವಳಿಗೆ ತುಂಬಾ ಹಸಿವಾಗಿದೆ. ಅವಳು ಹೊಟ್ಟೆ ಹೇಗೆ ಉಬ್ಬಿಸ್ತಾಳೆ ನೋಡು. ನಿನ್ನ ಪುಟ್ಟ ಹೊಟ್ಟೆಗೆ ಏನಾದರೂ ಎರೆಯೋಣವೇ, ಕಂದ ?''

ಅವಳ ಉಬ್ಬಿದ ಹೊಟ್ಟೆಯನ್ನು ಸಂಕೋಚದಿಂದ ಅವನು ತಟ್ಟಿದ. ಅಲ್ಲಿದ್ದ ಖಾಲಿ ಸೀಸೆಯನ್ನು ತೆಗೆದುಕೊಂಡು ಬೆಳಕಿಗೆ ಹಿಡಿದು ನೋಡಿದ. ಒಳಗೇನೂ ಇರಲಿಲ್ಲ. ಅದರಲ್ಲಿದ್ದ ಕೊನೇ ಹನಿಯನ್ನೂ ಮರಿಯ ಬ್ರೆಡ್ ತುಣುಕಿನ ಮೇಲೆ ಹುಯ್ಯಲಾಗಿತ್ತು.

ಮಾಲ್‌ವೀನಾ ಹೇಳಿದಳು :

''ಬೇಸರವಾಗ್ತದೆ, ಆ ಮಗು ನಮ್ಮದಲ್ಲದಿದ್ದರೂ ಸಹ''

ಬಳಿಕ ಮಾಲ್‌ವೀನಾ ಕೆಲವು ಬ್ರೆಡ್ ಚೂರುಗಳನ್ನು ಹುಡುಕಿ ತಂದಳು. ಅವುಗಳನ್ನು ನಲ್ಲಿಯ ನೀರಿನಲ್ಲಿ ನೆನೆಯಿಸಿ ಮೆತ್ತಗೆ ಮಾಡಿದಳು. ಅನಂತರ ಪರದೆಯಲ್ಲಿದ್ದ ಇತರ ಮೊಲೆ ತೊಟ್ಟುಗಳ ಮೇಲ್ಗಡೆ ಆ ಮುದ್ದೆಯನ್ನು ಗಂಟುಕಟ್ಟಿದಳು. ಇಷ್ಟರಲ್ಲಿ ಮಗು ಅಳು ನಿಲ್ಲಿಸಿತ್ತು. ತನಗೆ ಚೀಪಲು ಈಗ ಇನ್ನೊಂದು ಮೊಲೆತೊಟ್ಟು ಒದಗಿದೆಯೆಂಬ ಅರಿವಿಲ್ಲದೆ, ತನ್ನ ಸಣ್ಣ ಉಸಿರಾಟದ ಸಲಕರಣೆಯಿಂದ ಇಡೀ ದೇಹ ಯಂತ್ರವನ್ನೇ ಏರಿಳಿಸುತ್ತ, ಅದು ಪುನಃ ತೂಕಡಿಸಲಾರಂಭಿಸಿತು.

ದೊರೆ ನೆಬಕಡ್ನೆಜರ್ ಅದು ತಾಳ್ಮೆಯಿಂದೆಸಗುತ್ತಿದ್ದ ಕೆಲಸವನ್ನು ಸ್ವಲ್ಪ ಹೊತ್ತು ಗಮನಿಸಿದ. ಬಳಿಕ ಯೋಚನೆ ತುಂಬಿದ ಧ್ವನಿಯಲ್ಲಿ ಹೇಳಿದ :

''ನೋಡು, ಒಂದು ಹಬೆ ಯಂತ್ರದಂತೆ ಅವಳು ಹೇಗೆ ಕೆಲಸ ಮಾಡ್ತಿದ್ದಾಳೆ ! ಬೆಳೆದ ಮೇಲೆ ಅವಳು ಅಸಾಧಾರಣ ಹೆಂಗಸಾಗೋದ್ರಲ್ಲಿ ಸಂದೇಹವಿಲ್ಲ! ಅವಳ ದಾರಿಗೆ ಅಡ್ಡಿಯಾಗೋ ವ್ಯಕ್ತಿಗೆ ಎಂಟೆದೆ ಬೇಕು. ಆದರೆ, ಅವಳು ಮಲಗಿರೋ ಆ ಹಳೆ ಚಿಂದಿಯನ್ನೆಲ್ಲಾ ನಾವು ಎತ್ತಿ ಎಸೆಯೋದು ಒಳ್ಳೇದಲ್ವೇ ? ಅವಳು ಸರಾಗವಾಗಿ ಉಸಿರಾಡಲಿ.''

''ಬೇಡ, ಹಾಗೆ ಮಾಡದಿರೋದೇ ಒಳ್ಳೇದು. ಬಹುಶಃ ಅಕ್ಕನಿಗೆ ಆ ಪರದೆ ಬೇಕಾಗಿರ ಬಹುದು'' ಮಾಲ್‌ವೀನಾ ಉತ್ತರಿಸಿದಳು.

ಅವರು ಬೀದಿಗಿಳಿದು ಗೊತ್ತು ಗುರಿಯಿಲ್ಲದೆ ಅಲೆದಾಡಿದರು. ಮಾಲ್‌ವೀನಾ ನೆಜರ್ ಕೈ ಹಿಡಿದು ಬಿನ್ನಾಣದಿಂದ ನಡೆಯುತ್ತಾ ಕೇಳಿದಳು :

''ಒಳ್ಳೇ ಜಾಗಕ್ಕೆ ಕರಕೊಂಡು ಹೋಗ್ತಿ ತಾನೇ ? ಯಾವುದಾದರೂ ಕೀಳು ಸ್ಥಳಕ್ಕಲ್ಲ, ಅಲ್ವ ? ಒಳ್ಳೇ ಜಾಗಗಳು ಬೇಕಾದಷ್ಟಿವೆ.''

ಅವಳು ಅಷ್ಟು ನಿಶ್ಚಿತ ಧ್ವನಿಯಲ್ಲಿ ಹೇಳಿದ ಮೇಲೆ ದೊರೆ ನೆಬಕಡ್ನೆಜರ್ ಅಸಹಾಯಕನಾಗ ಬೇಕಾಯಿತು.

ಜಾಗದ ಆಯ್ಕೆಯ ಸ್ವಾತಂತ್ರ್ಯವನ್ನು ಆಕೆ ಅವನಿಗೇ ಬಿಟ್ಟುಕೊಟ್ಟಳು. ಆಗಾಗ ಅವನ ಕಡೆ ಓರೆನೋಟ ಬೀರತೊಡಗಿದಳು. ತಲೆ ತಗ್ಗಿಸಿ ನಡೆದಳು. ಗಂಡಸೊಬ್ಬನ ಜೊತೆ ಮೊದಲ ಸಲವೆಂಬಂತೆ ನಡೆದಳು. ಅವಳು ಹಾಗೆ ನಡೆದು ಬಹಳ ಕಾಲವಾಗಿತ್ತು. ಚಿಕ್ಕ ಹುಡುಗಿಯಂತೆ ಅವಳು ನಾಚಿಕೆಗೆ ಒಳಗಾದಳು. ಅದೊಂದು ಸುಂದರ ಸಂವೇದನೆಯಾಗಿತ್ತು. ಆದರೂ ಈ ಜೋಡಿಯನ್ನು ನೋಡುತ್ತಿದ್ದ ಜನರಿದ್ದ ಅಂಗಡಿಗಳ ಕಡೆ ಕಳ್ಳನೋಟ ಬೀರುವುದನ್ನೇನೂ ಅವಳು ಬಿಡಲಿಲ್ಲ. ರೇಶ್ಮೆ ಹ್ಯಾಟ್‌ನಲ್ಲಿ ದೊರೆ ನೆಬಕಡ್ನೆಜರ್ ಚೆನ್ನಾಗಿ ಕಾಣುತ್ತಿದ್ದ. ತಾವು ಮೆಚ್ಚಿಗೆ ಗಳಿಸುತ್ತಿದ್ದೇವೆಂಬುದು ಅವಳಿಗೆ ಗೊತ್ತಾಯಿತು.

''ನೀನು ಎಲ್ಲಿಗೆ ಕರೆದುಕೊಂಡು ಹೋಗ್ತಿದ್ದೀಯಾ ಅಂತ ನನಗೆ ಗೊತ್ತು.''

– ಅವನ ಭುಜಕ್ಕೆ ಒರಗಿ ಅವಳು ಉಲ್ಲಾಸದಿಂದ ಹೇಳಿದಳು. ಆದರೆ ಅವಳಿಗದು ಗೊತ್ತಿರಲಿಲ್ಲ, ತಿಳಿದುಕೊಳ್ಳುವ ಅಪೇಕ್ಷೆಯೂ ಇರಲಿಲ್ಲ. ಅವನಲ್ಲಿ ತನಗಿರುವ ಕುರುಡು ನಂಬಿಕೆ ಪ್ರಕಟಿಸಲು ಅವಳು ಹಾಗೆ ಹೇಳಿದ್ದಳು. ಅವನ ಭುಜಕ್ಕೆ ಆತು, ಕಣ್ಣು ಮುಚ್ಚಿ ನೆಟ್ಟಗೆ ಬೆಳಕಿನೆಡೆಗೆ

ಹೋಗಬೇಕೆಂಬುದೇ ಅವಳ ಅಪೇಕ್ಷೆಯಾಗಿತ್ತು. ಬೆಳಕಿಗೆ ಬಂದ ಕೂಡಲೇ ಕಣ್ಣು ತೆರೆದು, ಕಣ್ಣು ಕುಕ್ಕುವ ಬೆಳಕಿನಿಂದ ಪರದಾಡುತ್ತಾ ಕಿರಿಚಬಹುದು.

ಜೀವನ ಎಷ್ಟು ಸುಂದರವಾಗಿತ್ತು!

ದೊರೆ ನೆಬಕಡ್ನೆಜರ್‌ಗೆ ಸ್ವಲ್ಪ ಇರಸು ಮುರುಸಾಯಿತು. ನಗರದ ಮಧ್ಯಭಾಗಕ್ಕೆ ಕೊಂಡೊಯ್ಯುವ ಸೇತುವೆಯನ್ನವರು ತಲಪಿದಾಗ ಆತ ತಿರುಗಿದ. ಒಂದು ನಿಮಿಷ ಕಳೆದ ಮೇಲೆ ಮತ್ತೆ ತಿರುಗಿದ. ನಿಜವಾಗಿಯೂ ಅಲ್ಲಿ ಅನೇಕ ಭಾಗಗಳಿದ್ದವು. ತುಂಬಿ ತುಳುಕುತ್ತಾ ಜಗಜಗಿಸುತ್ತಿದ್ದ ನಗರ ತನ್ನನ್ನೇ ಸಂಪೂರ್ಣವಾಗಿ ಅರ್ಪಿಸಿಕೊಂಡಿತ್ತು. ಆದರೆ ಕುಳಿತ ಮೇಲೆ ಪಶ್ಚಾತ್ತಾಪಕ್ಕೆ ಎಡೆಮಾಡಿ ಕೊಡದಂಥ ಜಾಗವನ್ನು ಹುಡುಕುವುದೇ ಕಷ್ಟವಾಗಿತ್ತು. ಒಬ್ಬನೆ ಆಗಿದ್ದಿದ್ದರೆ ನಗರದ ಉದ್ದಗಲಕ್ಕೂ ಆತ ಅಲೆಯುತ್ತಿದ್ದ. ಆದರೆ ಜೊತೆಯಲ್ಲಿ ಹೆಂಗಸೊಬ್ಬಳು ಇರುವಾಗ ಅದು ಅಸಾಧ್ಯ. ಈ ಮುಂಚೆ ಅನೇಕ ಸಲ ಆಗಿದ್ದಂತೆ ಆ ದಿನವನ್ನು ಹೇಗಾದರೂ ಯಶಸ್ವಿಗೊಳಿಸುವ ಒಂದು ಯೋಚನೆ ಹೊಳೆಯುವುದಕ್ಕಾಗಿ ಅವನು ಕಾಯುತ್ತಿದ್ದ. ಈ ಮಧ್ಯೆ ನಡಿಗೆ ಮುಂದೆ ಸಾಗಲೇಬೇಕಾಗಿತ್ತು. ದೊರೆ ನೆಬಕಡ್ನೆಜರ್ ತನ್ನ ಚಲನೆಯ ದಿಶೆಯನ್ನು ಬಹಳ ಕೌಶಲದಿಂದ ಆಗಿಂದಾಗ್ಗೆ ಬದಲಾಯಿಸುತ್ತಾ ಮುಂದುವರಿದ.

ಮಾಲ್‌ವೀನಾ ಅದನ್ನು ಗಮನಿಸಿದಳು. ಅವಳು ಆಶ್ಚರ್ಯದಿಂದ ಹೇಳಿದಳು.

''ನಾವು ಸುಮ್ಮನೆ ವೃತ್ತಾಕಾರವಾಗಿ ಸುತ್ತುತ್ತಿರೋ ಹಾಗೆ ನನಗೆ ಕಾಣ್ತದೆ.''

ದೊರೆ ನೆಬಕಡ್ನೆಜರ್ ಸಿಡುಕಿನಿಂದ ಗೊಣಗಿದ;

''ಹೌದು, ಮೊದಲು ಸೂಜಿ ದಾರ ಕೊಳ್ಳಬೇಕಲ್ಲ, ಗಣ್ಯ ವ್ಯಕ್ತಿಯೊಬ್ಬ...''

ಅವನ ಕೋಪದ ಧಾಟಿಯಿಂದ ವಿಸ್ಮಿತಳಾಗಿ, ಮಾಲ್‌ವೀನಾ ಅವನ ಭುಜಕ್ಕೆ ಒರಗಿ ತಲೆಯೆತ್ತಿ ಅವನೆಡೆಗೆ ಮುಗ್ಧ ನೋಟ ಬೀರಿದಳು. ಉಲ್ಲಾಸಮಯ ಸಂಜೆಯನ್ನು ಎದುರು ನೋಡುತ್ತಾ ತನ್ನ ಬದಿಯಲ್ಲಿ ನಡೆಯುತ್ತಿದ್ದ ಈ ಹೆಂಗಸಿನ ಬಗ್ಗೆ ತಾನು ಹೊರಬೇಕಾಗಿ ಬಂದಿದ್ದ ಜವಾಬ್ದಾರಿಯಿಂದ ನೆಬಕಡ್ನೆಜರ್‌ಗೆ ಯಾತನೆ ಉಂಟಾಯಿತು. ಅವನ ಪರಿಸ್ಥಿತಿಯ ಸ್ಪಷ್ಟ ಅರಿವು ಅವಳಿಗಿತ್ತು. ಅವನ ಜೇಬಿನಲ್ಲಿ ಒಂದೇ ಒಂದು ಪುಡಿಗಾಸು ಕೂಡ ಇರಲಿಲ್ಲವೆಂದು ಅವಳಿಗೆ ಗೊತ್ತಿತ್ತು. ಆದರೂ ಅವಳಿಗೆ ಅವನಲ್ಲಿ ಭರವಸೆಯಿತ್ತು. ಅಲ್ಲದೆ ಸಾಮಾನ್ಯ ಪರಿಸ್ಥಿತಿಯಲ್ಲಿ ಹೀಗೆ ಮಾಡುವುದೇ ಸರಿಯಾಗಿತ್ತು. ಸಾಮಾನ್ಯವಾಗಿ ದೊರೆ ನೆಬಕಡ್ನೆಜರ್ ಹುರುಳಿಲ್ಲದೆ ಹೊಸ ಯೋಜನೆ ಹಾಕುತ್ತಿರಲಿಲ್ಲ. ಆದರೆ ಇಂದು ಅವನ ಪ್ರತಿಭೆ ಎಲ್ಲೋ ಕಣ್ಮರೆಯಾದಂತಿತ್ತು. ಅನೇಕ ವಿಧದಲ್ಲಿ ಅವನಿಗೆ ಅಗತ್ಯಬಿದ್ದಾಗ ಹಣ ದೊರಕಿಸಿಕೊಟ್ಟ ಚಾಣಾಕ್ಷತನದ ಕುರುಹುಗಳಾವುವೂ ಈಗ ಅವನಲ್ಲಿ ತೋರಿಬರಲಿಲ್ಲ.

ಕೊನೆಗೆ ಅವನು ಜೋಲುಮೋರೆ ಮಾಡಿ ಹೇಳಿದ :

''ನಾವು ಹೋಟೆಲ್ ಡಿಕಾಂಟರ್‌ಗೆ ಹೋಗಿ ನರ್ತಿಸಬಹುದು. ಆದರೆ ಅವರು ನಮ್ಮನ್ನು ಒಳಕ್ಕೆ ಬಿಡೋದಿಲ್ಲ, ಅದೊಂದೇ ತೊಂದರೆ.''

ಮುಖ್ಯ ವಿಷಯದಲ್ಲಿ ಸೋತಿದ್ದೇನೆ ಎಂಬ ಭಾವನೆ ಅವನನ್ನು ಆವರಿಸಿತು. ನಿಜ, ಪ್ರಪಂಚದ ತುಂಬಾ ಹರ್ಷ, ವಿನೋದ ಹರಡಿದೆ. ಆದರೆ ಅದನ್ನು ಪಡೆದುಕೊಳ್ಳುವ ರೀತಿ ಗೊತ್ತಿಲ್ಲದಿದ್ದರೆ ಪ್ರಯೋಜನವೇನು ? ಅವನಿಗೆ ಎಂದೂ ಹಣದ ಬೆಲೆ ಗೊತ್ತಿರಲಿಲ್ಲ, ಆದರೆ ಈಗ ಅದು ಅವನನ್ನು ಆವರಿಸಿತು. ಶಕ್ತಿಹೀನನಾಗಿ ಬೇರೇನೂ ಯೋಚಿಸಲಾರದೆ ಹೋದಾಗ ಹಣ ಮುಖ್ಯವಾಗುತ್ತದೆ.

ಖಿನ್ನ ಮನಸ್ಕರಾಗಿ ಅವರು ಹಳೆ ಕೋಟೆಗೋಡೆಯ ಮೇಲೇರಿ, ಅಲ್ಲಿದ್ದ ಒಂದು ಕಲ್ಲು ಬೆಂಚಿನ ಮೇಲೆ ಕುಳಿತರು. ಸೂರ್ಯ ಮುಳುಗುತ್ತಿದ್ದ. ಕೊನೆಗೊಳ್ಳುತ್ತಿದ್ದ ದಿನ ನಗರವನ್ನು ಕೆಂಧೂಳಿನಿಂದ ಮುಚ್ಚಿತು. ಸಂತೃಪ್ತಿಯಿಂದ ಬೀಗಿ ಲಕಲಕಿಸುವ ಜಗತ್ತಿನ ಶೃಂಗಾರಮಯ ಉಚ್ಛ್ವಾಸಗಳಂತೆ ಕೋಟೆಯ ಹೊರಗೆ ಒಳಗೆ ತೂರಿ ಅದು ಅಲೆಯುತ್ತಿತ್ತು.

ಸ್ವಲ್ಪ ದೂರದಲ್ಲಿ ಕೆಲವು ಮಕ್ಕಳು ಹಾಡುತ್ತ ಕುಣಿಯುತ್ತ ಮರ ಸುತ್ತುತ್ತಿದ್ದರು. ಬೀದಿಯ ಕೊನೆಯಲ್ಲಿದ್ದ ಸೇವಿಯರ್ಸ್ ಇಗರ್ಜಿಯ ಗೋಪುರ ಹೊನ್ನ ಮೆರುಗಿನಿಂದ ಹೊಳೆಯಿತು. ಇಂಥ ಹೊತ್ತಿನಲ್ಲಿ ಖಿನ್ನರಾಗಿರಲು ಸಾಧ್ಯವೇ ಇಲ್ಲ. ಕ್ರಮೇಣ ಅವರು ಜೀವನದ ಮೇಲಿನ ದ್ವೇಷವನ್ನು ಮರೆತರು. ಎಲ್ಲದರ ಬಗ್ಗೆ ಮುಗ್ಧರಾಗಿ ವಿಷಯರಹಿತ ಮಾತಿನಲ್ಲಿ ಅವರು ಮುಳುಗಿದರು. ಸಂಜೆಯ ಶಾಂತ ಸೊಬಗು ಅವರ ಹೃದಯಗಳನ್ನು ಹಗುರವಾಗಿಸಿ ಅವರಲ್ಲಿ ತೃಪ್ತಿಯನ್ನು ತುಂಬಿತು. ಯಾವ ಅಡಚಣೆಯೂ ಇಲ್ಲದೆ, ಅದು ತನ್ನ ಅಬಾಧಿತ ಹಕ್ಕೆಂಬಂತೆ ಸೂರ್ಯ ಬಾನಿನಿಂದ ಹೊರಟು ಹೋಗುವುದನ್ನು ಅವರು ತುಸು ವ್ಯಾಕುಲತೆಯಿಂದ ನೋಡಿದರು. ಮರೆಯಾಗುವ ಮುಂಚೆ ಅವರ ಸಪ್ಪೆ ಮುಖಗಳನ್ನು ಅದು ಮುದ್ದಿಸಿ, ಯಾವುದೋ ಮಧುರ ನಿರೀಕ್ಷೆಯಿಂದ ಅವು ಪುನಃ ಕೆಂಪೇರುವಂತೆ ಮಾಡಿತು. ಅವರ ಕಣ್ಣು ಎಂದೂ ಇಷ್ಟು ಸುಂದರವಾಗಿ ಹೊಳಪಿನಿಂದ ಕೂಡಿರಲಿಲ್ಲ. ದೂರದಲ್ಲಿ ನಗರದ ಮೇಲೆ ಹಬ್ಬದ ಕಾಂತಿ ಸುಳಿದಾಡಿ ಮತ್ತೆ ಅವರಲ್ಲಿ ಆಸೆ ಜ್ವಲಿಸಿತು. ಸ್ವಲ್ಪ ಹೊತ್ತು ಅವರ್ಣನೀಯ ಆನಂದ, ಜಗತ್ತಿಗೆ ಗೊತ್ತಿಲ್ಲದ ಸುಖ, ಅವರ ಒಳಹೊಕ್ಕು, ಮರುಟಿ ಹೋಗಿದ್ದ ಅವರ ಹೃದಯಗಳನ್ನು ಉಬ್ಬಿಸಿತು.

ಈ ನಡುವೆ ಮಾಲ್‌ವೀನಾ, ಒಂದು ಪುಟ್ಟ ಮಗು ಮನೆಗೆ ಹೋಗಿ ಸೂಜಿ, ದಾರ ತರುವಂತೆ ಮಾಡಿದ್ದಳು. ಮಕ್ಕಳು ಬಾಯಿ ತೆರೆದು ಸುತ್ತ ನಿಂತಿದ್ದಂತೆ ಅವಳು ಆತುರಾತುರವಾಗಿ ತನ್ನ ಸುಂದರ ಪುರುಷನಿಗೆ ಅಲ್ಲಿ ಇಲ್ಲಿ ತೇಪೆ ಹಾಕಿದಳು. ಕೆಲಸ ಮುಗಿಸುವ ಸಲುವಾಗಿ ದೊರೆ ನೆಬಕಡ್ನೆಜರ್ ಕೆಳಗೆ ಮಲಗಬೇಕಾಯಿತು. ಹರಿದು ಹೋದ ಕಡೆಯಲ್ಲೆಲ್ಲ ಹೊಲಿಗೆಯನ್ನು ಹಾಕಬೇಕಾಗಿದ್ದುದರಿಂದ ಮಲಗಿಕೊಂಡೇ ಅವನು ಆ ಕಡೆ, ಈ ಕಡೆ ಉರುಳಾಡಬೇಕಾಯಿತು.

ಆ ನಸು ಬೆಳಕಿನಲ್ಲೂ ಮಾಲ್‌ವೀನಾ ತನ್ನ ಕೈ ಚಳಕದಿಂದ ಬೇಗ ಹೊಲಿದು ಮುಗಿಸಿದಳು.

''ಮುಗೀತು ನೆಜರ್'' ಅವನ ಕಣ್ಣಲ್ಲಿ ಕಣ್ಣಿಟ್ಟು ನೋಡುತ್ತಾ ಅವಳು ಹೇಳಿದಳು. ಅಲ್ಲಿಗೆ ಕೊನೆಯ ಆತಂಕವೂ ಬಗೆಹರಿದಿತ್ತು.

ಅದಕ್ಕೆ ಪ್ರತಿಯಾಗಿ ಅವನು ಅವಳತ್ತ ದೀನ, ಶಕ್ತಿಹೀನ ನೋಟವನ್ನು ಬೀರಿದ. ಅಯ್ಯೋ ! ಆತಂಕಗಳೆಲ್ಲ ಬಗೆಹರಿದುಬಿಟ್ಟಿದ್ದವು. ಇನ್ನು ಯಾವ ನೆಪದ ಹಿಂದೆಯೂ ಅಡಗಿಕೊಳ್ಳಲು ಅವಕಾಶವಿರಲಿಲ್ಲ. ಮಾಲ್‌ವೀನಾ ತೇಪೆ ಹಾಕುತ್ತಿದ್ದಾಗ, ಯಾವುದೋ ಭರವಸೆ ಅವನ ಆಲೋಚನೆಗೆ ಹಿನ್ನೆಲೆಯಾಗಿತ್ತು. ಇಲ್ಲದಿದ್ದರೆ ಚೆಂದ ಕಾಣಿಸಿಕೊಳ್ಳುವ ಅಗತ್ಯವೇನು ? ನಿಜಕ್ಕೂ ಕಾರಣವಿರಲೇಬೇಕು. ಆದರೆ ಆ ಭರವಸೆ ಅವರ ಕಣ್ಣೆದುರಿಗೇ ವಿಫಲಗೊಂಡಿತು. ಬುದ್ಧಿಮತ್ತೆ ಕೈಕೊಟ್ಟಾಗ ಮನುಷ್ಯ ಎಂಥ ಬಡಪಾಯಿಯಾಗುತ್ತಾನೆ ಎಂಬ ಸತ್ಯ ಅವರಿಗೆ ಗೋಚರಿಸಿತು.

ಜೀವನವಿಡೀ ದೊರೆ ನೆಬಕಡ್ನೆಜರ್ ತನ್ನನ್ನು ತಾನು ನಂಬಿದ್ದ. ಈ ದಿನವನ್ನು ಕುರಿತು ಅವನು ಕಂಡಿದ್ದ ಕನಸಿನಲ್ಲಿ ಅದೊಂದು ದೈತ್ಯಾಕಾರದ ಅವಶೇಷದಂತೆ ಪ್ರತ್ಯಕ್ಷವಾಗಿತ್ತು. ತಾರುಣ್ಯದ ಸಂಜೆಯೊಂದನ್ನು ಮರಳಿ ಪಡೆಯುವಂತೆ ಅವನನ್ನು ಪ್ರಚೋದಿಸಿತ್ತು. ಅಲ್ಪಾವಧಿಯ ವಿಶ್ವಸಂಚಾರಕ್ಕೆ ಅವನನ್ನು ತೊಡಗಿಸಿತ್ತು. ಜೇಬಿನಲ್ಲಿ ಕಾಸಿಲ್ಲದೆ ಮೂರು ಸಲ ವಿಶ್ವ ಪ್ರದಕ್ಷಿಣೆ ಮಾಡಿದ್ದ ಅವನಿಗಿದನ್ನು ಸಹಿಸುವುದು ದುಸ್ತರವಾಗಿತ್ತು. ಈಗ ಕೊನೆಯಲ್ಲಿ ನರ್ತನ

ಮಂದಿರವೊಂದನ್ನು ಪ್ರವೇಶಿಸಲು ಐವತ್ತು ಓರ್‌ಗಳಿಲ್ಲದ ಗತಿಹೀನ ಅಸಹಾಯಕ ಸ್ಥಿತಿಯಲ್ಲಿ ಅವನು ಇಲ್ಲಿ ಕುಳಿತಿರಬೇಕಾಗಿ ಬಂದಿತ್ತು.

ಹಣವಿಲ್ಲದ ಸಂದರ್ಭದಲ್ಲಿ ಕೂಡ ಏನಾದರೊಂದು ಮಾಡಲು ಸಾಧ್ಯ. ದಟ್ಟ ದರಿದ್ರನಿಗೆ ಸಹ ಸಾಕಷ್ಟು ಸಂಪರ್ಕಗಳಿರುತ್ತವೆ. ಹಣ ಖರ್ಚು ಮಾಡದೆಯೇ ಒಂದು ಸಂಜೆಯನ್ನು ಖುಷಿಯಿಂದ ಕಳೆಯಲು ಸಾಧ್ಯ. ಸುಂದರ ಸಂಜೆಗಾಗಿ ಗಂಡಸಿಗೆ ಜೋತುಬಿದ್ದ ಹೆಂಗಸು ಮಾಲ್‌ವೀನಾ – ಅವನಿಗೆ ಇದನ್ನು ಸೂಚಿಸಿದಳು. ಆದರೆ ದೊರೆ ನೆಬಕಡ್ನೆಜರ್ ತನ್ನ ಪರಿಚಿತರನ್ನು ಆಶ್ರಯಿಸುವಂಥ ವ್ಯಕ್ತಿಯಾಗಿರಲಿಲ್ಲ. ಅಲ್ಲೊಂದು ಇಲ್ಲೊಂದರಂತೆ ಏನಾದರೂ ಚೂರುಪಾರು ಗಿಟ್ಟಿಸುವ ಉದ್ದೇಶದಿಂದ ಅವನಿಂದು ಹೊರಗೆ ಹೊರಟಿರಲಿಲ್ಲ. ಬದಲು ಯೌವನದ ದಿನಗಳಲ್ಲಿ ಕಾಲ ಕಳೆದ ಜಾಗಗಳಿಗೆ ಭೇಟಿ ಕೊಡುವ ಬಯಕೆಯನ್ನು ಅವನು ಹೊಂದಿದ್ದ. ಆಟದಿಂದ ಹೊರದೂಡಲ್ಪಟ್ಟರೆ – ಸರಿ, ಬಂದ ದಾರಿಗೆ ಸುಂಕವಿಲ್ಲ ಎಂದುಕೊಂಡು ವೃತ್ತಿಭವನಕ್ಕೆ ಹಿಂದಿರುಗಲು ಅವನು ಸಿದ್ಧನಿದ್ದ. ಆದರೆ ಅವನು ತಿಂಡಿ ತಿಂದ ಮೇಲೆ ತಟ್ಟೆ ನೆಕ್ಕುವವನಲ್ಲ, ಔತಣಕ್ಕೆ ಬಾರದಿದ್ದವರ ಪಾಲಿಗೆ ಆತ ಅದನ್ನು ಬಿಡುವವನು. ''ವೃತ್ತಿಭವನದಲ್ಲಿ ಒಬ್ಬ ಮತ್ತೊಬ್ಬನ ದಾಕ್ಷಿಣ್ಯಕ್ಕೆ ಒಳಗಾಗಿರಬೇಕಾಗಿರ್ತದೆ.'' ಹೆಂಗಸಿಗೂ ಅದು ಅರ್ಥವಾಗುತ್ತದೆ ಎಂಬ ಭಾವನೆಯಿಂದ ತನ್ನ ಆಲೋಚನೆಗಳನ್ನವನು ಹೊರಗೆಡವಿದ : ''ಸರಿಯಾಗಿ ಹೇಳೋದಾದರೆ ಒಬ್ಬ ಎಲ್ಲರನ್ನೂ ಪ್ರತಿನಿಧಿಸ್ತಾನೆ. ಆದರೆ ಮಾನ್ಯೆ, ನೀನು ಮುಂದುವರಿ. ನಿನ್ನ ಮುಖ ನೋಡಿ ನಿನಗಾರಾದರೂ ಒಬ್ಬ ಜೊತೆಗೆ ಸಿಕ್ಕೇ ಸಿಗ್ತಾನೆ !''

ಆದರೆ ಮಾಲ್‌ವೀನಾ ಅವನಿಗೆ ಅಂಟಿಕೊಂಡು, ಅವನ ಹೊರತು ತನಗೆ ಈ ಪ್ರಪಂಚದಲ್ಲಿ ಬೇರಾರೂ ಮುಖ್ಯವಲ್ಲವೆಂದು ಹೇಳಿದಳಲ್ಲದೆ, ಅವನ ಜೊತೆಗೇ ಇರುವುದಾಗಿ ತಿಳಿಸಿದಳು. ಒಂದು ದಿನ ಅವನಿಲ್ಲದೇ ಹೋದಾಗ, ತಾನು ಮತ್ತಾರ ಜೊತೆಗಾದರೂ ಹೋಗಬಹುದೆಂದು ಅವಳು ನುಡಿದಳು.

ದೊರೆ ನೆಬಕಡ್ನೆಜರ್ ಉದ್ವೇಗದಿಂದ ಹೇಳಿದ :

''ನಿನ್ನಿಂದ ನಾನು ಈ ಪ್ರತಿಕ್ರಿಯೆಯನ್ನೇ ನಿರೀಕ್ಷಿಸಿದ್ದೆ. ನಿನ್ನ ಜಾಗದಲ್ಲಿ ನಾನಿದ್ದಿದ್ದರೆ ಏನು ಹೇಳುತ್ತಿದ್ದೆನೋ ಅದನ್ನೇ ನೀನು ಹೇಳಿದ್ದೀಯಾ.''

ಧೈರ್ಯ ತುಂಬಿದ ನಗೆ ಬೀರಿ ಮಾಲ್‌ವೀನಾ ಅವನ ಮೆಚ್ಚುಗೆಯನ್ನು ಸ್ವೀಕರಿಸಿದಳು, ಆದರೆ ಕೂಡಲೇ ಅಳತೊಡಗಿದಳು. ಸಣ್ಣ ಹುಡುಗಿಯಂತೆ, ಜಗತ್ತು ತನ್ನ ಸುತ್ತ ಇದೇ ಮೊದಲ ಬಾರಿಗೆ ಕುಸಿದು ಬಿದ್ದಿರುವಂತೆ ಅವಳು ವರ್ತಿಸಿದಳು. ಮಾತಿನಿಂದ ಅವಳನ್ನು ಸಂತೈಸಲು ದೊರೆ ನೆಬಕಡ್ನೆಜರ್ ಪ್ರಯತ್ನಿಸಲಿಲ್ಲ, ಮೆಲ್ಲಗೆ ಅವಳನ್ನು ಅಪ್ಪಿಕೊಂಡ. ಅವನ ಭುಜದ ಮೇಲೆ ತಲೆಯಿಟ್ಟು ಅವಳು ಅಳುತ್ತಾ ನಿದ್ರೆಹೋದಳು.

ಸಂಜೆ ಕಳೆದು ಕತ್ತಲು ಎಲ್ಲೆಡೆ ಆವರಿಸುತ್ತಿತ್ತು. ಮರಗಳ ಕೆಳಗೆ ಕತ್ತಲು ದಟ್ಟವಾಗುತ್ತಿತ್ತು. ಬೀದಿ ದೀಪಗಳು ಒಂದೊಂದಾಗಿ ಮಸುಕಿನಲ್ಲಿ ಮಿನುಗತೊಡಗಿದವು. ದೊರೆ ನೆಬಕಡ್ನೆಜರ್‌ನ ಕಣ್ಣುಗಳಲ್ಲಿ ವಿಚಿತ್ರವಾದ, ದೂರಕ್ಕೆ ತೇಲುತ್ತಿರುವಂಥ ನೋಟವೊಂದು ಮೂಡಿತು.

ಗೋಚರಾತೀತ ದೂರ - ದೂರದಲ್ಲಿ ಅವನ ನೋಟ ನೆಟ್ಟಿತ್ತು. ಅವನಿಗೆ ಮಾಲ್‌ವೀನಾಳನ್ನು ಎಚ್ಚರಿಸುವ ಮನಸ್ಸಾಗಲಿಲ್ಲ. ಭೀಕರ ಒಂಟಿತನ ಅವನನ್ನು ಆವರಿಸಿತು. ಈ ಒಂಟಿತನದ ಭಾವನೆ ಎಷ್ಟು ತೀವ್ರವಾಗಿತ್ತೆಂದರೆ, ಇಲ್ಲಿಗೆ ಎಲ್ಲ ಮುಗಿಯಿತು ಎಂದು ಒಪ್ಪಿಕೊಳ್ಳುವ ಸ್ಥಿತಿಯನ್ನು ಅವನನ್ನು ತಲುಪಿದ. ಅವನು ಯಾವುದಕ್ಕೂ ಲಾಯಕ್ಕಾಗಿರಲಿಲ್ಲ. ಅವನಿಗೆ ವಯಸ್ಸಾಗಿತ್ತು. ಅಸಾಧ್ಯವಾದುದನ್ನು

ಸೋತ ಕೈಗಳಿಂದ ಎತ್ತಿ ಹಿಡಿಯಲು ಪ್ರಯತ್ನಿಸುವುದರ ಬದಲು ಈ ತಿಳಿವಳಿಕೆ ಒಂದು ರೀತಿಯಲ್ಲಿ ಅವನಿಗೆ ಪರಿಹಾರ ನೀಡಿತು. ಸರಿ, ಈಗ ಎಲ್ಲ ಕೊನೆಗೊಂಡಿತ್ತು. ಇನ್ನು ಮುಂದೆ ದಾರಿಯಲ್ಲಿ ಹಾದು ಹೋಗುತ್ತಿದ್ದಂತೆ ಜೀವನವನ್ನು ಕಸಿಯಲು ಸಾಧ್ಯವಿರಲಿಲ್ಲ. ಹಾರಿ ಅದನ್ನು ಹಿಡಿಯಲು ಪ್ರಯತ್ನಿಸಿದರೆ, ದಾರಿಗೆ ಬಿದ್ದು ಅವನ ತಲೆ ಬುರುಡೆ ಒಡೆಯುವುದು ಖಂಡಿತ.

ಆದರೆ ಅವನು ಒಳ್ಳೆಯ ದಿನಗಳನ್ನು ಕಂಡಿದ್ದ. ಅವನೇನೂ ಕೆಲಸಕ್ಕೆ ಬಾರದ ಪೊಳ್ಳು ಮನುಷ್ಯನಾಗಿರಲಿಲ್ಲ. ದೇವರೇ, ಆತ ಹೇಗೆ ವಿಜೃಂಭಿಸಿದ್ದ! ಅದರ ನೆನಪು ಮಧುರ, ಅವನಿಗೆ ಇನ್ನು ತಡೆಯಲಾಗಲಿಲ್ಲ. ತನ್ನ ನೆನಪುಗಳನ್ನು ಹಂಚಿಕೊಳ್ಳುವವರೊಬ್ಬರು ಬೇಕೆಂದು ತೋರಿತು. ಆದರೆ ಮಾಲ್‌ವೀನಾ ಎಚ್ಚರಗೊಂಡು ಅವನ ಕಡೆ ನೋಡಿದಾಗ ಅವಳ ಕಣ್ಣುಗಳಲ್ಲಿದ್ದ ನಿರಾಶೆ ಅವನ ಉತ್ಸಾಹವನ್ನೆಲ್ಲಾ ಅಡಗಿಸಿಬಿಟ್ಟಿತು. ಬಹುಶಃ ಅವಳು ಭವ್ಯ ಕನಸೊಂದನ್ನು ಕಂಡಿದ್ದಿರಬಹುದು.

ಅವರು ಒಬ್ಬರಿಗೊಬ್ಬರು ಆತು ಕುಳಿತರು. ಪದಗಳ ಅವಶ್ಯಕತೆ ಕಂಡುಬರಲಿಲ್ಲ. ಮಾಲ್‌ವೀನಾ ಬಯ್ಯಲಿಲ್ಲ. ಇದರಿಂದ ದೊರೆ ನೆಬಕಡ್ನೆಜರ್‌ಗೆ ಆಶ್ಚರ್ಯವಾಯಿತು. ಸ್ವಲ್ಪ ಹೊತ್ತಿನ ಹಿಂದೆ ಅವಳು ಹೀಗೆ ಮಾಡಿದ್ದರೇ ಚೆನ್ನಾಗಿರುತ್ತಿತ್ತೆಂದು ಅವನಿಗನ್ನಿಸಿತ್ತು. ಅದೊಂದು ಕಾದಾಟಕ್ಕೆ ದಾರಿ ಮಾಡಿಕೊಡುತ್ತಿತ್ತು. ಹೀಗೆ ಜಗಳ ಮಾಡಿ ಆಕೆ ಆಟವನ್ನು ಕೆಡಿಸದಿರುತ್ತಿದ್ದರೆ, ತಾನು ಎಲ್ಲವನ್ನೂ ಸರಿಪಡಿಸುತ್ತಿದ್ದೆ ಎಂದು ಠೀವಿಯಿಂದ ಹಿಂದೆ ಸರಿಯಲು ಅವನಿಗಾಗ ಸಾಧ್ಯವಾಗುತ್ತಿತ್ತು. ಆದರೆ ಈಗ ಅವನು ತನ್ನ ಶಕ್ತಿಹೀನತೆಯನ್ನು ಒಪ್ಪಿಕೊಂಡಿದ್ದ. ಆದುದರಿಂದ ಅವಳು ತನ್ನನ್ನು ಆಕ್ಷೇಪಿಸದಿದ್ದುದಕ್ಕೆ ಆತ ಅವಳಿಗೆ ಕೃತಜ್ಞನಾಗಿದ್ದ.

ಕೋಟೆಗೋಡೆಯ ಇಳಿಜಾರಿನ ಮೇಲೆ ಕೆಲವು ಪೊದೆಗಳು ಬೆಳೆದಿದ್ದವು. ಅದರಲ್ಲಿ ಮಕ್ಕಳು ಓಡಾಡಿ ಅಲ್ಲಲ್ಲೇ ಸಣ್ಣ ದಾರಿಗಳಾಗಿದ್ದವು. ಈ ಪೊದೆಗಳ ಮೇಲೆ ಕತ್ತಲೆ ಮುಸುಕು ಹೊದಿಸಿತ್ತು. ಅವುಗಳ ಸಂದಿನ ಮೂಲಕ ಕಾಣುತ್ತಿದ್ದ ಕಿರುತೆರೆಗಳ ಹೊಳಪು ಮತ್ತು ಜೊಂಡಿನ ಸರಸರ ಶಬ್ದಗಳು ಹತ್ತಿರದ ಕಂದಕದಲ್ಲಿ ನೀರಿದೆಯೆಂಬುದನ್ನು ಸೂಚಿಸುತ್ತಿತ್ತು.

ಇವೆಲ್ಲ ತನ್ನ ಹಿಂದಿನ ಒಳ್ಳೆಯ ದಿನಗಳಿಂದ ಬಂದ ಶುಭಾಶಯಗಳಂತೆ ದೊರೆ ನೆಬಕಡ್ನೆಜರ್‌ನ ಹೃದಯವನ್ನು ಮೃದುವಾಗಿ ಮುಟ್ಟಿದವು. ಇಲ್ಲಿ, ಈಗಿನ ತನ್ನ ಬಡಪರಿಸ್ಥಿತಿಯಲ್ಲಿ ಸಹ ಈ ದಿವ್ಯ ಭೂಮಿಯ ಸಿಹಿಯನ್ನು ಸವಿಯಲು ಅವನಿಗೆ ಸಾಧ್ಯವಿತ್ತು. ಹೊರಗೆ, ತೆರೆದ ಬಯಲಲ್ಲಿ ಒಂದು ರಾತ್ರಿಯನ್ನು ಕಳೆಯಲು ಈಗಲೂ ಸಾಧ್ಯವಿತ್ತು. ನಕ್ಷತ್ರಗಳ ಕಡೆ ಮುಖ ಮಾಡಿ ಮಲಗಿ, ಬೆಳಗಿನ ಮಂಜಿನಲ್ಲಿ ತೊಯ್ದು ಎದ್ದಾಗ ಅನುಭವಿಸುತ್ತಿದ್ದ ಒಂದು ವಿಧದ ರಹಸ್ಯ ಪುಳಕವೇ ಅವನ ಬದುಕಿನ ಬುನಾದಿಯಾಗಿತ್ತು. ಖಂಡಿತವಾಗಿಯೂ, ಇದು ಅವನ ಶಕ್ತಿಗೆ ಇನ್ನೂ ಮೀರುದುದಾಗಿರಲಿಲ್ಲ!

ಅವನ ಯೋಚನೆಯನ್ನು ಕೇಳಿ ಮಾಲ್‌ವೀನಾ ಸಿಡುಕಿನಿಂದ ಎದ್ದು ನಿಂತಳು. ಕೆಲವು ಹೆಂಗಸರಂತೆ – ಎಂಥ ಬಗೆಯ ಹೆಂಗಸರೆಂದು ಹೇಳಲು ಅವಳು ಸಿದ್ಧಳಿರಲಿಲ್ಲ. ಬಯಲಿನಲ್ಲಿ ಮಲಗಲು ಆಕೆ ತಯಾರಿರಲಿಲ್ಲ. ಅವಳ ವಿಭಾಗದಲ್ಲಿ ಅಂಥ ಅಭ್ಯಾಸವಿರಲಿಲ್ಲ. ಅವಳೆಂದಳು :

''ನಮ್ಮ ಬಳಿ ಒಳ್ಳೇ ಹಾಸಿಗೆಗಳಿವೆ. ಎಲ್ಲ ಸೌಕರ್ಯಗಳಿವೆ. ಅಸಭ್ಯನಂತೆ ವರ್ತಿಸಬೇಕು ಅಂತ ನಿನಗೆ ತೋರಿದರೆ ನಾನು ಹೊರಟು ಹೋಗ್ತೇನೆ.''

ದೊರೆ ನೆಬಕಡ್ನೆಜರ್ ಅವಳ ಮಾತುಗಳನ್ನು ಕೇಳುತ್ತಾ ಅವಳೆಡೆ ನಿರಾಶೆಯ ನೋಟ ಬೀರಿದ. ಮುದಿ ವಯಸ್ಸಿನ ಒಂಟಿತನ ಅವನನ್ನ ಕಾಡುತ್ತಿತ್ತು. ಯಾರ ಜೊತೆಯಲ್ಲೂ ಜಗಳವಾಡುವ ಸ್ಥಿತಿಯಲ್ಲಿ ಅವನಿರಲಿಲ್ಲ.

ಕಹಿ ನಗೆಯನ್ನು ಬೀರುತ್ತ ಅವನೆಂದ :

''ಈಗ ನೀನು ಜಂಬದ ಕೋಳಿ ತರ ಆಡ್ತಿದ್ದೀಯ. ಮೇಲ್ವಿಚಾರಕರಲ್ಲೊಬ್ಬ ನಿನ್ನ ಮೇಲೆ ಕಣ್ಣು ಹಾಕಿರ್ಬೇಕು ಅಂತ ಯಾರಾದರೂ ಭಾವಿಸ್ಬಹುದು.''

ಅವಳು ಮುನಿಸಿನಿಂದ ಉದ್ಗರಿಸಿದಳು :

''ಯಾಕೆ ನೆಜರ್? ಹಾಗೆ ಹೇಳೋದಕ್ಕೆ ನಿನಗೆ ನಾಚಿಕೆಯಾಗೋದಿಲ್ವೆ? ನಾನು ಅಂಥವಳಲ್ಲ ಅಂತ ನಿನಗೆ ಚೆನ್ನಾಗಿ ಗೊತ್ತು.''

ಸರಿ, ಯಾಕೆ ಹಾಗೆ ಮಾಡಬಾರದು? - ಅದರಿಂದ ಒಂದೆರಡು ಚಿಕ್ಕ ರಿಯಾಯಿತಿಗಳು ಸಿಕ್ಕುವುದಾದರೆ, ಈಗ ಅವನಿಗೂ ರಿಯಾಯಿತಿಗಳ ಪ್ರಾಮುಖ್ಯ ಅರಿವಿಗೆ ಬಂದಿತ್ತು. ಈ ಹೊಸ ದೀನ ಬಾಳಿಗೆ ಅವನು ಹೊಂದಿಕೊಳ್ಳತೊಡಗಿದ್ದ. ಇದರೊಂದಿಗೇ ಕುದುರೆ ಲಾಯದ ಯೆನ್‌ಸನ್‌ನ ಹುಲ್ಲಿನ ಅಟ್ಟ ಅವನ ಮನಸ್ಸಿಗೆ ಬಂದಿತು. ಅವನು ದಣಿದಿದ್ದ. ಅವನಿಗೆ ವಿಶ್ರಾಂತಿ ಬೇಕಿತ್ತು. ಅದಕ್ಕೆ ಅಂಥ ಹುಲ್ಲಿನ ಅಟ್ಟ ಅತ್ಯುತ್ತಮ ತಾಣವಾಗಿತ್ತು. ತೆರೆದ ಬಯಲಿನಲ್ಲಿರುವ ಹುಲ್ಲಿನ ಮೆದೆ ಸಿಗದಿದ್ದರೆ.

ಮಾಲ್‌ವೀನಾ ಅವನ ಸೂಚನೆಯನ್ನು ತಳ್ಳಿಹಾಕಲಿಲ್ಲ. ಅವಳು ಮಾತಾಡದೆ ಎದ್ದು ನಿಂತಳು. ಅವರು ಸ್ವಲ್ಪ ಸಮಯ ದಕ್ಷಿಣ ದಿಕ್ಕಿನ ಕಡೆ ನಡೆದು, ಬಳಿಕ ಕೋಟೆಗೋಡೆಯಿಂದ ಕೆಳಗಿಳಿದು, ಹಳೇ ಕಡಗಗಳು, ತುಕ್ಕು ಹಿಡಿದ ಕಬ್ಬಿಣದ ತಟ್ಟೆಗಳು, ಜೀರ್ಣ ಸ್ಥಿತಿಯಲ್ಲಿದ್ದ ತಂತಿಗಳ ರಾಶಿಯಿಂದ ತುಂಬಿದ್ದ ಒಂದು ನಿರ್ಜನ ಪ್ರದೇಶವನ್ನು ದಾಟಿದರು. ಅನಂತರ ಬೇಲಿಯಲ್ಲಿದ್ದ ಹೊರ ದಾರಿಯ ಮೂಲಕ ಮೂರೂ ದಿಕ್ಕಿನಲ್ಲಿ ಸಣ್ಣ ಕಟ್ಟಡ ಹಾಗೂ ಮರದ ಹಲಗೆಗಳಿಂದ ಮಾಡಿದ ಉಗ್ರಾಣಗಳಿಂದ ಸುತ್ತುವರಿಯಲ್ಪಟ್ಟಿದ್ದ ಒಂದು ಪ್ರಾಂಗಣಕ್ಕೆ ಬಂದರು. ಅದರ ಇನ್ನೊಂದು ದಿಕ್ಕಿಗೆ ಕಪ್ಪು ಬಣ್ಣದ ಕಾರ್ಖಾನೆಯಂಥ ಕಟ್ಟಡವೊಂದಿತ್ತು. ದೊರೆ ನೆಬಕಡ್ನೆಜರ್ ಮಾಲ್‌ವೀನಾಳ ಕೈ ಹಿಡಿದು ತನ್ನ ಜೊತೆ ಎಳೆದೊಯ್ಯುತ್ತಿದ್ದ. ಅವರು ರೈಲು ಡಬ್ಬಿಗಳ ನೆರಳಲ್ಲಿ ನಡೆದು, ಕುದುರೆಗಳ ಮೇವು ತಿನ್ನುವ ಪಚಪಚ ಸದ್ದು ಕೇಳಿಬರುತ್ತಿದ್ದ ಚಿಕ್ಕ ಕಟ್ಟಡದ ಕಡೆ ನುಗ್ಗಿದರು.

ದೊರೆ ನೆಬಕಡ್ನೆಜರ್ ತೆರೆದುಕೊಂಡಿದ್ದ ಬಾಗಿಲ ಮೇಲ್ಭಾಗದಲ್ಲಿ ತಲೆತೂರಿಸಿ ಮೆಲ್ಲಗೆ ಸಿಳ್ಳು ಹಾಕಿದ. ಅವನ ಚಲನವಲನಗಳಲ್ಲಿ ಈಗ ಯೌವನದ ಚುರುಕುತನವಿತ್ತು. ಯಾವುದಾದರೊಂದು ಚಿಕ್ಕ ಸದ್ದಾದರೂ ಕಿವಿಗೆ ಬಿದ್ದರೆ ತಕ್ಷಣ ಓಡಿಹೋಗಲು ಅಥವಾ ತನ್ನ ತಂತ್ರವನ್ನು ಬದಲಿಸಲು ಸಿದ್ಧನಾಗಿ ತನ್ನೆಲ್ಲ ಇಂದ್ರಿಯಗಳನ್ನೂ ನಿಮಿರಿಸಿ ಆತ ಅಲ್ಲಿ ನಿಂತ. ಹಳೆಯ ದಿನಗಳ ಮತ್ತು ಹೊರ ಜಗತ್ತಿನ ಸವಿಯನ್ನದು ಅವನಿಗೆ ನೀಡಿತು. ಮಾಲ್‌ವೀನಾಳ ಕಡೆ ತಿರುಗಿ ಸನ್ನೆ ಮಾಡಿ ಆತ ಮೆಲ್ಲಗೆ ಬಾಗಿಲು ತೆರೆದ. ಬೆರಳೂರಿ ನಡೆಯುತ್ತಾ ಅವನು ಒಳಪ್ರವೇಶಿಸಿದ. ಅವನ ಹಿಂದೆ ಮಾಲ್‌ವೀನಾ ಒಳ ಹೊಕ್ಕಳು.

ಅವನು ಸಂತೋಷದಿಂದ ಸುತ್ತನೋಡುತ್ತಾ ಪಿಸುಗಟ್ಟಿದ :

''ನಮ್ಮ ಹೋಟೆಲ್ ಇಲ್ಲಿದೆ. ನೋಡು ಮಾಲ್‌ವೀನಾ! ಕುದುರೆಗಳು, ಒಣಹುಲ್ಲು ಎಷ್ಟು ಸುಂದರವಾಗಿದೆ. ಮಾಮೂಲಿ ಬಡ ಕುದುರೆಗಳಲ್ಲ. ಲದ್ದಿ ವಾಸನೆಯಿಂದಲೇ ನಿನಗದರ ವ್ಯತ್ಯಾಸ ತಿಳೀತದೆ. ಲಾಯದ ಹುಡುಗ ಹೊರಗೆ ಹೋಗಿದ್ದಾನೆ – ಒಳ್ಳೇ ಆಸಾಮಿ. ಸರಿ, ಹುಲ್ಲ ಮೇಲಕ್ಕೆ ಹತ್ತು ಮಾನ್ಯೆ!''

ಏಣಿ ಹತ್ತಿ ಅವನು ಹುಲ್ಲಿನ ಮೆದೆಯ ಮೇಲಕ್ಕೆ ಹೋದ. ಮಾಲ್‌ವೀನಾ ಅವನನ್ನು ಹಿಂಬಾಲಿಸಿದಳು. ನೆಜರ್‌ನ ಅಸಭ್ಯ ಉದ್ಗಾರಗಳನ್ನು ವಿರೋಧಿಸುವವಳಂತೆ ತನ್ನ ಬಟ್ಟೆಗಳನ್ನು ಅನಗತ್ಯವಾಗಿ ಬಿಗಿಯಾಗಿ ಹಿಡಿದುಕೊಂಡು ಅವಳು ಕಷ್ಟಪಟ್ಟು ಹತ್ತಿದಳು.

ಆ ರಾತ್ರಿ ನೆಜರ್ ವಿಶಾಲ ಬಯಲುಗಳ ಹಾಗೂ ನಕ್ಷತ್ರಗಳಿಂದ ತುಂಬಿದ ಆಕಾಶದ ಕನಸು ಕಂಡ. ಕಾಲುಗಳನ್ನು ಕೊಬ್ಬಿನಿಂದ ಉಜ್ಜಿಕೊಂಡು, ಹೊಟ್ಟೆ ಬಿಗಿದುಕೊಂಡು ಮುಂದಿನ ದಿನಗಳ ಅಲೆದಾಕ್ಕೆ ಅವನು ಸಿದ್ಧನಾಗಿದ್ದ. ಅವನೀಗ ಶ್ರೇಷ್ಠ ದರ್ಜೆಯ ಹುಲ್ಲು ರಾಶಿಯ ಮೇಲೆ ವಿರಮಿಸುತ್ತಿದ್ದ. ದೂರದ ಬೆಟ್ಟಗಳ ಕಡೆ ನೋಡುತ್ತಾ, ಅದರ ಆ ಬದಿಯಲ್ಲಿ ಏನಿರಬಹುದೆಂಬುದನ್ನು ಊಹಿಸುತ್ತಿದ್ದ. ಇಡೀ ವಿಶ್ವ ಅದರ ಶಾಶ್ವತ ಸಂಗೀತಕ್ಕೆ ಅನುಗುಣವಾಗಿ ಚಲಿಸುತ್ತಿತ್ತು. ಆ ದೀರ್ಘ ರಾತ್ರಿಯ ಕೊನೆಯಿಲ್ಲದ ಮಾಧುರ್ಯ ಅವನ ಅನುಭವಕ್ಕೆ ಬಂತು. ಇದರಿಂದ ತಾನು ಒಬ್ಬಂಟಿ ಎನ್ನುವುದು ಅವನಿಗೆ ಗೊತ್ತಾಯಿತು. ಆದರೆ ಅದಕ್ಕಾಗಿ ಅವನೇನೂ ದುಃಖಪಡಲಿಲ್ಲ.

ಮಾಲ್‌ವೀನಾ ಸಹ ಕನಸು ಕಾಣುತ್ತಿದ್ದಳು. ಅವಳು ಹೋಟೆಲ್ ಡಿಕಾಂಟರ್‌ನಲ್ಲಿ ''ಜುಟ್ಟಿನ ಹೇಂಟೆ'' ಎಂಬ ಒಂದು ಹಳೆ ನೃತ್ಯವನ್ನು ನರ್ತಿಸುತ್ತಿದ್ದಳು. ಹಳದಿ ರೇಷ್ಮೆ ಚೀಲ ಅವಳ ಕಾಲುಗಳನ್ನು ಸಂಪೂರ್ಣವಾಗಿ ಮುಚ್ಚಿದ್ದರಿಂದ ಒಂದು ಕಡೆ ಆಕೆ ತನ್ನ ಬಟ್ಟೆಯನ್ನು ನಯವಾಗಿ ಬಹಳ ಮೇಲಕ್ಕೆ ಎತ್ತಿದಳು.

ಇತ್ತ ಮೇಲ್ವಿಚಾರಕ ಪೇಟರ್‌ಸನ್ ತನ್ನ ಚಿಕ್ಕ ಪಡೆಯೊಂದಿಗೆ ವೃತ್ತಿಭವನಕ್ಕೆ ಹಿಂದಿರುಗಿದ್ದ. ದೊರೆ ನೆಬಕಡ್ನೆಜರ್ ಇನ್ನೂ ಬಂದಿಲ್ಲವೆಂಬುದು ಅವನಿಗೆ ತಿಳಿಯಿತು. ಹೀಗೆ ಆಗಾಗ ಯಾರಾದರೂ ಕಣ್ಮರೆಯಾಗುವುದು ಸಾಮಾನ್ಯವಾಗಿತ್ತು. ಆದರೆ ಒಂದೆರಡು ದಿನಗಳ ಬಳಿಕ ಅವರೇ ಹಿಂದಿರುಗಿ ಬರುತ್ತಿದ್ದರು. ಬರದೇ ಇದ್ದರೂ ಸಹ ಅವರನ್ನು ಹುಡುಕುವುದೇನೂ ಕಷ್ಟವಾಗಿರಲಿಲ್ಲ. ಆದುದರಿಂದ ಅದು ಅಂಥ ಗಂಭೀರ ವಿಚಾರವೇನೂ ಆಗಿರಲಿಲ್ಲ.

ಹೀಗಿದ್ದರೂ ಸಂಬಂಧಪಟ್ಟ ಅಧಿಕಾರಿಗಳು ನೆಜರ್‌ನನ್ನು ಹುಡುಕಲಾರಂಭಿಸಿದರು. ಒಂದು ಹಂತದಲ್ಲಿ, ಅವನ ಜಾಡು ಮಾಲ್‌ವೀನಾಳ ಜಾಡಿನೊಂದಿಗೆ ಬೆರೆಯಿತು. ಅವರಿಬ್ಬರ ಹಿಂದಿನ ಸಂಬಂಧ ಗೊತ್ತಿದ್ದುದರಿಂದ ಅವಳ ಕಣ್ಮರೆ ಗಂಭೀರ ವಿಚಾರವಾಯಿತು. ಖ್ರಿಸ್ಟಿಯಾನ್ಸ್ ಹಾವ್ನ್‌ನಲ್ಲಿದ್ದ ಕುಟುಂಬದೊಡನೆ ಅವರಿಗಿದ್ದ ಸಂಬಂಧ ಸಹ ಗೊತ್ತಿದ್ದುದರಿಂದ ಡ್ರಾನಿನ್‌ಗೆನ್ಸ್ ಯಾಡುಲಿದಿಂದ ಹುಡುಕಾಟ ಶುರುವಾಯಿತು.

ಅಲ್ಲಿ ಕೋಣೆಗೆ ಹಿಂತಿರುಗಿದ ಅದರ ಒಡೆಯನಿಗೆ ತನ್ನ ಹಾಸಿಗೆಯಲ್ಲಿ ವೃತ್ತಿಭವನದ ಸಮವಸ್ತ್ರ ಕಂಡುಬಂತು. ಏನು ನಡೆದಿದೆಯೆಂಬುದು ಅವನಿಗೆ ಹೊಳೆದು, ಪೊಲೀಸರಿಂದ ತಮಗೆ ತೊಂದರೆ ಯಾಗಬಹುದೆಂದು ಭಾವಿಸಿ ಆತ ತಾನಾಗಿ ಅವರಿಗೆ ಈ ಸಂಗತಿಯನ್ನು ತಿಳಿಸಿಬಿಟ್ಟ.

ಹೀಗೆ ಎರಡು ಕಡೆಗಳಿಂದ ಬಂದ ದೂರಿನಿಂದಾಗಿ ಪೊಲೀಸರು ಕಾರ್ಯ ಪ್ರವೃತ್ತರಾದರು. ಹುಡುಕಾಟ ನಡೆದು ಖ್ರಿಸ್ಟಿಯಾನ್ಸ್‌ಹಾವ್ನ್ ಕೋಣೆಯಲ್ಲಿ ವಿಚಾರಣೆ ನಡೆಯಿತು. ಆದರೆ ಅದು ಅಲ್ಲಿಗೇ ಮುಗಿಯಿತು.

ಅಂತೂ ಹೇಗೋ ಆ ಬಡಜೋಡಿಯ ಪಲಾಯನ ಜನರ ದೃಷ್ಟಿಯಲ್ಲಿ ಕ್ರಮೇಣ ತನ್ನ ಸ್ವರೂಪವನ್ನು ಬದಲಿಸಿ ತಮಾಷೆಯ ವಸ್ತುವಾಗುವ ಬದಲು ಶೃಂಗಾರಮಯವಾಗಿ ತೋರ ತೊಡಗಿತು. ಬೇಸಿಗೆಯ ಸುಂದರ ರಾತ್ರಿ ಅವರ ಸುತ್ತ ತನ್ನ ರಹಸ್ಯ ಬಲೆಯನ್ನು ನೇಯ್ದಿತ್ತು. ಬಹುಶಃ ಆ ರಾತ್ರಿಯ ಗಾಳಿ ಪ್ರೇಮಮಯವಾಗಿದ್ದಿರಬಹುದು. ಅದೇನಿದ್ದರೂ ಅವರ ವಿಹಾರ ಕ್ರಮೇಣ ಪ್ರಣಯ ನಾಟಕದ ಸ್ವರೂಪ ತಳೆಯಿತು. ದಿನಪತ್ರಿಕೆಗಳಿಗೆ ಸುದ್ದಿ ಹೋದುದಲ್ಲದೆ, ರಾತ್ರಿಯಲ್ಲಿ ಕಂದಕವನ್ನೂ ಸಾಧ್ಯವಾದಷ್ಟು ಶೋಧಿಸಲಾಯಿತು.

ಖ್ರಿಸ್ಟಿಯಾನ್ಸ್‌ಹಾವ್ನ್ ನಿವಾಸಿಗಳ ಒಳ ಹೊರಗುಗಳನ್ನು ಚೆನ್ನಾಗಿ ಬಲ್ಲ ಪೊಲೀಸರು

ನಸುಕಿನಲ್ಲೇ ಒಬ್ಬೊಬ್ಬರನ್ನಾಗಿ ವಿಚಾರಿಸತೊಡಗಿದರು. ತುಸು ಹೊತ್ತಿನ ತರುವಾಯ ದೂರದ ಬೆಟ್ಟದ ಮೇಲೆ ಕಾಣಿಸಿಕೊಂಡ ಸೂರ್ಯ ದೊರೆ ನೆಬಕಡ್ನೆಜರ್‌ನ ಮೂಗಿಗೆ ಕಚಗುಳಿಯಿಟ್ಟ. ಅವನು ಕಣ್ಣುಜ್ಜಿಕೊಂಡು ನೋಡಿದರೆ ಕೆಂದಲೆಯ ಪೊಲೀಸನ ಭಯಂಕರ ರೂಪ ಕಂಡಿತು! ಅವನ ದೀರ್ಘ ಜೀವನದ ಅನುಭವ ಪಿಶಾಚಿಯೊಂದಿಗೂ ಸೌಹಾರ್ದತೆಯಿಂದ ನಡೆದುಕೊಳ್ಳುವುದನ್ನು ಕಲಿಸಿತ್ತು. ಆಕಳಿಸುತ್ತಾ, ಮಾಲ್‌ವೀನಾಳ ತೋಳ ಬಂಧನದಿಂದ ಬಿಡಿಸಿಕೊಳ್ಳುತ್ತಾ ಅವನು ಕೇಳಿದ :

''ನಾವೀಗ ನಿನ್ನೊಂದಿಗೆ ಹೊರಡಬೇಕೇ ?''

ಪೊಲೀಸಿನವ ತಲೆಯಾಡಿಸಿದ.

''ನಾವೇ ಬರ್ತಿದ್ದೆವು. ಆದರೆ ಕರೆದೊಯ್ಯಲು ನೀವು ಬಂದದ್ದು ಒಳ್ಳೇದೇ ಆಯ್ತು, ನೀನು ಕಾರ್ ತಂದಿದ್ದೀಯಾ ?''

''ಹೌದು. ಚೌಕದಲ್ಲಿ ಒಂದು ಕಾರು ಕಾಯುತ್ತಾ ನಿಂತಿದೆ'' ಸಾರ್ಜೆಂಟ್ ನಗುತ್ತಾ ಹೇಳಿದ.

ಅಲ್ಲಿಗೆ ಹೋಗಿ ಮೂವರೂ ಅದರ ಒಳಹೊಕ್ಕರು. ಮಾಲ್‌ವೀನಾ ಮತ್ತು ದೊರೆ ನೆಬಕಡ್ನೆಜರ್ ಸಂತೋಷಭರಿತರಾದರು. ಕಾರಿನ ಸೂರನ್ನು ಹಿಂದಕ್ಕೆ ಸರಿಸಿ, ಧಿಮಾಕಿನಿಂದ ಒರಗಿ ಕುಳಿತರು. ಯಾವುದೋ ನರ್ತನ ಕಾರ್ಯಕ್ರಮದಿಂದ, ಸಂತೋಷ ಕೂಟದಿಂದ ಮನೆಗೆ ಹಿಂತಿರುಗುತ್ತಿರುವಂತಿದ್ದರು. ಜಗಜಗಿಸುವ ಬೆಳಕು, ಸಂಗೀತ ಇನ್ನೂ ಅವರ ಹೃದಯದ ಮಿಡಿತವನ್ನು ಪ್ರಚೋದಿಸುತ್ತಿತ್ತು. ದಾರಿಯಲ್ಲಿ ಹೋಗುತ್ತಿದ್ದವರ ಕಡೆ ದೊರೆ ನೆಬಕಡ್ನೆಜರ್ ಕೈ ಆಡಿಸಿದ. ಮಾಲ್‌ವೀನಾ ಬೆರಳುಗಳನ್ನು ಚುಂಬಿಸಿ ಅವರೆಡೆಗೆ ಬೀರಿದಳು. ಅನಂತರ ಅವರಿಬ್ಬರೂ ನಕ್ಕರು. ಪೊಲೀಸಿನವ ಇದನ್ನು ಗಮನಿಸದವನಂತೆ ನಟಿಸಿದ.

''ಏನೇ ಆದರೂ ಚೆನ್ನಾಗಿ ಮುಕ್ತಾಯವಾಯ್ತು.''

ವೃತ್ತಿಭವನದ ಗೇಟ್ ಬಳಿ ದೊರೆ ನೆಬಕಡ್ನೆಜರ್ ಹೇಳಿದ.

ಮಾಲ್‌ವೀನಾ ಏನೂ ಹೇಳಲಿಲ್ಲ. ಆದರೆ ಬೆರಳನ್ನು ತುಟಿಗಳ ಮೇಲಿಟ್ಟು ನಿಧಾನವಾಗಿ ಬಾಗಿದಳು. ಅದು ಉನ್ನತ ಪ್ರಪಂಚದವರು ಕೃತಜ್ಞತೆ ವ್ಯಕ್ತಪಡಿಸುವ ವಿಧಾನವಾಗಿತ್ತು. ದೊರೆ ನೆಬಕಡ್ನೆಜರ್ ಅದನ್ನು ಆ ಅರ್ಥದಲ್ಲೇ ಸ್ವೀಕರಿಸಿ ಅವಳ ಮೌನವನ್ನು ಗೌರವಿಸಿದ. ಅವನು ತನ್ನ ಹಳೇ ರೇಷ್ಮೆ ಹ್ಯಾಟನ್ನು ತೆಗೆದು ಮಾಲ್‌ವೀನಾಳ ಮುಂದೆ ಬಾಗಿ, ಬಡವರ ಮನೆಯ ತಿನಿಸಿನ ರುಚಿ ನೋಡಲು ಬಂದಿರುವ ಉನ್ನತ ವಂಶಕ್ಕೆ ಸೇರಿದ ಅತಿಥಿಯಂತೆ ತನ್ನ ಸೆರೆಮನೆಯನ್ನು ಪ್ರವೇಶಿಸಿದ.

ಅದು ಅವರ ಕೊನೆಯ ಸಾಹಸವಾಗಿತ್ತು. ಮಾಲ್‌ವೀನಾಳಿಗೆ ಶೀತ ಬಡಿದು ಆಕೆ ಕೆಲವೇ ದಿನಗಳಲ್ಲಿ ಸತ್ತಳು. ದೊರೆ ನೆಬಕಡ್ನೆಜರ್‌ಗೆ ಈ ದೊಡ್ಡ ಪ್ರಪಂಚದೊಂದಿಗೆ ತಾನೊಬ್ಬನೇ ಸ್ಪರ್ಧಿಸುವ ಧೈರ್ಯ ಉಳಿಯಲಿಲ್ಲ. ಮುಂದೊದಗಿ ಬರಬಹುದಾದ ಸೋಲನ್ನರಿತು, ಹಿಂದಿನ ಭವ್ಯದಿನಗಳಲ್ಲಿ ತಾನು ಗಳಿಸಿದ ವಿಜಯದ ಸವಿನೆನಪಿನಲ್ಲಿ ಅವನು ಜೀವನವನ್ನು ಕಳೆಯಬಯಸಿದ. ○

ನಾರ್ವೇ

○ ಬ್ಯೋರ್ನ್‌ಸ್ಟೈರ್ನ್ ಬ್ಯೋರ್ನ್‌ಸೋನ್

ತಂದೆ

ಈ ಕತೆಯ ಮುಖ್ಯ ವ್ಯಕ್ತಿ ತನ್ನ ಪ್ರಾಂತದಲ್ಲೇ ದೊಡ್ಡ ಸಾಹುಕಾರ ಮತ್ತು ಅತ್ಯಧಿಕ ಪ್ರಭಾವಶಾಲಿ ಮನುಷ್ಯನಾಗಿದ್ದ. ಅವನ ಹೆಸರು ಟೋರ್ಡ್ ಓವೆರೋಸ್. ಎತ್ತರದ ಆಳು ಹಾಗೂ ಶ್ರದ್ಧಾವಂತ. ಒಂದು ದಿನ ಅವನು ಪಾದ್ರಿಯ ಕೋಣೆಯಲ್ಲಿ ಕಾಣಿಸಿಕೊಂಡ.

''ನನಗೊಬ್ಬ ಮಗ ಹುಟ್ಟಿದ್ದಾನೆ, ನಾಮಕರಣಕ್ಕಾಗಿ ಅವನನ್ನು ಇಲ್ಲಿಗೆ ಕರೆತರಬೇಕೆಂದಿದ್ದೇನೆ'' ಎಂದು ಅವನು ಹೇಳಿದ.

''ಅವನಿಗೆ ಯಾವ ಹೆಸರಿಡಬೇಕು ?''

''ಫಿನ್– ಅದು ನನ್ನ ತಂದೆಯ ಹೆಸರಾಗಿತ್ತು.''

''ಧರ್ಮಪಿತೃಗಳು ಯಾರು ?''

ಅವರ ಹೆಸರುಗಳನ್ನು ಸೂಚಿಸಲಾಯಿತು. ಆ ಪ್ರಾಂತದಲ್ಲಿದ್ದ ಅವನ ನಂತರ ಪೈಕಿ ಅವರು ತುಂಬಾ ಒಳ್ಳೆಯ ಗುಣಗಳಿಂದ ಕೂಡಿದ್ದ ಸ್ತ್ರೀಪುರುಷರಾಗಿದ್ದರು.

''ಇನ್ನೇನಾದರೂ ಇದೆಯಾ ?'' ಪಾದ್ರಿ ವಿಚಾರಿಸಿ, ಮೇಲೆ ನೋಡಿದ.

ರೈತ ಸ್ವಲ್ಪ ಅನುಮಾನಿಸಿ ಕೊನೆಗೆ ಹೇಳಿದ :

''ಅವನ ನಾಮಕರಣವನ್ನು ಸ್ವತಃ ತಾವೇ ಮಾಡಿಕೊಡಬೇಕು ಅಂತ ನನ್ನ ಅಪೇಕ್ಷೆ.''

''ಅಂದರೆ, ಅದು ವಾರದ ದಿನದಲ್ಲಿ ನಡೆಯಬೇಕೇನು ?''

''ಮುಂದಿನ ಶನಿವಾರ, ಮಧ್ಯಾಹ್ನ ಹನ್ನೆರಡಕ್ಕೆ.''

''ಇನ್ನೇನಾದರೂ ಇದೆಯಾ ?'' ಪಾದ್ರಿ ವಿಚಾರಿಸಿದ.

''ಇನ್ನೇನೂ ಇಲ್ಲ'' ರೈತ ತಾನು ಹೊರಡಲಿರುವುದನ್ನು ಸೂಚಿಸುವಂತೆ ತನ್ನ ಟೋಪಿ ತಿರುಗಿಸಿದ.

ಪಾದ್ರಿ ಎದ್ದುನಿಂತ. ''ಆದರೆ ಇದೊಂದು ವಿಷಯ ಮಾತ್ರ ಇದೆ'' ಎನ್ನುತ್ತಾ ಟೋರ್ಡ್ ಬಳಿ ಬಂದು, ಅವನ ಕೈ ಹಿಡಿದು, ಕಣ್ಣುಗಳಲ್ಲಿ ದೃಷ್ಟಿನೆಟ್ಟು ಆತ ಹೇಳಿದ :

''ಮಗು ನಿನಗೆ ವರವಾಗುವಂತೆ ದೇವರು ಕರುಣಿಸಲಿ !

* * *

ಹದಿನಾರು ವರ್ಷಗಳಾದ ಮೇಲೆ ಟೋರ್ಡ್ ಮತ್ತೊಮ್ಮೆ ಪಾದ್ರಿಯ ಕೋಣೆಯಲ್ಲಿ ಬಂದು ನಿಂತ.

''ಟೋರ್ಡ್, ನಿಜವಾಗಿಯೂ ನಿನಗೆ ವಯಸ್ಸಾಗಿರೋದು ಗೊತ್ತೇ ಆಗೋದಿಲ್ಲ, ಆಶ್ಚರ್ಯ !''

ಅವನಲ್ಲಿ ವ್ಯತ್ಯಾಸಗಳೇನೂ ಕಂಡುಬರಲಿಲ್ಲವಾದ್ದರಿಂದ ಪಾದ್ರಿ ಹಾಗೆ ಹೇಳಿದ.

''ನನಗೆ ತೊಂದರೆಗಳೇನೂ ಇಲ್ಲವಾದ್ದರಿಂದ ಹೀಗಿದ್ದೇನೆ'' ಟೋರ್ಡ್ ಉತ್ತರಿಸಿದ.

ಪಾದ್ರಿ ಏನೂ ಹೇಳಲಿಲ್ಲ. ಸ್ವಲ್ಪ ಹೊತ್ತಾದ ಮೇಲೆ ''ಈ ಸಂಜೆ ನಿನಗಾಗಿ ನಾನು ಏನು ಮಾಡಲಿ ?'' ಎಂದು ಕೇಳಿದ.

''ಈ ಸಂಜೆ ನಾನಿಲ್ಲಿ ಬಂದಿರೋದು ನಾಳೆ ಇಲ್ಲಿ ಸ್ಥಿರೀಕರಣ ಸಂಸ್ಕಾರಕ್ಕೆ ಒಳಗಾಗಲಿರುವ ನನ್ನ ಮಗನಿಗಾಗಿ.''

''ಅವನು ಬುದ್ಧಿವಂತ ಹುಡುಗ.''

''ನಾಳೆ ಇಗರ್ಜಿಯಲ್ಲಿ ಅವನಿಗೆ ಯಾವ ಸ್ಥಾನ ಸಿಕ್ಕಲಿದೆ ಅನ್ನೋದು ಗೊತ್ತಾಗುವವರೆಗೆ ಪಾದ್ರಿಗೆ ಹಣ ಕೊಡೋದಕ್ಕೆ ನನಗಿಷ್ಟವಿಲ್ಲ.''

''ಅವನ ಸ್ಥಾನ ಮೊದಲನೆಯದು.''

''ಸರಿ, ನನಗೆ ಹಾಗೆ ತಿಳಿದುಬಂದಿದೆ. ಇದೋ ಈ ಹತ್ತು ಡಾಲರುಗಳು ಪಾದ್ರಿಗೆ.''

''ನಿನಗಾಗಿ ಇನ್ನೇನಾದರೂ ನಾನು ಮಾಡಬೇಕಾಗಿದೆಯೇ ?'' ಟೋರ್ಡ್‌ನಲ್ಲಿ ತನ್ನ ದೃಷ್ಟಿ ನೆಟ್ಟು ಪಾದ್ರಿ ವಿಚಾರಿಸಿದ.

''ಇನ್ನೇನೂ ಇಲ್ಲ.''

ಟೋರ್ಡ್ ಹೊರಕ್ಕೆ ನಡೆದ.

* * *

ಎಂಟು ವರ್ಷಗಳು ಉರುಳಿದವು. ಒಂದು ದಿನ ಪಾದ್ರಿಯ ಕೋಣೆಯ ಹೊರಗೆ ಗದ್ದಲ ಕೇಳಿ ಬಂತು. ಟೋರ್ಡ್‌ನ ಮುಂದಾಳತ್ವದಲ್ಲಿ ಅನೇಕರು ಇಗರ್ಜಿಯ ಬಳಿಗೆ ಬಂದರು. ಟೋರ್ಡ್ ಮೊದಲು ಪ್ರವೇಶಿಸಿದ.

ಪಾದ್ರಿ ಅವನ ಕಡೆ ನೋಡಿ ಗುರುತು ಹಿಡಿದ.

''ಟೋರ್ಡ್, ಈ ಸಂಜೆ ನೀನು ಬಹಳ ಜನರೊಂದಿಗೆ ಬಂದಿರುವೆ'' ಎಂದು ಹೇಳಿದ.

''ನನ್ನ ಮಗನ ಮದುವೆಯ ನಿಶ್ಚಿತಾರ್ಥವನ್ನು ಪ್ರಕಟಿಸಬೇಕು ಅಂತ ಕೇಳಿಕೊಳ್ಳೋದಕ್ಕೆ ಬಂದಿದ್ದೇನೆ. ನನ್ನ ಪಕ್ಕದಲ್ಲಿ ನಿಂತಿರುವ ಗುಡ್ಮಂಡ್‌ನ ಮಗಳು ಕಾರಿನ್ ಸ್ಟೊರ್ಲಿಡೆನ್‌ಳನ್ನು ಅವನು ಮದುವೆಯಾಗಲಿದ್ದಾನೆ.''

''ಅವಳು ಈ ಇಗರ್ಜಿ ವ್ಯಾಪ್ತಿಯ ಅತ್ಯಂತ ಶ್ರೀಮಂತ ಹುಡುಗಿ''

''ಜನ ಹಾಗೆ ಹೇಳ್ತಾರೆ'' ಕೂದಲನ್ನು ಒಂದು ಕೈಯಿಂದ ಹಿಂದಕ್ಕೆ ಜಾಡಿಸುತ್ತ ರೈತ ಉತ್ತರಿಸಿದ.

ಪಾದ್ರಿ ಆಳವಾಗಿ ಆಲೋಚಿಸುತ್ತಿರುವವನಂತೆ ಸ್ವಲ್ಪ ಹೊತ್ತು ಕುಳಿತ. ಅನಂತರ ಯಾವ ಅಭಿಪ್ರಾಯವನ್ನೂ ವ್ಯಕ್ತಪಡಿಸದೆ ಪುಸ್ತಕದಲ್ಲಿ ಹೆಸರುಗಳನ್ನು ದಾಖಲುಗೊಳಿಸಿದ. ಅದರ ಕೆಳಗೆ ಅವರು ಸಹಿ ಮಾಡಿದರು. ಮೇಜಿನ ಮೇಲೆ ಟೋರ್ಡ್ ಮೂರು ಡಾಲರುಗಳನ್ನಿರಿಸಿದ.

''ನಾನು ತೆಗೆದುಕೊಳ್ಳಬೇಕಾಗಿರೋದು ಒಂದನ್ನು ಮಾತ್ರ'' ಪಾದ್ರಿ ಹೇಳಿದ.

''ನನಗದು ಚೆನ್ನಾಗಿ ಗೊತ್ತಿದೆ. ಆದರೆ ಅವನು ನನ್ನ ಒಬ್ಬನೆ ಮಗ. ಅವನ ಮದುವೆಯನ್ನು ನಾನು ಚೆನ್ನಾಗಿ ಮಾಡಬೇಕು.''

ಪಾದ್ರಿ ಹಣ ತೆಗೆದುಕೊಂಡ.

''ಇದು ಮೂರನೇ ಸಲ ಟೋರ್ಡ್, ನಿನ್ನ ಮಗನ ಸಲುವಾಗಿ ನೀನಿಲ್ಲಿಗೆ ಬರ್ತಿರೋದು.''

''ಆದರೆ ಅವನಿಗಾಗಿ ನಾನು ಮಾಡಬೇಕಾದ್ದೆಲ್ಲಾ ಇಲ್ಲಿಗೆ ಮುಗಿಯಿತು'' ಎಂದು ಹೇಳಿದ ಟೋರ್ಡ್, ತನ್ನ ಹಣದ ಚೀಲವನ್ನು ಮಡಿಸಿ ಪಾದ್ರಿಗೆ ಬೀಳ್ಕೊಡುಗೆಯ ವಂದನೆ ಹೇಳುತ್ತ ಹೊರಕ್ಕೆ ನಡೆದ.

ಜೊತೆಯವರು ನಿಧಾನವಾಗಿ ಅವನನ್ನು ಹಿಂಬಾಲಿಸಿದರು.

ಹದಿನೈದು ದಿವಸಗಳಾದ ಮೇಲೆ ತಂದೆ ಮಗ ತುಂಬಾ ಪ್ರಶಾಂತವಾಗಿದ್ದ ಆ ದಿನ ಮದುವೆಯ ಸಿದ್ಧತೆಗಳನ್ನು ನಡೆಸುವ ಸಲುವಾಗಿ ದೋಣಿಯ ಮೂಲಕ ಸರೋವರವೊಂದನ್ನು ದಾಟುತ್ತಿದ್ದರು.

''ಈ ಅಡ್ಡಮಣೆ ಸರಿಯಾಗಿಲ್ಲ'' ಎಂದು ಹೇಳಿದ ಮಗ. ಅದರ ಮೇಲೆ ಕುಳಿತಿದ್ದವನು ಅದನ್ನು ಸರಿಪಡಿಸುವ ಸಲುವಾಗಿ ಎದ್ದುನಿಂತ.

ಅದೇ ಹೊತ್ತಿಗೆ ಸರಿಯಾಗಿ ಅವನು ನಿಂತಿದ್ದ ಹಲಗೆ ಜಾರಿತು. ಸಮತೋಲನ ಕಳೆದುಕೊಂಡ ಅವನು ಕಿರಿಚುತ್ತಾ ನೀರಿಗೆ ಬಿದ್ದ.

''ಈ ಹುಟ್ಟುಗೋಲನ್ನು ಹಿಡಿದುಕೋ !'' ಎಂದು ಕೂಗಿ ಹೇಳಿದ ತಂದೆ ತಾನು ಕುಳಿತಲ್ಲಿಂದ ಹಾರಿ ಎದ್ದುನಿಂತು ಹುಟ್ಟುಗೋಲನ್ನು ಚಾಚಿದ.

ಆದರೆ ಮಗ ಒಂದೆರಡು ಪ್ರಯತ್ನ ಮಾಡುವಷ್ಟರಲ್ಲಿ ಸೆಟೆದುಕೊಂಡು ಬಿಟ್ಟಿದ್ದ.

''ಒಂದು ಕ್ಷಣ ತಡೆ !'' ತಂದೆ ಕೂಗುತ್ತಾ, ಮಗನ ಕಡೆ ದೋಣಿ ನಡೆಸಿದ. ಆಗ ಮಗ ನೀರಿನ ಮೇಲೆ ಅಂಗಾತ ಹೊರಳಿ ತಂದೆಯ ಕಡೆಗೊಮ್ಮೆ ನೀಳ ನೋಟವನ್ನು ಬೀರಿ ಮುಳುಗಿಹೋದ.

ಟೋರ್ಡ್ ಖಂಡಿತ ಅದನ್ನು ನಂಬಲಿಲ್ಲ. ಅವನು ದೋಣಿಯನ್ನು ಗಟ್ಟಿಯಾಗಿ ಹಿಡಿದುಕೊಂಡು ಮತ್ತೆ ಮಗ ಮೇಲಕ್ಕೆ ಬಂದೇ ಬರುತ್ತಾನೆಂಬಂತೆ ಆತ ಮುಳುಗಿದ ಜಾಗದಲ್ಲಿ ದೃಷ್ಟಿ ನೆಟ್ಟು ನಿಂತ. ಅನಂತರ ಕೆಲವು ಗುಳ್ಳೆಗಳು ಮೇಲೆದ್ದವು. ಮತ್ತೆ ಕೆಲವು, ಕೊನೆಗೆ ದೊಡ್ಡ ಗುಳ್ಳೆಯೊಂದು ಹೊರ ಹೊಮ್ಮಿ ಸಿಡಿಯಿತು. ಪುನಃ ಸರೋವರ ಪ್ರಶಾಂತ ಸ್ಥಿತಿಯನ್ನು ತಲಪಿತು ಮತ್ತು ಒಂದು ಕನ್ನಡಿಯಂತೆ ಹೊಳೆಯಿತು.

ಮೂರು ಹಗಲು, ಮೂರು ರಾತ್ರಿ ನಿದ್ರೆ ಆಹಾರಗಳಿಲ್ಲದೆ ಮಗ ಮುಳುಗಿದ ಜಾಗದಲ್ಲಿ ತಂದೆ ದೋಣಿಯಲ್ಲಿ ಸುತ್ತು ಹಾಕುತ್ತಿದ್ದುದನ್ನು ಜನ ನೋಡಿದರು. ಮಗನ ಶರೀರಕ್ಕಾಗಿ ಅವನು ಸರೋವರವನ್ನು ಶೋಧಿಸುತ್ತಿದ್ದ. ಮೂರನೇ ದಿನ ಬೆಳಿಗ್ಗೆ ಅದು ಅವನಿಗೆ ಸಿಕ್ಕಿತು. ಅದನ್ನವನು ಬೆಟ್ಟದ ಮೇಲಿನ ತನ್ನ ತೋಟಕ್ಕೆ ಎತ್ತಿಕೊಂಡೊಯ್ದ.

* * *

ಅನಂತರ ಒಂದು ವರ್ಷದ ಮೇಲಿರಬಹುದು. ಚಳಿಗಾಲದ ಒಂದು ಸಂಜೆ ಬಾಗಿಲ ಹೊರ ಬದಿಯಲ್ಲಿ ಯಾರೋ ಒಬ್ಬ ಎಚ್ಚರಿಕೆಯಿಂದ ಚಿಲಕಕ್ಕಾಗಿ ತಡಕಾಡುತ್ತಿರುವುದು ಪಾದ್ರಿಗೆ ಕೇಳಿಸಿತು. ಪಾದ್ರಿ ಬಾಗಿಲು ತೆರೆದ ಹಾಗೂ ತೆಳ್ಳನೆ ಕಾಯದ ಬಿಳಿಗೂದಲಿನ ಗೂನು ವ್ಯಕ್ತಿಯೊಬ್ಬ ಒಳಗೆ ಬಂದ. ಅವನನ್ನು ಗುರುತಿಸುವ ಮುಂಚೆ ಪಾದ್ರಿ ಅವನತ್ತ ಬಹಳ ಹೊತ್ತು ನೋಡಿದ. ಬಂದವನು ಟೋರ್ಡ್.

''ಇಷ್ಟು ತಡವಾಗಿ ನೀನು ವಾಯುವಿಹಾರಕ್ಕೆ ಹೊರಟಿದ್ದೀಯಾ'' ಎಂದು ಹೇಳಿದ ಪಾದ್ರಿ ಅವನೆದುರು ನಿಶ್ಚಲನಾಗಿ ನಿಂತ.

''ಹೌದು ನಿಜ, ಸಾಕಷ್ಟು ತಡವಾಗಿದೆ'' ಎಂದು ಹೇಳಿದ ಟೋರ್ಡ್ ಪೀಠವೊಂದರಲ್ಲಿ ಕುಳಿತ.

ಪಾದ್ರಿ ಸಹ ಕುಳಿತ. ಅವನು ಕಾಯುತ್ತಿರುವಂತಿತ್ತು. ಸುದೀರ್ಘ ಮೌನ ವ್ಯಾಪಿಸಿತು. ಕಡೆಗೆ ಟೋರ್ಡ್ ನುಡಿದ :

''ಬಡವರಿಗೆ ಕೊಡಬೇಕು ಅಂತ ನಾನು ಬಯಸಿರುವಂಥದ್ದು ಸ್ವಲ್ಪ ನನ್ನ ಬಳಿ ಇದೆ. ನನ್ನ ಮಗನ ಹೆಸರಿನಲ್ಲಿ ಒಂದು ಅಂತಿಮ ಇಷ್ಟಪತ್ರದ ರೂಪದಲ್ಲಿ ನಾನದನ್ನು ತೊಡಗಿಸಬೇಕು ಅಂತ ಬಯಸಿದ್ದೇನೆ.''

ಅವನು ಎದ್ದು ನಿಂತು, ಹಣವನ್ನು ಮೇಜಿನ ಮೇಲಿಟ್ಟು ಮತ್ತೆ ಕುಳಿತ. ಪಾದ್ರಿ ಅದನ್ನೆಣಿಸಿ ಹೇಳಿದ :

''ಇದು ಬಹಳ ದೊಡ್ಡ ಮೊತ್ತ.''

''ಇದು ನನ್ನ ಜಮೀನಿನ ಅರ್ಧ ಭಾಗದ ಬೆಲೆ. ಈ ದಿನ ನಾನದನ್ನು ಮಾರಿದೆ.''

ಪಾದ್ರಿ ಬಹಳ ಹೊತ್ತು ಮೌನವಾಗಿ ಕುಳಿತ. ಕೊನೆಗೆ ಅವನು ಮೃದುವಾಗಿ ಕೇಳಿದ :

''ಟೋರ್ಡ್, ಈಗ ನೀನೇನು ಮಾಡಬೇಕೆಂದಿದ್ದಿ?''

''ಹಿಂದಿನದಕ್ಕಿಂತ ಏನಾದರೂ ಒಳ್ಳೆಯದನ್ನು.''

ಸ್ವಲ್ಪ ಹೊತ್ತು ಅವರು ಅಲ್ಲಿ ಕುಳಿತಿದ್ದರು. ಟೋರ್ಡ್ ನೋಟ ತಗ್ಗಿಸಿದ್ದ, ಪಾದ್ರಿಯ ಕಣ್ಣು ಟೋರ್ಡ್‌ನ ಮೇಲೆ ನೆಲೆಸಿತ್ತು. ಆಗ ಪಾದ್ರಿ ನಿಧಾನವಾಗಿ, ಮೆಲುದನಿಯಲ್ಲಿ ನುಡಿದ :

''ನಿನ್ನ ಮಗ ಕೊನೆಗೂ ನಿನಗೆ ನಿಜವಾದ ವರವನ್ನು ತಂದುಕೊಟ್ಟ ಅಂತ ನಾನು ಭಾವಿಸ್ತೇನೆ.''

''ನನಗೂ ಹಾಗೇ ಅನ್ನಿಸಿದೆ.''

– ಮೇಲೆ ನೋಡುತ್ತ ಟೋರ್ಡ್ ಹೇಳಿದ. ಕಣ್ಣೀರಿನ ದೊಡ್ಡ ಎರಡು ತೊಟ್ಟು ಅವನ ಕೆನ್ನೆಗಳ ಮೇಲೆ ನಿಧಾನವಾಗಿ ಹರಿಯುತ್ತಿದ್ದವು.

○ ಯೋಹಾನ್ ಬೋಯೆರ್

ರಕ್ಕಸ ಮೀನು

ವಾಯವ್ಯದಿಂದ ವಿನಾಶಕಾರಿ ಗಾಳಿ ಬೀಸುತ್ತದೆ. ಚಳಿಗಾಲದ ದೀರ್ಘ ಸಂಜೆಗಳಲ್ಲಿ ಊಳಿಡುತ್ತ, ತುಂತುರು ಹನಿ ಮೋಡಗಳನ್ನು ದೂಡುತ್ತ ಕಡಲತೋಳಿನ ಬಂಡೆ ಗೋಡೆಗಳ ನಡುವೆ ಅದು ಬೀಸುತ್ತದೆ. ನೀರನ್ನು ಕಡೆದು ನೊರೆ ನೊರೆಯಾದ ಅಲೆಗಳನ್ನು ಎಬ್ಬಿಸುತ್ತದೆ. ಗಾಳಿಯ ರಭಸಕ್ಕೆ ಸಮುದ್ರ ತೀರದ ದೋಣಿಗಳು ಬೆಸ್ತರ ಗುಡಿಸಲವರೆಗೂ ಲಾಗ ಹಾಕುತ್ತವೆ. ಹಳೆ ಕಣಜಗಳ ಅಟ್ಟಗಳು ಎತ್ತಲ್ಪಟ್ಟು ದೊಡ್ಡ ಹಕ್ಕಿಗಳಂತೆ ಬಯಲಿನಲ್ಲಿ ಹಾರಾಡುತ್ತವೆ. ''ನಮ್ಮ ಮೇಲೆ ಕರುಣೆಯಿರಲಿ!'' ಎಂದು ಹೆಣ್ಣಾಳುಗಳು ಮೊರೆಯಿಡುತ್ತಾರೆ. ಯಾಕೆಂದರೆ ಅದು ಹಾಲು ಕರೆಯುವ ಸಮಯ. ಒಂದು ಕೈಯಲ್ಲಿ ಲಾಟೀನು, ಮತ್ತೊಂದರಲ್ಲಿ ಭಾರವಾದ ಹಾಲಿನ ಕೊಳಗ ಹಿಡಿದು ಹಸುಗಳ ಕೊಟ್ಟಿಗೆಗೆ ಅವರು ಕಷ್ಟಪಟ್ಟುಕೊಂಡು ಹೋಗಬೇಕಾಗಿದೆ. ಆದರೆ ಗಾಳಿಗೆ ಲಾಟೀನು ಆರಿಹೋಗುವುದು ಖಂಡಿತ. ಹಾಲಿನ ಕೊಳಗ ಕೈಯಿಂದ ಕೀಳಲ್ಪಡುವುದು ನಿಶ್ಚಿತ. ಮನೆಯಲ್ಲಿರುವ ವಯಸ್ಸಾದ ಹೆಂಗಸರು ಒಲೆಯ ಸುತ್ತ ಕುಳಿತು ''ದೇವರೇ ನಮ್ಮನ್ನು ಕಾಪಾಡು!'' ಎಂದು ಹಲಬುತ್ತಾರೆ. ಉತ್ತರದ ಲೊಫೋಟನ್ ಮತ್ಸ್ಯ ಕೇಂದ್ರಕ್ಕೆ ಹೋಗಿರುವ ಗಂಡಸರ ಬಗ್ಗೆ ಅವರು ಆಲೋಚಿಸುತ್ತಿರುತ್ತಾರೆ. ಅವರೀಗ, ಬಹುಶಃ ಇದೇ ರಾತ್ರಿ, ಸಮುದ್ರದ ಎಲ್ಲೋ ದೂರದಲ್ಲಿ ಇರಬಹುದೆಂಬ ಚಿಂತೆ ಇವರನ್ನು ಕಾಡುತ್ತಿದೆ.

ಆದರೆ ವಸಂತ ಕಾಲದ ಶಾಂತ ದಿನಗಳಲ್ಲಿ, ಇದೇ ಕಡಲ ತೋಳು ಕೊಲ್ಲಿಯಿಂದ ಹೊರಟು ಭೂಶಿರವನ್ನು ಬಳಸಿ ಕಳ್ಳನಂತೆ ಸದ್ದಿಲ್ಲದೆ ಒಳಗೆ ಹರಿಯುತ್ತದೆ. ಆಗ ನೀರು ನಯವಾಗಿ ಹೊಳೆಯುತ್ತದೆ. ಕಡಲ ಇಳಿತದಲ್ಲಿ ಪುಟ್ಟ ದ್ವೀಪಗಳು, ಮರಳ ದಂಡೆಗಳು, ಕಳೆಯ ಅಂಚಿನಿಂದ ಕೂಡಿದ ಒಣಗಿದ ಬಂಡೆಗಳು. ಅವುಗಳ ನಡುವೆ ತುಂಟ ಹುಡುಗರು ಕುಳಿತು ಕಾಲು ಇಳಿಬಿಟ್ಟು ನೀರು ಚಿಮ್ಮಿಸುವ ತಿಳಿನೀರಿನ ಹೊಂಡಗಳು ಗೋಚರಿಸುತ್ತವೆ. ಸಮುದ್ರದ ಉಪ್ಪು ನೀರಿನ ಹಾಗೂ ಕಡಲ ದಂಡೆಯಲ್ಲಿ ರಾಶಿಬಿದ್ದ ಕಸ ಕಡ್ಡಿಗಳ ವಾಸನೆ ಗಾಳಿಯಲ್ಲಿ ತುಂಬಿರುತ್ತವೆ. ತೊಯ್ದ ಸಮುದ್ರ ತೀರದ ನೀರಿನಲ್ಲಿರುವ ದೊಡ್ಡ ಕಲ್ಲ ಮೇಲೆ

ಕುಳಿತ ಹಕ್ಕಿಗಳು, ಸೂರ್ಯನ ಕಡೆ ಕೊರಳೆತ್ತಿ ''ಕ್ಲುಯಿಪ್ ! ಕ್ಲುಯಿಪ್ ! ವಸಂತ ಬಂತು'' ಎಂದು ಕೂಗುತ್ತದೆ.

ಅಂಥ ಒಂದು ದಿನ ಸುಮಾರು ಹದಿನಾಲ್ಕರ ಹರೆಯದ ಇಬ್ಬರು ಹುಡುಗರು ಬೆಸ್ತರ ಗುಡಿಸಲೊಂದರಿಂದ ಸಮುದ್ರ ತೀರದ ಕಡೆಗೆ ಆತುರಾತುರವಾಗಿ ಬಂದರು. ತುಂಟಾಟದಲ್ಲಿ ತೊಡಗುವಾಗ ಹುಡುಗರಿಗೆ ಯಾವಾಗಲೂ ಆತುರ ಹೆಚ್ಚು. ಈ ಜೋಡಿಯೂ ಅಂಥದೇ ಕೆಲಸದ ಮೇಲೆ ಹೊರಟಿತ್ತೆಂಬುದು ಸ್ಪಷ್ಟವಾಗಿತ್ತು. ಅವರಲ್ಲಿ ಒಬ್ಬನ ಹೆಸರು ಪೇಎರ್ ಟ್ರೋಎನ್. ಸುಂದರ ತಲೆಯ, ಕಂದು ಹಳದಿ ಬಣ್ಣದ ಮುಖದ ಆತ ಕೈಬಂಡಿಯೊಂದನ್ನು ತಳ್ಳುತ್ತಿದ್ದ. ಅವನ ಜೊತೆಯಲ್ಲಿದ್ದ ಕಡುವರ್ಣದ ಮಚ್ಚೆ ಮುಖದ ಮಾರ್ಟಿನ್ ಬ್ರುವೊಲ್ಡ್‌ನ ಕೈಯಲ್ಲಿ ಮರದ ಒಂದು ತೊಟ್ಟಿಯಿತ್ತು. ಅವರಿಬ್ಬರೂ ನೀರಿನ ಮೇಲೆ ಕುತೂಹಲದ ದೃಷ್ಟಿ ಬೀರುತ್ತಾ, ಪಿಸುಗುಟ್ಟುತ್ತಾ ವಿಚಿತ್ರವಾಗಿ ಮಾತಾಡುತ್ತಿದ್ದರು.

ಪೇಎರ್‌ಟ್ರೋಎನ್‌ನಂತೂ ನಾಯಕ. ಅವನು ಯಾವಾಗಲೂ ಹಾಗೆಯೇ. ಕಳೆದ ವರ್ಷದ ಕಾಡ್ಗಿಚ್ಚಿಗೆ ಅವನೇ ಹೊಣೆಯೆಂದು ಹೇಳಲಾಗುತ್ತಿತ್ತು. ಈಗಂತೂ ಅವನು ಹುಡುಗರಿಗೆಲ್ಲಾ, ದೊಡ್ಡವರಂತೆಯೇ ತಾವು ಸಹ ಆಳದ ನೀರಿನಲ್ಲಿ ಗಾಳ ಹಾಕುವ ಹಕ್ಕು ಪಡೆದಿದ್ದೇವೆಂದು ಸಾರಿ ಹೇಳಿದ್ದ. ಚಳಿಗಾಲವಿಡೀ ದೊಡ್ಡವರ ಕೆಲಸದಲ್ಲಿ ಅವರು ನಿರತರಾಗಿದ್ದರು. ಕಲ್ಲಿದ್ದಲು ಕಡಿಯುವುದು ಮತ್ತು ಸೌದೆ ಸಾಗಿಸುವುದು. ಆದುದರಿಂದ ಈಗ ಕಡಲ ತೀರದ ಸಮೀಪದಲ್ಲಿ ಮಾತ್ರ ತಾವೇಕೆ ಮೀನು ಹಿಡಿಯುವ ಕೆಲಸ ಮಾಡಬೇಕು ? ಅಲ್ಲಿ ಗಾಳ ಹಾಕಿ ಬರೇ ಚಿಕ್ಕ ಪುಟ್ಟ ಮೀನುಗಳನ್ನು ಮನೆಗೆ ಒಯ್ಯುವುದರಿಂದೇನು ಪ್ರಯೋಜನ ? ಆಳದ ನೀರಿನ ದೊಡ್ಡ ಗಾಳವನ್ನು ಅವರು ಮುಟ್ಟಬಾರದೆಂದು ನಿಷೇಧಿಸಲಾಗಿತ್ತು. ಆದರೆ ಲೊಫೋಟನ್ ಮತ್ಸ್ಯ ಕೇಂದ್ರದಲ್ಲಿ ಇದು ಅತಿ ಹೆಚ್ಚು ಚಟುವಟಿಕೆಯ ಕಾಲವಾಗಿದ್ದ ಕಾರಣ, ಅಲ್ಲಿನ ಕೆಲಸ ಮುಗಿಯುವ ತನಕ ದೊಡ್ಡವರು ಹಿಂತಿರುಗಿ ಬರುವಂತಿರಲಿಲ್ಲ. ಅದರಿಂದಾಗಿ ಹಿಂದಿನ ದಿನ ದೋಣಿ–ಕೊಟ್ಟಿಗೆಯಲ್ಲಿ ಹುಡುಗರು ಗುಟ್ಟಾಗಿ ಸೇರಿ, ಆ ಉದ್ದನೆಯ ಗಾಳದ ಕೊಕ್ಕೆಗಳಿಗೆಲ್ಲ ಎರೆಗಳನ್ನು ತಗುಲಿಸಿ, ಕಡಲತೋಳಿನ ಅತ್ಯಂತ ಆಳದ ಭಾಗದಲ್ಲಿ ಅದನ್ನು ಇಳಿಸಿದ್ದರು.

ಆಳದ ನೀರಿನ ಇಂಥ ಬೃಹತ್ ಗಾಳದ ವೈಶಿಷ್ಟ್ಯವೆಂದರೆ, ಹಿಂದೆಂದೂ ಯಾರೂ ಕಾಣದ, ಭಯ ಹುಟ್ಟಿಸುವ ದೊಡ್ಡ ಮೀನುಗಳನ್ನು ಅದು ಮೇಲೆ ತರುವ ಸಾಧ್ಯತೆಗಳಿದ್ದವು. ಆದರೆ ನಿನ್ನೆ ಬೇರೆ ರೀತಿಯ ತೊಂದರೆಯುಂಟಾಗಿತ್ತು. ಗಾಳದ ಹಿಂತುದಿಯನ್ನು ಭದ್ರವಾಗಿ ನೆಲೆಯೂರಿಸಲು ಮುಳುಗು ಗುಂಡುಗಳಿಲ್ಲದೆ ಹುಡುಗರು ನಿರುತ್ಸಾಹಗೊಂಡಿದ್ದರು. ಅವರು ತಮ್ಮ ಯೋಜನೆಯನ್ನು ಸಂಪೂರ್ಣವಾಗಿ ಕೈ ಬಿಡುವಂತೆ ಕಂಡುಬಂದಿತ್ತು. ಆದರೆ ಸದಾ ಹೊಸ ಹೊಸ ಉಪಾಯ ಕಂಡುಕೊಳ್ಳುವ ಪೇಎರ್ ಗಾಳದ ಹಗ್ಗದ ಒಂದು ತುದಿಯನ್ನು ಕಡಲ ತೋಳಿನ ಬದಿಯ ಭೂಶಿರದ ಅತಿ ಮುಂದಣ ಭಾಗದಲ್ಲಿ ಬೆಳೆದಿದ್ದ ಸಣ್ಣ ಮರವೊಂದರ ಕಾಂಡಕ್ಕೆ ದೋಣಿಯಲ್ಲಿ ಹೋಗಿ ಕಟ್ಟಿದ್ದ, ಅಲ್ಲಿಂದ ಕಡಲತೋಳಿನ ಆಳದ ಭಾಗಕ್ಕೆ ಅದನ್ನು ಸೆಳೆದು ತರಲಾಗಿತ್ತು. ಅನಂತರ ಇನ್ನೊಂದು ತುದಿಗೆ ಒಂದು ಕಲ್ಲು ಕಟ್ಟಿ ''ಮೀನುಗಳೇ, ನಿಮಗೆ ಧಿಕ್ಕಾರ !'' ಎಂಬ ಮಂತ್ರಘೋಷದೊಂದಿಗೆ ಅದನ್ನು ದೋಣಿಯಿಂದ ನೀರಿಗಿಳಿಸಲಾಗಿತ್ತು. ಒಂದು ಕ್ಷಣದೊಳಗೆ ಅದು ಕಡಲಿನ ಹಸಿರು ಆಳದಲ್ಲಿ ಅದೃಶ್ಯವಾಗಿತ್ತು. ಅದರ ಒಂದೆರಡು ಕೊಂಡಿಗಳು ಮಾತ್ರ ಮರದ ಕಾಂಡಕ್ಕೂ ನೀರಿಗೂ ನಡುವೆ ತೂಗಾಡುತ್ತಿದ್ದುದು ನಿಜ. ಯಾವುದಾದರೊಂದು ಬಾತುಕೋಳಿಯೋ ಅಥವಾ ಕಡಲ ಹಕ್ಕಿಯೋ ಅದರಲ್ಲಿ ಸಿಕ್ಕಿಬೀಳುವ ಸಂಭವವಿತ್ತು. ಇನ್ನು

ಕತ್ತಲಲ್ಲಿ ದೋಣಿಯ ಮೇಲೆ ಯಾರಾದರೊಬ್ಬ ವ್ಯಕ್ತಿ ಅದನ್ನು ಹಾದುಹೋಗಿ ಕೊಂಡಿಯಿಂದ ನೇತುಬಿದ್ದರೆ? ಸರಿ, ಮೀನಿಗೆ ಬದಲಾಗಿ ಮಾನವನೊಬ್ಬ ಅವರ ಗಾಳಕ್ಕೆ ಬಿದ್ದಂತಾಗುತ್ತಿತ್ತು! ಹುಡುಗರು ಆತುರದಿಂದ ಪಿಸುಗುಟ್ಟುತ್ತಾ ದೋಣಿಯ ಬಳಿಗೆ ಧಾವಿಸುತ್ತಿದ್ದುದರಲ್ಲಿ ಆಶ್ಚರ್ಯವಿಲ್ಲ.

''ಪೇಟರ್ ರೊನ್ನಿಂಜನ್ ಬರ್ತಿದ್ದಾನೆ'' - ಮಾರ್ಟಿನ್ ಇದ್ದಕ್ಕಿದ್ದಂತೆ ಕೂಗಿ ಹೇಳಿದ.

ಅವನು ಆ ತಂಡದ ಮೂರನೇ ಸದಸ್ಯ. ಉದ್ದನೆಯ, ಬಿಳಿ ಹುಬ್ಬುಗಳ, ಪೆದ್ದು ಮುಖದ ಹುಡುಗ. ಅವನು ಮಾತಾಡುವಾಗ ತೊದಲುತ್ತಿದ್ದ. ನಗುವಾಗ ''ಚೀ-ಹೀ-ಹೀ'' ಎಂದು ವಿಚಿತ್ರ ಧ್ವನಿ ಹೊರಡಿಸುತ್ತಿದ್ದ. ಪಬ್ಲಿಕ್ ಪರೀಕ್ಷೆಯಲ್ಲಿ ಆತ ಎರಡು ಸಲ ನಪಾಸಾಗಿದ್ದ. ಪುಸ್ತಕಗಳಿಂದ ಕಲಿತ ಪಾಠಗಳನ್ನು ತಾನು ಹೇಳುವಾಗ, ಅದನ್ನು ಕೇಳಿಸಿಕೊಳ್ಳಲು ಕಾಯುವಷ್ಟು ತಾಳ್ಮೆ ಯಾರಿಗೂ ಇಲ್ಲದುದರಿಂದ ಅವುಗಳನ್ನು ಕಲಿಯುವುದರಿಂದ ಏನು ಪ್ರಯೋಜನ ಎಂದು ಆತ ಹೇಳುತ್ತಿದ್ದ.

ನೀರಿನ ಅಂಚಿಗೆ ಅವರು ದೋಣಿಯನ್ನು ಎಳೆದೊಯ್ದು ಅದನ್ನು ತೇಲಬಿಟ್ಟರು. ತೇಪೆ ಹಾಕಿದ ಷರಾಯಿಗಳನ್ನು ತೊಟ್ಟ ಅವರು ತೆವಳಿಕೊಂಡು ದೋಣಿ ಹತ್ತಿದರು. ಅಷ್ಟರಲ್ಲಿ ತೀರದ ಮೇಲಿಂದ ಒಂದು ಧ್ವನಿ ಕೇಳಿಬಂತು:

''ಹೇ, ನಾನೂ ಬರ್ತೀನ್ರೋ! ಕೊಂಚ ತಾಳಿ.''

ಮಾರ್ಟಿನ್ ಹೇಳಿದ:

''ಕ್ಲಾಉಸ್ ಬರ್ತಿದ್ದಾನೆ. ನಮ್ಮ ಜೊತೆ ಅವನನ್ನು ಕರೆದುಕೊಂಡು ಹೋಗೋಣವೇ?''

''ಬೇಡ'' ಪೇಟರ್ ರೊನ್ನಿಂಜನ್ ಅಂದ.

''ಕರೆದುಕೊಂಡು ಹೋಗೋಣ'' ಪೇಎರ್ ಹೇಳಿದ.

ಕ್ಲಾಉಸ್ ಬ್ರೋಕ್, ಜಿಲ್ಲಾ ವೈದ್ಯನ ಮಗ. ನೀಲಿಗಣ್ಣಿನ, ನಿಕ್ಕರ್ ಹಾಗೂ ನಾವಿಕನ ಅಂಗಿ ಧರಿಸಿದ್ದ ಹುಡುಗ. ಅವನು ಶಾಲೆಗೆ ಚಕ್ಕರ್ ಹೊಡೆದು ಬಂದಿದ್ದ ಎನ್ನುವುದರಲ್ಲಿ ಸಂದೇಹ ವಿರಲಿಲ್ಲ – ಮನೆಯಲ್ಲಿ ಅವನಿಗೆ ಪಾಠ ಹೇಳಿಸುತ್ತಿದ್ದರು. ಹಾಗೆಯೇ ಮನೆಗೆ ಹೋದ ಮೇಲೆ ಅವನು ತಂದೆಯ ಕೈಯಿಂದ ಏಟು ತಿನ್ನುವುದರಲ್ಲಿಯೂ ಅನುಮಾನವಿರಲಿಲ್ಲ.

ಒಂದು ಹುಟ್ಟನ್ನು ಕೈಯಲ್ಲಿ ತೆಗೆದುಕೊಳ್ಳುತ್ತಾ ''ಬೇಗ ಬಾ'' ಎಂದು ಪೇಎರ್ ಕೂಗಿದ. ಕ್ಲಾಉಸ್ ಒಳಕ್ಕೆ ನುಗ್ಗಿದ. ದೋಣಿ ಅಲುಗಾಡಿತು. ದೋಣಿಯ ಮುಂತುದಿಯಲ್ಲಿ ಹುಟ್ಟು ಹಾಕುತ್ತಿದ್ದ ಮಾರ್ಟಿನ್ ಪೇಎರ್ ಕಡೆ ನೋಡಿದ. ಅವನು ಕಣ್ಣು ಕುಣಿಸುತ್ತ ಮುಂದಿನ ಕಾರ್ಯದ ಬಗ್ಗೆ ದೀರ್ಘಾಲೋಚನೆಯಲ್ಲಿದ್ದವನಂತೆ ಗಂಭೀರವಾಗಿ ಕುಳಿತಿದ್ದ. ಪುಕ್ಕಲ ಮಾರ್ಟಿನ್‌ಗೆ ಆಗಲೇ ಹೆದರಿಕೆ ಶುರುವಾಗಿತ್ತು. ದೇವರ ದೃಷ್ಟಿಯಲ್ಲಿ ಪಾಪವೆನ್ನಿಸುವ ಇಂಥ ಕೆಲಸಗಳನ್ನು ಮುಂದೆ ಪಾದ್ರಿಯಾಗಬೇಕಾಗಿರುವ ಪೇಎರ್ ಏಕೆ ಮಾಡುತ್ತಾನೆ ಎಂಬುದು ಅವನಿಗಿನ್ನೂ ಅರ್ಥವಾಗಿರಲಿಲ್ಲ.

ಪೇಎರ್ ಪಟ್ಟಣದ ಹುಡುಗ. ಹಳ್ಳಿಯ ಬೆಸ್ತನೊಬ್ಬನೊಂದಿಗೆ ಈಗವನು ಇದ್ದಾನೆ. ಜನ ಹೇಳುವಂತೆ ಅವನ ತಾಯಿ ಒಳ್ಳೆಯ ಹೆಂಗಸಾಗಿರಲಿಲ್ಲ. ಈಗವಳು ಸತ್ತು ಹೋಗಿದ್ದಳು. ಆದರೆ ಅವನ ತಂದೆ ಶ್ರೀಮಂತನಿರಬೇಕು. ಪ್ರತಿ ಕ್ರಿಸ್‌ಮಸ್‌ಗೂ ಮಗನಿಗೆ ಅವನು ಹತ್ತು ಕ್ರೌನ್ ಉಡುಗೊರೆಯಾಗಿ ಕಳುಹಿಸುತ್ತಿದ್ದ. ಆದುದರಿಂದ ಪೇಎರ್‌ನ ಜೇಬಿನಲ್ಲಿ ಯಾವಾಗಲೂ ಹಣವಿರುತ್ತಿತ್ತು. ಸಹಜವಾಗಿಯೇ ಬೇರೆ ಹುಡುಗರು ಅವನನ್ನು ದೊಡ್ಡವನೆಂದು ಭಾವಿಸಿದ್ದರು. ಎಲ್ಲ ಚಟುವಟಿಕೆಗಳಲ್ಲೂ ಅದು ತನ್ನ ಹಕ್ಕೆಂಬಂತೆ ಅವನು ಮುಖಂಡನಾಗುತ್ತಿದ್ದ.

ದೋಣಿ ಬೂದು ಬಂಡೆಗಳನ್ನೂ ತೀರವನ್ನೂ ಗುಡಿಸಲುಗಳನ್ನೂ ಹಿಂದೆ ಹಾಕಿ ಮುನ್ನಡೆಯಿತು.

ಅವುಗಳೆಲ್ಲಾ ದೂರದಲ್ಲಿ ಅಸ್ಪಷ್ಟವಾಗಿ ಕಾಣಿಸುತ್ತಿದ್ದವು. ದೂರದ ಬೆಟ್ಟದ ಮೇಲಿದ್ದ ಕೆಂಪು ಮನೆಯೊಂದು ಬಿಳಿ ತಳಪಾಯದ ಗೋಡೆಯ ಮೇಲೆ ಎದ್ದು ಕಾಣುತ್ತಿತ್ತು.

ಕೊನೆಗೆ ದೋಣಿ ಭೂಶಿರ ತಲಪಿ ನಿಂತಿತು. ಪೇಎರ್ ಮೇಲೆ ಹತ್ತಿ ಮರಕ್ಕೆ ಬಿಗಿದಿದ್ದ ಹಗ್ಗದ ತುದಿಯನ್ನು ಬಿಡಿಸಿದ. ಆಗ ಕಡಲ ತೋಳಿನ ಮೇಲೆ ತೂಗಾಡುತ್ತಿದ್ದ ಭಾಗ ನೀರಿಗೆ ಬಿತ್ತು. ಉಳಿದವರು ಅದು ಆಳದಲ್ಲಿ ಎಲ್ಲಿ ಮರೆಯಾಯಿತೆಂಬುದನ್ನು ದೋಣಿಯ ಬದಿಯಲ್ಲಿ ನಿಂತು ನೋಡುತ್ತಿದ್ದರು. ಅದು ಮೇಲೆ ಬಂದಾಗ ಜೊತೆಯಲ್ಲೇನನ್ನು ತರಬಹುದಿತ್ತು ?

''ಹುಟ್ಟು ಹಾಕು'' ಪೇಎರ್ ಆಜ್ಞಾಪಿಸಿ ಹಗ್ಗವನ್ನು ಎಳೆಯತೊಡಗಿದ.

ದೋಣಿ ಕಡಲ ತೋಳಿನಲ್ಲಿ ನೆಟ್ಟಗೆ ಮುಂದೆ ಸಾಗತೊಡಗಿತು. ಕೊಂಡಿಗಳಿಂದ ಕೂಡಿದ ಆ ಉದ್ದನೆಯ ಹಗ್ಗ ಒಳಕ್ಕೆಳೆದುಕೊಂಡಂತೆ ಅದು ಮರದ ತೊಟ್ಟಿಯ ತಳದಲ್ಲಿ ಸುತ್ತಿಕೊಳ್ಳುತ್ತಿತ್ತು. ಪೇಎರನ ಹೃದಯ ಬಡಿದುಕೊಳ್ಳತೊಡಗಿತು. ಒಮ್ಮೆ ಹಗ್ಗವನ್ನು ಜಗ್ಗಿದಂತಾಗಿತ್ತು. ಅದು ಮೊದಲನೆಯ ತುಯಿತ. ಕೆಳಗೆ ನೋಡಿದಾಗ ಆಳದಲ್ಲಿ ಮೀನೊಂದು ಹೊಳೆಯುತ್ತಿತ್ತು. ಛೀ ! ಅದು ಕಾಡ್ ಮೀನು. ತುಸು ದೊಡ್ಡದೇನೋ ನಿಜ. ಆದರೆ ಎಲ್ಲೆಡೆಯೂ ಸಿಗುವ ಜಾತಿ. ಪೇಎರ್ ಉದಾಸೀನವಾಗಿ ಅದನ್ನು ದೋಣಿಯ ಮೇಲೆ ಎಳೆದು ಹಾಕಿದ. ತರುವಾಯ ಉದ್ದ ಜಾತಿಯ ಒಂದು ಲಿಂಗ್ ಮೀನು – ಇದೇನೋ ಆಳದ ನೀರಿನ ಮೀನು. ಆದರೂ ಸಾಲದು. ಬಳಿಕ ಒಂದರ ಮೇಲೊಂದರಂತೆ ಕೆಲವು ಟಸ್ಕ್ ಮೀನುಗಳು. ಇವು ತಿನ್ನಲು ಬಹಳ ರುಚಿಕರ. ಆದುದರಿಂದ ಹೆಂಗಸರಿಗೆ ಅವುಗಳನ್ನು ನೋಡಿ ಖುಷಿಯಾಗುವುದರಲ್ಲಿ ಸಂದೇಹವಿರಲಿಲ್ಲ. ಅದರಿಂದಾಗಿ ಗಂಡಸರು ಮನೆಗೆ ಹಿಂತಿರುಗಿದಾಗ, ತಮ್ಮ ತುಂಟಾಟದ ಬಗ್ಗೆ ಮಾತೆತ್ತದೆ ಅವರು ಸುಮ್ಮನಿರಲೂ ಸಾಕು ಎಂದು ಪೇಎರ್ ಯೋಚಿಸಿದ.

ಹಗ್ಗ ಈಗ ಭಾರವಾಯಿತು. ಬರುತ್ತಿರುವುದೇನು ? ಒಂದು ಬೂದು ಛಾಯೆ ಕಾಣಿಸಿತು. ''ಎಲ್ಲಿ, ಮೀನು ಚುಚ್ಚುವ ಭಲ್ಲೆ ಇತ್ತ ಕೊಡು'' ಎಂದು ಪೇಎರ್ ಕಿರುಚಿದ. ಅದೇನು ? ಅದೇನು ? ಉಳಿದ ಮೂವರೂ ಅರಚಿದರು. ''ಎಚ್ಚರ ದೋಣಿ ಅಲುಗಿಸಬೇಡಿ. ಅದೊಂದು ಕಡಲ ಬೆಕ್ಕು'' ಅನಂತರ ಭಲ್ಲೆಯಿಂದ ಒಂದು ಇರಿತದೊಂದಿಗೆ ಬೂದು ಬಣ್ಣದ ಒಡ್ಡೊಡ್ಡಾದ ದೇಹದ ಆ ಮೀನನ್ನು ದೋಣಿಯೊಳಕ್ಕೆ ಎತ್ತಿ ಹಾಕಲಾಯಿತು. ಅಲ್ಲಿ ಬುಸುಗುಟ್ಟುತ್ತಾ ದೋಣಿಯ ಕೆಳಗಿನ ಹಲಗೆಯನ್ನು ಕಚ್ಚುತ್ತಾ, ನೀರು ಹೊರಗೆಸೆಯುವ ತಪ್ಪಲೆಯನ್ನು ಕಡಿಯುತ್ತಾ ಅದು ಹೊರಳಾಡಿತು. ಅದರ ಹಲ್ಲುಗಳಿಂದ ಚಕ್ಕೆಗಳು ಸಿಡಿಯುತ್ತಿದ್ದವು. ''ಎಚ್ಚರ, ಎಚ್ಚರ'' ಎಂದು ಕ್ಲಾಉಸ್ ಕಿರಿಚಿದ. ದೋಣಿಯಲ್ಲಿರುವಾಗ ಅವನು ಯಾವಾಗಲೂ ಹೆದರಿಕೊಂಡಿರುತ್ತಿದ್ದ.

ಆದರೆ ಪೇಎರ್ ಹಗ್ಗವನ್ನು ಪುನಃ ಎಳೆಯಲಾರಂಭಿಸಿದ್ದ. ಅವರು ಕಡಲತೋಳಿನಲ್ಲಿ ಈಗಾಗಲೇ ಸುಮಾರು ಅರ್ಧದಾರಿ ಸಾಗಿಬಂದಿದ್ದರು. ಯಾವ ಬೆಸ್ತನೂ ಗಾಳ ಹಾಕಿರಲಾರದಷ್ಟು ಆಳದಿಂದ ಹಗ್ಗವೀಗ ಮೇಲೆ ಬರುತ್ತಿತ್ತು. ಪೇಎರ್‌ನ ಮುಖದಲ್ಲಿ ಬಳಲಿಕೆ ಕಾಣತೊಡಗಿತ್ತು.

''ಹಗ್ಗ ಭಾರವಾಗಿದೆಯೇ ?'' ಕ್ಲಾಉಸ್ ಕೇಳಿದ.

''ತೆಪ್ಪಗೆ ಕೂತುಕೋ. ಸುಮ್ಮನೆ ಚಡಪಡಿಸಬೇಡ'' ಎಂದು ಕೆಳಗಿನ ಆಳದಲ್ಲಿ ಹಗ್ಗ ಕಣ್ಮರೆಯಾಗಿದ್ದ ಕಡೆ ನೋಡುತ್ತಾ, ಮಾರ್ಟಿನ್ ಅವನನ್ನು ಗದರಿದ.

ಪೇಎರ್ ಇನ್ನೂ ಎಳೆಯುತ್ತಲೇ ಇದ್ದ. ಸಮುದ್ರದಾಳದಿಂದ ಯಾವುದೋ ಅಸಾಮಾನ್ಯ ಸಂಭವದ ಸಂವೇದನೆಯೊಂದು ತನ್ನ ಕೈಗಳತ್ತ ಉಕ್ಕಿ ಬರುತ್ತಿರುವಂತೆ ಅವನಿಗೆ ಭಾಸವಾಯಿತು. ಹಗ್ಗದ ಗುಣದಲ್ಲೇ ಏನೋ ಒಂದು ವಿಚಿತ್ರ ಬದಲಾವಣೆಯಾದಂತೆ ಅವನ ಸ್ಪರ್ಶಕ್ಕೆ

ತೋರುತ್ತಿತ್ತು. ಹಾಗೆಂದು ಅದೇನೂ ಅಷ್ಟು ಭಾರವಾಗಿರಲಿಲ್ಲ. ಸಾಮಾನ್ಯ ಮೀನಿನ ಸ್ವಚ್ಛ ಜಗ್ಗಾಟ ಕೂಡ ಇರಲಿಲ್ಲ. ಬದಲಾಗಿ ತನ್ನನ್ನು ದೋಣಿಯಿಂದ ಹೊರಗೆಳೆದು ಕೆಳಗಿನ ನೀರಿನಾಳಕ್ಕೆ ಕೆಡವಿ ಹಾಕುವ ಉದ್ದೇಶದಿಂದ ಯಾವುದೋ ದೈತ್ಯ ಕೈಯೊಂದು ಹಗ್ಗವನ್ನು ನಯವಾಗಿ, ಬಹಳ ನಯವಾಗಿ ಸೆಳೆಯುತ್ತಿದ್ದಂತೆ ಅವನಿಗೆ ಕಂಡಿತು. ಇದ್ದಕ್ಕಿದ್ದಂತೆ ಒಮ್ಮೆ ಜೋರಾಗಿ ಎಳೆದಂತಾಗಿ ಅವನು ಸಮತೋಲನ ಕಳೆದುಕೊಂಡು ದೋಣಿಯಿಂದ ಕೆಳಗೆ ಬೀಳುವುದರಲ್ಲಿದ್ದ.

''ಎಚ್ಚರಿಕೆಯಿಂದ ನೋಡು! ಏನದು ?'' ಎಂದು ಉಳಿದ ಮೂವರೂ ಎದ್ದುನಿಂತು ಒಟ್ಟಿಗೆ ಕಿರಿಚಿದರು.

''ಸುಮ್ಮನೆ ದೋಣಿಯಲ್ಲಿ ಕುಳಿತುಕೊಳ್ಳಿ'' ಪೇಎರ್ ಬೊಬ್ಬಿಟ್ಟ. ಬೆಸ್ತರ ಸಹಜ ಶಿಸ್ತಿನ ಸ್ವಭಾವದಂತೆ ಅವರು ಅವನ ಆಜ್ಞೆಯನ್ನು ವಿಧೇಯತೆಯಿಂದ ಪಾಲಿಸಿದರು.

ಪೇಎರ್ ಒಂದು ಕೈಯಿಂದ ಹಗ್ಗವನ್ನು ಭದ್ರವಾಗಿ ಅಮುಕಿದ್ದ. ಮತ್ತೊಂದು ಕೈಯಿಂದ ದೋಣಿಯ ಅಡ್ಡಮಣೆಯೊಂದನ್ನು ಬಿಗಿಯಾಗಿ ಹಿಡಿದಿದ್ದ. ''ನಮ್ಮ ಬಳಿ ಇನ್ನೊಂದು ಭಲ್ಲೆ ಇದೆಯಾ ?'' ಅವನು ಉಸಿರುಕಟ್ಟಿಕೇಳಿದ.

''ಇಲ್ಲೊಂದಿದೆ'' ಪೇಟರ್ ರೊನ್ನಿಂಜನ್ ಕಬ್ಬಿಣದ ಕೊಂಡಿಯಿದ್ದ ಸರಳೊಂದನ್ನು ಎಳೆದುಕೊಟ್ಟ.

''ಮಾರ್ಟಿನ್ ನೀನದನ್ನು ಹಿಡಿದು, ಇಲ್ಲಿ ಪಕ್ಕದಲ್ಲಿ ನಿಲ್ಲು.''

''ಆದರೆ ಏನು ? ಏನದು ?''

''ಏನೋ ಗೊತ್ತಿಲ್ಲ. ತುಂಬಾ ದೊಡ್ಡದು ಅಂತ ಮಾತ್ರ ಈಗ ಹೇಳ್ಬಹುದು.''

''ಹಗ್ಗ ಕತ್ತರಿಸಿ, ದೋಣಿ ಮುಂದೆ ಸಾಗಿಸಿ, ಪ್ರಾಣ ಉಳಿಸಿಕೊಳ್ಳಿ!'' ವೈದ್ಯನ ಮಗ ನಡುಗುತ್ತಾ ಹೇಳಿದ. ತನಗಿಂತ ಎರಡರಷ್ಟು ಗಾತ್ರದವರನ್ನು ಭೂಮಿಯ ಮೇಲೆ ಎದುರಿಸಬಲ್ಲ ಅವನು ಸಮುದ್ರದ ಮೇಲೆ ಪುಕ್ಕಲನಾಗಿದ್ದ.

ಮತ್ತೊಮ್ಮೆ ಪೇಎರ್‌ನನ್ನು ಬಲವಾಗಿ ಜಗ್ಗಿದಂತಾಗಿತ್ತು. ಅವನಿಗೆ ಕಳೆದ ವರ್ಷದ ಕಾಡ್ಗಿಚ್ಚು ನೆನಪಿಗೆ ಬಂತು. ಅಂಥ ಇನ್ನೊಂದು ದುರ್ಘಟನೆಗೆ ತಾನು ಹೊಣೆಯಾದರೆ ಒಳಿತಾಗಲಾರದು ಎಂದುಕೊಂಡ ಅವನು. ಹಗ್ಗವನ್ನು ಜಗ್ಗುತ್ತಿದ್ದ ಈ ದೈತ್ಯ ಪ್ರಾಣಿ ಒಂದು ವೇಳೆ ಮೇಲಕ್ಕೆ ಬಂದು ಅವರ ದೋಣಿಯನ್ನೇ ಅಡಿಮೇಲು ಮಾಡಿದರೆ ಏನುಗತಿ ? ಅವರು ತೀರದಿಂದ ಅಷ್ಟೊಂದು ದೂರದಲ್ಲಿದ್ದರು. ಎಲ್ಲರೂ ಮುಳುಗಿ ಹೋಗಿ, ಅದು ಅವನ ತಪ್ಪಿನಿಂದಾಗಿ ಎಂದು ಗೊತ್ತಾದರೆ ಊರಿನಲ್ಲಿ ಎಂಥ ರಂಪವಾದೀತು ! ತನಗರಿವಿಲ್ಲದಂತೆಯೇ ಆತ ಹಗ್ಗವನ್ನು ಕತ್ತರಿಸಲು ಚೂರಿಗೆ ಕೈಹಾಕಿದ. ಅನಂತರ ಅದನ್ನು ಹಿಂದೆ ಸರಿಸಿ ಯಥಾಪ್ರಕಾರ ಹಗ್ಗವನ್ನು ಮೇಲಕ್ಕೆ ಎಳೆಯುತ್ತಾ ಹೋದ.

ಕೊನೆಗೆ ನೀರಿನಿಂದ ದೊಡ್ಡ ನೆರಳೊಂದು ಹೊರಬಂದಂತೆ ಅದು ಮೇಲೇರಿತು. ಆ ದೈತ್ಯ ಪ್ರಾಣಿಯ ಹೊರಳಾಟಕ್ಕೆ ರಾಶಿ ರಾಶಿ ನೀರ್ಗುಳ್ಳೆಗಳು ಮೇಲೆ ಚಿಮ್ಮಿದವು. ಅದೋ ಅಲ್ಲಿ! - ಅದರ ಕೆಳಭಾಗದಲ್ಲಿ ಬೆಳ್ಳಗೆ ಹೊಳೆಯುವ ದೊಡ್ಡ ಹಲ್ಲುಗಳ ಸಾಲು : ಅದೇನೆಂದು ಈಗವನಿಗೆ ಗೊತ್ತಾಯಿತು ! ಗ್ರೀನ್‌ಲೆಂಡ್ ಶಾರ್ಕ್ – ಉತ್ತರ ಸಮುದ್ರದ ಭಯಂಕರ ದೈತ್ಯ. ಇವರಂಥ ಕೆಲವು ಹುಡುಗರನ್ನು ಮುಗಿಸುವ ಶಕ್ತಿ ಅದಕ್ಕಿತ್ತು.

''ಮಾರ್ಟಿನ್ ಸಿದ್ಧವಾಗಿರು, ಭಲ್ಲೆ ಹಿಡಿದು ನಿಲ್ಲು.''

ಆ ದೈತ್ಯ ಈಗ ನೀರಿನ ಮೇಲ್ಮೈಯಲ್ಲಿ ಹೊರಳಾಡುತ್ತಿತ್ತು. ಅದರ ಸುತ್ತ ನೀರು ಕುದಿಯುತ್ತಿತ್ತು. ಅದು ಬಾಲದಿಂದ ನೀರನ್ನು ಬಡಿದು ನೊರೆಯೆಬ್ಬಿಸುತ್ತಿತ್ತು. ಹಗ್ಗದ ಕೊಕ್ಕೆಗೆ ಸಿಕ್ಕು ಒದ್ದಾಡುತ್ತಿದ್ದ ಅದರ ಚೂಪು ಮುಖ ಮೇಲೆದ್ದಿತು. ''ಈಗ!'' ಪೇಎರ್ ಅರಚಿದ. ಎರಡು ಭಲ್ಲೆಗಳು

ಏಕಕಾಲದಲ್ಲಿ ಅದರ ದೇಹವನ್ನು ಇರಿದವು. ದೋಣಿ ಓಲಾಡಿ ಅದರೊಳಕ್ಕೆ ನೀರು ಹರಿಯಿತು. ಕ್ಲಾಉಸ್ ಹುಟ್ಟು ಎಸೆದು ಮೂಲೆಗೆ ಹೋಗಿ ''ಯೇಸು ಸ್ವಾಮಿಯೇ, ನಮ್ಮನ್ನ ಕಾಪಾಡು!'' ಎಂದು ಕಿರಿಚಿದ.

ಮರುಕ್ಷಣದಲ್ಲಿ ಭಾರವಾದ, ಬೆಳೆದ ಮನುಷ್ಯನಷ್ಟು ದೊಡ್ಡದಾಗಿದ್ದ ಆ ಕಾಯವನ್ನು ದೋಣಿಯ ಒಂದು ಬದಿಯಿಂದ ಒಳಗೆ ಎಳೆದುಕೊಳ್ಳಲಾಯಿತು. ಅದರೊಂದಿಗೆ ಇಬ್ಬರು ಹುಡುಗರೂ ಇನ್ನೊಂದು ಬದಿಗೆ ಎಸೆಯಲ್ಪಟ್ಟು ಹೊರಗೆ ಬೀಳುವುದರಲ್ಲಿದ್ದರು. ಈಗ ಶುರುವಾಯಿತು ತಮಾಷೆ. ಹುಡುಗರು ಭಲ್ಲೆಗಳಿಂದ ಕೈ ತೆಗೆದು ಆ ಪ್ರಾಣಿಗೆ ಜಾಗ ಬಿಡುವುದಕ್ಕೋಸ್ಕರ ಹಿಂದಕ್ಕೆ ಹಾರಿದರು. ಉದ್ರೇಕಗೊಂಡಿದ್ದ, ಬೆದರಿಕೆ ಹುಟ್ಟಿಸುವ ಮುಸುಡಿಯ, ಕಿಡಿಸೂಸುವ ಕಣ್ಣುಗಳ, ಆ ಕರ್‍ರಗಿನ ಕ್ರೂರ ಪ್ರಾಣಿ ಅಲ್ಲಿ ಸಿಟ್ಟಿನಿಂದ ಹೊರಳಾಡತೊಡಗಿತು. ಅದರ ಬಲಿಷ್ಠ ಬಾಲದ ಏಟಿಗೆ ಹುಟ್ಟುಗಳೂ ನೀರು ಚೆಲ್ಲುವ ತಪ್ಪಲೆಯೂ ಹೊರಗೆ ಹಾರಿದವು. ಅದರ ಉದ್ದನೆಯ ಹಲ್ಲುಗಳು ಕೆಳಗಿನ ಹಲಗೆ ಮತ್ತು ಅಡ್ಡಮಣೆಗಳನ್ನು ಕಟಕಟನೆ ಕಡಿದವು. ಅದು ಆಗಾಗ ಎತ್ತರಕ್ಕೆ ಮೇಲೆ ನೆಗೆದು ಪುನಃ ಕೆಳಕ್ಕೆ ಬಿದ್ದು ಹೊರಳಾಡುತ್ತಿತ್ತು. ಬಾಯಿಯಿಂದ ನೊರೆ ಕಾರುತ್ತಾ ಬುಸುಗುಟ್ಟುತ್ತಿತ್ತು.

ಅದರ ಕೆಂಪು ಕಣ್ಣು ತನ್ನನ್ನು ಹಿಡಿದ ಒಬ್ಬೊಬ್ಬರನ್ನೂ ನೋಡಿತು. ಅದರ ನೋಟ ''ಸ್ವಲ್ಪ ಹತ್ತಿರಕ್ಕೆ ಬನ್ನಿ!'' ಎನ್ನುವಂತಿತ್ತು.

ಆ ಕ್ರೂರ ಪ್ರಾಣಿ ದೋಣಿಯನ್ನು ನಾಶ ಮಾಡಬಹುದೆಂದು ಮಾರ್ಟಿನ್ ಹೆದರಿದ. ಅವನು ತನ್ನ ಚಾಕು ಹಿಡಿದು ಒಂದು ಹೆಜ್ಜೆ ಮುಂದೆ ಬಂದ. ಕೈ ಮೇಲೆತ್ತಿ ಮಿಂಚಿನ ವೇಗದಿಂದ ಅದನ್ನು ಇರಿದ. ಚಾಕು ಅದರ ಬೆನ್ನ ಆಳಕ್ಕೆ ಇಳಿಯಿತು. ಗಾಯದಿಂದ ಚಿಲ್ಲನೆ ರಕ್ತ ಚಿಮ್ಮಿತು. ''ಹುಷಾರ್! ಅದರ ಬಾಲ!'' ಉಳಿದವರು ಕೂಗಿದರು. ಆದರೆ ಮಾರ್ಟಿನ್ ಈಗಾಗಲೇ ಅದರ ಬಾಲಕ್ಕೆ ಸಿಗದಷ್ಟು ಹಿಂದೆ ಸರಿದಿದ್ದ. ಇದೀಗ ಸಾವಿನ ನೃತ್ಯ ಹೊಸದಾಗಿ ಆರಂಭವಾಯಿತು. ಆ ಪ್ರಾಣಿಯ ಬೆನ್ನಿನೊಳಗೆ ಚಾಕು ಹಿಡಿಯ ತನಕ ಇಳಿದು ಅಲ್ಲಿ ಭದ್ರವಾಗಿ ಕೂತಿತ್ತು. ಅದರ ಕಣ್ಣುಗಳ ಮಧ್ಯೆ ಭಲ್ಲೆಯೊಂದರ ಕೊಕ್ಕೆ ತಗಲಿಕೊಂಡಿತ್ತು. ಇನ್ನೊಂದು ಭಲ್ಲೆ ಪಕ್ಕೆಯಲ್ಲಿ ನಾಟಿತ್ತು. ಭಲ್ಲೆಗಳ ಮರದ ಹಿಡಿಗಳು ಅದರ ಉರುಳಾಟದೊಂದಿಗೆ ಅತ್ತಿತ್ತ ಎಗರುತ್ತಿದ್ದವು. ದೋಣಿಯ ಚೌಕಟ್ಟು ಕಂಪಿಸಿ ಕಿರುಗುಟ್ಟುತ್ತಿತ್ತು.

''ಅದು ದೋಣಿಯನ್ನು ನುಚ್ಚುನುರಿ ಮಾಡ್ತದೆ. ನಾವು ಮುಳುಗಿ ಹೋಗ್ತೇವೆ'' ಪೇಎರ್ ಕಿರುಚಿದ.

ಈಗ ಅವನ ಚಾಕು ಮಿಂಚಿತು. ಅದರ ಭುಜಗಳ ನಡುವಿನಿಂದ ರಕ್ತದ ಹೊಳೆ ಹರಿಯಿತು. ಆದರೆ ಅವನು ಸಮತೋಲನ ತಪ್ಪಿ ಕೆಳಕ್ಕೆ ಬಿದ್ದ. ಕಣ್ತೆರೆಯುವಷ್ಟರಲ್ಲಿ ದೇಹಗಳೆರಡೂ ಒಂದರ ಮೇಲೊಂದು ಬಿದ್ದು ದೋಣಿಯ ಕೆಳಭಾಗದಲ್ಲಿ ಹೊರಳಾಡತೊಡಗಿದವು.

ಕಂಬವನ್ನಪ್ಪಿಕೊಂಡು ಕ್ಲಾಉಸ್ ಚೀರಿದ:

''ಹೇ ದೇವರೇ, ಯೇಸುಸ್ವಾಮಿ! ಅದು ಅವನನ್ನು ಸಾಯಿಸ್ತದೆ! ಅದು ಅವನನ್ನು ಸಾಯಿಸ್ತದೆ!''

ಪೇಎರ್ ಈಗ ಮೊಣಕಾಲೂರಿ ಅರ್ಧ ಮೇಲೆದ್ದಿದ್ದ. ಆದರೆ ಆತ ದೋಣಿಯ ಅಂಚನ್ನು ಹಿಡಿದುಕೊಳ್ಳಲು ಪ್ರಯತ್ನಿಸುತ್ತಿದ್ದಾಗ ಆ ಕ್ರೂರ ಪ್ರಾಣಿಯ ದವಡೆಗಳು ಅವನ ಕೈಯನ್ನು ಅಮುಕಿ ಹಿಡಿದವು. ಹುಡುಗನ ಮುಖ ನೋವಿನಿಂದ ವಿಕಾರವಾಯಿತು. ಒಂದೇ ಗಳಿಗೆಯಲ್ಲಿ ಅದರ

ಹಲ್ಲುಗಳು ಅವನ ಕೈಯನ್ನು ಸೀಳುವುದರಲ್ಲಿದ್ದವು. ಪೇಟರ್ ರೊನ್ನಿಂಜನ್ ತಕ್ಷಣ ತನ್ನ ಕೈಯಲ್ಲಿದ್ದ ಹುಟ್ಟುಗಳನ್ನು ಕೆಳಗೆ ಹಾಕಿ ತನ್ನ ಚಾಕುವಿನಿಂದ ಅದರ ಕಣ್ಣುಗಳ ನಡುವೆ ತಿವಿದ. ಅಲಗು ಮೆದುಳಿಗೆ ತಾಕಿ ಅದರ ಹಲ್ಲಿನ ಹಿಡಿತ ಸಡಿಲಗೊಂಡಿತು.

''ನೀ - ನೀ - ನೀಚ ಪಿ - ಪಿ ಪಿಶಾಚಿ !''

ಪೇಟರ್ ತೊದಲುತ್ತ ತನ್ನ ಹುಟ್ಟುಗಳ ಬಳಿ ಹಿಂತಿರುಗಿದ. ಕೂಡಲೇ ಪೇಎರ್ ಆ ಪ್ರಾಣಿಯಿಂದ ಬಿಡಿಸಿಕೊಂಡು ಬಂದು, ಗಾಯಗೊಂಡಿದ್ದ ಕೈಹಿಡಿದುಕೊಂಡು ಅಡ್ಡಮಣೆಯ ಬಳಿ ಕುಳಿತ. ಅವನ ಬೆರಳುಗಳಿಂದ ರಕ್ತ ತೊಟ್ಟಿಕ್ಕುತ್ತಿತ್ತು.

ಕೊನೆಗೆ ಅವರು ಮನೆ ಕಡೆ ಹೊರಟರು. ಚಿಕ್ಕ ದೋಣಿ ಆ ಪ್ರಾಣಿಯ ಭಾರವನ್ನು ಹೊರಲಾರದೆ ಹೊತ್ತು ಸಾಗುತ್ತಿತ್ತು. ಇದ್ದಕ್ಕಿದ್ದಂತೆ ಅವರು ಹುಟ್ಟು ಹಾಕುವುದನ್ನು ನಿಲ್ಲಿಸಿದರು.

''ಕ್ಲಾಉಸ್ ಎಲ್ಲಿ?'' ಪೇಎರ್ ಕೇಳಿದ. ವೈದ್ಯನ ಮಗ ತಾನು ಕುಳಿತಲ್ಲಿಂದ ಎದ್ದು ಹೋಗಿ ಕಂಬವನ್ನು ಅಪ್ಪಿಹಿಡಿದಿದ್ದ.

''ಅವನೇಕೆ - ಅಲ್ಲಿ - ಕೆಳಗಿದ್ದಾನೆ.''

ಹದಿನೈದು ವರ್ಷದ ಆ ದೊಡ್ಡ ಧಡಿಯ ಅಲ್ಲಿ ಬಿದ್ದುಕೊಂಡಿದ್ದ. ತನ್ನ ಪ್ರೇಮ ಪ್ರಕರಣಗಳ ಬಗ್ಗೆ ಬಡಾಯಿ ಕೊಚ್ಚಿಕೊಳ್ಳುತ್ತಿದ್ದ, ಜರ್ಮನ್ ಕಲಿತ, ತಂದೆಯಂತೆಯೇ ಸಭ್ಯ ವ್ಯಕ್ತಿಯಾಗಲಿದ್ದ ಅವನು ಪ್ರಜ್ಞೆ ತಪ್ಪಿ ಸತ್ತವನಂತೆ ಕೆಳಗೆ ಬಿದ್ದುಕೊಂಡಿದ್ದ.

ಉಳಿದವರಿಗೆ ಮೊದಲು ಗಾಬರಿಯಾಯಿತು. ಆದರೆ ಪೇಎರ್ ತನ್ನ ಗಾಯದ ಕೈಯನ್ನು ತೊಳೆದುಕೊಳ್ಳುತ್ತಿದ್ದವನು, ಬೊಗಸೆ ತುಂಬಾ ನೀರು ತಂದು ಅವನ ಮುಖಕ್ಕೆ ಎರಚಿದ. ಮರುಕ್ಷಣ ಕ್ಲಾಉಸ್ ಎದ್ದು ಕುಳಿತು ದೋಣಿಯ ಅಂಚನ್ನು ಬಲವಾಗಿ ಹಿಡಿದುಕೊಂಡು ಕಿರಿಚಿದ :

''ಹಗ್ಗ ಕತ್ತರಿಸಿ; ದೋಣಿ ಮುನ್ನಡೆಸಿ; ನಿಮ್ಮ ಪ್ರಾಣ ಕಾಪಾಡಿಕೊಳ್ಳಿ !'' ಉಳಿದವರೆಲ್ಲರೂ ಗಹಗಹಿಸಿ ನಕ್ಕರು. ಹೊಟ್ಟೆ ಹುಣ್ಣಾಗುವಂತೆ ನಕ್ಕು, ಹುಟ್ಟುಗಳನ್ನು ಕೆಳಗಿಟ್ಟು ತುಸು ಹೊತ್ತು ಏದುತ್ತಾ ಕುಳಿತರು. ಆದರೆ ಅವರು ಸಮುದ್ರ ತೀರದಲ್ಲಿ, ಮನೆಗೆ ಹೊರಡುವ ಮುಂಚೆ ಕ್ಲಾಉಸ್ ಪ್ರಜ್ಞೆ ತಪ್ಪಿದ ವಿಷಯವನ್ನು ಯಾರಿಗೂ ಹೇಳಬಾರದೆಂದು ತೀರ್ಮಾನಿಸಿದರು. ಈ ಹುಡುಗರ ಸಾಹಸ ಹಳ್ಳಿಯಲ್ಲಿ ಅನೇಕ ದಿವಸಗಳವರೆಗೆ ಮಾತಿಗೆ ವಸ್ತುವಾಗಿ ಪರಿಣಮಿಸಿತು. ಇದರಿಂದಾಗಿ, ದೂರ ಹೋಗಿದ್ದ ಗಂಡಸರು ಹಿಂದಿರುಗಿ ಬಂದ ಮೇಲೆ ಏಟು ತಿನ್ನಬೇಕಾಗಬಹುದೆಂಬ ಭಯದಿಂದ ಅವರು ಬಿಡುಗಡೆ ಹೊಂದಿದರು. ❍

ಸ್ವೀಡನ್

○ ಆಗಸ್ಟ್ ಸ್ಟ್ರೈಂಡ್‌ಬರ್ಗ್

ಪ್ರೇಮ ಮತ್ತು ರೊಟ್ಟಿ

ತರುಣ ಅಸಿಸ್ಟೆಂಟ್ ಕೌನ್ಸಿಲರ್ ಗುಸ್ತಾಫ್ ಫಾಕ್, ಲೂಸಿಯೊಂದಿಗೆ ತಮ್ಮ ಮದುವೆ ನಿಶ್ಚಿತಾರ್ಥದ ಬಗ್ಗೆ ಆಕೆಯ ತಂದೆಯೊಡನೆ ಪ್ರಸ್ತಾಪಿಸಿದ. ಮುದಿ ತಂದೆಯ ಮೊದಲ ಪ್ರಶ್ನೆ: ''ನೀನೆಷ್ಟು ಸಂಪಾದಿಸ್ತಿದ್ದಿ ?''

''ನೂರು ಕ್ರೋನರ್‌ಗಳಿಗಿಂತ ಹೆಚ್ಚೇನಲ್ಲ. ಆದರೆ ಲೂಸಿ...''

ಅವನ ಭಾವಿ ಮಾವ ಅವನನ್ನು ಮಧ್ಯದಲ್ಲೇ ತಡೆದು ಹೇಳಿದ :

''ಅದೆಲ್ಲ ಬೇಡ, ಬಿಡು. ನಿನ್ನ ಸಂಪಾದನೆ ಸಾಲದು.''

''ನಾನು ಮತ್ತು ಲೂಸಿ ತುಂಬಾ ಪ್ರೀತಿಸ್ತೇವೆ! ಇಬ್ಬರಿಗೂ ಪರಸ್ಪರರಲ್ಲಿ ನಂಬಿಕೆಯಿದೆ.''

''ಆಗಿರ್ಬಹುದು. ಹಾಗಿದ್ದರೂ ನಾನೊಂದು ಪ್ರಶ್ನೆ ಕೇಳ್ತೇನೆ. ನಿನ್ನ ಒಟ್ಟು ಆದಾಯ ವರ್ಷಕ್ಕೆ ಹನ್ನೆರಡು ನೂರು ತಾನೆ ?''

''ನಾವು ಮೊದಲು ಭೇಟಿಯಾದದ್ದು ಲಿಡಿಂಗೋದಲ್ಲಿ''

''ಸರ್ಕಾರಿ ಸಂಬಳದ ಜೊತೆಗೆ ಮತ್ತೇನಾದರೂ ಆದಾಯ ಉಂಟೇ ?'' ಲೂಸಿಯ ತಂದೆ ಒತ್ತಾಯಪೂರ್ವಕವಾಗಿ ಕೇಳಿದ.

''ಹೌದು, ನಮ್ಮ ಖರ್ಚಿಗೆ ಸಾಕಾಗುವಷ್ಟಾದೀತು ಅಂತ ನನ್ನೆಣಿಕೆ. ಅಲ್ಲದೆ, ನೋಡಿ, ನಮ್ಮಿಬ್ಬರ ಪರಸ್ಪರ ಪ್ರೀತಿ....''

''ಅದು ನಿಜ; ಆದರೆ ನಾವೀಗ ಕೆಲವು ಅಂಕೆ ಸಂಖ್ಯೆಗಳಿಗೆ ಬರೋಣ.''

ಉತ್ಸಾಹ ತುಂಬಿದವರ ''ಹೆಚ್ಚು ಕೆಲಸ ಮಾಡಿ ನಾನು ಸಂಪಾದಿಸಬಲ್ಲೆ'' ಎಂದ.

''ಎಂಥ ಕೆಲಸ ? ಎಷ್ಟು ಕೆಲಸ ?''

''ನಾನು ಫ್ರೆಂಚ್ ಕಲಿಸಬಲ್ಲೆ, ಅನುವಾದಿಸಬಲ್ಲೆ ಮತ್ತು ಪ್ರೂಫ್ ರೀಡಿಂಗ್ ನನಗೆ ಗೊತ್ತು.''

''ಎಷ್ಟು ಅನುವಾದ ಮಾಡಬಲ್ಲೆ ?'' ಪೆನ್ಸಿಲ್ ಕೈಯಲ್ಲಿ ಹಿಡಿದು ಕಿರಿಯನೊಂದಿಗೆ ಹಿರಿಯ ಕೇಳಿದ.

''ಅದನ್ನು ಎಷ್ಟು ಅಂತ ಹೇಳೋದಕ್ಕಾಗೋದಿಲ್ಲ. ಈಗ ಒಂದು ಪುಟಕ್ಕೆ ಹತ್ತು ಕ್ರೋನರ್‌ನಂತೆ ಒಂದು ಫ್ರೆಂಚ್ ಪುಸ್ತಕವನ್ನು ನಾನು ಅನುವಾದಿಸ್ತಿದ್ದೇನೆ.''

''ಒಟ್ಟು ಎಷ್ಟು ಪುಟಗಳಿವೆ ?''

''ಇಪ್ಪತ್ನಾಲ್ಕು ಇರಬಹುದು.''

''ಒಳ್ಳೇದು. ಅದರಿಂದ ಇನ್ನೂರೈವತ್ತು ಕ್ರೋನರ್ ಬರ್ತದೆ ಅಂತಿಟ್ಕೋ. ಅದರ ಜೊತೆಗೆ ?''

''ಗೊತ್ತಿಲ್ಲ, ಅದು ಸ್ವಲ್ಪ ಅನಿಶ್ಚಿತ.''

''ಏನು ? ಸರಿಯಾಗಿ ಹೇಳೋದಕ್ಕಾಗೋದಿಲ್ವೆ ? ಮತ್ತೆ ಮದುವೆ ಮಾಡ್ಕೊಳ್ತೀನೆ ಅಂತಿದ್ದೀಯಾ ? ಮದುವೆ ಬಗ್ಗೆ ನಿನಗೆ ಏನೇನೋ ಕಲ್ಪನೆಗಳಿರ್ಬಹುದು. ಆಮೇಲೆ ಮಕ್ಕಳಾಗುತ್ವೆ. ಅವರಿಗೆ ಊಟ, ಬಟ್ಟೆ ಕೊಟ್ಟು ಸಾಕಬೇಕು, ಬೆಳೆಸಬೇಕು ಅನ್ನೋದು ಗೊತ್ತಿದೆ ತಾನೇ ?''

ಫಾಕ್ ಅವನ ಮಾತು ತಡೆದು ಹೇಳಿದ :

''ಆದರೆ ಮಕ್ಕಳು ಬೇಗ ಆಗಲಾರವು. ನಾವು ಪರಸ್ಪರ ತುಂಬಾ ಪ್ರೀತಿಸ್ತೇವೆ, ಆದ್ದರಿಂದ...''

''ಆದ್ದರಿಂದ ಮಕ್ಕಳು ಬೇಗ ಬರ್ತವೆ ಅಂತ ಧೈರ್ಯವಾಗಿ ಭವಿಷ್ಯ ನುಡೀಬಹುದು.''

ಬಳಿಕ ಸ್ವಲ್ಪ ಕನಿಕರ ತಾಳಿ ಲೂಸಿಯ ತಂದೆ ಮುಂದುವರಿಸಿದ :

''ನೀವಿಬ್ಬರೂ ಮದುವೆಗೆ ಸಿದ್ಧರಿದ್ದೀರಿ ಅಂತ ನಾನು ಭಾವಿಸ್ತೇನೆ. ನಿಮ್ಮ ಪ್ರೀತಿ ಬಗ್ಗೆ ನನಗೇನೂ ಸಂದೇಹವಿಲ್ಲ. ಆದ ಕಾರಣ ನನ್ನ ಒಪ್ಪಿಗೆ ಕೊಡದೆ ನಿರ್ವಾಹವಿಲ್ಲ ಅಂತ ಕಾಣ್ತದೆ. ಆದರೆ ಒಂದು ಮಾತು. ಲೂಸಿಯೊಂದಿಗೆ ನಿನ್ನ ವಿವಾಹಪೂರ್ವದ ಈ ಅವಧಿಯನ್ನು ಸರಿಯಾಗಿ ಉಪಯೋಗಿಸಿ ನಿನ್ನ ಸಂಪಾದನೆ ಹೆಚ್ಚಿಸೋದಕ್ಕೆ ಪ್ರಯತ್ನಿಸು.

ತರುಣ ಫಾಕ್‌ನಿಗೆ ಇದರಿಂದ ಸಂತೋಷವಾಗಿ ಮುಖ ಕೆಂಪೇರಿತು. ಆ ಸಂಭ್ರಮದಲ್ಲವನು ಮುದುಕನ ಕೈಗೆ ಮುತ್ತಿಟ್ಟ. ದೇವರೇ ! ಈಗ ಅವನೆಷ್ಟು ಸುಖಿ, ಲೂಸಿ ಸಹ, ಕೈ ಜೋಡಿಸಿ ಅವರು ವಾಕಿಂಗ್ ಹೊರಟಾಗ ಎಷ್ಟು ಹೆಮ್ಮೆಯಿಂದ ಬೀಗಿದರು. ಮದುವೆ ನಿಶ್ಚಯವಾಗಿದ್ದ ಜೋಡಿಯಲ್ಲಿ ಎದ್ದು ಕಾಣುವ ಸುಖವನ್ನು ಎಲ್ಲರೂ ನೋಡಿದರು.

ಸಂಜೆ ಲೂಸಿಯನ್ನು ಕಾಣಲು ಬರುವಾಗ ಅವನು ನಕಲು ತಿದ್ದುವ ಹಾಳೆಗಳನ್ನು ಸಂಗಡ ತರುತ್ತಿದ್ದ. ಅವಳ ತಂದೆ ಸಂತೋಷಪಡುತ್ತಿದ್ದ. ಉದ್ಯಮಶೀಲ ತರುಣ ತನ್ನ ಭಾವೀ ಪತ್ನಿಯಿಂದ ಮುತ್ತಿನ ಪ್ರತಿಫಲ ಪಡೆಯುತ್ತಿದ್ದ. ಒಂದು ಸಂಜೆ ಅವರು ಥಿಯೇಟರ್‌ಗೆ ಬಾಡಿಗೆ ಕಾರಿನಲ್ಲಿ ಹೋಗಿಬಂದರು. ಅದಕ್ಕೆ ಹತ್ತು ಕ್ರೋನರ್ ಖರ್ಚಾಯಿತು. ಮತ್ತೆ ಕೆಲವು ಸಂಜೆ ಪಾಠ ಹೇಳುವುದನ್ನು ಬಿಟ್ಟು ಪ್ರಿಯತಮೆಯೊಂದಿಗೆ ವಾಕಿಂಗ್ ಹೋಗಲು ಅವನು ಬಂದಿದ್ದ.

ಮದುವೆ ದಿನ ಹತ್ತಿರವಾಗುತ್ತಿದ್ದಂತೆ ತಮ್ಮ ವಸತಿಯನ್ನು ಸಜ್ಜುಗೊಳಿಸುವ ಸಾಮಗ್ರಿಗಳನ್ನು ಕೊಳ್ಳುವುದರ ಬಗ್ಗೆ ಅವರು ಯೋಚಿಸಬೇಕಾಗಿ ಬಂತು. ತುಂಬಾ ಸುಂದರವಾದ, ಮೆತ್ತನೆಯ ಎರಡು ಹಾಸಿಗೆಗಳನ್ನು ಮತ್ತು ಎರಡು ಮೃದು ಮೇಲುಹಾಸುಗಳನ್ನು ಅವರು ಕೊಂಡುತಂದರು. ಲೂಸಿಯ ತಲೆಗೂದಲು ಬಂಗಾರದ ಬಣ್ಣದ್ದಾಗಿತ್ತಾದ್ದರಿಂದ ಅವಳಿಗೆ ನೀಲಿ ಮೇಲು ಹಾಸು ಬೇಕಾಯಿತು. ಅವರು ಮನೆಯನ್ನು ಅಲಂಕರಿಸುವ ವಸ್ತುಗಳಿದ್ದ ಅಂಗಡಿಗೆ ಕೂಡ ಭೇಟಿ ಕೊಟ್ಟಿದ್ದರು. ಅಲ್ಲಿ ಕೆಂಪು ಮುಸುಕಿನ ದೀಪ, ಪಿಂಗಾಣಿಯಿಂದ ಮಾಡಿದ ವೀನಸ್ ದೇವತೆಯ ಸುಂದರ ವಿಗ್ರಹ, ಚಾಕು, ಮುಳ್ಳು ಚಮಚ ಮತ್ತು ಉತ್ತಮ ಗಾಜಿನ ಪಾತ್ರೆಗಳಿಂದ ಕೂಡಿದ್ದ ಊಟದ ಮೇಜು ಮುಂತಾದವುಗಳನ್ನು ಕೊಂಡರು. ಅಡಿಗೆ ಮನೆಯ ಸಲಕರಣೆಗಳನ್ನು ಕೊಳ್ಳುವಾಗ ತಾಯಿಯ ಸಲಹೆ ಅವರ ಸಹಾಯಕ್ಕೆ ಬಂದಿತು. ಮನೆ ಹುಡುಕುವ ಕೆಲಸಗಾರರನ್ನು ನೇಮಿಸಿಕೊಳ್ಳುವ, ಪೀಠೋಪಕರಣಗಳನ್ನು ಹೊಂದಿಸುವ, ಚೆಕ್ ಬರೆಯುವ ಇಂಥ ಅನೇಕ ಕೆಲಸಗಳಲ್ಲಿ ನಿರತನಾದ ಅಸಿಸ್ಟೆಂಟ್ ಕೌನ್ಸಿಲರ್ ತುಂಬಾ ತರಾತುರಿಯಲ್ಲಿದ್ದ.

ಹೀಗಾಗಿ ಸಹಜವಾಗಿಯೇ ಗುಸ್ತಾಫನಿಗೆ ಹೆಚ್ಚು ಸಂಪಾದಿಸಲು ಸಾಧ್ಯವಾಗಲಿಲ್ಲ. ಮದುವೆ

ಮುಗಿದ ಮೇಲೆ ಹೇಗಾದರೂ ಅದನ್ನು ಸರಿದೂಗಿಸಬೇಕೆಂದುಕೊಂಡಿದ್ದ. ಪ್ರಾರಂಭದಲ್ಲಿ ಕೇವಲ ಎರಡು ಕೋಣೆಯ ಮನೆಯಲ್ಲಿ ವಾಸ ಮಾಡುವುದರ ಮೂಲಕ ಮಿತವ್ಯಯ ಸಾಧಿಸ ಬೇಕೆಂದು ಅವರು ಭಾವಿಸಿದ್ದರು. ದೊಡ್ಡ ಮನೆಗಿಂತ ಸಣ್ಣ ಮನೆಯನ್ನು ಅಣಿಗೊಳಿಸುವುದು ಸುಲಭ. ಅದರಿಂದಾಗಿ ಅವರು ಎರಡು ಕೋಣೆ, ಅಡಿಗೆಮನೆ ಮತ್ತು ಉಗ್ರಾಣವಿದ್ದ ಮೊದಲ ಮಹಡಿಯ ಮನೆಯೊಂದನ್ನು ಆರುನೂರು ಕ್ರೋನರ್‌ಗಳಿಗೆ ಹಿಡಿದರು. ಮೊದಲು ಲೂಸಿ ಮೂರು ಕೋಣೆಗಳ ಮೇಲ್ಮಹಡಿಯ ಮನೆ ಬೇಕೆಂದಿದ್ದಳು. ಆದರೆ ಅವರ ಪ್ರೀತಿ ಪ್ರಾಮಾಣಿಕ ವಾಗಿತ್ತಾದ್ದರಿಂದ ಇದೆಲ್ಲಾ ಹೇಗೆತಾನೇ ಮುಖ್ಯವಾದೀತು ?

ಕೊನೆಗೆ ಕೋಣೆಗಳನ್ನು ಸಜ್ಜುಗೊಳಿಸಲಾಯಿತು. ಮಲಗುವ ಕೋಣೆ ಒಂದು ಪವಿತ್ರ ಸ್ಥಳದಂತಿತ್ತು. ಅಕ್ಕಪಕ್ಕದಲ್ಲಿದ್ದ ಹಾಸಿಗೆಗಳು ಜೀವನ ಯಾತ್ರೆಯಲ್ಲಿ ತೊಡಗಿದ್ದ ರಥಗಳಂತಿದ್ದವು. ನೀಲಿ ಮೇಲು ಹಾಸುಗಳು. ಮಂಜಿನಂಥ ಹೊದಿಕೆಗಳು, ದಂಪತಿಗಳ ಹೆಸರಿನ ಅಕ್ಷರಗಳನ್ನು ಜೋಡಿಸಿ ಕಸೂತಿ ಕೆಲಸ ಮಾಡಿದ್ದ ದಿಂಬಿನ ಚೀಲಗಳು – ಎಲ್ಲವೂ ಅಂದವಾಗಿ, ಉಲ್ಲಾಸಮಯವಾಗಿ ಕಂಗೊಳಿಸುತ್ತಿದ್ದವು. ಲೂಸಿಯ ಉಪಯೋಗಕ್ಕಾಗಿಯೇ ಒಂದು ಉದ್ದನೆಯ ಪರದೆಯಿತ್ತು. ಇನ್ನೊಂದು ಕೋಣೆಯಲ್ಲಿ ಸಾವಿರದ ಇನ್ನೂರು ಕ್ರೋನರ್ ಬೆಲೆಯ ಅವಳ ಪಿಯಾನೋ ಇತ್ತು. ಆ ಕೋಣೆ ವಿಶ್ರಾಂತಿಧಾಮ, ಊಟದ ಮನೆ, ಅಧ್ಯಯನದ ಕೋಣೆ, ಎಲ್ಲವೂ ಆಗಿತ್ತು. ಜೊತೆಗೆ ಬರಹದ ಮೇಜು, ಊಟದ ಮೇಜು ಸಹ ಇದ್ದವು. ಅವುಗಳಿಗೆ ಹೊಂದುವ ಕುರ್ಚಿಗಳಿದ್ದವು. ಗಿಲೀಟು ಚೌಕಟ್ಟಿನ ಕನ್ನಡಿ, ಸೋಫಾ, ಪುಸ್ತಕದ ಅಟ್ಟಣಿಗೆಗಳು ಕೂಡ ಆ ಇಕ್ಕಟ್ಟಿನಲ್ಲಿ ಜಾಗ ಪಡೆದಿದ್ದವು.

ಮದುವೆಯ ಸಮಾರಂಭವನ್ನು ಒಂದು ಶನಿವಾರದ ರಾತ್ರಿ ಆಚರಿಸಲಾಯಿತು. ಭಾನುವಾರದ ಬೆಳಗ್ಗೆ ಸಂತೃಪ್ತ ದಂಪತಿಗಳು ತುಂಬಾ ಹೊತ್ತಾದರೂ ಮಲಗಿದ್ದರು. ಗುಸ್ತಾಫನಿಗೆ ಮೊದಲು ಎಚ್ಚರವಾಯಿತು. ಕಿಟಿಕಿ ಬಾಗಿಲ ಮುಖಾಂತರ ಹಗಲ ಬೆಳಕು ತೂರಿಬರುತ್ತಿದ್ದರೂ ಅವುಗಳನ್ನು ತೆರೆಯದೆ ಆತ ಕೆಂಪು ಮುಸುಕಿನ ದೀಪವನ್ನು ಹಚ್ಚಿದ – ಅದು ಪಿಂಗಾಣಿಯ ವೀನಸ್ ವಿಗ್ರಹದ ಮೇಲೆ ವಿಚಿತ್ರ ರೀತಿಯ ಗುಲಾಬಿ ಬೆಳಕನ್ನು ಚೆಲ್ಲಿತು. ಸುಂದರ ಯುವಪತ್ನಿ ಬಳಲಿಕೆ ಮತ್ತು ತೃಪ್ತಿಯಿಂದ ಮಲಗಿದ್ದಳು. ಅವಳಿಗೆ ಚೆನ್ನಾಗಿ ನಿದ್ರೆ ಬಂದಿತ್ತು. ಇನ್ನೂ ಎಚ್ಚರವಾಗಿರಲಿಲ್ಲ. ಭಾನುವಾರವಾದದ್ದರಿಂದ ವಾಹನಗಳ ಸದ್ದಿನ ತೊಂದರೆ ಇರಲಿಲ್ಲ. ಗಂಡು ಹೆಣ್ಣಿನ ಸೃಷ್ಟಿಯ ಉತ್ಸವವನ್ನು ಆಚರಿಸುವಂತೆ ಇಗರ್ಜಿಯ ಗಂಟೆ ದನಿ ಮಾಡತೊಡಗಿತು.

ಲೂಸಿ ಪಕ್ಕಕ್ಕೆ ತಿರುಗಿದಳು. ಏನನ್ನೋ ಎತ್ತಿಡುವ ಸಲುವಾಗಿ ಗುಸ್ತಾಫ್ ಪರದೆಯ ಹಿಂದೆ ಹೋದ. ಅನಂತರ ತಿಂಡಿಯನ್ನು ಸಿದ್ಧಪಡಿಸುವಂತೆ ಹೇಳಲು ಅಲ್ಲಿಂದ ಅವನು ಅಡುಗೆ ಮನೆಗೆ ತೆರಳಿದ. ತಾಮ್ರ ಮತ್ತು ಸತುವಿನ ಹೊಸ ಪಾತ್ರೆಗಳ ಅಲ್ಲಿ ಹೇಗೆ ಮಿರುಗುತ್ತಿದ್ದವು ! ಅವೆಲ್ಲವೂ ಅವನಿಗೆ - ಅವಳಿಗೆ ಸೇರಿದ್ದು. ಪಕ್ಕದ ಉಪಾಹಾರ ಗೃಹಕ್ಕೆ ಹೋಗಿ ತಿಂಡಿ ತೆಗೆಸಿಕೊಂಡು ಬರುವಂತೆ ಅವನು ಅಡುಗೆಯವನಿಗೆ ಹೇಳಿದ. ಉಪಾಹಾರ ಗೃಹದ ಯಜಮಾನನಿಗೆ ಇದು ತಿಳಿದಿತ್ತು. ಹಿಂದಿನ ದಿನ ಅವನಿಗೆ ಎಲ್ಲವನ್ನೂ ತಿಳಿಸಲಾಗಿತ್ತು. ಒಮ್ಮೆ ಅವನಿಗೆ ನೆನಪಿಸಬೇಕಾಗಿತ್ತಷ್ಟೆ.

ಅನಂತರ ವರ ಮಲಗುವ ಕೋಣೆಯ ಬಳಿಗೆ ಬಂದು ಬಾಗಿಲು ತಟ್ಟಿ ಮೆಲುದನಿಯಲ್ಲಿ ''ನಾನು ಒಳಗೆ ಬರಬಹುದೇ ?'' ಎಂದು ಕೇಳಿದ.

ಒಳಗಿನಿಂದ ಒಂದು ಚಿಕ್ಕ ಚೀತ್ಕಾರ ಕೇಳಿಸಿತು. ಆಮೇಲೆ ''ಬೇಡ ಪ್ರಿಯ, ಒಂದು ನಿಮಿಷ!''

ಗುಸ್ತಾಫ್ ತಾನೇ ಮೇಜು ಸಿದ್ಧಪಡಿಸಿದ. ಉಪಾಹಾರ ಗೃಹದಿಂದ ತಿಂಡಿ ಬರುವ ವೇಳೆಗೆ ಮೇಜಿನ ಮೇಲೆ ಶುದ್ಧ ಬಿಳಿಯ ಲಿನನ್ ಬಟ್ಟೆ ಹಾಸಿ ಹೊಸ ತಟ್ಟೆ, ಲೋಟ, ಚಮಚಾ

ಮುಂತಾದವುಗಳನ್ನು ಜೋಡಿಸಲಾಗಿತ್ತು. ಕಸೂತಿ ಕೆಲಸ ಮಾಡಿದ್ದ ಬೆಳಗಿನ ವೇಷದೊಂದಿಗೆ ಲೂಸಿ ಕೋಣೆಯನ್ನು ಪ್ರವೇಶಿಸಿದಾಗ ಸೂರ್ಯಕಿರಣಗಳು ಅವಳಿಗೆ ಶುಭಾಶಯ ಕೋರಿದವು. ಅವಳಿನ್ನೂ ಆಯಾಸಭರಿತಳಾಗಿದ್ದಳು. ಹಾಗಾಗಿ ಅವನು ಅವಳನ್ನು ಆರಾಮ ಕುರ್ಚಿಯಲ್ಲಿ ಕೂಡಿಸಿ ಮೇಜಿನ ಬಳಿಗೆ ಸರಿಸಿದ. ಒಂದೆರಡು ತೊಟ್ಟು ಮದ್ಯ ಅವಳನ್ನು ಸಚೇತನಗೊಳಿಸಿತು. ಒಂದು ತುತ್ತು 'ಕಾವಿಯಾರ್'* ಅವಳ ಹಸಿವೆಯನ್ನು ಪ್ರಚೋದಿಸಿತು. ಅವಳು ಕುಡಿಯುವುದನ್ನು ತಾಯಿ ನೋಡಿದರೆ ಏನನ್ನಬಹುದು ! ಆದರೆ ಮದುವೆಯಾದದ್ದರಿಂದ ದೊರೆಯುವ ಅನುಕೂಲತೆ ಅದೇ. ಆಗ ನಿಮಗೆ ಬೇಕಾದದ್ದನ್ನು ನೀವು ಮಾಡಬಹುದು.

ತನ್ನ ಸುಂದರ ಪತ್ನಿಯನ್ನು ತರುಣ ಪತಿ ಆಸಕ್ತಿಯಿಂದ ನೋಡಿಕೊಳ್ಳುತ್ತಿದ್ದ. ಅದರಲ್ಲಿ ಎಂಥಾ ಸುಖ ಕೂಡ ! ಈ ಮುಂಚೆ, ಅವನು ಒಬ್ಬಂಟಿಯಾಗಿದ್ದಾಗ ಎಷ್ಟೋ ಸಲ ಉಪಾಹಾರ ಸೇವಿಸಿದ್ದ. ಆದರೆ ಅದರಿಂದ ಅವನಿಗೆಂದಾದರೂ ತೃಪ್ತಿಯಾಗಿತ್ತೇ ? ಇಲ್ಲ, ಸಿಂಪಿಗಳನ್ನು ತಿನ್ನುತ್ತ, ಬೀರು ಕುಡಿಯುತ್ತ ಅವನು ಹೀಗೆ ಯೋಚಿಸಿದ. ಮದುವೆಯಾಗದವರು ಎಂಥ ಪೆದ್ದರು, ಎಷ್ಟು ಸ್ವಾರ್ಥಿಗಳು ! ನಾಯಿಗಳಿಗಿರುವಂತೆ ಅವರಿಗೂ ತೆರಿಗೆ ವಿಧಿಸಬೇಕು. ಆದರೆ ಲೂಸಿ ಅಂಥ ಕಠಿಣ ನಿಲುಮೆ ತಳೆಯಲು ಸಿದ್ಧಳಿರಲಿಲ್ಲ. ಮದುವೆಯಾಗದೆ ಒಂಟಿಯಾಗಿ ಉಳಿಯುವ ಬಡಪಾಯಿಗಳು ಬಹುಶಃ ಅನುಕಂಪಕ್ಕೆ ಪಾತ್ರರೆಂದು ಅವಳು ಮೃದು ಮಧುರವಾಗಿ ವಾದಿಸಿದಳು. ಹಣ ಒದಗಿಬಂದರೆ ಅಂಥವರೂ ಮದುವೆಮಾಡಿಕೊಂಡಾರು ಎಂಬುದು ಅವಳ ಅಭಿಪ್ರಾಯ ವಾಗಿತ್ತು. ಗುಸ್ತಾಫನ ಹೃದಯ ಸ್ವಲ್ಪ ಹೊತ್ತು ನೋವಿನಿಂದ ಭಾರವಾಯಿತು. ನಿಜವಾಗಿಯೂ ಸುಖವನ್ನು ಹಣದಿಂದ ಅಳೆಯಲಾಗದು. ಆಗದು, ಆಗದು; ಆದರೂ, ಆದರೂ, ಸರಿ ಅದು ಹಾಗಿರಲಿ. ಇಷ್ಟರಲ್ಲೇ ಬೇಕಾದಷ್ಟು ಕೆಲಸ ದೊರಕಲಿದೆ. ಆಗ ಎಲ್ಲಾ ಸರಿಹೋಗುತ್ತದೆ. ಈಗ ರುಚಿ ರುಚಿಯಾದ ತಿಂಡಿ ತಿನಿಸುಗಳ ಕಡೆ ಗಮನ ಹರಿಸಲೇಬೇಕಾಗಿದೆ.

ಈಗ ಭೋಗ ಮತ್ತು ವೈಭವದ ಸಲಕರಣೆಗಳು ಒಂದು ಕ್ಷಣ ತರುಣ ಪತ್ನಿಯನ್ನು ಕಂಗೆಡಿಸಿದವು. ಇಂಥ ಜೀವನದ ಸಾಧ್ಯತೆಯ ಬಗ್ಗೆ ಹೆದರಿ ಅವಳು ಗುಸ್ತಾಫನನ್ನು ಕೇಳಿದಳು. ಗುಸ್ತಾಫ್, ಲೂಸಿಯ ಲೋಟಕ್ಕೆ ಮತ್ತಷ್ಟು ವೈನ್ ಸುರಿದು ಅವಳಿಗೆ ಭರವಸೆ ಕೊಡುತ್ತ ಅವಳ ಹೆದರಿಕೆ ಆಧಾರರಹಿತವೆಂದು ತಿಳಿಸಿ ಹೇಳಿದ :

''ಒಂದು ದಿನ ಅಂದರೆ ಪ್ರತಿದಿನವಲ್ಲ, ಅವಕಾಶ ಸಿಕ್ಕಾಗ ಸಂತೋಷ ಅನುಭವಿಸಬೇಕು - ಹಾ ಜೀವನ ಎಷ್ಟು ಸುಂದರವಾಗಿದೆ !''

ಆರು ಗಂಟೆಯ ವೇಳೆಗೆ ಎರಡು ಕುದುರೆಗಳ ದೊಡ್ಡ ಗಾಡಿಯೊಂದು ಮನೆ ಮುಂದೆ ಬಂದು ನಿಂತಿತು. ಅವರಿಬ್ಬರೂ ಅದರಲ್ಲಿ ಕುಳಿತು ಹೊರಟರು. ಕುದುರೆ ಗಾಡಿಯೊಳಗೆ ಆರಾಮವಾಗಿ ಒರಗಿ ಉಪವನದಲ್ಲಿ ಹೋಗುತ್ತಿದ್ದಾಗ ಲೂಸಿಗೆ ಸಂತೋಷವಾಯಿತು. ಕಾಲ್ನಡಿಗೆಯಲ್ಲಿ ಸಂಚಾರ ಮಾಡುತ್ತಿದ್ದ ಅವರ ಪರಿಚಿತರು ಅವರನ್ನು ನೋಡಿ, ಆಶ್ಚರ್ಯ ಮತ್ತು ಅಸೂಯೆಗಳಿಂದ ಅವರಿಗೆ ವಂದನೆ ಸಲ್ಲಿಸುತ್ತಿದ್ದರು. ಅಸಿಸ್ಟೆಂಟ್ ಕೌನ್ಸಿಲರ್ ಒಳ್ಳೇ ಆಯ್ಕೆ ಮಾಡಿದ್ದಾನೆ. ಹಣವಿರುವ ಹುಡುಗಿಯನ್ನು ಮದುವೆಯಾಗಿದ್ದಾನೆಂದು ಅವರು ಅಂದುಕೊಳ್ಳುತ್ತಿದ್ದಿರಬೇಕು. ಆ ಬಡಪಾಯಿಗಳು ನಡೆಯಬೇಕಾಗಿತ್ತು. ಮೆತ್ತನೆಯ ದಿಂಬಿಗೆ ಒರಗಿ ಕುಳಿತು ಶ್ರಮಪಡದೆ ಚಲಿಸುವುದು ಎಂಥಾ ಖುಷಿ. ಇದು ಹಿತಕರವಾದ ವೈವಾಹಿಕ ಜೀವನದ ಸಂಕೇತ.

---

* ಕಾವಿಯಾರ್ : ಸ್ಟರ್ಜನ್ ಎಂಬ ಮೀನಿನ ಮೊಟ್ಟೆಗಳಿಗೆ ಉಪ್ಪು ಹಾಕಿ ತಯಾರಿಸುವ ವ್ಯಂಜನ.

ಮೊದಲ ತಿಂಗಳು ನೃತ್ಯ, ನಾಟಕ, ಭೋಜನ ಕೂಟ ಸದಾ ಸಂತೋಷಕೊಟ್ಟವು. ಆದರೂ ಮನೆಯಲ್ಲಿ ಕಳೆದ ಕಾಲ ಎಲ್ಲಕ್ಕಿಂತ ಹೆಚ್ಚು ಸುಖಮಯವಾಗಿತ್ತು. ಸಂಜೆ ಲೂಸಿಯನ್ನು ಅವಳ ಮನೆಯಿಂದ, ಅವಳ ತಂದೆ ತಾಯಿಗಳಿಂದ ದೂರ ಕರೆದೊಯ್ದು ತಮ್ಮ ಸ್ವಂತ ಮನೆಯಲ್ಲಿ ಮನಸ್ಸಿಗೆ ಬಂದಂತೆ ಇರುವುದಂತೂ ಉಲ್ಲಾಸಕಾರಿಯಾಗಿತ್ತು. ಮನೆಯಲ್ಲಿ ಊಟಮಾಡಿ ರಾತ್ರಿ ಬಹಳ ಹೊತ್ತಿನವರೆಗೂ ಅವರು ಮಾತಾಡುತ್ತಾ ಕುಳಿತಿರುತ್ತಿದ್ದರು. ಗುಸ್ತಾಫ್ ಮಿತವ್ಯಯ ಸಾಧಿಸುವದರ ಬಗ್ಗೆ ಆಲೋಚಿಸುತ್ತಿದ್ದನಷ್ಟೆ. ಒಂದು ದಿನ ನವವಧು ಮತ್ತು ಮನೆ ಸೇವಕ ಬೇಯಿಸಿದ ಆಲೂಗಡ್ಡೆಯ ಜೊತೆ ಸುಟ್ಟ ಮೀನನ್ನು ಸೇರಿಸಿ ಅಡುಗೆ ಮಾಡಿ ನೋಡಿದರು. ಅವಳಂತೂ ಅದನ್ನು ಚೆನ್ನಾಗಿ ಸವಿದಳು ಕೂಡ! ಆದರೆ ಗುಸ್ತಾಫನಿಗೆ ಅದು ಹಿಡಿಸಲಿಲ್ಲ. ಮತ್ತೆ ಸುಟ್ಟ ಮೀನಿನ ಸರದಿಯ ದಿನ ಬಂದಾಗ, ಅವನು ಒಂದು ಜೊತೆ ಕವುಜಗಳನ್ನು ತಂದ. ಅವುಗಳನ್ನವನು ಮಾರುಕಟ್ಟೆಯಿಂದ ಒಂದು ಕ್ರೋನ್‌ಗೆ ಕೊಂಡುಕೊಂಡಿದ್ದ. ಅದನ್ನು ಲೂಸಿ ಒಪ್ಪಲಿಲ್ಲ. ಒಮ್ಮೆ ಇನ್ನೂ ಕಡಿಮೆ ಬೆಲೆಗೆ ಒಂದು ಜೋಡಿಯನ್ನು ಅವಳು ಕೊಂಡಿದ್ದಳು. ಅಲ್ಲದೆ ಕಾಡು ಹಕ್ಕಿಗಳ ಮಾಂಸವನ್ನು ತಿನ್ನುವುದು ದುಂದುಗಾರಿಕೆಯೆಂದು ಅವಳ ಅಭಿಪ್ರಾಯವಾಗಿತ್ತು. ಆದರೂ ಇಂಥ ಚಿಲ್ಲರೆ ವಿಷಯದಲ್ಲಿ ಗಂಡನೊಂದಿಗೆ ಭಿನ್ನಾಭಿಪ್ರಾಯ ತಾಳುವುದು ಸರಿಯಲ್ಲವೆಂದು ಅವಳು ಸುಮ್ಮನಾದಳು.

ಒಂದೆರಡು ತಿಂಗಳು ಕಳೆದ ಮೇಲೆ ಲೂಸಿಯ ಆರೋಗ್ಯ ಸ್ವಲ್ಪ ಕೆಟ್ಟಿತ್ತು. ನೆಗಡಿಯಾಗಿದ್ದಿರಬಹುದೇ? ಅಡುಗೆಮನೆ ಪಾತ್ರೆಗಳ ವಿಷದಿಂದ ಅವಳಿಗೇನಾದರೂ ತೊಂದರೆಯಾಗಿದ್ದಿರಬಹುದೇ? ಪರೀಕ್ಷಿಸಿದ ಡಾಕ್ಟರ್ ಸುಮ್ಮನೆ ನಕ್ಕ. ತೊಂದರೆಯೇನೂ ಇಲ್ಲವೆಂದು ತಿಳಿಸಿದ. ಆ ಚಿಕ್ಕ ಹೆಂಗಸು ತೀವ್ರ ಅಸ್ವಾಸ್ಥ್ಯದಿಂದ ನರಳುತ್ತಿದುದನ್ನು ನೋಡಿದರೆ, ಇದು ನಿಜವಾಗಿಯೂ ಒಂದು ವಿಚಿತ್ರ ರೋಗ ಪರೀಕ್ಷೆ ಎನ್ನಬಹುದಿತ್ತು. ಬಹುಶಃ ಗೋಡೆಗೆ ಅಂಟಿಸಿದ್ದ ಕಾಗದದಲ್ಲಿ ವಿಷವಸ್ತುವೇನಾದರೂ ಇದ್ದಿರಬೇಕು. ಗುಸ್ತಾಫ್ ಅದನ್ನು ರಸಾಯನ ಶಾಸ್ತ್ರಜ್ಞನ ಬಳಿಗೆ ತೆಗೆದುಕೊಂಡು ಹೋಗಿ ಜಾಗ್ರತೆಯಿಂದ ಪರೀಕ್ಷಿಸುವಂತೆ ಕೇಳಿಕೊಂಡ. ಅಲ್ಲಿಂದ ಬಂದ ವರದಿ ಪ್ರಕಾರ ಗೋಡೆಗೆ ಅಂಟಿಸಿದ್ದ ಕಾಗದದಲ್ಲಿ ತೊಂದರೆ ಕೊಡುವಂಥ ವಸ್ತುಗಳೇನೂ ಇರಲಿಲ್ಲ.

ಅವನ ಹೆಂಡತಿಯ ಕಾಯಿಲೆ ಇನ್ನೂ ವಾಸಿಯಾಗಿರಲಿಲ್ಲ. ಗುಸ್ತಾಫ್ ತಾನೇ ವಿಚಾರ ಮಾಡತೊಡಗಿದ. ವೈದ್ಯಕೀಯ ಪುಸ್ತಕವೊಂದರ ಅಧ್ಯಯನ ಅವಳ ರೋಗದ ಕಾರಣವನ್ನು ಸ್ಪಷ್ಟಪಡಿಸಿತು. ಅವಳು ಬಿಸಿನೀರಿನಲ್ಲಿ ಪಾದ ಮುಳುಗಿಸಿ ಕುಳಿತಿರುತ್ತಿದ್ದಳು. ಒಂದು ತಿಂಗಳಲ್ಲಿ ಅವಳ ಸ್ಥಿತಿ ಸುಧಾರಿಸಿತು. ಅವರು ನಿರೀಕ್ಷಿಸಿದ್ದಕ್ಕಿಂತ ಬಹುಬೇಗ ಇದು ನಡೆದುಹೋಗಿತ್ತು. ಆದರೂ ತಂದೆ, ತಾಯಿ ಅನ್ನಿಸಿಕೊಳ್ಳುವುದು ಎಷ್ಟು ಆಹ್ಲಾದಕರ! ಮಗು ಗಂಡಾಗುವುದರಲ್ಲಿ ಸಂಶಯವೇ ಇರಲಿಲ್ಲ. ಅದಕ್ಕೆ ಹೆಸರೊಂದನ್ನು ಹುಡುಕಬೇಕಾಗಿತ್ತು. ಈ ನಡುವೆ ಲೂಸಿ, ತಮ್ಮ ಮದುವೆಯ ಅನಂತರ ಗಂಡ ಸಂಬಳದ ಜೊತೆಗೆ ಏನನ್ನೂ ಸಂಪಾದಿಸುತ್ತಿಲ್ಲವೆಂಬುದನ್ನೂ, ಅದು ಸಾಕಾಗುತ್ತಿಲ್ಲವೆಂಬುದನ್ನೂ ಅವನಿಗೆ ತೋರಿಸಿಕೊಟ್ಟಿದ್ದಳು. ನಿಜ, ಅವರು ತುಂಬಾ ಉನ್ನತ ಮಟ್ಟದ ಜೀವನ ನಡೆಸುತ್ತಿದ್ದರು. ಈಗ ಬದಲಾವಣೆ ಮಾಡಲೇಬೇಕಾಗಿದೆ. ಆಗ ಎಲ್ಲವೂ ತೃಪ್ತಿಕರವಾಗುವುದರಲ್ಲಿ ಸಂದೇಹವಿಲ್ಲ.

ಮರುದಿನ ಅಸಿಸ್ಟೆಂಟ್ ಕೌನ್ಸಿಲರ್ ತನ್ನ ಬ್ಯಾರಿಸ್ಟರ್ ಗೆಳೆಯನನ್ನು ಕಾಣಲು ಹೋದ. ಒಂದು ಪ್ರಾಮಿಸರಿ ನೋಟನ್ನು ದೃಢಪಡಿಸುವಂತೆ ಅವನನ್ನು ಕೇಳಿಕೊಂಡ. ಇದರಿಂದ ಮುಂಬರುವ ಕೆಲವು ಅನಿವಾರ್ಯ ಖರ್ಚುಗಳನ್ನು ಸರಿದೂಗಿಸಲು ಅಗತ್ಯವಾದಷ್ಟು ಹಣವನ್ನು ಸಾಲ

ಪಡೆಯಲು ತನಗೆ ಸಾಧ್ಯವಾಗುವುದೆಂದು ಗುಸ್ತಾಫ್ ಸ್ನೇಹಿತನಿಗೆ ಎಲ್ಲವನ್ನೂ ವಿವರಿಸಿ ಹೇಳಿದ. ಅದಕ್ಕೆ ಕಾನೂನಿನ ವ್ಯಕ್ತಿ ಉತ್ತರಿಸಿದ.

''ಹೌದು, ನೀನು ಹೇಳೋದೆಲ್ಲಾ ಸರಿ. ಮದುವೆ ಮಾಡಿಕೊಂಡು ಸಂಸಾರ ನಡೆಸೋದು ತುಂಬಾ ಖರ್ಚಿನ ವ್ಯವಹಾರ. ಅದನ್ನು ನಿಭಾಯಿಸೋದಕ್ಕೆ ನನ್ನಿಂದ ಸಾಧ್ಯವೇ ಆಗಿಲ್ಲ.''

ಮತ್ತೆ ಅವನನ್ನು ಒತ್ತಾಯಪಡಿಸಲು ಗುಸ್ತಾಫನಿಗೆ ನಾಚಿಕೆಯಾಯಿತು. ಬರಿಗೈಯಲ್ಲಿ ಆತ ಮನೆಗೆ ಹಿಂದಿರುಗುವ ವೇಳೆಗೆ, ಅವನನ್ನು ಹುಡುಕಿಕೊಂಡು ಅಪರಿಚಿತರಿಬ್ಬರು ಬಂದಿದ್ದರೆಂಬ ಸುದ್ದಿ ಕಾದಿತ್ತು. ಅವರು ವಾಕ್ಸ್‌ಹೋಲ್ಮ್ ಕೋಟೆಯ ಸೇನಾಪಡೆಗೆ ಸೇರಿದ್ದ ಲೆಫ್ಟಿನೆಂಟ್ ಗೆಳೆಯರಿರಬಹುದೆಂದು ಗುಸ್ತಾಫ್ ಭಾವಿಸಿದ. ಆದರೆ ಅವರಿಗೆ ತುಂಬಾ ವಯಸ್ಸಾಗಿತ್ತು. ಅವರು ಲೆಫ್ಟಿನೆಂಟ್‌ಗಳಿರಲಾರರು ಎಂದು ಅವನಿಗೆ ಹೇಳಲಾಯಿತು. ಹಾಗಾದರೆ ಅವರು ಉಪ್ಸಾಲಾದ ಪರಿಚಿತ ಜನರಿರಬೇಕು. ತನಗೆ ಮದುವೆಯಾದದ್ದು ತಿಳಿದು ನೋಡಲು ಬಂದಿರಬೇಕು ಅಂದುಕೊಂಡ. ಅವರ ಉಪ್ಸಾಲಾದವರಲ್ಲ ಸ್ಟಾಕ್ ಹೋಂನವರು, ಕೈಯಲ್ಲಿ ದೊಣ್ಣೆ ಹಿಡಿದಿದ್ದರು ಎಂದು ಸೇವಕ ಹೇಳಿದ. ತುಂಬಾ ವಿಚಿತ್ರ; ಸಂಶಯವೇ ಇಲ್ಲ; ಆದರೆ ಖಂಡಿತವಾಗಿಯೂ ಅವರು ಮತ್ತೆ ಬರಬಹುದು.

ಆಮೇಲೆ ತರುಣ ಪತಿ ಅಂಗಡಿಗೆ ಹೋದ. ಸ್ಟ್ರಾಬೆರ್ರಿ ಹಣ್ಣುಗಳನ್ನು ಚೌಕಾಸಿ ಮಾಡಿಕೊಂಡು ತಂದ.

''ನಿಜವಾಗಿ ತಮಾಷೆ, ಈ ಕಾಲದಲ್ಲಿ ಇಷ್ಟು ದೊಡ್ಡ ಸ್ಟ್ರಾಬೆರ್ರಿಗಳು ಒಂದೂವರೆ ಕ್ರೋನ್‌ಗೆ ಸಿಗ್ತಿವೆ'' ಎಂದ ವಿಜಯ ಸಾಧಿಸಿದವನಂತೆ ಆತ ತನ್ನ ಹೆಂಡತಿಯೊಡನೆ ಹೇಳಿದ.

''ಆದರೆ, ಪ್ರಿಯ ಗುಸ್ತಾಫ್ ಇಂಥದ್ದನ್ನೆಲ್ಲಾ ಬಳಸೋದು ನಮಗೆ ಸಾಧ್ಯವಿಲ್ಲ.''

''ಯೋಚಿಸಬೇಡ ಚಿನ್ನ; ಹೆಚ್ಚು ಸಂಪಾದನೆಗೆ ನಾನು ತಯಾರು ಮಾಡಿದ್ದೇನೆ.''

''ಆದರೆ ಈಗಾಗಲೇ ನಾವು ಮಾಡಿರೋ ಕೈ ಸಾಲಗಳ ಗತಿಯೇನು ?''

''ಕೈ ಸಾಲಗಳೇ ? ದೊಡ್ಡ ಸಾಲಕ್ಕೆ ನಾನು ಏರ್ಪಾಟು ಮಾಡಿದ್ದೇನೆ. ಅದರಿಂದ ಕೈ ಸಾಲಗಳನ್ನೆಲ್ಲಾ ಒಂದೇ ಸಲ ತೀರಿಸಿಬಿಡಬಹುದು.''

''ಹಾಗಾದರೆ, ಹೊಸ ಸಾಲ ಮಾಡಿದಂತಾಗೋದಿಲ್ವ ?'' ಲೂಸಿ ಗಂಡನನ್ನು ತಡೆದು ಕೇಳಿದಳು.

''ಏನೂ ಆಗೋದಿಲ್ಲ. ಇದೆಲ್ಲ ಸ್ವಲ್ಪ ದಿನ ಮಾತ್ರ. ಈಗೇಕೆ ಅಂಥ ಬೇಸರದ ವಿಚಾರ ಮಾತಾಡ್ಬೇಕು ? ಸ್ಟ್ರಾಬೆರ್ರಿಗಳು ಹೇಗಿವೆ ಪ್ರಿಯೆ ? ಅದು ಮುಗಿದ ಮೇಲೆ ಸ್ವಲ್ಪ ಷೆರ್ರಿ ಇದ್ದರೆ ಇನ್ನೂ ಚೆನ್ನಾಗಿರ್ತದಲ್ಲವೇ ?''

ಸೇವಕನನ್ನು ಷೆರ್ರಿ ತರಲು ಕಳುಹಿಸಲಾಯಿತು. ಸಹಜವಾಗಿಯೇ ಶ್ರೇಷ್ಠವಾದುದನ್ನು ತರುವಂತೆ ತಿಳಿಸಲಾಯಿತು.

ಗುಸ್ತಾಫನ ಹೆಂಡತಿ ಮಧ್ಯಾಹ್ನದ ನಿದ್ದೆಯಿಂದ ಎದ್ದು ಸೋಫಾದ ಮೇಲೆ ಕುಳಿತ ಬಳಿಕ ಮತ್ತೆ ಸಾಲದ ಮಾತು ಎತ್ತಿದಳು. ತನ್ನ ಮಾತಿನಿಂದ ಅವನು ಕೋಪಿಸಬಾರದೆಂದು ಆಕೆ ಮೊದಲು ಆಶಿಸಿಕೊಂಡಳು. ಕೋಪವೇ ? ಛೇ ಖಂಡಿತ ಇಲ್ಲ. ಏನದು ? ಮನೆ ಖರ್ಚಿಗೋಸ್ಕರ ಅವಳಿಗೇನಾದರೂ ಸ್ವಲ್ಪ ದುಡ್ಡು ಬೇಕಾಗಿತ್ತೇ ? ಲೂಸಿ ವಿವರಿಸಿದಳು.

''ದಿನಸಿ ಅಂಗಡಿಯವನಿಗೆ ಹಣ ಕೊಟ್ಟಿಲ್ಲ. ಮಾಂಸದ ವ್ಯಾಪಾರಿ ನಮ್ಮನ್ನು ಬೆದರಿಸ್ತಿದ್ದಾನೆ ಮತ್ತು ಕುದುರೆ ಲಾಯದ ಮನುಷ್ಯ ಕೂಡ ತನ್ನ ಬಿಲ್ಲಿನ ಸಂದಾಯಕ್ಕಾಗಿ ಒತ್ತಾಯ ಮಾಡ್ತಿದ್ದಾನೆ.''

''ಇಷ್ಟೇನಾ ? ಅವರಿಗೆಲ್ಲಾ ಒಟ್ಟಿಗೆ ನಾಳೆ ಕೊಟ್ಟುಬಿಡೋಣ - ಒಂದು ಚಿಕ್ಕಾಸೂ ಬಿಡದೆ

ಕೊಡೋಣ. ಬೇರೆಯೇನಾದರೂ ಈಗ ಮಾತನಾಡೋಣ. ಪಾರ್ಕಿಗೆ ಹೋದರೆ ಹೇಗಿರ್ತದೆ? ಸಾರೋಟಿನಲ್ಲಿ ಹೋಗೋದು ಬೇಡ ಅಂತ ನಿನ್ನೆ ಅಂಬೋಣವೇ? ಸರಿ, ಟ್ರಾಮ್‌ನಲ್ಲಿ ಹೋಗೋಣ.''

ಅವರು ಪಾರ್ಕಿಗೆ ಹೋದರು. ರಾತ್ರಿ ಊಟವನ್ನು ಅಲ್ಹಂಬ್ರ ಉಪಹಾರ ಗೃಹದಲ್ಲಿ ಮಾಡಿದರು. ಊಟದ ಮನೆಯಲ್ಲಿದ್ದವರೆಲ್ಲಾ ಇವರನ್ನು ಚಿಕ್ಕ ವಯಸ್ಸಿನ ಪ್ರಣಯಿಗಳೆಂದು ಭಾವಿಸಿದ್ದು ತಮಾಷೆಯಾಗಿತ್ತು. ಗುಸ್ತಾಫನಿಗೆ ಇದರಿಂದ ಸಂತೋಷವಾಯಿತು. ಲೂಸಿ ಮಂಕಾಗಿದ್ದಳು. ಬಿಲ್ ನೋಡಿದ ಮೇಲಂತೂ ಅದು ಮತ್ತಷ್ಟು ಹೆಚ್ಚಿತ್ತು. ಅಷ್ಟು ಹಣಕ್ಕೆ ಮನೆಯಲ್ಲಿ ಇನ್ನೂ ಚೆನ್ನಾಗಿ ಅಡುಗೆಮಾಡಬಹುದಿತ್ತು.

ತಿಂಗಳುಗಳುರುಳಿದವು. ಈಗ ಮಗುವಿಗೆ ಬೇಕಾದ ತೊಟ್ಟಿಲು, ಬಟ್ಟೆ ಮುಂತಾದವುಗಳನ್ನು ಒದಗಿಸಿಕೊಳ್ಳಬೇಕಾಯಿತು.

ಹಣ ಒದಗಿಸುವುದು ಗುಸ್ತಾಫನಿಗೆ ಸುಲಭದ ಕೆಲಸವಾಗಿರಲಿಲ್ಲ. ಕುದುರೆ ಲಾಯದ ಮನುಷ್ಯ ಮತ್ತು ದಿನಸಿ ಅಂಗಡಿಯವ ಇನ್ನು ಕಡ ಕೊಡಲು ನಿರಾಕರಿಸಿದರು. ಅವರಿಗೂ ಸಹ ಸಂಸ್ಕಾರಗಳಿದ್ದವು. ಎಂಥ ಅಸಹ್ಯ ಲೌಕಿಕವಾದ!

ಕೊನೆಗೂ ಆ ಮಹತ್ವದ ದಿನ ಬಂದಿತು. ಗುಸ್ತಾಫ್ ಈಗ ನರ್ಸ್ ಒಬ್ಬಳನ್ನು ನೇಮಿಸಿಕೊಳ್ಳ ಬೇಕಾಯಿತು. ಮಾತ್ರವಲ್ಲ; ಹೊಸದಾಗಿ ಹುಟ್ಟಿದ ತನ್ನ ಹೆಣ್ಣು ಮಗುವನ್ನು ಕೈಯಲ್ಲಿ ಹಿಡಿದು ಕೊಂಡಿದ್ದಂತೆಯೇ ಸಾಲಗಾರರನ್ನು ಸಮಾಧಾನಪಡಿಸಲು ಹೊರಗೆ ಬರಬೇಕಾಯಿತು. ಹೊಸ ಜವಾಬ್ದಾರಿಯಿಂದ ಅವನ ಮೇಲಣ ಭಾರ ಹೆಚ್ಚಾಯಿತು. ಈ ಹೊರೆಯಿಂದ ಅವನು ಕುಗ್ಗಿದ. ನಿಜ, ಕೆಲವು ಅನುವಾದ ಕಾರ್ಯಗಳನ್ನು ಆತ ಹೇಗೋ ದೊರಕಿಸಿಕೊಂಡ. ಆದರೆ ಇಷ್ಟೆಲ್ಲಾ ಬೇರೆ ಕೆಲಸಗಳ ನಡುವೆ ಅದನ್ನವನು ಹೇಗೆ ತಾನೇ ಮಾಡಬಲ್ಲ?

ಇಂಥ ಮನಃಸ್ಥಿತಿಯಲ್ಲಿ ಸಹಾಯಕ್ಕೋಸ್ಕರ ಅವನು ಮಾವನ ಬಳಿಗೆ ಬಂದ. ಆ ಹಿರಿಯ ಅದನ್ನೆಲ್ಲಾ ಕೇಳಿ ನಿರುತ್ಸಾಹದಿಂದ ಎಂದ:

''ಈ ಸಲ ನಾನು ನಿನಗೆ ಸಹಾಯಮಾಡ್ತೇನೆ, ಮತ್ತೆ ಸಾಧ್ಯವಿಲ್ಲ. ನನ್ನ ಬಳಿ ಇರೋದೆ ಸ್ವಲ್ಪ ಮತ್ತು ನೀನೊಬ್ಬನೇ ಅಲ್ಲ ನನಗೆ.''

ಬಾಣಂತಿಗೆ ಅನೇಕ ವಸ್ತುಗಳ ಅಗತ್ಯವಿತ್ತು. ಕೋಳಿ ಮಾಂಸ ಮತ್ತು ಶ್ರೇಷ್ಠ ವೈನ್ ಬೇಕಾಗಿತ್ತು. ನರ್ಸ್‌ಗೆ ಸಂಬಳ ಕೊಡಬೇಕು.

ಅದೃಷ್ಟವಶಾತ್ ಗುಸ್ತಾಫನ ಹೆಂಡತಿ ಬೇಗ ಚೇತರಿಸಿಕೊಂಡಳು. ಅವಳು ಕೃಶಾಂಗಿಯಾಗಿ ಮತ್ತೆ ತರುಣಿಯಂತೆ ಕಂಡುಬಂದಳು. ಅವಳ ಮೈಬಣ್ಣ ಸ್ವಲ್ಪ ಬಿಳಿಚಿಕೊಂಡಿದ್ದರೂ ಅದು ಆಕೆಗೆ ಒಪ್ಪುವಂತಿತ್ತು. ಆದರೆ ಲೂಸಿಯ ತಂದೆ ಮಾತ್ರ ಅಳಿಯನನ್ನು ಕರೆದು ಗಂಭೀರ ಧ್ವನಿಯಲ್ಲಿ ಹೇಳಿದ:

''ಹಾಳಾಗಬಾರದು ಅಂತ ನಿನಗನ್ನಿಸಿದರೆ ಮತ್ತೆ ಮಕ್ಕಳನ್ನು ಪಡೆಯಬೇಡ.''

ಸ್ವಲ್ಪ ಕಾಲ ಗುಸ್ತಾಫನ ಸಂಸಾರ ಸಾಲ ಹೆಚ್ಚಿಸಿಕೊಂಡು ಪ್ರೇಮದಿಂದಲೇ ಜೀವಿಸುತ್ತಿತ್ತು. ಆದರೆ ಒಂದು ದಿನ ದಾರಿದ್ರ್ಯ ಬಾಗಿಲು ಬಡಿಯಿತು. ಮನೆ ವಸ್ತುಗಳನ್ನೆಲ್ಲಾ ಜಪ್ತಿ ಮಾಡಲಾಯಿತು. ಲೂಸಿಯ ತಂದೆ ಬಂದು ಮಗಳನ್ನೂ, ಅವಳ ಮಗುವನ್ನೂ ಕರೆದೊಯ್ದ. ಒಂದು ವರ್ಷ ಕಾಲ ತನ್ನ ಮಗಳನ್ನು ತರುಣನೊಬ್ಬನಿಗೆ ಬಾಡಿಗೆಗೆ ಕೊಟ್ಟಿದ್ದೆ; ಆತ ಅವಳ ಮಾನಭಂಗ ಮಾಡಿ ಈಗ ಹಿಂದಿರುಗಿಸುತ್ತಿದ್ದಾನೆ ಎಂದು ಗಾಡಿಯಲ್ಲಿ ಹಿಂತಿರುಗುವಾಗ,

ಮುದುಕನಿಗನ್ನಿಸತು. ಲೂಸಿಗೆ ಗುಸ್ತಾಫನೊಂದಿಗಿರುವ ಅಪೇಕ್ಷೆಯಿತ್ತು. ಆದರೆ ಮನೆಯಲ್ಲೇನೂ ಉಳಿದಿರಲಿಲ್ಲ. ಅವನು ಮನೆ ಬರಿದುಗೊಳಿಸುತ್ತಿದ್ದವರನ್ನು ನೋಡುತ್ತಾ ನಿಂತಿದ್ದ. ಅವರು ಪಾತ್ರೆ ಪಗಡ ಎಲ್ಲವನ್ನೂ ಕೊಂಡೊಯ್ದರು.

ಗುಸ್ತಾಫನ ನಿಜ ಜೀವನ ಈಗ ಪ್ರಾರಂಭವಾಯಿತು. ಅವನು ಬೆಳಗಿನ ಪತ್ರಿಕೆಯೊಂದರಲ್ಲಿ ಪ್ರೂಫ್ ರೀಡಿಂಗ್ ಕೆಲಸವನ್ನು ಪ್ರಯತ್ನಪಟ್ಟು ಪಡೆದುಕೊಂಡ. ರಾತ್ರಿ ಬಹಳ ಹೊತ್ತು ಆ ಕೆಲಸವನ್ನು ಅವನು ಮಾಡಬೇಕಾಗುತ್ತಿತ್ತು. ಆತ ದಿವಾಳಿಕೋರನೆಂದು ಅಧಿಕೃತ ಘೋಷಣೆ ಮಾಡದೆ ಇದ್ದುದರಿಂದ, ಅವನ ಸರಕಾರಿ ಉದ್ಯೋಗಕ್ಕೆ ಸಂಚಕಾರ ಬರಲಿಲ್ಲ. ಆದರೆ ಅಲ್ಲಿ ಬಡ್ತಿಗೆ ಮಾತ್ರ ಇನ್ನು ಮುಂದೆ ಅವಕಾಶಗಳಿರಲಿಲ್ಲ. ಅವನ ಮಾವ ಅವನಿಗೆ ಹೆಂಡತಿ ಮತ್ತು ಮಗುವನ್ನು ಪ್ರತಿ ಭಾನುವಾರ ನೋಡಲು ಅವಕಾಶ ಮಾಡಿಕೊಟ್ಟ. ಆದರೆ ಅವರೊಂದಿಗೆ ಏಕಾಂತರದಲ್ಲಿರುವಲು ಅವನನ್ನು ಬಿಡಲಿಲ್ಲ. ಸಂಜೆ ಪತ್ರಿಕಾಲಯಕ್ಕೆ ಅವನು ಹೊರಟಾಗ ಅವರು ಗೇಟ್‌ವರೆಗೂ ಬರುತ್ತಿದ್ದರು. ಇದರಿಂದ ಅವನಿಗೆ ತುಂಬಾ ವೇದನೆಯಾಗುತ್ತಿತ್ತು. ಅವನು ತನ್ನ ಸಾಲಗಳನ್ನೆಲ್ಲ ಪರಿಹರಿಸಿಕೊಳ್ಳಲು 20 ವರ್ಷಗಳು ಬೇಕಾಗಬಹುದು. ಅನಂತರ ಏನು ? ಆಮೇಲೆ ಹೆಂಡತಿ ಮಗಳನ್ನು ಅವನು ಸಾಕಬಲ್ಲನೇ ? ಇಲ್ಲ, ಬಹುಶಃ ಆಗಲಾರದು. ಈ ಮಧ್ಯೆ ಅವನ ಮಾವ ಸತ್ತು ಹೋದರೆ ಹೆಂಡತಿ, ಮಗು ಮನೆಯಿಲ್ಲದವರಾಗುತ್ತಾರೆ. ಆದ ಕಾರಣ ಗಂಡ ಹೆಂಡಿರನ್ನು ಪ್ರತ್ಯೇಕಿಸಿದ ಕಠಿಣ ಹೃದಯಿ ಮಾವನಿಗೂ ಅವನು ಆಭಾರಿಯಾಗಬೇಕಾಗಿದೆ.

ಹೌದು, ನಿಜ ! ಮನುಷ್ಯ ಜೀವನವೇ ನಿರ್ದಯಿಯಾದುದು ! ಕಾಡು ಪ್ರಾಣಿಗಳಾದರೂ ಸುಲಭವಾಗಿ ಹೊಟ್ಟೆ ಹೊರೆಯಬಲ್ಲವು, ಒಟ್ಟು ಸೃಷ್ಟಿಯಲ್ಲಿ ಮನುಷ್ಯ ಮಾತ್ರ ಕಷ್ಟ ಪಟ್ಟು ದುಡಿಯಬೇಕಾಗಿದೆ. ಈ ಜೀವನದಲ್ಲಿ ಊಟಕ್ಕೆ ಕವುಜಗಗಳು ಮತ್ತು ಸ್ಟ್ರಾಬೆರ್ರಿ ಹಣ್ಣುಗಳು ಎಲ್ಲರಿಗೂ ಉಚಿತವಾಗಿ ದೊರೆಯುವಂತೆ ಮಾಡದಿರುವುದು ನಿಜವಾಗಿಯೂ ನಾಚಿಕೆಗೇಡು, ಹೌದು. ಅತ್ಯಂತ ನಾಚಿಕೆಗೇಡು.

❍ ಪೇಡರ್ ಷೋರ್ಗೇಸ್

ನಿದ್ದೆಯಲ್ಲಿ ಕಣ್ಣೀರು

ಕಿರುವಯಸ್ಸಿನ ಆ ಸ್ವಯಂಸೇವಕ ಎರಡು ಕಿವಿಗಳನ್ನೂ – ಒಂದಾದ ಮೇಲೆ ಒಂದರಂತೆ – ಕಳೆದುಕೊಂಡಿದ್ದ. ಕಾರಿಹಾರದಲ್ಲಿ ಯುದ್ಧರಂಗದ ಆಸ್ಪತ್ರೆಯ ಹಾಸಿಗೆಯಲ್ಲಿದ್ದಾಗ ಆತ ನನಗೆ ಈ ವೃತ್ತಾಂತವನ್ನು ಹೇಳಿದ :

ಬಂಡಿಯ ಮೂಕಿಮರವನ್ನು ಕದ್ದವನು ನಾನು. ನಾನೇ ಕಳ್ಳ, ಸರಿ.

ಅದಕ್ಕೇನೂ ಅಂಥ ಚಾತುರ್ಯ ಬೇಕಿರಲಿಲ್ಲ. ಆ ರಾತ್ರಿ ದಟ್ಟ ಕತ್ತಲಾವರಿಸಿತ್ತು. ಉತ್ತರ ಧ್ರುವದ ಕಾಂತಿ ಏನನ್ನೂ ಬೆಳಗಿಸುತ್ತ ಇರಲಿಲ್ಲ. ಇದ್ದಕ್ಕಿದ್ದಂತೆ ಬಂದು ಹೋಗುವ ತೀವ್ರ ಚಳುಕಿನಂತೆ ಅಥವಾ ಚಳಿಯ ನಡುಕದಂತೆ ಅದು ಆಗಾಗ ಕಾಣಿಸಿಕೊಂಡು ಮರೆಯಾಗುತ್ತಿತ್ತು. ಆ ಜಾರುಬಂಡಿಯೂ ಅದರ ಕುದುರೆಯೂ ಡೇರೆಯ ಪಕ್ಕದಲ್ಲಿದ್ದವು. ಕದ್ದ ಮಾಲನ್ನೆತ್ತಿಕೊಂಡು ಮೂರು ನಾಲ್ಕು ನೆಗೆತಗಳಲ್ಲಿ ನಾನು ಡೇರೆಯ ಒಳಹೊಕ್ಕೆ. ಎಚ್ಚರದ ನೆಗೆತಗಳು, ನಿಜ. ಆದರೆ ಅದು ಪೂರ್ಣ ಕತ್ತರಿಸಿ ಹೋಗಿದ್ದ ನನ್ನ ಎಡಗಿವಿಯನ್ನವಲಂಬಿಸಿತ್ತು. ಯಾವುದೇ ಸದ್ದಾಗಿದ್ದರೂ ನೇರವಾಗಿ ಅದರ ಕುಹರಕ್ಕೆ ಬಡಿಯುತ್ತಿತ್ತು.

ಡೇರೆಯ ಮಧ್ಯಭಾಗದಲ್ಲಿ ನಾನು ಮೂಕಿಮರವನ್ನು ಎತ್ತಿ ಹಿಡಿದೆ. ಡೇರೆ ಮೇಲೆದ್ದಿತು. ಹಿಂದಿನ ರಾತ್ರಿಗಳಲ್ಲಾಗಿದ್ದಂತೆ ಅದನ್ನು ಬಿರುಗಾಳಿ ಇನ್ನೂ ಮೇಲೆ ಕೊಂಡೊಯ್ಯುವ ಹಾಗಿರಲಿಲ್ಲ. ಅದೇ ಈ ಕಾರ್ಯಾಚರಣೆಯ ಉದ್ದೇಶವಾಗಿತ್ತು.

ಅದು ನಿಜವಾಗಿಯೂ ಜಾಣತನದ ಒಂದು ಯುಕ್ತಿಯಾಗಿತ್ತು. ಆ ದಿನಗಳಲ್ಲಿ ನಾವು ರೂಪಿಸುತ್ತಿದ್ದ ತಂತ್ರಗಳೆಲ್ಲ ಹೆಚ್ಚಾಗಿ ಇಂಥವೇ. ಕೆಲವು ನಿಮಿಷಗಳಾದ ಮೇಲೆ ಬಂಡಿಯ ಡ್ರೈವರ್ ಬಂದ. ಎತ್ತರದ ನಿಲುವು ತೆಳ್ಳಗಿನ ಶರೀರ. ಲಜ್ಜಾಶೀಲನಂತೆ ತೋರುತ್ತಿದ್ದ ಅವನಿಗೆ ಕೆಂಪು ಗಡ್ಡವಿತ್ತು.

ಬೇರೆ ಯಾರಾದರೂ ಆಗಿದ್ದಿದ್ದರೆ ಆ ಸಂದರ್ಭದಲ್ಲಿ ಗಾಬರಿ ಪಟ್ಟು, ಶಪಿಸಿ ಆಣೆಯಿಟ್ಟು, ರಂಪ ಮಾಡುತ್ತಿದ್ದರೆಂದು ನಾನು ಬೇರೆ ಹೇಳಬೇಕಾಗಿಲ್ಲ. ಆದರವನು ಅಂಥವನಾಗಿರಲಿಲ್ಲ. ತನ್ನ ಮೂಕಿ ಮರವನ್ನು ಯಾರೋ ಅಪಹರಿಸಿಕೊಂಡು ಹೋಗಿದ್ದಕ್ಕೆ ಆತ ನಾಚಿಕೊಂಡಂತೆ ಕಂಡುಬಂದ.

ಅವನು ಒಳಕ್ಕೆ ಬಂದು ಡೇರೆಯ ಮಧ್ಯೆ ನಿಂತ. ಅಲ್ಲಿದ್ದ ಮೂಕಿಮರವನ್ನು ನೋಡುವ ಗೋಜಿಗೆ ಕೂಡ ಹೋಗದೆ ಅದನ್ನು ಒಂದು ಕೈಯಲ್ಲಿ ಹಿಡಿದುಕೊಂಡ. ತನ್ನ ಊರುಗೋಲಿನ ಮೇಲೆ ಕೈಯಿಟ್ಟು ನಿಂತ ಯಾವನೋ ಸಂಚಾರಿಯಮತೆ ಅಥವಾ ಯಾತ್ರಿಕನಂತೆ ಆತ ಕಾಣುತ್ತಿದ್ದ. ಸ್ವಲ್ಪ ಹೊತ್ತಾದ ಮೇಲೆ ತನ್ನ ಮೂಕಿಮರದ ಬಗ್ಗೆ ಆತ ಮೆಲುದನಿಯಲ್ಲಿ ಕೇಳಿದ. ನಾವದನ್ನು ನೋಡಿರಬಹುದೇ? ಯಾರಾದರೂ ಅದನ್ನು ತೆಗೆದುಕೊಂಡಿರಬಹುದೇ? ಬೆಂಕಿ ಕುಂಡ ಉರಿಸಲು ನಾವದನ್ನು ಬಳಸಿರಬಹುದೇ?

ಬೆಂಕಿಕುಂಡದಲ್ಲಿದ್ದ ದುರ್ಬಲ ಜ್ವಾಲೆ ಅವನಿಗೆ ಕಾಣಿಸುತ್ತಿತ್ತು. ಅದು ಉರಿಯುತ್ತಿತ್ತೆಂಬುದೂ ಅವನ ಕಣ್ಣಿಗೆ ಗೋಚರಿಸುತ್ತಿತ್ತು. ಹಿಮ ಮತ್ತು ಮಂಜುಗಾಳಿಯ ಹೊರತು ಬೇರೇನೂ ಇರದಿದ್ದ ಶುಷ್ಕ ಬಂಜರು ಭೂಮಿಯಲ್ಲಿ ನಾವಿದ್ದೆವು. ಆದರೂ ಬೆಂಕಿ ಕುಂಡ ಉರಿಯುತ್ತಿತ್ತಲ್ಲ!

ಅವನ ಮೇಲಿನ ಹಲ್ಲುಗಳು ತುಂಬಾ ಉದ್ದಕ್ಕಿದ್ದವು. ಅವುಗಳ ಮೇಲೆ ಬೆಂಕಿಯ ಬೆಳಕು ಬಿದ್ದು ಅದು ಪಾರದರ್ಶಕಗಳಂತೆ ಮಿನುಗುತ್ತಿತ್ತು. ಸ್ವತಃ ತಾವೇ ಹತ್ತಿಕೊಂಡು ಉರಿಯುತ್ತಿರುವಂತಿದ್ದವು. ಅವನು ನಮ್ಮ ಉತ್ತರಕ್ಕಾಗಿ ಕುತೂಹಲದಿಂದ ಕಾಯುತ್ತಾ ನಗಲು ಪ್ರಯತ್ನಿಸುತ್ತಿದ್ದ. ಆದರೆ ನಾವು ಏನನ್ನೂ ಹೇಳಲಿಲ್ಲ.

ಆ ಮೂಕಿಮರವನ್ನು ಆ ರಾತ್ರಿಯಲ್ಲಿ ಸುಡದೇ ಇದ್ದ ನಾವು ತುಂಬಾ ಒಳ್ಳೆಯವರೆಂದು (ಅವನೆಂದೂ ಅಗೌರವದ ಮಾತುಗಳನ್ನಾಡುತ್ತಿರಲಿಲ್ಲ) ಅವನು ಹೇಳಿದ. ಏಕೆಂದರೆ ಅವನಿಗೆ ಅದು ಬೇಕಾಗಿದ್ದುದು ನಮಗೋಸ್ಕರವಾಗಿಯೇ. ಇತರ ಘಟಕಗಳಿದ್ದಲ್ಲಿಗೆ ಅದೇ ರಾತ್ರಿ ಬಂಡಿಯಲ್ಲಿ ತೆರಳಿ ಬಿರುಗಾಳಿಯನ್ನು ತಡೆದುಕೊಳ್ಳುವಂಥ ಹೊಸ ಡೇರೆಯೊಂದನ್ನು ನಮಗೋಸ್ಕರ ತರಲು ಆತ ಉದ್ದೇಶಿಸಿದ್ದನಂತೆ. ನೋಡಿ - ನಾವೀಗ ಆಶ್ರಯಸಿದ್ದಂಥ ಚಿಂದಿ ಚಿಂದಿಯಾದ ಡೇರೆಯನ್ನಲ್ಲ.

ಹೀಗೆ ಅವನು ಅಲ್ಲಿ ಕಣ್ಣರಳಿಸಿ ನಿಂತ.

ಕೊನೆಗೆ ನಾನು ಹೇಳಿದೆ :

''ಸರಿ, ಡ್ರೈವರ್, ನಿನ್ನ ಹಳೆಯ ಮೂಕಿಮರವನ್ನು ನಾವು ಸುಟ್ಟು ಹಾಕಿಲ್ಲ.''

ಅದರಿಂದ ಅವನಿಗೆ ಸಮಾಧಾನವಾದಂತಾಯಿತು. ಆತ ದೇಹದ ಭಾರವನ್ನು ಒಂದು ಕಾಲಿನಿಂದ ಮತ್ತೊಂದಕ್ಕೆ ರವಾನಿಸಿದ. ಡೇರೆಯ ಸೂರಿನ ಮೇಲೆ ಬಿದ್ದಿದ್ದ ಮಂದ ಬೆಳಕಿನ ರುಚಿ ನೋಡುತ್ತಿರುವವನಂತೆ, ಗಾಳಿಯನ್ನು ಮೆಲುಕು ಹಾಕತೊಡಗಿದ. ಅವನು ಅಷ್ಟು ಎತ್ತರಕ್ಕಿದ್ದ. ಸ್ನೇಹಮಯವಾದದ್ದೇನನ್ನೋ ಹೊರಹೊಮ್ಮಿಸುವವನಂತೆ ಅವನು ಆಗಾಗ ದೀರ್ಘಶ್ವಾಸವನ್ನು ಎಳೆದುಕೊಳ್ಳುತ್ತಿದ್ದ. ಆದರೆ ಏನೂ ಹೊರಬರಲಿಲ್ಲ.

ಇಲ್ಲ, ಅದರ ಬದಲು ಅವನು ತನ್ನ ಎರಡೂ ಕೈಗಳಿಂದ ಮೂಕಿಮರವನ್ನು ಹಿಡಿದುಕೊಂಡ. ನೂತನವೂ ಪಾಪಭರಿತವೂ ಆದ ಯಾವುದೋ ಒಂದು ಸಂಶಯ ಒಮ್ಮೆಲೆ ಅವನ ಮನಸ್ಸಿನಲ್ಲಿ ಬೇರುಬಿಟ್ಟು ಅವನನ್ನು ದಂಗುಬಡಿಸಿದಂತಿತ್ತು.

ಕೊನೆಗವನು ಥಟ್ಟನೆ ಹೇಳಿದ :

''ಅದು ಹಾಗಾರಲಾರದು; ಮೂಕಿಮರವನ್ನು ಯಾರೂ ಹಿಮದಲ್ಲಿ ಎಸೆದಿರಲಾರರು. ನನ್ನ ಮೇಲೆ ಸೇಡು ತೀರಿಸಿಕೊಳ್ಳೋದಕ್ಕೆ ಯಾರು ತಾನೇ ಹಾಗೆ ಮಾಡಿಯಾರು? ನನಗದನ್ನು ನಂಬೋದಕ್ಕೆ ಆಗ್ತಿಲ್ಲ. ನಿಜ. ನಾನು ಆ ರಾತ್ರಿ ಮನೋವಿಕಾರಕ್ಕೊಳಗಾಗಿದ್ದೆ. ಆದರ ಅಮಲಿನಲ್ಲಿ ನಾನು ಬಂದೂಕಿನ ತಿವಿಗತ್ತಿ ಹಿಡಿದು ಯಾರದಾದರೂ ಕಿವಿಯ ಬಳಿ ಅದನ್ನು ಬೀಸಿರಲೂ ಸಾಕು.

ಆದರೆ ಅದಕ್ಕಾಗಿ ಮೂಕಿಮರವನ್ನು ಹಿಮದಾಳದಲ್ಲಿ ಯಾರು ತಾನೇ ಹೂತಿರ್ಬಹುದು ? ಅದು ಹಾಗಾಗಿರಲಾರದು.''

ಅನಿಶ್ಚಿತತೆ ಮತ್ತು ಉದ್ರೇಕಗಳಿಂದ ಅವನು ಕೊಂಚ ಕುಸಿದ.

''ಆ ರಾತ್ರಿ ನಾನು ಕುರುಡನಾಗಿದ್ದೆ'' ಅವನು ಮುಂದುವರಿಸಿದ.

ಅವನ ಕೈ ಮೂಕಿಮರದ ಕೆಳಕ್ಕೂ ಮೇಲಕ್ಕೂ ಜಾರುತ್ತಿತ್ತು.

''ಸಂಪೂರ್ಣ ಕುರುಡ, ಗೊತ್ತೇ ?'' ಅವನು ಮಧ್ಯೆ ಸೇರಿಸಿದ ಮತ್ತು ಓರೆಗಣ್ಣಿನಿಂದ ನನ್ನ ಕಡೆ ನೋಡಿದ.

ಆದರೆ ಯಾರೂ ಸದ್ದು ಮಾಡಲಿಲ್ಲ. ಅವನು ಏನನ್ನೋ ವೇಗವಾಗಿ ಬಡಬಡಿಸಲು ತೊಡಗುವವ ನಂತಿದ್ದ. ತನ್ನ ನೋವಿನ, ತಪ್ಪೊಪ್ಪಿಗೆಯ ಮಾತುಗಳನ್ನು ಒಂದೇ ಸಮನೆ ಆಡತೊಡಗಿದ. ಭಾವನೆ ಗಳಿಂದ ಬಿಡುಗಡೆ ಹೊಂದಲು ಅವನು ಪದಗಳನ್ನು ರಭಸದಿಂದ ಹೊರಹಾಕುತ್ತಿದ್ದ.

''ನಾನಲ್ಲಿ ಮಲಗಿ ನಿದ್ರೆಯಲ್ಲಿ ಅಳ್ತಿದ್ದೆ. ಗೊತ್ತಾಯ್ತೆ. ಎಚ್ಚರವಾಗಿದ್ದಾಗ ಹಾಗೆ ಯಾವತ್ತೂ ಆಗ್ತಿರ್ಲಿಲ್ಲ. ಆದರೆ ನಾನು ನಿದ್ದೆ ಮಾಡ್ತಿದ್ದಾಗ ಹಾಗಾಗ್ತಿತ್ತು. ಇಲ್ಲಿ ಪರಿಸ್ಥಿತಿ ಇಷ್ಟು ಕಠಿಣವಾಗಿದ್ದಾಗ ಕಾರಣದಿಂದಾಗಿ ಅಲ್ಲ – ಅದಕ್ಕೆ ವಿರುದ್ಧ – ನಾನು ಸಂತೋಷದಿಂದ ಹಾಗೆ ಮಾಡ್ತಿದ್ದೆ. ಕೊನೇ ಪಕ್ಷ ನಾನು ಹಾಗೆ ಯೋಚಿಸ್ತೇನೆ. ಮನುಷ್ಯನೊಬ್ಬ ಒಂದಲ್ಲ ಒಂದು ಕೆಲಸಕ್ಕಾದರೂ ಉಪಯುಕ್ತ ನಾಗಿರ್ತಾನೆ ಅಂತ ಸಂತೋಷ. ಪತ್ರಿಕೆಗಳಲ್ಲಿ, ಕಾಗದ ಮುಂತಾದವುಗಳಲ್ಲಿ ಬರೀತಾರಲ್ಲ – ಆ ರೀತಿ. ಅದು ಹಾಗೆಯೇ ಆಗಿದ್ದಿರ್ಬೇಕು. ಯಾಕೆಂದರೆ ನೀವು ಅತ್ತು ಮತ್ತೆ ಎಚ್ಚರಗೊಳ್ಳೋ ವೇಳೆಗೆ ಬೆಂಕಿ ನಂದಿ ಹೋಗಿ ಕಣ್ಣು ಗುಡ್ಡೆಗಳು ಹೆಪ್ಪುಗಟ್ಟಿರ್ತವೆ. ಕಣ್ಣೀರು ಮಂಜುಗಡ್ಡೆಯಾಗಿರ್ತದೆ ನೋಡಿ – ಕಣ್ಣುಗಳನ್ನು ಆಗ ತೆರೆಯೋದಕ್ಕಾಗೋದಿಲ್ಲ. ಆ ಸಮಯದಲ್ಲಿ. ಅಂದರೆ ನೀವು ಹೀಗೆ ಪೂರ್ಣ ಕುರುಡರಾಗಿದ್ದಾಗ ಡೇರೆ ಹರಿದು ಸಡಿಲಗೊಂಡು, ಗಾಳಿಗೆ ತೂಗಾಡಿ, ನಿಮ್ಮ ಸುತ್ತ ಅದು ಬಿಗಿದುಕೊಂಡರೆ, ಬೆಂಕಿ ಕುಂಡದ ಮೇಲೆ ಅದು ಬಿದ್ದು ಅದರ ಬಟ್ಟೆ ಉರಿಯ ತೊಡಗಿದರೆ, ನೀವೇನು ಮಾಡ್ತೀರಿ ? ಆಗ ನಿಮ್ಮ ಬಳಿ ಇರೋದು ಬಂದೂಕಿನ ತಿವಿಗತ್ತಿಮಾತ್ರ. ಕಾಲ ಕಳೆಯದೆ ಅದನ್ನು ಉಪಯೋಗಿಸಿ ನೀವು ದಾರಿ ಮಾಡಿಕೊಳ್ಳಬೇಕಾಗ್ತದೆ. ಆ ರಾತ್ರಿಯ ಸಂದರ್ಭ ಹಾಗಿತ್ತು.

ಸ್ವಲ್ಪ ಹೊತ್ತಾದ ಮೇಲೆ ಆತ ನನ್ನ ಕಡೆ ಧೈರ್ಯದಿಂದ, ಗಂಭೀರ ನೋಟ ಬೀರಿದ. ಅವನ ನೋಟ ಬ್ಯಾಂಡೇಜ್ ಸುತ್ತಿದ್ದ ನನ್ನ ಕಿವಿಯ ಮೇಲಿತ್ತು. ಆ ನೋಟ, ತಿವಿಗತ್ತಿಯಿಂದ ಹೊಡೆದದ್ದು ಖಂಡಿತವಾಗಿ ಅವನೇ ಎನ್ನಲು ಸಾಧ್ಯವಿಲ್ಲವೆಂತಲೂ ಬದಲು ನಾವೆಲ್ಲರೂ ಅವನಂತೆಯೇ ಉನ್ನತ್ತರಾಗಿದ್ದೆವೆಂತಲೂ ನಾನು ಹೇಳಬೇಕೆಂದು ನನ್ನೊಡನೆ ಯಾಚಿಸುವಂತಿತ್ತು. ಆದರೆ ನಾನೇನೂ ಹೇಳದಿದ್ದಾಗ ಅವನಾಗಿಯೇ ವಿವರಣೆ ತೊಡಗಿದ :

''ಸಹಜವಾಗಿಯೂ ಜೀವವನ್ನು ಹಾಗೆ ಕೊನೆಗೊಳಿಸೋದಕ್ಕೆ ನೀವು ಬಯಸಲಾರಿರಿ – ಡೇರೆಯೊಳಗೆ ಮಲಗಿದ್ದಲ್ಲೇ ಸುಟ್ಟು ಹೋಗೋದು. ಅದರಲ್ಲೂ ಪತ್ರಿಕೆ ಮೊದಲಾದವುಗಳಲ್ಲಿ ಬರೀತಾರಲ್ಲ. ಹಾಗೆ ನೀವು ಯಾವುದಕ್ಕೂ ಉಪಯುಕ್ತರಾಗದೇ ಹೋಗಿದ್ರೆ. ಅದು ಹೆಚ್ಚು ಕಡಿಮೆ ಯಾರಾದರೊಬ್ರಿಗೆ ದ್ರೋಹ ಬಗೆದಂತೆ – ಆಗ.''

ಆಗ ನಾನು ಆತ ಅಲ್ಲಿ ನಿಂತು ತನ್ನ ಅಂತರಂಗವನ್ನೆಲ್ಲ ಹೊರಹಾಕುವ ದಾರುಣ ಸ್ಥಿತಿಯಿಂದ ಅವನನ್ನು ಬಿಡುಗಡೆ ಮಾಡಿದೆ. ನಾನೆಂದೆ :

''ಸರಿ, ಡ್ರೈವರ್, ಯಾರೂ ನಿನ್ನ ಮೇಲೆ ಸೇಡು ತೀರಿಸಿಕೊಳ್ತಾ ಇಲ್ಲ.''

ಅವನು ಕೂಡಲೇ ಮೆಲ್ಲ ಮೆಲ್ಲನೆ ತಲೆಯಾಡಿಸಿ ನನಗೆ ಹಲವು ಬಾರಿ ವಂದನೆ ಸಲ್ಲಿಸಿದ. ಹೀಗೆ ಮಾಡುವಾಗ ಅವನ ಮೇಲು ಸಾಲಿನ ಹಲ್ಲುಗಳು ಬಾಯಿಯಿಂದ ಹೊರಗೆ ಬೀಳುತ್ತವೋ ಎನ್ನುವಂತೆ ತೋರಿ, ಕ್ಷೌರ ಕಾಣದ ಅವನ ಮುಖದಲ್ಲಿ ಎದ್ದು ಕಾಣುತ್ತಿದ್ದವು.

ಅವನು ನಕ್ಕ.

ಹಿಮದಲ್ಲಿ ಹುಡುಕುವುದಕ್ಕೆ ಹೋಗುವ ಮುಂಚೆ, ಕತ್ತಲಿನಲ್ಲಿ ಕಾಣೆಯಾಗಿದ್ದ ದಾರಿಗೆ ಆತ ತನ್ನ ಜಾರುಬಂಡಿಯನ್ನು ತರಬೇಕಾಗಿತ್ತು. ಅವನು ಟೊಂಕ ಬಗ್ಗಿಸಿ ನನ್ನ ಕಿವಿಯ ಸುತ್ತ ಇದ್ದ ರಕ್ತಸಿಕ್ತ ಚಿಂದಿ ಬಟ್ಟೆಯ ಮೇಲೆ ದೃಷ್ಟಿನೆಟ್ಟು, ಮೆಲ್ಲಗೆ ನನಗೆ ಮಾತ್ರ ಕೇಳಿಸುವಂತೆ ಹೇಳಿದ :

''ಹುಡುಕಾಡ್ತಾ ಇರೋವಾಗ ಒಂದು ಕಿವಿಯನ್ನೂ ತೆರೆದಿಟ್ಟುಕೊಳ್ಬೇಕು. ಆಗ ಏನಾದರೂ ಸದ್ದು ಆದರೆ ಅದನ್ನು ಕೇಳಿಸಿಕೊಂಡು ಎಡವಿ ಬೀಳದೆ ಇರೋದು ಸಾಧ್ಯ. ಒಂದು ವೇಳೆ ಚಳಿಯಿಂದ ಹೆಪ್ಪುಗಟ್ಟಿದರೆ, ಹೆಪ್ಪುಗಟ್ಟಿ ಹೋಗಲಿ – ಏನೂ ಮಾಡೋದಕ್ಕಾಗೋದಿಲ್ಲ. ಅದು ನಾವೆಲ್ಲರೂ ಇದಿರಿಸ್ಬೇಕಾದ ಅಪಾಯ.''

ಈಗ ನಾನು ಮತ್ತೆ ಸ್ಪಷ್ಟವಾಗಿ ನೋಡಿದೆ, ಅವನು ನಗುತ್ತಿದ್ದ.

ನಾನೂ ನಕ್ಕೆ.

ಅವನು ಹೊರಗೆ ಹೋಗುತ್ತಿದ್ದಂತೆ, ಹೊರಗೆ ಅಗೆಯುತ್ತಾ ಹೆಚ್ಚು ಹೊತ್ತು ಇರಬಾರದೆಂದು ನಾನು ಹೋಗಿ ಹೇಳಿದೆ. ಆದರೆ ಅದಕ್ಕೆ ಅವನಿಂದ ಉತ್ತರ ಬರಲಿಲ್ಲ.

ಹಿಮಸಾರಂಗದ ಕೊಳಕು ಚರ್ಮದ ಮೇಲೆ ಫರ್ ಮರದ ಎಲೆ ಹಾಸಿ ನಾವು ಮುದುರಿ ಮಲಗಿದ್ದೆವು. ನಮ್ಮ ತಿವಿಗತ್ತಿಗಳು ಕೈ ಅಳತೆಯಲ್ಲಿದ್ದವು. ನಿದ್ದೆ ಬರುವವರೆಗೂ ಅವನ ಮಾತುಗಳು ಅರಗಿನ ಬಿರಡೆಯಂತೆ ನಮ್ಮ ಕಿವಿ ತುಂಬಿತ್ತು. ಕೊನೆಗೆ ನಿದ್ದೆ ಬಂದಾಗ, ಹೊರಗೆ ಹಿಮದ ಭೀಕರ ಉಸಿರಾಟದಂತೆ ಸುಂಯ್‌ಗುಡುತ್ತಿದ್ದ ಬಿರುಗಾಳಿಯ ಅಬ್ಬರ ನಮ್ಮ ಜಡತೆಯನ್ನೂ ಭೇದಿಸಿ ನಮ್ಮ ಅರಿವಿಗೆ ಬರುತ್ತಿತ್ತು. ಚಳಿಗೆ ಇದ್ದಕ್ಕಿದ್ದಂತೆ ಕಂಠ ಬಂದಿತ್ತು:

ಕಪ್ಪು ಚರ್ಮದ ಡೇರೆ ನಡುಗುತ್ತಾ ನಿಂತಿತ್ತು.

ಆದರೆ ಅದು ಆ ಸ್ಫೋಟವನ್ನು ತಡೆದುಕೊಂಡಿತ್ತು. ಚಿಂದಿಗಳು ಹಾರಿ ಹೋಗಲಿಲ್ಲ.

ಅದಕ್ಕಾಗಿ ಮೂಕಿಮರಕ್ಕೆ ನಾವು ಋಣಿಗಳಾಗಿದ್ದೆವು. ರಾತ್ರಿಯೆಲ್ಲಾ ಅದು ನಮ್ಮನ್ನು ಕಾಪಾಡಿತ್ತು.

ಗೋಣಿಚೀಲದಂಥ ಬೂದು ಬಣ್ಣದ ಬೆಳಕಿನೊಂದಿಗೆ ಸೂರ್ಯೋದಯವಾದಾಗ ಗಾಳಿ ಕಡಿಮೆಯಾಗಿತ್ತು. ಕುದುರೆಗಳು ರಾತ್ರಿ ಕಟ್ಟಿದ್ದಲ್ಲಿಯೇ ಇವೆಯೇ ಎಂದು ಡೇರೆಯಿಂದ ಹೊರಗೆ ನೋಡುತ್ತಿದ್ದವರಿಗೆ ಯಾವುದೋ ಆಕೃತಿಯೊಂದು ತನ್ನ ಹೆಗಲ ಮೇಲೇನೋ ತೂಗಾಡುತ್ತಿರುವುದನ್ನು ಏರಿಸಿ ಕಷ್ಟಪಟ್ಟು ನಡೆಯುತ್ತಿರುವುದು ಗೋಚರಿಸಿತು. ಅದು ಮೂಕಿಮರವನ್ನು ಹುಡುಕುತ್ತ ಫೈನ್ ಮರದ ಕೊಂಬೆಯೊಂದನ್ನು ಹೊರ ತೆಗೆದ ಡ್ರೈವರನಿರಬೇಕೆಂದು ಮೊದಲು ಅವರೆಲ್ಲ ಭಾವಿಸಿದರು. ಅದರಿಂದಾಗಿ ಬೆಂಕಿ ಕುಂಡದಲ್ಲಿ ಮತ್ತೊಂದು ದಿವಸಕ್ಕಾಗುವಷ್ಟು ಬೆಂಕಿ ಉರಿಸಲು ಇಂಧನ ದೊರೆಯಿತಲ್ಲ ಎಂದು ಅವರು ಯೋಚಿಸಿದರು.

ಆ ಇಡೀ ಸೇನಾ ವಿಭಾಗದಲ್ಲಿದ್ದ ಅತ್ಯುತ್ತಮ ಸೈನಿಕ ನಮ್ಮ ಡ್ರೈವರ್ ಎಂದು ಅವರು ಕೂಗಿದರು.

ಅನಂತರ ಅವರಿಗೆ ಅದು ನಾನೆಂಬುದು ಗೊತ್ತಾಯಿತು. ನನ್ನ ಹೆಗಲ ಮೇಲೆ ತೂಗಾಡುತ್ತಿದ್ದುದು ಫೈನ್ ಮರದ ಒಣಕೊಂಬೆಯಾಗಿರದೆ ಡ್ರೈವರ್ ಆಗಿದ್ದ.

ಡ್ರೈವರ್.

ದಾರಿಯಲ್ಲಿ ಸಾಗುತ್ತಿದ್ದಾಗ ದೂರದಲ್ಲಿ ಬಿದ್ದಿದ್ದ ಅವನನ್ನು ನಾನು ಕಂಡೆ. ಅವನು ಮುಖ ಕೆಳಗೆ ಮಾಡಿ ಬಿದ್ದಿದ್ದ. ಕೈಗಳು ತಲೆಯ ಮೇಲಕ್ಕೆ ಚಾಚಿಕೊಂಡಿದ್ದವು.

ಬಿರುಗಾಳಿಯ ಹೊಡೆತಕ್ಕೆ ಸಿಕ್ಕಿ ಅವನು ಸತ್ತಿದ್ದ. ನೋಡಿ. ಅಥವಾ ಡೇರೆಯತ್ತ ಹಿಂತಿರುಗುವಾಗ ಅವನಿಗೆ ದಾರಿ ತಪ್ಪಿರಬಹುದು. ಅಂತೂ ಹೇಗೋ ಈ ಎಲ್ಲಾ ರಂಪದ ನಡುವೆ – ಇದ್ದಕ್ಕಿದ್ದಂತೆ ಅವನಿಗೆ ಏನೋ ಹೊಳೆದಿರಬೇಕು. ಅದು ಹೇಗೆ ಹೊಳೆಯಿತೋ ದೇವರೇ ಬಲ್ಲ. ಆ ಡೇರೆಯ ಮಧ್ಯ ಭಾಗದಲ್ಲಿದ್ದ ಕಂಬ ಅವನು ಅಷ್ಟು ಹೊತ್ತು ಕೈಯಲ್ಲಿ ಹಿಡಿದುಕೊಂಡಿದ್ದ ಕಂಬ – ಅದೇ ತನ್ನ ಮೂಕಿಮರವಾಗಿತ್ತೆಂದು ಅವನಿಗೆ ಹೊಳೆದಿರಬೇಕು. ಆದರಿಂದಾಗಿ ಅಲ್ಲಿ ಮಲಗಿ ಮತ್ತೆ ಮೆಲ್ಲಗೆ ಚೇತರಿಸಿಕೊಂಡು, ಎಲ್ಲಿಯೋ ಒಂದಿಷ್ಟು ಆಶ್ರಯ ಪಡೆದು, ತನಗೆ ಗೊತ್ತಾದ ಈ ಹೊಸ ವಿಷಯದಿಂದ ಆತ ಖುಷಿಪಡುತ್ತಿದ್ದಾಗ, ವಿಶಾಲ ನಗೆಯೊಂದು ಅವನ ಮುಖದ ಮೇಲೆ ಹರಡಿತ್ತು.

ಅವನು ಸುಮ್ಮನೆ ನಕ್ಕಿದ್ದ.

ಇದು ನಿಜಕ್ಕೂ ಪತ್ರಿಕೆಗಳಲ್ಲಿ ಓದುವಂಥದ್ದು.

ಆ ನಗೆ ಇನ್ನೂ ಅವನ ಮುಖದ ಮೇಲಿತ್ತು – ಬಾಣದಂತೆ ಸಾವು ಬಂದೆರಗುವವರೆಗೂ. ನಾನು ಕಂಡಾಗ ಅವನು ಮೂಳೆಯಷ್ಟು, ಕಬ್ಬಿಣದಷ್ಟು ಸೊಗಸಾಗಿದ್ದ – ಡ್ರೈವರ್‌ನ ಇಡೀ ದೇಹ. ಆ ನಗೆ ಸಹ ಕಬ್ಬಿಣದಂತಿತ್ತು.

ಬೆಂಕಿಯೆಲ್ಲಾ ಆರಿಹೋಗಿತ್ತಾದ್ದರಿಂದ ನಾವವನನ್ನು ಒಳಕ್ಕೆ ಕರೆದೊಯ್ದೆವು. ಅವನನ್ನು ಮಲಗಿಸಲು ಅಲ್ಲಿ ಸ್ಥಳವೇ ಇರಲಿಲ್ಲ. ಮೊದಲಿಗಿಂತ ಈಗ ಅವನು ಹೆಚ್ಚು ಉದ್ದವಾಗಿರುವಂತೆ ಕಂಡುಬಂದ. ಆದ್ದರಿಂದ ಅವನನ್ನು ಆ ಡೇರೆಯ ಮಧ್ಯೆ ನಿಲ್ಲಿಸಬೇಕಾಯಿತು. ಮೇಲೆ ಕೈ ಚಾಚಿಕೊಂಡಿದ್ದ ಅವನು ಮೂಕಿಮರಕ್ಕಿಂತ ಹೆಚ್ಚು ಎತ್ತರವಾಗಿದ್ದಂತೆ ಕಂಡುಬಂದ.

ನಾವು ಮೂಕಿಮರವನ್ನು ಕೆಳಕ್ಕಿಳಿಸಿದೆವು. ನಮಗದು ಬೇಕಾಗಿರಲಿಲ್ಲ. ಅವನು ಮೂಕಿಮರಕ್ಕಿಂತ ಚೆನ್ನಾಗಿ ಡೇರೆಯನ್ನು ಮೇಲೆತ್ತಿ ಹಿಡಿದು ನಿಂತಿದ್ದ.

ಷೆಡ್ಡಿನಲ್ಲಿ ಮೂಕಿಮರ ಮೊದಲು ಎಲ್ಲಿತ್ತೋ ಅಲ್ಲೇ ನಾನು ಅದನ್ನಿಟ್ಟೆ. ಅನಂತರ ಯಾವುದಕ್ಕಾದರೂ ಡಿಕ್ಕಿ ಹೊಡೆದು ಎಡವಿ ಬೀಳಬಾರದಲ್ಲ ಎಂದು ಸರಿಯಾಗಿ ಕೇಳಿಸುತ್ತಿದ್ದ ನನ್ನ ಕಿವಿಗೆ ಸುತ್ತಿದ್ದ ಚಿಂದಿಯನ್ನು ಪಕ್ಕಕ್ಕೆ ಸರಿಸಿದೆ. ಆಮೇಲೆ ಜಾರು ಬಂಡಿಯೊಳಕ್ಕೆ ಜಿಗಿದು ಹೊರಟೆ.

ಆ ವೇಳೆಗಾಗಲೇ ಬೆಳಕು ಹರಿದಿತ್ತು.

❍ ಪೇರ್ ಓಲಾಫ್ ಸುಂಡ್‌ಮಾನ್

ವಿಚಿತ್ರ ಪ್ರವಾಸಿ

ಇಡ್‌ಸ್ಗಾರ್ಡನ್ನಿನ ಸ್ವೆನ್ ಯಾನ್‌ಸೋನ್ ಒಂದು ದಿನ ಬೆಳಿಗ್ಗೆ ಫೋನ್ ಮಾಡಿ ನನ್ನ ಹೋಟೆಲಿನಲ್ಲಿ ಒಂದು ಕೋಣೆಯೇನಾದರೂ ಖಾಲಿಯಿದೆಯೇ ಎಂದು ನನ್ನನ್ನು ಕೇಳಿದ. ಬಹಳ ದಿವಸಗಳಿಂದ ಒಂದೇ ಸಮನೆ ಮಳೆ ಬಿದ್ದು, ಚಳಿ ಹಿಡಿದು ಆಗತಾನೇ ಪ್ರವಾಸಿಗರು ಬರುವ ಕಾಲ ಆರಂಭವಾಗಿತ್ತಷ್ಟೆ. ಆದ್ದರಿಂದ ಅವನಲ್ಲಿ ಈಗಾಗಲೇ ಕೋಣೆಗಳೆಲ್ಲ ಭರ್ತಿಯಾಗಿ ಹೋಗಿದ್ದವೆ ಎಂದು ನಾನು ಆಶ್ಚರ್ಯದಿಂದ ಪ್ರಶ್ನಿಸಿದೆ. ಅವನು ಇಲ್ಲವೆಂದ. ವಾಸ್ತವವಾಗಿ ಆತ ನನ್ನಲ್ಲಿ ತನಗಿಂತ ಹೆಚ್ಚು ಅತಿಥಿಗಳಿರ ಬಹುದೆಂದು ಭಾವಿಸಿದ್ದ. ಆದುದರಿಂದ ಮಿಸ್ಟರ್ ನಿಲ್‌ಫೆರ್ತ್ ಎಂಬುವವನನ್ನು ನನ್ನಲ್ಲಿಗೆ ಕಳುಹಿಸಲು ತಾನು ಸಿದ್ಧವಾಗಿರುವುದು ಒಬ್ಬ ಪ್ರತಿಸ್ಪರ್ಧಿ ಹಾಗೂ ಸಹೋದ್ಯೋಗಿಗೆ ಸಹಾಯಮಾಡುವ ಉದ್ದೇಶದಿಂದಲ್ಲ ಎಂದು ಆತ ವಿವರಿಸಿದ. ಸ್ವೆನ್ ಯಾನ್‌ಸೋನ್ ಮತ್ತೂ ಹೇಳಿದ :

''ಅವನು ನನಗೊಂದು ಸಮಸ್ಯೆಯಾಗಿರೋದನ್ನು ನಾನು ಮುಚ್ಚಿಡೋದಿಲ್ಲ. ಇನ್ನೊಂದು ತಿಂಗಳು ಪೂರ್ತಾ ಇಲ್ಲಿರಬೇಕು ಅಂತ ಆತ ಬಯಸಿದ್ದಾನೆ. ಅಲ್ಲದೆ ಈಗಂತೂ ದೀರ್ಘಾವಧಿಯ ಅತಿಥಿಗಳ ಕೊರತೆಯಿದೆ. ಆದರೂ ಸಹ...''

ಅವನು ಕಿರುಕುಳ ಕೊಡುವ ಅತಿಥಿಯೇ ಎಂದು ನಾನು ಕೇಳಿದೆ.

''ಇಲ್ಲ, ಕಿರುಕುಳದ ಅತಿಥಿಯಲ್ಲ.''

''ಹಾಗಿದ್ದರೆ, ಅನಿಷ್ಟಕಾರಕ ವ್ಯಕ್ತಿಯೇ ?''

''ಹಾಗೇನೂ ಇಲ್ಲ. ತುಂಬಾ ಒಳ್ಳೆಯವನು. ಅದನ್ನೆಲ್ಲಾ ವಿವರಿಸೋದು ಬಹಳ ಕಷ್ಟ. ಅವನು ಊಟಕ್ಕೆ ತನ್ನದೇ ತಟ್ಟೆ. ಚಮಚೆಗಳನ್ನು ಬಳಸ್ತಾನೆ. ಅದನ್ನು ಆಮೇಲೆ ತನ್ನ ಕೋಣೆಗೆ ತೆಗೆದುಕೊಂಡು ಹೋಗಿ ವಾಷ್ ಬೇಸಿನ್‌ನಲ್ಲಿ ತೊಳೆದು ಬಿಡ್ತಾನೆ. ಅಷ್ಟೇ ಅವನು ಕೊಡೋ ತೊಂದರೆ'' ಎಂದು ಯಾನ್‌ಸೋನ್ ಹೇಳಿದ.

ಆತನನ್ನು ಆ ಮಧ್ಯಾಹ್ನವೇ ಬಸ್ ನಿಲ್ದಾಣದಲ್ಲಿ ನಾನು ಭೇಟಿ ಮಾಡಿದೆ. ನನ್ನೊಂದಿಗೆ ಕುಶಲಕಲೆಯ ಮಾಸ್ತರರಾದ ಓಕೆಸೋನ್

ಇದ್ದರು. ಪ್ರತಿ ಬೇಸಿಗೆಯಲ್ಲೂ ಅವರು ಕೆಲವು ವಾರ ನಮ್ಮಲ್ಲಿ ತಂಗುತ್ತಿದ್ದರು. ಇಸ್ತ್ರಿ ಮಾಡದ ಪ್ಯಾಂಟ್, ಸುಕ್ಕುಗಟ್ಟಿದ ಷರಟನ್ನು ಸದಾ ಧರಿಸುತ್ತಿದ್ದರು. ಪೊದೆಯಂತೆ ಬೆಳೆದಿದ್ದ ಕಪ್ಪುಗಡ್ಡದ ತುದಿಯನ್ನು ಸಮನಾಗಿ ಕತ್ತರಿಸಿಕೊಳ್ಳುತ್ತಿದ್ದರು. ಅವರೆಂದರು :

''ಆ ವ್ಯಕ್ತಿಯ ಬಗ್ಗೆ ಜನರು ಯಾವಾಗಲೂ ಆತಂಕ ಪಡ್ತಾರೆ. ಊಟಕ್ಕೆ ಅವನು ತನ್ನದೇ ಆದ ತಟ್ಟೆಗಳನ್ನು ಬಳಸಿ, ಅವುಗಳನ್ನು ತಾನೆ ತೊಳೆಯೋದು ಮಾತ್ರ ಅದಕ್ಕೆ ಕಾರಣವಾಗಿರಲಾರದು. ಅದಕ್ಕೆ ಬೇರೆಯೇ ಏನೋ ಕಾರಣವಿರಬೇಕು. ಅವನು ಇಡ್‌ಸ್ಗಾರ್ಡ್‌ನ್ನಿನಲ್ಲಿರೋದಕ್ಕೆ ಅವರೇಕೆ ಇಷ್ಟಪಡಲಿಲ್ಲ? ಹಣವನ್ನೂ ಕೊಟ್ಟು, ತಟ್ಟೆಗಳನ್ನೂ ತೊಳೆಯೋ ಗಿರಾಕಿ – ಅದರಲ್ಲಿ ಕೆಟ್ಟದ್ದೇನಿದೆ ?''

ಬಸ್ ಬಂದಿತು, ನಿಲ್‌ಫೆರ್ತ್ ಕೆಳಗಿಳಿದ. ನನಗೆ ಆಶ್ಚರ್ಯವಾಯಿತು. ಒಬ್ಬ ಕುಳ್ಳ, ತೆಳ್ಳನೆಯ ವ್ಯಕ್ತಿಯನ್ನು ನಾನು ನಿರೀಕ್ಷಿಸುತ್ತಿದ್ದೆ. ನಿಲ್‌ಫೆರ್ತ್ ನನಗಿಂತ ಅರ್ಧ ಅಡಿ ಎತ್ತರಕ್ಕಿದ್ದ. ಅವನಿಗೆ ಆಟಗಾರನ ಮೈಕಟ್ಟಿತ್ತು. ತೆಳ್ಳಗಿರಲಿಲ್ಲ. ಅವನು ಕೈಕುಲುಕಿದಾಗ, ನನ್ನ ಕೈ ಸಂಪೂರ್ಣವಾಗಿ ಅವನದರಲ್ಲಿ ಮುಳುಗಿಹೋಗಿತ್ತು. ಅವನು ಸಂಕೋಚ ಸ್ವಭಾವದವನಿರ ಬೇಕೆಂದುಕೊಂಡಿದ್ದೆ. ಬಿಚ್ಚು ಮನಸ್ಸಿನಿಂದ ಅವನು ನಮ್ಮ ಬಳಿ ಬಂದು ಸ್ನೇಹದ ನಗೆ ಬೀರಿದ. ತೆಳು ಬಣ್ಣದ ಗ್ಯಾಬರ್ಡಿನ್ ಸೂಟ್ ಧರಿಸಿ, ಬಿಳಿ ಷರ್ಟ್ ತೊಟ್ಟಿದ್ದ. ಅವನ ಟೈ ಗೃಹ ಕೈಗಾರಿಕೆಯಲ್ಲಿ ಹೆಣೆದದ್ದಾಗಿತ್ತು.

ಅತಿಥಿಗಳಲ್ಲಿ ಕೆಲವರು ಮಳೆಯಿಂದ ರಕ್ಷಿಸಿಕೊಳ್ಳುವ ಸಲುವಾಗಿ ಜಗಲಿಯಲ್ಲಿ ಕುಳಿತಿದ್ದರು. ಅವರೆಲ್ಲ ನಿಲ್‌ಫೆರ್ತ್‌ನನ್ನು ಕುತೂಹಲದಿಂದ ನೋಡಿದರು. ಅವರಿಗೆಲ್ಲ ಅವನು ಸಭ್ಯತೆಯಿಂದ ವಂದಿಸಿ ತನ್ನ ಪರಿಚಯಮಾಡಿಕೊಟ್ಟ.

ಅತಿಥಿಗಳ ರಿಜಿಸ್ಟರ್‌ನಲ್ಲಿ 'ಯೋರಾನ್ ನಿಲ್‌ಫೆರ್ತ್, ಸಿಎಚ್.ಡಿ.' ಎಂದು ಬರೆದ.

''ಸಂಕೋಚ ಸ್ವಭಾವದ, ಕುಳ್ಳ ಮನುಷ್ಯನ ನಿರೀಕ್ಷೆಯಲ್ಲಿ ನಾನಿದ್ದೆ'' ಎಂದು ನಾನು ಹೇಳಿದೆ.

''ಆದರೆ ಈತ ವೃತ್ತಿನಿರತ ಟೆನ್ನಿಸ್ ಆಟಗಾರನೊಬ್ಬ ಪ್ರಪಂಚ ಪರ್ಯಟನೆ ಮುಗಿಸಿ ಈಗ ತಾನೇ ಆಸ್ಟ್ರೇಲಿಯದಿಂದ ಬಂದಂತಿದೆ'' ಎಂದರು ಓಕೆಸೋನ್.

''ಕುಳ್ಳ ಮತ್ತು ಸಂಕೋಚ ಸ್ವಭಾವದವನೇ ಏಕಾಗಬೇಕಿತ್ತು?'' ಓರೆಬ್ರೊದಿಂದ ಬಂದಿದ್ದ ಬಣ್ಣದ ವ್ಯಾಪಾರಿ ಕೇಳಿದ.

''ನಮ್ಮೆಲ್ಲರಲ್ಲೂ ನಿರೀಕ್ಷೆ ಮತ್ತು ಪೂರ್ವಗ್ರಹಗಳಿದ್ದೇ ಇವೆ'' ನನ್ನ ಸೋದರಿ ಹೇಳಿದಳು.

ಆಲೋಚನಾಭರಿತ ಓಕೆಸೋನ್ ಗಡ್ಡ ತುರಿಸಿಕೊಳ್ಳುತ್ತಾ ''ನಿರೀಕ್ಷೆ ಮತ್ತು ಪೂರ್ವಗ್ರಹಗಳು'' ಎಂದು ಪುನರುಚ್ಚರಿಸಿದರು.

ಬಣ್ಣದ ವ್ಯಾಪಾರಿ ಅತಿಥಿಗಳ ರಿಜಿಸ್ಟರನ್ನು ಪಕ್ಕಕ್ಕಿಟ್ಟು ಕೇಳಿದ :

''ಸಿಎಚ್.ಡಿ. ಎಂದರೇನು ? ಇದುವರೆಗೂ ಎಲ್ಲಾದರೂ ನೀವಿದನ್ನು ಕೇಳಿದ್ದೀರಾ ?''

''ಪೂರ್ವಾಗ್ರಹ ಮತ್ತು ನಿರೀಕ್ಷೆಗಳಲ್ಲದೆ ಈ ಪ್ರಪಂಚದಲ್ಲಿ ಇನ್ನೂ ಅನೇಕ ಸಂಗತಿಗಳಿವೆ. ನೂರಾರು ಸಂಕೇತಾಕ್ಷರಗಳೂ ಇವೆ'' ಗೆಳೆಯ ಓಕೆಸೋನ್ ಉತ್ತರಿಸಿದರು.

ಓಕೆಸೋನ್ ಪುಸ್ತಕದಲ್ಲಿ ತಮ್ಮ ಹೆಸರನ್ನು ಹುಡುಕಿ ತೆಗೆದು ''ಕುಶಲ ಕಲಾಮಾಸ್ತರು'' ಎಂಬುದನ್ನು ಹೊಡೆದು ಹಾಕಿ 'ಕಾರ್ಪ್‌ಡಿ' ಎಂದು ಬರೆದರು. ಸ್ವಲ್ಪ ಯೋಚಿಸಿ 'ಕಾರ್ಪ್' ಮತ್ತು 'ಡಿ' ಇವೆರಡರ ಮುಂದೆಯೂ ಪೂರ್ಣ ವಿರಾಮಗಳನ್ನು ಸೇರಿಸಿದರು – ಕಾರ್ಪ್. ಡಿ.

''ಡಾಕ್ಟರ್ ಆಫ್ ಕಾರ್ಪೆಂಟರಿ, ತಮಾಷೆಯಾಗಿದೆಯಲ್ಲವೆ ?'' ಎಂದರು.

ಹನ್ನೊಂದೂವರೆಯ ವೇಳೆಗೆ ನಿಲ್‌ಫರ್ತ್ ನನ್ನ ಕಛೇರಿಗೆ ಬಂದ. ''ನಿಮಗೆ ಸ್ವಲ್ಪ ತೊಂದರೆ ಕೊಡಲೇ ?'' ಎಂದು ಕೇಳಿದ. ''ನನ್ನ ಕೆಲಸವೇ ಅಂಥದ್ದು. ಕುಳಿತುಕೊಳ್ಳಿ'' ಎಂದೆ ನಾನು.

''ಒಂದು ವಿಷಯ, ನನಗೊಂದು ಅಭ್ಯಾಸವಿದೆ. ನಿಮಗದು ವಿಚಿತ್ರ ಅನ್ನಿಸಬಹುದು. ಅನ್ನಿಸದಿರ್ಬಹುದು.''

''ನನಗೇನೂ ಅನ್ನಿಸೋದಿಲ್ಲ.''

''ಊಟದ ಮನೆಯಲ್ಲಿ ನನಗೋಸ್ಕರ ಒಂದು ಜಾಗವನ್ನೇನೂ ನೀವು ಹೊಂದಿಸಬೇಕಾಗಿಲ್ಲ. ಪ್ರವಾಸದಲ್ಲಿರುವಾಗ ನಾನೇ ಒಂದು ಜಾಗ ಹೊಂದಿಸಿ ಕೊಳ್ತೇನೆ. ನನ್ನ ಬಳಿ ಸ್ವಂತ ತಟ್ಟೆ ಲೋಟಗಳಿವೆ. ಗಾಜಿನ ಲೋಟ ಫ್ರೆಂಚ್ ತಯಾರಿಕೆಯದ್ದು. ನಿಮಗೆ ಗೊತ್ತಿರ್ಬಹುದು. ನೆಲದ ಮೇಲೆ ಎತ್ತಿ ಹಾಕಿದರೂ ಅದು ಒಡೆಯೋದಿಲ್ಲ.''

''ನನ್ನದೇನೂ ಅಡ್ಡಿಯಿಲ್ಲ.'' ಎಂದು ನಾನು ಉತ್ತರಿಸಿದೆ.

''ತುಂಬಾ ಒಳ್ಳೇ ಅಭ್ಯಾಸ.''

''ನಮಗೂ ನಮ್ಮದೇ ಆದ ಅಭ್ಯಾಸಗಳಿರ್ತವೆ.''

''ಮಿಸ್ಟರ್ ಯಾನ್‌ಸೋನ್ ಈಗಾಗಲೇ ನಿಮಗಿದನ್ನು ತಿಳಿಸಿರ್ಬಹುದು ಅಂತ ನನ್ನ ಊಹೆ'' ಎಂದು ಹೇಳಿ ಆತ ಎದ್ದು ನಿಂತ.

''ಬೇರೇನಾದರೂ ಹೇಳೋದಿದೆಯೇ ?'' ನಾನು ಕೇಳಿದೆ.

ಅವನು ತುಸು ಹಿಂದೆ ಮುಂದೆ ನೋಡುತ್ತ ಹೇಳಿದ :

''ಒಂದು ವಿಷಯ. ಇದು ಬೇಸಿಗೆಯೇನೋ ನಿಜ. ಆದರೆ ಮಳೆ ಮತ್ತು ಚಳಿ ಇರೋದ್ರಿಂದ ನನ್ನ ಕೋಣೆ ಸ್ವಲ್ಪ ತಂಪಾಗಿದೆ. ಬಿಸಿ ನೀರಿನ ಹಂಡೆಯಲ್ಲಿ ನೀರು ಉಗುರು ಬೆಚ್ಚಗಿದೆ. ಸಂಜೆ ಹೊತ್ತು ಸ್ವಲ್ಪ ನೀರು ಕಾಯ್ಸೋದಕ್ಕಾಗ್ತದಾ ? ಮತ್ತೊಂದು ವಿಚಾರ, ಕೋಣೆಯಲ್ಲಿ ಒಂದೆರಡು ಟವಲ್‌ಗಳನ್ನು ಇರಿಸಿದರೆ ನಾನು ನಿಮಗೆ ಕೃತಜ್ಞ. ತಟ್ಟೆಗಳನ್ನು ನಾನೇ ತೊಳೆದುಕೊಳ್ತೇನೆ.''

ಅದನ್ನೆಲ್ಲ ಒದಗಿಸಬಹುದೆಂದು ನಾನು ತಿಳಿಸಿದೆ.

ಬಾಗಿಲ ಕಡೆ ಹೋಗುತ್ತಾ ಆತ ಪ್ರಶ್ನಿಸಿದ :

''ನೀವು ನನ್ನ ಬಳಿ ಕೇಳಬೇಕಾದ ವಿಷಯ ಬೇರೇನೂ ಇಲ್ಲವೇ ?''

''ಇಲ್ಲ'' ಎಂದು ನಾನು ಸುಳ್ಳು ಹೇಳಿದೆ.

ಮಳೆ ಮತ್ತೆ ಕೆಲವು ದಿವಸ ಬಿತ್ತು. ಆಮೇಲೆ ಆಗ್ನೇಯದ ಬಿಸಿಗಾಳಿ ಬೀಸತೊಡಗಿತು. ಮೋಡಗಳು ಚದರಿದವು. ಸೂರ್ಯ ಕಾಣಿಸಿಕೊಂಡ. ಬಿಸಿಲ ಬೇಗೆ ಹೆಚ್ಚಿತು. ಸಮುದ್ರ ಹೊಳೆಯಿತು. ಬೆಟ್ಟದ ಮೇಲಿನ ಹಿಮಗಡ್ಡೆ ಕರಗಿತು. ಹುಲ್ಲುಗಾವಲಿನ ಇಳಿಜಾರಿನಲ್ಲಿ ದಟ್ಟವಾಗಿ ಹುಲ್ಲು ಬೆಳೆಯಿತು. ಹೆಜ್ಜೇನುಗಳು ಹೂಗಿಡಗಳನ್ನು ಸುತ್ತುವರೆದವು. ಸಂಜೆ ಶಾಂತವಾಗಿತ್ತು. ಪರದೆಗಳನ್ನು ಉಪಯೋಗಿಸಬೇಕಾಯಿತು. ಮೊದಲ ನೊಣಗಳು ಶಕುನಗಳಂತಿದ್ದವು; ರಾತ್ರಿಯ ಜಡ ಸದ್ದುಗಳೊಂದಿಗೆ ಸುಗ್ಗಿ ಬಂದೇಬಿಟ್ಟಿತು. ಪೈರು ಕುಯ್ಯುವ ಅಶ್ವಚಾಲಿತ ಯಂತ್ರಗಳ ವಿರಳ ಸದ್ದು, ದೂರದಲ್ಲೆಲ್ಲೋ ಟ್ರಾಕ್ಟರಿನ ಒಂದೇ ರೀತಿಯ ಸದ್ದು ಕೇಳಿಬರತೊಡಗಿತು.

ನಿಲ್‌ಫರ್ತ್ ತನ್ನ ಸ್ವಂತ ತಟ್ಟೆ, ಚಮಚೆಗಳಲ್ಲಿ ಊಟ ಮಾಡುತ್ತಿದ್ದ. ಅತಿಥಿಗಳು ಬಂದು ಹೋಗುತ್ತಿದ್ದರು. ಕೆಲವರು ಮಾತ್ರ ಹೆಚ್ಚು ದಿನ ಉಳಿಯುತ್ತಿದ್ದರು. ಅನೇಕರು ಆತುರದಲ್ಲಿ ಇರುತ್ತಿದ್ದರು. ತಾಳ್ಮೆಯಿಲ್ಲದೆ, ವಿರಾಮವಿಲ್ಲದೆ ಅವರು ಮುಂದುವರಿಯಬೇಕಾಗಿದ್ದುದರಿಂದ ಹೆಚ್ಚು ದಿನ ಉಳಿದುಕೊಳ್ಳುತ್ತಿರಲಿಲ್ಲ.

ನಿಲ್‌ಫೆರ್ತ್‌ಗೆ ಮೀನು ಹಿಡಿಯುವುದರಲ್ಲಿ ಆಸಕ್ತಿಯಿರಲಿಲ್ಲ. ಆದರೆ ವಾಕಿಂಗ್ ಮತ್ತು ಕಿರು ಪ್ರವಾಸಗಳು ಅವನಿಗೆ ಪ್ರಿಯವಾಗಿದ್ದವು. ಅವನು ಸಂತೋಷದಿಂದಿದ್ದ, ಸ್ನೇಹಮಯಿಯಾಗಿದ್ದ. ಅವನಲ್ಲೇನೂ ದೋಷಗಳಿರಲಿಲ್ಲ. ಅವನು ದಿನಪತ್ರಿಕೆಗಳನ್ನು ಎಚ್ಚರದಿಂದ ಓದುತ್ತಿದ್ದ. ರಾತ್ರಿ ಬೇಗ ಮಲಗುತ್ತಿದ್ದ. ಕೆಲವು ಸಲ ಬೆಳಿಗ್ಗೆ ತಿಂಡಿ ಹೊತ್ತಾದರೂ ಮಲಗಿರುತ್ತಿದ್ದ.

ಒಂದು ದಿನ ಓರೆಬ್ರೊದಿಂದ ಬಂದಿದ್ದ ಬಣ್ಣದ ವ್ಯಾಪಾರಿ ಹೇಳಿದ :

''ನಾನು ಕೋಪವನ್ನು ತಡೆದುಕೊಳ್ಳೋದಕ್ಕೆ ಆದಷ್ಟು ಪ್ರಯತ್ನಿಸ್ತೇನೆ: ಆದರೆ ಅವನು ಊಟದ ಮನೆಗೆ ತಟ್ಟೆ, ಲೋಟಗಳನ್ನು ಹಿಡಿದು ಬರೋದನ್ನು ಕಂಡರೆ ಸಿಟ್ಟು ಕೆರಳ್ತದೆ.''

''ಅದರಿಂದೇನು ? ನಮಗೆ ನಮ್ಮದೇ ಆದ ವೈಚಿತ್ರ್ಯಗಳಿವೆ. ಅದೊಂದು ಕ್ಷುಲ್ಲಕ ಸಂಗತಿ'' ಎಂದು ನಾನು ಉತ್ತರಿಸಿದೆ.

''ಅಲ್ಲದೆ ಅವನು ತನ್ನ ತಟ್ಟೆಗಳನ್ನು ತಾನೇ ತೊಳೆದುಕೊಳ್ತಾನೆ.''

ಅದಕ್ಕೆ ಓಕೆಸೋನ್ ಹೇಳಿದರು :

''ಪಾತ್ರೆಗಳನ್ನು ಸ್ವ ಇಚ್ಛೆಯಿಂದ ತೊಳೆಯೋ ವಿಚಾರ ನನಗೆ ಅರ್ಥವೇ ಆಗೋದಿಲ್ಲ.''

''ನನ್ನ ಹೆಂಡತಿಗೆ ನನಗಿಂತ ಹೆಚ್ಚು ಕೋಪ ಬರ್ತದೆ. ಆದರೆ ಯಾಕೋ ಅಂತ ಅವಳು ಹೇಳಲಾರಳು'' ಬಣ್ಣದ ವ್ಯಾಪಾರಿ ನುಡಿದ.

ನಿಲ್‌ಫೆರ್ತ್ ನಮ್ಮೊಂದಿಗೆ ಪೂರ್ಣ ದಿನದ ಕೆಲವು ಪ್ರವಾಸಗಳಿಗೆ ಬಂದಿದ್ದ.

''ಅವನು ನಮ್ಮಂತೆಯೇ ಊಟ ಮಾಡ್ತಾನೆ. ತಿಂಡಿಯನ್ನು ಕೈಯಿಂದ ತೆಗೆದುಕೊಂಡು ಕಚ್ಚಿ, ಅಗಿದು ತಿಂತಾನೆ. ಆಮೇಲವನು ಹಲ್ಲು ಉಜ್ಜೋದಿಲ್ಲ. ಅವನು ಕೈಚೀಲ ಉಪಯೋಗಿಸೋದಿಲ್ಲ. ನಾನು ನಿಜ ಹೇಳ್ತೇನೆ, ಅವನು ವ್ಯಾಕ್ಸ್‌ಪೇಪರ್ ತೊಳೆಯೋದೂ ಇಲ್ಲ'' ಓಕೆಸೋನ್ ಹೇಳಿದರು.

''ಅವನು ರಿಜಿಸ್ಟರ್‌ನಲ್ಲಿ ಬರೆದಿರುವ ಸಿಎಚ್.ಡಿ. ಅಂದರೇನು ?'' ಬಣ್ಣದ ವ್ಯಾಪಾರಿ ಹೋಗುವ ಮುಂಚೆ ಕೇಳಿದ.

ಅದೊಂದು ವಿದೇಶಿ ಬಿರುದಿರಬೇಕೆಂದು ಮುದುಕಿಯೊಬ್ಬಳು ಅಭಿಪ್ರಾಯ ನೀಡಿದಳು. ಅವಳು ಗೊತೆಬ್‌ನ ವರ್ತಕನೊಬ್ಬನ ಮನೆಗೆಲಸದವಳಾಗಿ ಕೆಲಸ ಮಾಡುತ್ತಾ 50 ವರ್ಷಗಳಿಂದ ಸ್ವೀಡನ್ನಿನಲ್ಲಿದ್ದರೂ ಜರ್ಮನ್ ಉಚ್ಚಾರಣೆಯಲ್ಲಿ ಮಾತಾಡುತ್ತಿದ್ದಳು.

''ಹಾಗಿದ್ದರೆ ಅದು ಡಿ.ಸಿಎಚ್. ಇರಬೇಕು,'' ಎಂದು ತಿಳಿವಳಿಕೆಯವರಾದ ಕುಶಲ ಕಲಾ ಮಾಸ್ತರರು ಹೇಳಿದರು.

ಅವನ ವೃತ್ತಿಯ ಬಗ್ಗೆ ನಾನು ಕೇಳಿ ತಿಳಿದುಕೊಳ್ಳಬೇಕೆಂದು ಅವರು ಬಯಸಿದ್ದರು. ನಾನು ಒಪ್ಪಲಿಲ್ಲ. ಏಕೆ ? ಒಂದು ಸುಲಭ ಅವಕಾಶ ಸಿಕ್ಕಿದರೆ ಕೇಳಬಹುದಿತ್ತು. ಇಲ್ಲದೆ ಸಾಧ್ಯವಿಲ್ಲ.

''ನಮಗೆ ಅಷ್ಟು ಕುತೂಹಲ ಪಡುವ ಹಕ್ಕಿಲ್ಲ'' ನನ್ನ ಸೋದರಿ ಹೇಳಿದಳು.

ನಮಗಿಲ್ಲವೆ ?

ಅದೇನಿದ್ದರೂ ಹೊಸ ಅತಿಥಿಗಳಿಗೆ ನಾನು ಹೀಗೆ ವಿವರಿಸಿ ಹೇಳಬೇಕಾಗಿತ್ತು:

''ಬಿಸಿಲಿಗೆ ಬೆಂದ, ಆ ಎತ್ತರದ ವ್ಯಕ್ತಿ ನಿಲ್‌ಫೆರ್ತ್ ಇದ್ದಾನಲ್ಲ, ಅವನು ಸ್ವಲ್ಪ ವಿಚಿತ್ರ. ನಮ್ಮಲ್ಲಿ ಎಲ್ಲರಲ್ಲೂ ಸ್ವಲ್ಪ ಹೆಚ್ಚು ಅಥವಾ ಕಡಿಮೆ ಎದ್ದು ಕಾಣುವ ಇಂಥ ವಿಲಕ್ಷಣತೆಗಳು ಇದ್ದೇ ಇರ್ತವೆ. ಅದನ್ನು ಗಮನಿಸದೇ ಇರೋದಕ್ಕಾಗದೇ ಇದ್ದರೂ ಅದೊಂದು ಸಣ್ಣ ವಿಷಯ. ಅದನ್ನ ಮುಖ್ಯ ಅಂತ ತಿಳಿದುಕೊಳ್ಳಬೇಕಾಗಿಲ್ಲ. ಅದೊಂದು ಕ್ಷುಲ್ಲಕ ಸಂಗತಿ.''

''ಅದು ನಿಜ. ನಮಗೆಲ್ಲರಿಗೂ ನಮ್ಮದೇ ಆದ ವಿಲಕ್ಷಣತೆಗಳಿವೆ. ಅದೊಂದು ಸಣ್ಣ ವಿಚಾರ. ನಿದರ್ಶನಕ್ಕೆ ನನ್ನ ಗಡ್ಡವನ್ನೇ ನೋಡಿ. ಅಂದ ಹಾಗೆ ನಾನದನ್ನ ಕತ್ತರಿಸಿ ಟ್ರಿಮ್ ಮಾಡಿಸಬೇಕಾಗಿದೆ,'' ಎಂದು ಕುಶಲ ಕಲಾ ಮಾಸ್ತರ್ ಓಕೆಸೋನ್ ಹೇಳಿದರು. ಅನಂತರ ಅವರು ಮುಂದುವರಿದರು :

''ಆದರೆ ನನಗೆ ತೊಂದರೆ ಕೊಡುವ ಒಂದೇ ವಿಚಾರವೆಂದರೆ, ಈ ತಟ್ಟೆ ಲೋಟಗಳ ವ್ಯವಹಾರ ಅವನ ಏಕಮಾತ್ರ ವಿಲಕ್ಷಣತೆಯಾಗಿರೋದು. ನಾನು ಹೇಳಿದ್ದು ಅರ್ಥವಾಯಿತೇ ?''

ಬಹುಶಃ ಇನ್ನೂ ಒಂದು ವಿಷಯವಿತ್ತು.

''ಮಧ್ಯಾಹ್ನ ಊಟದ ವೇಳೆಗೆ ಅವನಿಗೆ ನಾವು ಸ್ಯಾಂಡ್‌ವಿಚ್ ತಯಾರಿಸಿಡ್ತೇವೆ. ಅವನು ಅಡುಗೆ ಮನೆಗೆ ಬಂದವನೇ ಜೊತೇಲಿ ತಂದ ಕಾಗದದಲ್ಲಿ ಅದನ್ನ ಸುತ್ತಿಡ್ತಾನೆ,'' ಎಂದು ನನ್ನ ಸೋದರಿ ಹೇಳಿದಳು.

ನನ್ನ ಸ್ನೇಹಿತ ಓಕೆಸೋನ್ ತಮ್ಮ ಗಡ್ಡವನ್ನು ಯೋಚನಾಮಗ್ನರಾಗಿ ನೀವಿಕೊಳ್ಳುತ್ತಾ ಕೊನೆಗೆ ಹೇಳಿದರು :

''ಇಲ್ಲ; ಅವನದೇ ಆದ ತಟ್ಟೆ, ಲೋಟಾ, ಅವನದೇ ಆದ ಕಾಗದ. ಎರಡೂ ಒಂದೇ.''

ಸ್ಟಾಕ್ ಹೋಂನ ಅಂಚೆ ಕಚೇರಿಯ ಹಣ ರವಾನೆ ವಿಭಾಗದಲ್ಲಿ ಕೆಲಸ ಮಾಡುತ್ತಿದ್ದ ಹುಡುಗಿಯೊಬ್ಬಳು ಅವನು ಸ್ವಂತ ತಟ್ಟೆ, ಲೋಟಗಳನ್ನು ತರುವುದರಿಂದ ತೊಂದರೆಯೇನೂ ಆಗುತ್ತಿಲ್ಲವೆಂದು ತಿಳಿಸಿದಳು. ಆದರೆ ಅವನು ಊಟ ಮುಗಿಸಿ ತಟ್ಟೆ, ಲೋಟ, ಚಮಚಗಳನ್ನು ಜೊತೆಯಲ್ಲಿ ತೆಗೆದುಕೊಂಡು ಹೋಗುವುದನ್ನು ಮಾತ್ರ ಅವಳಿಂದ ಸಹಿಸಲಾಗುತ್ತಿರಲಿಲ್ಲವಂತೆ.

ಒಂದು ಕಾಗದದ ಚೌಕದಲ್ಲಿ ಅವನು ಚಾಕು, ಚಮಚೆಗಳನ್ನು ಸುತ್ತಿಡುತ್ತಿದ್ದ.

ಅವಳ ಗೆಳತಿ ಹೇಳಿದಳು : ''ಅವನು ಸಂತೊಷವಾಗಿರ್ತಾನೆ, ಯೋಚನೆ ಮಾಡ್ತಾನೆ, ಎಲ್ಲರ ಜೊತೆ ಹೊಂದಿಕೊಳ್ತಾನೆ, ಅವನಲ್ಲೇನೂ ದೋಷವಿಲ್ಲ. ಹೀಗಿದ್ದರೂ ಅವನಿಂದ ದೂರವಿರಬೇಕು ಅಂತ ನಿಮಗನ್ನಿಸ್ತದೆ.''

ಅವಳು ಸುಂದರಿಯಾಗಿದ್ದಳು. ತನ್ನ ದೃಷ್ಟಿದೋಷವನ್ನು ಮರೆಮಾಡುವ ಸಲುವಾಗಿ ತೆಳುಬಣ್ಣದ ಕನ್ನಡಕ ಧರಿಸಿದ್ದ ಅವಳು ಮಾತು ಮುಂದುವರಿಸಿದಳು :

''ನೀವು ನನ್ನನ್ನು ಬಹುಶಃ ಮೂರ್ಖಳು ಅಂತ ಅನ್ನಬಹುದು. ಆದರೆ ಅವನೇನಾದರೂ ಮಾಡಬಹುದು ಅಂತ ನಾನು ಸದಾ ನಿರೀಕ್ಷಿಸ್ತಾ ಇದ್ದೇನೆ. ಯಾಕೆ ಅಂತ ನನಗೆ ಗೊತ್ತಿಲ್ಲ. ಬಹುಶಃ ನಾನು ಮೂರ್ಖಳಾಗಿರ್ಬಹುದು. ಆದರೆ ಅವನೇನೂ ಮಾಡ್ತಿಲ್ಲ. ಹಾಗೆ ಮಾಡಿದರೆ, ಅಂದರೆ ಏನಾದರೂ ವಿಶೇಷವಾದದ್ದನ್ನು ಮಾಡಿದರೆ ಇದ್ದಕ್ಕಿದ್ದಂತೆ ಚೆನ್ನಾಗಿರ್ತಿತ್ತು. ಬಹುಶಃ ನನ್ನನ್ನು ಮೂರ್ಖಳು ಅಂತ ಅನ್ನಬಹುದು.''

ಇಷ್ಟು ಹೇಳಿ ಅವಳು ನಾಚಿಕೆಯಿಂದ ಕೆಂಪೇರಿದಳು.

''ನೀನು ಮೂರ್ಖಳೇನೂ ಅಲ್ಲ'' ಓಕೆಸೋನ್ ಅವಳಿಗೆ ಆಶ್ವಾಸನೆ ನೀಡಿದರು.

ನಿಲ್‌ಫರ್ತ್ ಸ್ಟಾಕ್ ಹೋಂನವನು. ಆದರೆ ಅವನ ಹೆಸರು ಟೆಲಿಫೋನ್ ಪುಸ್ತಕದಲ್ಲಿರಲಿಲ್ಲ. ಬಣ್ಣದ ವ್ಯಾಪಾರಿ ಅದನ್ನು ಪರಿಶೀಲಿಸಿದ್ದ.

ನಾನು ಇಡ್ಸ್‌ಗಾರ್ಡನ್‌ಗೆ ಫೋನ್ ಮಾಡಿದೆ. ಸ್ವೆನ್ ಯಾನ್‌ಸೋನ್ ಊರಿನಲ್ಲಿರಲಿಲ್ಲ. ಒಂದು ವಾರದೊಳಗೆ ಆತ ಹಿಂತಿರುಗುವ ಸಂಭವವಿರಲಿಲ್ಲ. ಸ್ವೆನ್ ಯಾನ್‌ಸೋನ್‌ನಿಂದ ನನಗೇನು ಬೇಕಿತ್ತು? ನಾನು ಉತ್ತರಿಸಿದೆ.

''ನಿಲ್‌ಫರ್ತ್‌ನನ್ನು ಅಲ್ಲಿಂದಲ್ಲಿಗೆ ಸಾಗಹಾಕಲು ಅವನನುಸರಿಸಿದ್ದ ಮಾರ್ಗ ಯಾವುದು ಅಂತ ನಾನು ತಿಳಿಯಬಯಸಿದೆ.''

''ಒಂದಲ್ಲ ಒಂದು ನೆಪ ನಿಮಗೆ ಹೊಳೀತದೆ.''

''ನೀವೇನಾದರೂ ಸಲಹೆ ಕೊಡಬಲ್ಲಿರಾ ?''

ಅದಕ್ಕೆ ಪಕ್ಕದಲ್ಲಿದ್ದ ಓಕೆಸೋನ್ ಉತ್ತರಿಸಿದ :

''ಅವನಿಗೆ ನಿಜಸಂಗತಿ ತಿಳಿಸು. 'ತಟ್ಟೆ ತೊಳೆಯುವ ನಿನ್ನಂಥ ವಿಶಿಷ್ಟ ಅತಿಥಿಯಿಂದಾಗಿ ನನಗೆ ಕಿರಿಕಿರಿಯಾಗ್ತಿದೆ' ಅಂತ ಹೇಳು.''

''ಅದು ಅಷ್ಟು ಸುಲಭವಲ್ಲ.''

''ಅತಿಥಿಗಳಿಗೆ ನಿನ್ನ ಕಂಡರೆ ಸಂತೋಷವೇನೋ ಸರಿ. ಆದರೆ ನಿನ್ನ ತಟ್ಟೆ, ಲೋಟಗಳು ಕಿರಿಕಿರಿಯುಂಟುಮಾಡ್ತವೆ. ಅದನ್ನು ಬಹಳ ದಿವಸ ತಡೆಯೋದಕ್ಕಾಗೋದಿಲ್ಲ ಅಂತ ಅವನಿಗೆ ತಿಳಿಸು.''

ನಾನು ತಲೆ ಆಡಿಸಿದೆ. ಅದು ಇನ್ನೂ ಕಷ್ಟ, ಪ್ರತ್ಯಕ್ಷವಾಗಿ ಅವನಿಗೆ, ಪರೋಕ್ಷವಾಗಿ ನನಗೆ. ''ನಾನು ಇನ್ನೂ ಸ್ವಲ್ಪ ಯೋಚಿಸಬೇಕಾಗಿದೆ'' ಎಂದು ಹೇಳಿದೆ.

ಆ ದಿನ ಮಧ್ಯಾಹ್ನ ಅವನನ್ನು ನನ್ನ ಚಿಕ್ಕ ಕಛೇರಿಗೆ ಕರೆದೆ. ಯಾವಾಗಲೂ ತೆರೆದಿರುತ್ತಿದ್ದ ಬಾಗಿಲನ್ನು ಮುಚ್ಚಿದೆ. ''ಮಿಸ್ಟರ್ ನಿಲ್‌ಫರ್ತ್, ಕುಳಿತುಕೊಳ್ಳಿ'' ಎಂದೆ.

''ನಿಜವಾದ ಬೇಸಿಗೆ ಇದೀಗ ಪ್ರಾರಂಭವಾಗಿದೆ,'' ಎಂದು ಹೇಳಿ ಮೇಜಿನ ಇನ್ನೊಂದು ಬದಿಯಲ್ಲಿ ನಾನು ಕುಳಿತೆ.

''ಹೌದು, ಬೇಗನೆ ಹುಲ್ಲು ಕಟಾವಿನ ಕೆಲಸ ಶುರು ಮಾಡ್ಬಹುದು.''

''ನಿಮ್ಮ ಬಳಿ ಸ್ವಲ್ಪ ಮಾತಾಡಬೇಕು ಮಿಸ್ಟರ್ ನಿಲ್‌ಫರ್ತ್.''

''ಬಹಳ ಸಂತೋಷ'' ಅವನು ಹೇಳಿದ.

''ನೀವು ಸ್ವಲ್ಪ ದಿವಸಗಳಿಂದ ಇಲ್ಲೇ ಇದ್ದೀರಿ. ಹತ್ತು ಹನ್ನೊಂದು ದಿವಸಗಳಾಗ್ಬಹುದು ಅಂತ ನನ್ನ ಊಹೆ.''

ಅವನು ಬಾಯಗಲಿಸಿ ಸ್ನೇಹದ ನಗೆ ಬೀರುತ್ತಾ ಹೇಳಿದ :

''ನನಗಿದು ತುಂಬಾ ಹಿಡಿಸಿತು. ಆದರೆ ಒಂದು ವಿಚಾರದ ಬಗ್ಗೆ ಮಾತ್ರ ನಾನು ಯೋಚನೆ ಮಾಡ್ತಾ ಇದ್ದೇನೆ.''

ಅವನು ಎದ್ದು ಗೋಡೆಗೆ ನೇತುಹಾಕಿದ್ದ ನಕ್ಷೆಯ ಬಳಿಗೆ ಹೋಗಿ ಕೇಳಿದ :

''ಇಲ್ಲಿ ತಾನೇ ನಾವಿರೋದು ? ಅಲ್ಲಿ ಕೊಂಚ ಮೇಲೆ ಒಂದು ಸಣ್ಣ ಹೋಟೆಲ್ ಇದೆಯಲ್ಲವೆ ?''

''ಹೌದು, ಕೇವಲ ಮೂರು ಮೈಲಿಗಳ ಬಸ್ ಪ್ರಯಾಣ'' ನಾನು ಉತ್ತರಿಸಿದೆ.

''ನನಗಿದು ತುಂಬಾ ಹಿಡಿಸಿತು. ಗೊತ್ತಾಯ್ತೆ? ಆದರೂ ಮೇಲಿನ ಹೋಟೆಲ್‌ಗೆ ಹೋಗಬೇಕು ಅಂತ ಯೋಚಿಸ್ತಿದ್ದೇನೆ.''

ಅವನು ನನ್ನ ಭುಜದ ಮೇಲೆ ಮೆಲ್ಲನೆ ಕೈಯಿಟ್ಟ.

''ನನ್ನನ್ನು ತಪ್ಪು ತಿಳ್ಕೊಬೇಡಿ. ನನಗಿಲ್ಲಿ ತುಂಬಾ ಚೆನ್ನಾಗಿತ್ತು. ಅದರೆ ಹೊಸ ಜಾಗ, ಹೊಸ ವಾತಾವರಣಕ್ಕೆ ಯಾವುದೂ ಸಮನಲ್ಲ.''

ಅವನು ಮತ್ತೆ ಕುರ್ಚಿಯಲ್ಲಿ ಕುಳಿತು ನನಗೊಂದು ಸಿಗರೇಟ್ ಕೊಟ್ಟ; ತಾನು ಮಾತ್ರ ಸೇದಲಿಲ್ಲ.

ಸ್ವಲ್ಪ ಹೊತ್ತು ನಾವು ಸುಮ್ಮನೆ ಕುಳಿತಿದ್ದೆವು. ಬಳಿಕ ಆತ ಕೇಳಿದ :

''ಅಲ್ಲೊಂದು ಕೋಣೆ ಖಾಲಿಯಿದೆಯಾ ಅಂತ ಫೋನ್ ಮಾಡಿ ಕೇಳಿ ನನಗೊಂದಿಷ್ಟು ಸಹಾಯ ಮಾಡ್ತೀರಾ ?''

''ಖಂಡಿತ.''

ಮತ್ತೆ ಸ್ವಲ್ಪ ಹೊತ್ತು ಮೌನ. ಆಮೇಲೆ ಎದ್ದುನಿಂತ ಅವನು ಬಾಗಿಲು ತೆರೆದ.

''ಊಟಕ್ಕೆ ಮುಂಚೆ ಸ್ವಲ್ಪ ತಿರುಗಾಡಿ ಬರೋಣ ಅನ್ನಿಸ್ತದೆ. ಇನೇನೂ ಸಮಾಚಾರವಿಲ್ಲ ತಾನೆ ?'' ಅವನು ಕೇಳಿದ.

''ಇಲ್ಲ, ವಂದನೆಗಳು'' ನಾನು ಉತ್ತರಿಸಿದೆ. ೦

ಫಿನ್‌ಲೆಂಡ್

O ಮಾರ್ತಿ ಲಾರ್ನಿ

ಪರಿಶುದ್ಧ ಮಾನವಕುಲ

1953ರಲ್ಲಿ ಅಮೆರಿಕದ ಸಂಯುಕ್ತ ಸಂಸ್ಥಾನಗಳ ದಕ್ಷಿಣ ಭಾಗದಲ್ಲಿ ನಾನು ಪ್ರವಾಸ ಮಾಡುತ್ತಿದ್ದಾಗ ಒಂದು ಸಣ್ಣ ಪಟ್ಟಣದ ಬಸ್ ನಿಲ್ದಾಣದಲ್ಲಿ ಒಂದು ಘಟನೆ ನಡೆಯಿತು. ಜೀವನದ ಇಸ್ಪೀಟಾಟದಲ್ಲಿ ಅದೃಷ್ಟವಶಾತ್ ತುರುಪಿನ ಕೆಲವು ಒಳ್ಳೆಯ ಎಲೆಗಳು ನನ್ನ ಪಾಲಿಗೆ ಬಂದಿದ್ದವೆಂದು ಅದರಿಂದ ನನಗೆ ಖಚಿತವಾಯಿತು. ಐರೋಪ್ಯನಾದ ಕಾರಣ ಸ್ವಾಭಾವಿಕವಾಗಿಯೇ ನಾನೊಬ್ಬ ಹೆಡ್ಡ ಮತ್ತು ಮೂಢ. (ಒಂದು ವಿಷಯದ ಬಗೆಗಿನ ನನ್ನ ಜ್ಞಾನಭಂಡಾರ ಬರಿದಾದ ಮೇಲೆ ನಾನು ಸಾಮಾನ್ಯವಾಗಿ 'ಇತ್ಯಾದಿ' ಪದವನ್ನು ಬಳಸುವ ವ್ಯಕ್ತಿ). ಅಲ್ಲದೆ ಈ ಪ್ರವಾಸದಲ್ಲಿ ನನಗೊಬ್ಬ ಮಾರ್ಗದರ್ಶಿಯೂ ಇರಲಿಲ್ಲ. ಆದುದರಿಂದ 'ಗಂಡಸರು' ಎಂದು ಬರೆದಿದ್ದ ಬಾಗಿಲಿನತ್ತ ನಾನು ನಡೆದೆ. ನಾನದನ್ನು ತೆರೆಯುವ ಮೊದಲೇ ಕರಿ ತೊಗಲಿನ ಮನುಷ್ಯನೊಬ್ಬ ನನ್ನ ಬಳಿ ಬಂದು ಹೇಳಿದ :

''ಅಲ್ಲಿ ಹೋಗಬೇಡಿ ಸರ್ ! ನಿಮಗಾಗಿಯೇ ಈ ಕಡೆ ವಿಶೇಷವಾದ ಕೋಣೆಯೊಂದಿದೆ.''

ಎದುರು ಕೋಣೆಯ ಬಾಗಿಲಿನ ಮೇಲೆ ಹೊಳಪಿನಿಂದ ಕೂಡಿದ ಫಲಕದಲ್ಲಿ ''ಗಂಡಸರು, ಬಿಳಿಯರು ಮಾತ್ರ'' ಎಂದು ಬರೆದಿತ್ತು.

ಇದರಿಂದ ನಾನು ಗೊಂದಲಕ್ಕೊಳಗಾದೆ. ಆದರೆ ನೂರು ವರ್ಷಗಳಿಗಿಂತಲೂ ಹಿಂದೆ, ಆಫ್ರಿಕಾದಿಂದ ಈ ಹೊಸ ಭೂಕಂಡಕ್ಕೆ ಸರಪಳಿ ಕಟ್ಟಿ ಎಳೆದು ತರಲ್ಪಟ್ಟ ಜನರ ವಂಶಜನಾಗಿದ್ದ ನನ್ನ ದಯಾಳು ಸಲಹೆಗಾರ. ನನ್ನ ಭ್ರಾಂತ ಅಚ್ಚರಿಯನ್ನು ಈ ಮಾತುಗಳಿಂದ ಹೋಗಲಾಡಿಸಿದ.

''ದಯವಿಟ್ಟು ಸರ್, ಅದು ಇಲ್ಲಿದೆ. ಸಭ್ಯ ಜನರು ವಿಸರ್ಜಿಸೋದು ಇಲ್ಲಿಯೇ. ಆ ಕಡೆ ಅದನ್ನು ಮಾಡೋದು ಅವರಿಗೆ ಅಪಮಾನ.''

ನಾನು ಸ್ವಲ್ಪ ದಿಗ್ಭ್ರಮೆಯಿಂದ ಇನ್ನು ಕೂಡ ಅವನ ಮುಖ ನೋಡುತ್ತಿದ್ದಿರಬೇಕು. ಯಾಕೆಂದರೆ ಕಪ್ಪು ಚರ್ಮದ ನನ್ನ ಮಾರ್ಗದರ್ಶಿ ನನಗಾಗಿ ಬಾಗಿಲು ತೆರೆದು ಹರುಕುಮುರುಕು ಸ್ಪಾನಿಷ್‌ನಲ್ಲಿ ಹೇಳಿದ.

''ಬಿಳಿಯರೆಲ್ಲಾ ಸಭ್ಯ ಜನ.''

ನನಗೆ ಯಾರೋ ಕಚಗುಳಿ ಇಟ್ಟಂತಾಯಿತು. ನನ್ನ ಜೀವನದಲ್ಲೆಂದೂ ಇಂಥ ಹೊಗಳಿಕೆ ಮತ್ತು ಗೌರವದ ಮೃದು ಮಧುರ ಲೇಪನ ನನ್ನ ವೈಯಕ್ತಿಕ ಘನತೆಯ ಪ್ರಜ್ಞೆಗೆ ದೊರೆತಿರಲಿಲ್ಲ. ಇದ್ದಕ್ಕಿದ್ದಂತೆಯೇ ನನಗೆ ಮನುಷ್ಯ ವರ್ಗದಲ್ಲಿ ಪ್ರಭುಗಳ ಸ್ಥಾನ ದೊರಕಿತ್ತು. ನನಗೆ ಬಿಳಿಯ ಚರ್ಮ ಕರುಣಿಸಿದ್ದಕ್ಕಾಗಿ ಸೃಷ್ಟಿಕರ್ತನಿಗೆ ನಾನು ಮೂರು ಮೂರು ಬಾರಿ ಹರಕೆ ಹೊತ್ತೆ.

''ಸಭ್ಯ ವ್ಯಕ್ತಿ, ನರಕದಲ್ಲಿಯೂ ಸಭ್ಯ ವ್ಯಕ್ತಿಯಾಗಿಯೇ ಉಳಿಯುತ್ತಾನೆ'' ಎಂದು ಫಿನ್‌ಲೆಂಡಿನ ಒಬ್ಬ ಬರಹಗಾರ ಒಮ್ಮೆ ಹೇಳಿದ್ದ. ಆದರೆ ಸ್ವಾತಂತ್ರ್ಯ ಮತ್ತು ಸಮಾನತೆಗಳ ಭರವಸೆ ನೀಡುವ ಈ ನಾಡಿನಲ್ಲಿ ಏನು ನಡೆಯುತ್ತಿದೆ ಎಂಬುದರೊಂದಿಗೆ ಹೋಲಿಸಿದರೆ ಅದೊಂದು ವಿಶೇಷ ಸಂಗತಿಯೇ ಅಲ್ಲ. ಇಲ್ಲಿ ಸಭ್ಯ ವ್ಯಕ್ತಿಯೊಬ್ಬ ಮೂತ್ರದ ದೊಡ್ಡಿಯಲ್ಲಿಯೂ ಸಭ್ಯ ವ್ಯಕ್ತಿಯಾಗಿಯೇ ಉಳಿಯುತ್ತಾನೆ.

ಸ್ವಾತಂತ್ರ್ಯ ಮತ್ತು ಸಮಾನತೆಗಳು ಸಾಪೇಕ್ಷ ಪರಿಕಲ್ಪನೆಗಳು. ಪ್ರತಿಯೊಬ್ಬರಿಗೂ ಕಸದ ರಾಶಿಯಲ್ಲಿ ಆಹಾರ ಹುಡುಕುವ ಸ್ವಾತಂತ್ರ್ಯವೂ ಪ್ರತಿಯೊಬ್ಬರಿಗೂ ವಿದ್ಯುತ್ ಕುರ್ಚಿಯನ್ನು ಸೇರುವ ಅವಕಾಶವೂ ಉಳ್ಳ ಸ್ವಾತಂತ್ರ್ಯದ ಮಹಾ ನಾಡು ತನ್ನ ದೇಶವೆಂದು ಜಾಕ್ ಲಂಡನ್ ತನ್ನ ಕೃತಿಯೊಂದರಲ್ಲಿ ಹೇಳಿದ್ದಾನೆ.

ಜನರು ಸ್ಮಶಾನದಲ್ಲಿ ಮಾತ್ರ ಪೂರ್ಣ ಸಮಾನತೆ ಪಡೆದುಕೊಳ್ಳುತ್ತಾರೆ. ಅಲ್ಲಿ ಬಿಳಿಯ ಜನ ವರ್ಣ ವ್ಯತ್ಯಾಸಗಳ ಬಗ್ಗೆ ಒಂದೇ ಒಂದು ಮಾತನ್ನೂ ಆಡದೆ ಕರಿಯ ಜನರೊಂದಿಗೆ ಸಮಾನರಾಗಿ ಮಲಗಿರುತ್ತಾರೆ.

ಒಂದು ದಿನ ನಾನೊಬ್ಬ ಸಮಾಜ ಶಾಸ್ತ್ರಜ್ಞನನ್ನು ಭೇಟಿ ಮಾಡಿದೆ. ಆತ ವಿವಿಧ ಮಾನವಕುಲಗಳ ನಡತೆ, ವ್ಯಕ್ತಿತ್ವ ಲಕ್ಷಣ, ಸಾಂಸ್ಕೃತಿಕ ಪರಂಪರೆ ಮತ್ತು ಧಾರ್ಮಿಕ ನಂಬಿಕೆಗಳ ಬಗ್ಗೆ ಸಂಶೋಧನೆ ಮಾಡುವ ಸಲುವಾಗಿ ಕಷ್ಟಪಟ್ಟು ಕೆಲಸ ಮಾಡುತ್ತಿದ್ದ. ಎರಡು ವರ್ಷಗಳ ವಿದೇಶ ಪ್ರವಾಸ ಮುಗಿಸಿಕೊಂಡು ಆಗತಾನೇ ಅವನು ಹಿಂದಿರುಗಿದ್ದ. ಅವನೊಂದಿಗೆ ಮಾತನಾಡುವುದು ಸ್ವಾರಸ್ಯಕರವಾಗಿರುತ್ತದೆಂದು ನಾನು ಭಾವಿಸಿದೆ. ಅವನು ಅನೇಕ ವಿಷಯಗಳಲ್ಲಿ ಜ್ಞಾನಿಯಾಗಿರುವುದು ನನಗೆ ಗೊತ್ತಾಯಿತು. ನವಿಲುಗರಿಯ ಬಣ್ಣದ ಟೈಯನ್ನು ಅವನು ಸಡಿಲವಾಗಿ ಕಟ್ಟಿಕೊಂಡಿದ್ದ. ಅದರ ಮೇಲೆ ಹವಾಯಿ ಹುಡುಗಿಯರು ಹುಲಾಹುಲ ನರ್ತನ ಮಾಡುವ ಒಂದು ಚಿತ್ರವಿತ್ತು. ಸಮಾಜ ವಿಜ್ಞಾನದ ದೃಷ್ಟಿಯಿಂದ ಇದು ಕೂಡ ಒಂದು ಆಸಕ್ತಿದಾಯಕ ವಿಷಯವೇ. ಆ ತರುಣ ಒಂದು ಆರಾಮ ಕುರ್ಚಿಯಲ್ಲಿ ಕುಳಿತು, ಕಾಲುಗಳನ್ನು ನನ್ನ ಮೇಜಿನ ಮೇಲಿಟ್ಟು ಬಾಯಿಗೆ ಚ್ಯೂಯಿಂಗ್ ಗಮ್ ಹಾಕಿಕೊಂಡ. ಹ್ಯಾಟನ್ನು ತಲೆಯ ಹಿಂಭಾಗಕ್ಕೆ ಸರಿಸಿ ಆತ ಹೆಚ್ಚು ಯೋಚನೆ ಮಾಡದೆ ಅಲಕ್ಷ್ಯದಿಂದ ಮಾತನಾಡತೊಡಗಿದ :

''ನಿಜವಾದ ಸ್ವಾತಂತ್ರ್ಯ ಮತ್ತು ಸಮಾನತೆಯ ಅರ್ಥವನ್ನು ತಿಳಿಯುವ ಸಲುವಾಗಿ ಪ್ರತಿಯೊಬ್ಬ ಐರೋಪ್ಯನೂ ಒಂದೆರಡು ವರ್ಷ ಕಾಲ ಸಮುದ್ರದಾಚೆ ಜೀವಿಸೋದು ಒಳ್ಳೆಯದು.''

ಅನಂತರ ಜೇಬಿನಲ್ಲಿ ಕೈಹಾಕಿ ಒಂದು ಸಿಗರೇಟನ್ನು ಹುಡುಕಿ ಹೊರ ತೆಗೆದು, ಬೆಂಕಿ ಕಡ್ಡಿಯನ್ನು ಬೂಟಿನ ಅಟ್ಟೆಗೆ ಗೀಚಿ ಅದನ್ನು ಹಚ್ಚಿ ಆತ ಮಾತು ಮುಂದುವರಿಸಿದ :

''ಈ ಫಿನ್ಲೆಂಡಿನ ಜನರಿಗೆ ಸ್ವಾತಂತ್ರ್ಯದ ಬಗ್ಗೆ ಏನೇನೂ ತಿಳಿಯದು. ದರೋಡೆಕಾರರು ಮತ್ತು ಮಂತ್ರಿಗಳು ಒಟ್ಟಿಗೆ ಕುಳಿತು ಕುಡಿದಾಗ ಹಾಗೂ ಪೂಜಾರಿಗಳೂ ತೈಲದೊರೆಗಳು ಒಂದೇ ಹೋಟೆಲಿನಲ್ಲಿ ತಂಗಿದಾಗ ಮಾತ್ರ ನೀವು ನಿಜವಾದ ಸಮಾನತೆಯ ಬಗ್ಗೆ ಮಾತನಾಡಬಹುದು.''

''ಆಶ್ಚರ್ಯ! ದರೋಡೆಕಾರನು ಕರಿಯನಾಗಿ, ಮಂತ್ರಿ ಬಿಳಿಯನಾದರೆ ಅವರು ಒಟ್ಟಿಗೆ ಕುಳಿತು ಕುಡೀಬಹುದೇ ?'' ನಿಜವಾದ ಆಸಕ್ತಿಯಿಂದ ನಾನು ಕೇಳಿದೆ.

ಉನ್ನತ ವ್ಯಾಸಂಗ ಮಾಡಿದ್ದ ಆ ಸಮಾಜ ವಿಜ್ಞಾನಿ ಸಿಗರೇಟನ್ನು ನೆಲದ ಮೇಲೆ ಎಸೆದ, ಕಡೆ ಚ್ಯೂಯಿಂಗ್ ಗಮ್ಮನ್ನು ಗೋಡೆಯ ಕಡೆ ಉಗಿದ. ಬಳಿಕ ನನ್ನ ಕಡೆ ತಿರುಗಿ, ಜನಪ್ರಿಯ ಪತ್ತೇದಾರಿ ಕಾದಂಬರಿಗಳಲ್ಲಿ ವರ್ಣಿಸುವಂತೆ, ಹರಿತವಾದ ನೋಟ ಬೀರಿ, ಗಡಸು ದನಿಯಲ್ಲಿ ಪ್ರಶ್ನಿಸಿದ :

'' 'ಒಬ್ಬ ಕಪ್ಪು ಮನುಷ್ಯ' ಅಂತ ನೀನು ಹೇಳಿದೆಯಾ ?''

''ಹೌದು, ಹಾಗೆ ಹೇಳಿದೆ.''

''ಆದರೆ ನಾನು ಮಾತಾಡ್ತಿದ್ದದ್ದು ಜನರ ಬಗ್ಗೆ.''

ನಾನು ಆಶ್ಚರ್ಯದಿಂದ ಹೇಳಿದೆ :

''ನನಗೂ ಹಾಗೇ ಅನ್ನಿಸಿತು. ಸಮಾಜ ವಿಜ್ಞಾನಿಯಾಗಿರೋ ನಿಮಗೆ ನೀಗ್ರೋಗಳು ಸಹ ಮನುಷ್ಯರು ಅನ್ನೋದು ತಿಳಿದಿದೆ ಅಂತ ನಾನು ಭಾವಿಸ್ತೇನೆ.''

ಆಧುನಿಕ ಸಮಾಜ ಶಾಸ್ತ್ರದ ಈ ಆದ್ಯ ಪ್ರವರ್ತಕ ದೋಷ ಹುಡುಕುವವನಂತೆ ನನ್ನನ್ನು ನೋಡಿದ. ಸ್ವಲ್ಪ ಹೊತ್ತು ಮೌನಿಯಾಗಿದ್ದು ಬಳಿಕ ಒಂದು ಭಾಷಣವನ್ನೇ ಬಿಗಿದ :

''ಗೆಳೆಯ, ಪ್ರಗತಿ ಎಲ್ಲಾ ಕ್ಷೇತ್ರಗಳಲ್ಲೂ ಈಗ ಬಹಳ ಬಿರುಸಿನಿಂದ ನಡೆಯುತ್ತಿದೆ. ನಾವು ಪ್ರತಿ ದಿವಸ ಹೊಸ ಅನ್ವೇಷಣೆಗಳನ್ನೂ, ಸಂಶೋಧನೆಗಳನ್ನೂ ಮಾಡ್ತಿದ್ದೇವೆ, ಸಮಾಜ ಶಾಸ್ತ್ರದ ಕ್ಷೇತ್ರದಲ್ಲಿ ನಾನು ಈ ಶತಮಾನದ ಕೊಲಂಬಸ್ ಆಗಿದ್ದೇನೆ. ಕೆಲವು ವರ್ಷಗಳ ಹಿಂದೆ ಮಾನವ ಕುಲಗಳ ಬಗೆಗೆ ನಾನೊಂದು ಹೊಸ ಸಿದ್ಧಾಂತವನ್ನು ಪ್ರತಿಪಾದಿಸಿದೆ. ಅದನ್ನು ಎಲ್ಲಾ ಅಭಿವೃದ್ಧ ನಾಗರಿಕ ದೇಶಗಳು ಒಮ್ಮತದಿಂದ ಬೆಂಬಲಿಸಿದವು. ಪ್ರಪಂಚದ ಅತ್ಯಂತ ಶ್ರೀಮಂತ ಖಾಸಗಿ ವಿಶ್ವವಿದ್ಯಾಲಯಗಳು ನನ್ನ ಸಂಶೋಧನೆಗೆ ಆಶ್ರಯ ಕೊಟ್ಟಿವೆ. ಭೂಮಿಯ ಮೇಲಿನ ಎಲ್ಲಾ ಮಾನವರಲ್ಲೂ ಸಮಾನತೆ ಹಾಗೂ ದೈಹಿಕ ಲಕ್ಷಣಗಳಲ್ಲಿ ಮತ್ತು ಚರ್ಮದ ಬಣ್ಣದಲ್ಲಿ ಏಕರೂಪತೆಯನ್ನು ಸಾಧಿಸುವುದೇ ಈ ಸಂಶೋಧನೆಯ ಉದಾತ್ತ ಉದ್ದೇಶ.

''ತಾಂತ್ರಿಕ ಜ್ಞಾನದ ಮಹತ್ತರ ಪ್ರಗತಿಯಿಂದಾಗಿ ನೀಗ್ರೋ ಗುಲಾಮಗಿರಿ ಈಗ ಹೆಚ್ಚು ಕಡಿಮೆ ಅನವಶ್ಯವಾಗಿದೆ. ಆದುದರಿಂದ ಕರಿಯರನ್ನು ಹಾಗೂ ಉಳಿದ ಮಂದವರ್ಣೀಯರನ್ನು ಸೋಮಾರಿತನ ಮತ್ತು ಜಡತೆಯ ಶಾಪದಿಂದ ಬಿಡುಗಡೆ ಮಾಡುವುದೇ ಮಾನವ ಕುಲಗಳ ಬಗೆಗಿನ ನನ್ನ ಹೊಸ ಸಿದ್ಧಾಂತದ ಕೇಂದ್ರ ಬಿಂದು. ಪ್ರಯೋಗಿಸಿ ನೋಡಲ್ಪಟ್ಟ ಹಲವು ವಿಧಾನಗಳು ಇದಕ್ಕೋಸ್ಕರ ನಮ್ಮ ಬಳಿ ಇವೆ. ಸ್ವಚ್ಛ ಹಾಗೂ ಕಲಾತ್ಮಕ ವಿಧಾನದಲ್ಲಿ ಅರವತ್ತು ಲಕ್ಷ ಜನರನ್ನು ನೀರಸವಾದ ದೈನಂದಿನ ನೋವುಗಳಿಂದ ಬಿಡುಗಡೆಪಡಿಸಲು ನಾಜಿಗಳು ಉಪಯೋಗಿಸಿದ ಅನಿಲ ಗೂಡುಗಳು ಈಗ ಹಳತಾಗಿ ಹೋಗಿವೆ. ಆದ್ದರಿಂದ ಶ್ರೇಷ್ಠ ಜೀವ ರಸಾಯನ ಶಾಸ್ತ್ರಜ್ಞರು ಹಿತಕರವಾದ ಪಾಮ್-ಪಾಮ್ ಪಾನೀಯವನ್ನು ತಯಾರಿಸಲು ತಡ ಮಾಡಬಾರದೆಂದು ನಾನು ಸೂಚಿಸುತ್ತೇನೆ. ಅದನ್ನು ಪ್ರಪಂಚದ ಎಲ್ಲಾ ಕರಿಯರಿಗೆ ಪುಕ್ಕಟೆಯಾಗಿ ಒದಗಿಸಬೇಕು. ಪಾಮ್-ಪಾಮ್, ಪಾಶ್ಚಿಮಾತ್ಯ ವಿಜ್ಞಾನದ ಇತ್ತೀಚಿನ ಸಂಶೋಧನೆ. ಅದರಿಂದಾಗುವ ಪ್ರಯೋಜನವೆಂದರೆ, ಅದನ್ನು ಸೇವಿಸಿದವರೆಲ್ಲಾ ಸಂತಾನ ಶಕ್ತಿಯನ್ನು ಕಳೆದುಕೊಳ್ಳುತ್ತಾರೆ. ಕಪ್ಪು ಚರ್ಮದ ಜನರಿಗೆ ಮಕ್ಕಳಾಗುವುದು ನಿಂತು ಹೋದರೆ ಜಗತ್ತು ಇನ್ನೂ ಅರವತ್ತು ವರ್ಷಗಳಲ್ಲಿ ತನ್ನ ಬಂಧಮುಕ್ತ ಗುಲಾಮರಿಂದ ವಿಮೋಚನೆ ಪಡೀತದೆ. ನಮ್ಮ ಮಕ್ಕಳಿಗೆ, ಮೊಮ್ಮಕ್ಕಳಿಗೆ ಎಂಥ ಭವ್ಯ ಭವಿಷ್ಯ ಕಾದಿದೆ! ಅನಂತರ ಅಮೆರಿಕದಲ್ಲಿ ವರ್ಣದ್ವೇಷ

ಇರುವುದೇ ಇಲ್ಲ. ಹೀಗೆ ಮಹೋನ್ನತ ರೀತಿಯಲ್ಲಿ ಶಾಂತಿಯುತವಾಗಿ ಅದು ಗತ ಇತಿಹಾಸವಾಗಿ ಹೋಗುತ್ತದೆ. ಅಲ್ಲದೆ ಆಫ್ರಿಕದ ನಿಸರ್ಗ ಸಂಪತ್ತನ್ನು ಅದರ ನಿಜವಾದ ಒಡೆಯರಿಗೆ – ಬಿಳಿಯ ಮಾನವ ಕುಲದ ಆರೋಗ್ಯಶಾಲಿ. ಸುಸಂಸ್ಕೃತ ಮತ್ತು ದೈವಭಕ್ತ ಪ್ರತಿನಿಧಿಗಳಿಗೆ – ಹಿಂತಿರುಗಿಸಲಾಗುವುದು.

''ಈ ನನ್ನ ಹೊಸ ಮಾನವಕುಲ ಸಿದ್ಧಾಂತವನ್ನು ಅಮಾನವೀಯ ಎಂದು ಯಾರೂ ಕರೆಯದಂತೆ ಲಂಡನ್ ಮತ್ತು ಚಿಕಾಗೋಗಳ ಪ್ರಾಣಿ ಸಂಗ್ರಹಾಲಯಗಳಲ್ಲಿ ಎಲ್ಲ ಆಧುನಿಕ ಸವಲತ್ತು ಗಳಿಂದ ಕೂಡಿರುವ ಪಂಜರಗಳನ್ನು ನಿರ್ಮಿಸಿ ಅದರೊಳಗಿರುವವರಿಂದ ಪಾಮ್-ಪಾಮ್ ಪಾನೀಯವನ್ನು ಎಚ್ಚರಿಕೆಯಿಂದ ದೂರವಿಡಬೇಕೆಂದು ನಾನು ಸೂಚಿಸಬಯಸುತ್ತೇನೆ. ಇಂಥ ಪಂಜರಗಳಲ್ಲಿ ಕರಿ ಜನರು ಸ್ವಲ್ಪ ಸಮಯದ ಅನಂತರ ಪರಿಮಿತ ಸಂಖ್ಯೆಯ ಮಕ್ಕಳನ್ನು ಪಡೆಯಬಹುದು. ಆದರೆ ಇದು ಕಟ್ಟುನಿಟ್ಟಾದ ನಿಯಂತ್ರಣಕ್ಕೊಳಪಟ್ಟು, ವಿಶ್ವಸಂಸ್ಥೆಯ ಆಶ್ರಯದಲ್ಲಿ ನಡೆಯಬೇಕು. ಹೀಗೆ ಕಪ್ಪು ಜನ ಕುಲ ಸಂಪೂರ್ಣವಾಗಿ ನಾಶವಾಗದಂತೆ ನೋಡಿಕೊಳ್ಳಬೇಕು. ಇದು ಬಹಳ ಮುಖ್ಯವಾದ ವಿಷಯ ಹಾಗೂ ಮಾನವೀಯ ದೃಷ್ಟಿಕೋನದಿಂದ ಬಹಳ ಅಪೇಕ್ಷಣೀಯವಾದ ಸಂಗತಿಯೆಂದು ನನ್ನ ಭಾವನೆ. ಯಾಕೆಂದರೆ ಬೀದಿಗಳನ್ನು ಗುಡಿಸಲು, ರೈಲುಗಳನ್ನು ಸ್ವಚ್ಛಗೊಳಿಸಲು ಕಪ್ಪು ಜನರು ಬೇಕು. ಸರ್ಕಸ್ಸಿನ ಅಲೆಮಾರಿಗಳಾಗಿ, ಶ್ರೀಮಂತರಿಗೆ ಮತ್ತು ಅವರ ಕುಟುಂಬಗಳಿಗೆ ವಾಹನ ಚಾಲಕರಾಗಿ, ಸೇವಕರಾಗಿ ಮತ್ತು ಮನರಂಜನೆಗೋಸ್ಕರ ಖಡ್ಗಮಲ್ಲರಾಗಿ ದುಡಿಯಲು ಅವರು ಬೇಕು. ವೈದ್ಯಕೀಯ ಪ್ರಯೋಗ ಪಶುಗಳಾಗಿ ಅವರು ಬೇಕು. ಆದರೆ ಈ ಸಂದರ್ಭದಲ್ಲಿ ಮುಂಜಾಗರೂಕತೆಯ ಒಂದು ಕ್ರಮ ಅಗತ್ಯ. ಬಿಳಿಯರ ಕೈಕೆಳಗೆ ಕೆಲಸ ಮಾಡುವ ಇಂಥ ಕರಿ ಜನರು ನಮ್ಮ ಹೆಂಗಸರ ತಂಟೆಗೆ ಬಾರದಂತೆ ಅವರನ್ನು ನಿರ್ವೀರ್ಯಗೊಳಿಸಬೇಕು. ಅಹಿತಕರವಾದ ಅನೇಕ ವಿಷಯಗಳನ್ನು ಈ ಮೂಲಕ ತೊಡೆದು ಹಾಕಬಹುದು. ಎಲ್ಲಕ್ಕಿಂತ ಹೆಚ್ಚಾಗಿ ಉದ್ರೇಕಿತ ಜನರ ಗುಂಪುಗಳು ಕಾನೂನನ್ನು ತಮ್ಮ ಕೈಗೆ ತೆಗೆದುಕೊಂಡು ಕರಿಯರ ಕುತ್ತಿಗೆಗೆ ಹಗ್ಗ ಬಿಗಿದು, ಸಮೀಪದ ಮರದಿಂದಲೋ ಅಥವಾ ಕಂಬದಿಂದಲೋ ಅವರನ್ನು ನೇತುಹಾಕಿ ಕೊಲ್ಲುವಂಥ ಪ್ರಸಂಗಗಳನ್ನು ಈಗಂತೂ ಚಲನಚಿತ್ರಗಳಲ್ಲಿ ಮತ್ತು ಟೆಲಿವಿಷನ್‌ನಲ್ಲಿ ಭೀಕರ ಪೂಜಾವಧೆಗಳನ್ನೂ ಹಿಂಸಾತ್ಮಕ ದೃಶ್ಯಗಳನ್ನು ಸುಲಭವಾಗಿ ನೋಡಬಹುದಾದ್ದರಿಂದ ಸಾರ್ವಜನಿಕ ಆಸಕ್ತಿಯೂ ಇಂಥ ನೀಗ್ರೋ ಸಂಹಾರ ಕಾರ್ಯಗಳಲ್ಲಿ ಕಡಮೆಯಾಗಿದೆ.

''ಪಾಮ್-ಪಾಮ್ ಯೋಜನೆಯನ್ನು ಕಾರ್ಯಗತಗೊಳಿಸಿದ ಮೇಲೆ ಬೇರೆ ಬೇರೆ ಕೆಲವು ಮಾನವ ಕುಲಗಳ ಕಡೆ ಗಮನ ಹರಿಸಬೇಕಾದದ್ದು ಅಗತ್ಯ. ಅವುಗಳ ಪೈಕಿ ಜೀವಶಾಸ್ತ್ರಸಂಗ್ರಹಾಲಯ ಗಳಿಗೆ ಬೇಕಾಗಿರುವ ಕೆಲವು ಮಾದರಿಗಳ ಹೊರತು ಉಳಿದವುಗಳನ್ನು ಕಾಪಾಡಬೇಕಾದ ಅವಶ್ಯಕತೆಯಿಲ್ಲ. ಇಂಥ ಮಾನವ ಕುಲಗಳಲ್ಲಿ ರೆಡ್ ಇಂಡಿಯನ್ನರು ನಮಗೆ ಸಮಸ್ಯೆಯಾಗಿಲ್ಲ. ಏಕೆಂದರೆ ಕ್ಷಯ ರೋಗದಿಂದ ನಿಧಾನವಾಗಿ ಅವರು ನಾಶವಾಗುತ್ತಿದ್ದಾರೆ. ಆದರೆ ಹಳದಿ ಜನರನ್ನು ನಾಶಪಡಿಸಲು ಸ್ವಲ್ಪ ಪ್ರಯತ್ನ ಮಾಡಬೇಕಾದೀತು. ಸೆಮಯಟ್ ಮತ್ತು ಹ್ಯಾಮೈಟ್ ಜನರು ವಿಶೇಷ ಕುತಂತ್ರಿಗಳು ಹಾಗೂ ಮೊಂಡರು. ನಮ್ಮ ಹಿರಿಯ ವಿಜ್ಞಾನಿಗಳು, ಸೇನಾಧಿ ಕಾರಿಗಳು ಮತ್ತು ರಾಜಕಾರಣಿಗಳು ಈ ಸಮಸ್ಯೆಯನ್ನು ಪರಿಹರಿಸಲು ಸರಿಯಾದ ದಾರಿಯನ್ನು ಕಂಡುಕೊಳ್ಳುವುದರಲ್ಲಿ ನನಗೆ ಸಂಶಯವಿಲ್ಲ. ಪರಿಶುದ್ಧ ಮತ್ತು ಸಶಕ್ತ ಮಾನವ ಕುಲವನ್ನು ನಿರ್ಮಿಸುವುದೇ ನನ್ನ ಕಾರ್ಯ. ನಾನು 'ನಿರ್ಮಿಸುವುದು' ಎಂದು ಹೇಳಿದೆ. ಏಕೆಂದರೆ

ಆರ್ಯನ್-ಆಂಗ್ಲೋ-ಸಾಕ್ಸನ್ ಎಂದು ನಿರ್ವಿವಾದವಾಗಿ ಹೇಳಬಹುದಾದ ಮಾನವಕುಲ ತನಗೆ ತಾನೇ ಹುಟ್ಟಿಕೊಳ್ಳುವುದಿಲ್ಲ. ಆದ್ದರಿಂದಲೇ ಬಿಳಿಯರಲ್ಲೂ ಆಯ್ಕೆ ಮಾಡಿಕೊಳ್ಳಬೇಕಾಗಿದೆ. ಅವರ ಚರ್ಮದ ಬಣ್ಣ, ಮೂಗಿನ ಕೆಳ ಹಾಗೂ ಮೇಲಿನ ತಿರುವು, ಕೆನ್ನೆಯ ಮೂಲೆಗಳ ಮತ್ತು ದವಡೆಗಳ ಆಕಾರ ಹಾಗೂ ಅವರ ಕಣ್ಣು, ಕಿವಿ, ಹಲ್ಲು ಮತ್ತು ಅಭಿಪ್ರಾಯಗಳನ್ನು ಅಭ್ಯಾಸ ಮಾಡಬೇಕಾಗಿದೆ.

''ಸದ್ಯಃ ನಾನು, ಇಂಥ ಮಾನವ ಕುಲಗಳಲ್ಲಿ ನಾವು ಅಪೇಕ್ಷಿಸುವ ಖಚಿತ ವಾಂಶಿಕ ಲಕ್ಷಣಗಳ ಬಗ್ಗೆ ಕೆಲಸ ಮಾಡುತ್ತಿದ್ದೇನೆ. ಈ ಸಂಶೋಧನೆಗಾಗಿ ನನಗೆ ಅನೇಕ ಕಡೆಗಳಿಂದ ಹಿರಿಯ ಮೊತ್ತದ ಸಹಾಯ ಧನ ಮತ್ತು ಮೂರು ಗೌರವ ಡಾಕ್ಟೊರಲ್ ಪದವಿಗಳು ದೊರೆತಿವೆ. ಅನೇಕ ದೊಡ್ಡ ವಿಶ್ವವಿದ್ಯಾಲಯಗಳು ನನ್ನ ಕಾರ್ಯವನ್ನು ತೀವ್ರ ಆಸಕ್ತಿಯಿಂದ ಅನುಸರಿಸುತ್ತಿವೆ ಮತ್ತು ಅನೇಕ ಔದ್ಯೋಗಿಕ ಸಂಸ್ಥೆಗಳು ಆಫ್ರಿಕದ ಮತ್ತು ಉತ್ತರ ಅಮೆರಿಕದ ನೀಗ್ರೊ ಜನತೆಗಾಗಿ ಪಾಮ್-ಪಾಮ್ ತಯಾರಿಸಲು ಆತುರಪಡುತ್ತಿವೆ. ನಾನು ಪ್ರಾರಂಭದಲ್ಲಿ ಹೇಳಿದ ಹಾಗೆ ಮೊದಲು ಕರಿಯರಿಗೆ ಬಿಡುಗಡೆ ನೀಡಬೇಕು. ಅನಂತರ ಮಾತ್ರ ಮೂಲಭೂತ ಸ್ವಚ್ಛತಾ ಕಾರ್ಯದ ಸಮಸ್ಯೆಯನ್ನು ಕೈಗೆತ್ತಿಕೊಳ್ಳಬಹುದು.

''ನಾನು ನೀಗ್ರೋಗಳನ್ನು ದ್ವೇಷಿಸುತ್ತೇನೆಂದು ಯಾರಾದರೂ ಸಂಶಯಪಟ್ಟರೆ ಅವರದು ಖಂಡಿತ ತಪ್ಪು ಗ್ರಹಿಕೆ. ಹಿಟ್ಲರನು ಯೆಹೂದಿಗಳನ್ನು, ಪೋಲಿಶ್ ಜನರನ್ನು ಮತ್ತು ರಷ್ಯರನ್ನು ದ್ವೇಷಿಸುತ್ತಿದ್ದುದಕ್ಕಿಂತ ಅಧಿಕವಾಗಿ ನಾನು ನೀಗ್ರೋಗಳನ್ನು ದ್ವೇಷಿಸುವುದಿಲ್ಲ. ಬಿಳಿಯರ ಘನತೆಯನ್ನು ಎತ್ತರಕ್ಕೇರಿಸುವುದೇ ನನ್ನ ಏಕಮಾತ್ರ ಉದ್ದೇಶವಾಗಿದೆ. ನನ್ನ ವಿಧಾನಗಳು ಕೆಲವು ಜನಕುಲಗಳನ್ನು ಬದಿಗೆ ಸರಿಸಲು ಬಯಸಿದರೆ, ಅದಕ್ಕೆ ಸ್ಪಷ್ಟ ಮತ್ತು ಮಾನವೀಯ ಕಾರಣಗಳಿವೆ. ಈ ಪ್ರಪಂಚ ಬಿಳಿಯರಿಗೆ ಸೇರಿದ್ದು. ಏಕೆಂದರೆ, ನಮ್ಮ ಪೂರ್ವಜರಾದ ಆಡಮ್ ಮತ್ತು ಈವ್ ಬಿಳಿಯರಾಗಿದ್ದರು.

''ಯೂರೋಪಿನ ಪ್ರಮುಖ ನಾಗರಿಕ ದೇಶಗಳು ಆಫ್ರಿಕದ ನೀಗ್ರೋಗಳಿಗೆ ಓದು, ಬರಹ ಕಲಿಸುವುದರ ಮೂಲಕ ಕುಲ ವಿಷಯಕವಾಗಿ ಒಂದು ತಪ್ಪು ಮಾಡಿದವು. ಈಗ ಈ ಕರಿಯರು ಸ್ವಾತಂತ್ರ್ಯದ ಘೋಷಣೆಗಳನ್ನು ಬರೆಯುವುದಲ್ಲದೆ ತಮ್ಮ ಯಜಮಾನರಿಗೆ ಭಾಷಣ ಬಿಗಿಯುತ್ತಾರೆ. ತಮ್ಮ ದಾತಾರರಿಗೆ ಅವರು ಕೃತಜ್ಞತೆಯ ಋಣ ಸಲ್ಲಿಸುತ್ತಿರುವ ಬಗೆ ಹೀಗೆ. ಯಾರು ಲಕ್ಷಾಂತರ ನೀಗ್ರೋಗಳಿಗೆ, ಚರ್ಮರೋಗಕ್ಕೆ ಬಿಟ್ಟಿ ಔಷಧ, ಬೈಬಲ್, ಉಡಲು ದಟ್ಟಿ, ಕರಪತ್ರಗಳು ಕೊಟ್ಟರೂ ಅವರ ಬಗ್ಗೆ ನೀಗ್ರೋಗಳು ನಡೆದುಕೊಳ್ಳುತ್ತಿರುವ ರೀತಿ ಹೀಗಿದೆ. ಇದರ ಮೇಲೆ ಆಫ್ರಿಕದಲ್ಲಿರುವ ಕರಿಯರು ನಮ್ಮ ಆಸ್ತಿಯನ್ನೂ ಕದಿಯಬಯಸಿದ್ದಾರೆ !''

ಹೀಗೆ ಸುಮಾರು ಎರಡು ಗಂಟೆ ಕಾಲ ಈ ಯುವ ಸಮಾಜಶಾಸ್ತ್ರಜ್ಞನ ಹೊಸ ಸಿದ್ಧಾಂತದ ವಿವರಣೆಯನ್ನು ಕೇಳಿದ ಮೇಲೆ ನಾನು ಕ್ಷೋಭೆಗೊಂಡೆ. ಎದ್ದು ನಿಂತು ಕನ್ನಡಿಯಲ್ಲಿ ನನ್ನ ಲಕ್ಷಣಗಳನ್ನು ಪರೀಕ್ಷಿಸಿದೆ. ಶುದ್ಧ ಮಾನವ ಕುಲಕ್ಕೆ ಬೇಕಾದ ಲಕ್ಷಣಗಳನ್ನು ನಾನು ಹೊಂದಿಲ್ಲವೆಂಬುದು ಅದರಿಂದ ಗೊತ್ತಾಯಿತು. ನನ್ನ ಕೂದಲಿನ ಬಣ್ಣ ಮತ್ತು ನನ್ನ ಅಭಿಪ್ರಾಯಗಳು ಇರಬೇಕಾದುದಕ್ಕಿಂತಲೂ ತುಂಬಾ ಭಿನ್ನವಾಗಿದ್ದವು. ಇದಲ್ಲದೆ ನಾನು ಜನ್ಮತಃ ಪಾಂಡುರೋಗಿಯಾದ ಒಬ್ಬ ನೀಗ್ರೋ ಎಂದೂ, ನನ್ನ ಬಿಳಿದೊಗಲಿಗೆ ಈ ಪಾಂಡುರೋಗವೇ ಕಾರಣವೆಂದೂ ಕೆಲವು ವಿಜ್ಞಾನಿಗಳು ಸುಲಭವಾಗಿ ಸಾಧಿಸಬಹುದಿತ್ತು. ಆದುದರಿಂದ ನನ್ನ ಅತಿಥಿಯೊಂದಿಗೆ ನಾನು ಕೇಳಿದೆ :

''ನನ್ನ ಪ್ರಾಣಕ್ಕೂ ಸಂಚಕಾರ ಬರಲಾರದು ಅಂತ ನೀನು ಖಚಿತವಾಗಿ ಹೇಳಬಲ್ಲೆಯಾ ?''

''ನಿನ್ನ ಪ್ರಾಣಕ್ಕೂ ಸಂಚಕಾರ ? ಯಾಕೆ ?''

''ನಿನ್ನ ಮಾನವಕುಲ ಸಿದ್ಧಾಂತದ ಪ್ರಕಾರ ನಾನು ಮಾನವಕುಲದ ಶುದ್ಧ ಪ್ರತಿನಿಧಿಯಲ್ಲ.''

''ಅದಕ್ಕಾಗಿ ನಿನ್ನ ಕೊರಳಿಗೆ ಯಾರೂ ಉರುಳು ಬಿಗಿಯಲಾರರು. ನನ್ನ ಆಶ್ಚರ್ಯಕರ ವಿಚಾರವನ್ನು ನೀನು ಸರಿಯಾಗಿ ಅರ್ಥಮಾಡಿಕೊಂಡಿಲ್ಲ. ವರ್ಣೀಯ ಮಾನವಕುಲಗಳಿಂದ ಪ್ರಪಂಚವನ್ನು ಮುಕ್ತಗೊಳಿಸುವುದು ನನ್ನ ಉದ್ದೇಶ. ಇದು ನಿಜವಾಗಿಯೂ ಜಾಗತಿಕ ಪ್ರಮಾಣದಲ್ಲಿ ನಡೆಯುವ ಒಂದು ಪರೋಪಕಾರ ಕ್ರಿಯೆ. ಅನೇಕ ವರ್ಷಗಳಿಂದ ಅಸಂಸ್ಕೃತ ಕಪ್ಪು ಜನರನ್ನು ನಾವು ಕ್ರೈಸ್ತ ಧರ್ಮಕ್ಕೆ ಸೆಳೆಯುತ್ತ ಬಂದಿದ್ದೇವೆ. ಹೀಗಾಗಿ ಮುಂದೆ ಬಿಳಿಯರಂತೆ ಬಾಳುವ ಅವಕಾಶ ತಮಗೂ ಕಾದಿದೆಯೆಂದು ಅವರಿಗೆ ಗೊತ್ತು– ಅಂದರೆ ಶಾಶ್ವತ ಸ್ವರ್ಗ ಮತ್ತು ಮಹದಾನಂದ. ಆದಕಾರಣ ಕಪ್ಪು ಮಾನವ ಕುಲವನ್ನು ಕ್ಷಣಿಕ ಲೌಕಿಕ ವ್ಯಥೆಗಳಿಂದ ಬಿಡಿಸಿ ಸ್ವರ್ಗಕ್ಕೆ ದಾರಿ ಮಾಡಿಕೊಡಬೇಕಾಗಿರುವುದು ನಮ್ಮ ಕರ್ತವ್ಯವಾಗಿದೆಯಲ್ಲವೇ ? ನನ್ನ ಮಾನವಕುಲ ಸಿದ್ಧಾಂತವು ಪಾಶ್ಚಿಮಾತ್ಯ ನೈತಿಕ ಪರಿಕಲ್ಪನೆಯೊಂದಿಗೆ ಸಮನ್ವಯಗೊಂಡಿದೆ : ಗುರಿಯು ಸಾಧನವನ್ನು ಸಮರ್ಥಿಸುತ್ತದೆ.''

ಈಗಾಗಲೇ ಎರಡು ವಾರಗಳಿಂದ ಈ ಪ್ರಶ್ನೆಯ ಬಗ್ಗೆ ನಾನು ಏಕಾಂತದಲ್ಲಿ ಧ್ಯಾನ ಮಗ್ನನಾಗಿರುವೆ. ನಾನೊಂದು ಪಿಸ್ತೂಲನ್ನು ಹೊಂದಲೇ ಅಥವಾ ಒಂದು ಸೀಸೆ ಪಾಮ್-ಪಾಮ್ ಹೊಂದಲೇ ? ನಾನು ಸಂಪ್ರದಾಯ ವಿರೋಧಿ ಅಥವಾ ಸಂಪ್ರದಾಯಸ್ಥನಾಗಿರಬಹುದು, ಯಾರಿಗೆ ಗೊತ್ತು ? ಅದೇನಿದ್ದರೂ ಬಿಳಿಯನಾಗಿ ಹುಟ್ಟಿರುವುದರ ಬಗ್ಗೆ ಅಥವಾ ಸ್ವಾತಂತ್ರ್ಯ ಮತ್ತು ಸಮಾನತೆಯ ಆ ಸುಪ್ರಸಿದ್ಧ ನಾಡಿನಲ್ಲಿ ಮೂತ್ರದ ದೊಡ್ಡಿಯಲ್ಲಿಯೂ ನಾನೊಬ್ಬ ಸಭ್ಯ ವ್ಯಕ್ತಿ ಎನ್ನುವುದರ ಬಗ್ಗೆ ನನಗೀಗ ಏನೂ ಹೆಮ್ಮೆಯಿಲ್ಲ.

ಬಂದಿಖಾನೆಗಳಿಗೆ ಸಂಬಂಧಿಸಿದ ಅಮೆರಿಕನ್ ಮನೋವಿಜ್ಞಾನಿ ದೊನಾಲ್ಡ್ ಪಿ. ವಿಲ್ಸನ್ ತನ್ನ ಕೃತಿಯೊಂದರಲ್ಲಿ ಬಂಧನಕ್ಕೆ ಗುರಿಯಾಗಿ ಸೆರೆಮನೆಯಲ್ಲಿರುವ ಕಳ್ಳರು ಸಾಮಾನ್ಯವಾಗಿ ಹೆಚ್ಚು ಉದಾರಿಗಳಾಗಿರುತ್ತಾರೆಂದು ಹೇಳಿದ್ದಾನೆ. ಪರೋಪಕಾರಿಗಳಾಗಲು ಅವರು ಬಯಸಿದಂತೆ ಕಂಡು ಬರುತ್ತದೆ. ಆದರೆ ಬ್ರೆಡ್ಡಿನ ತುಣುಕೊಂದನ್ನು ಕದ್ದರೆ ಅದನ್ನು ಎರಡು ಭಾಗ ಮಾಡುವುದು ಅವರಿಗೆ ಕಷ್ಟ. ಇದರಿಂದಾಗಿ ದಾನಿಗಳ ಗೌರವಾನ್ವಿತ ಪಟ್ಟಿಯಲ್ಲಿ ಅವರ ಹೆಸರು ಕಂಡುಬರದು. ವಾಸ್ತವವಾಗಿ ಸಣ್ಣ ಪ್ರಮಾಣದ ಕಳ್ಳತನವನ್ನು ಅಂತರರಾಷ್ಟ್ರೀಯ ವ್ಯಾಪಾರವಾಗಿ ಪರಿವರ್ತಿಸುವವರು, ನೆರೆಹೊರೆ ಯವರ ತೈಲ, ಹಣ್ಣು ಅಥವಾ ಲೋಹಗಳಂಥ ನಿಸರ್ಗ ಸಂಪತ್ತಿನ ಲಾಭಕರ ವ್ಯವಹಾರದಲ್ಲಿ ತೊಡಗಿರುವವರು ಮಾತ್ರ ನಿಜವಾದ ಪರೋಪಕಾರ ಮಾಡುತ್ತಿರುವ ವ್ಯಕ್ತಿಗಳು. ಸಂಪತ್ತು ಮತ್ತು ಸುಸ್ಥಿತಿಗಳಿಗೆ ಅತಿ ಹತ್ತಿರದ ದಾರಿಯೆಂದರೆ ಕರಿಯರ ಹೆಣಗಳ ಮುಖಾಂತರ. ನೀಗ್ರೋಗಳಿಗೆ ಸ್ವರ್ಗ ಕಾದಿರುವಾಗ ಬ್ರೆಡ್, ಬಟ್ಟೆ ಮತ್ತು ವಸತಿಯನ್ನು ದೊರಕಿಸಿ ಕೊಡುವುದರಲ್ಲಿ ಅರ್ಥವೇನಿದೆ ?

ಹಳೆಯ ಈ ಫಿನ್ನಿಷ್ ಮಾತೊಂದು ಎಷ್ಟು ಸುಂದರವಾಗಿದೆ ?

''ಬಡವನಾದವನು ಎರಡು ಕಣ್ಣುಗಳನ್ನು ಹೊಂದಿರುವುದೂ ಭೋಗವೇ !'' O

○ ಫಾವ್ರೋ ಘೋಸ್ಸಿ

ಕ್ಷಣಗಳು

ಒಂದು ಜವುಗಿನ ಪಕ್ಕದಲ್ಲಿದ್ದ ಸಾಮೂಹಿಕ ಗೋರಿಯೊಂದನ್ನು ಕೆಲವು ಜನ ಅಗೆಯುತ್ತಿದ್ದರು.

ವರ್ಷಗಳುರುಳಿ, ಗೋರಿಯ ಮೇಲೆ ಕಟ್ಟಿದ್ದ ಮಣ್ಣಿನ ದಿಬ್ಬ ಸಮತಟ್ಟಾಗಿತ್ತು.

ಅಗೆಯುತ್ತಿರುವವರಲ್ಲೊಬ್ಬನಾಗಿದ್ದ ಯೋಹಾನ್ನಿಸ್, ಗೋರಿಯ ಮೇಲೆ ಈ ಮಣ್ಣು ರಾಶಿ ಬೀಳುತ್ತಿದ್ದಾಗ ಅಲ್ಲಿದ್ದ ಮೂವತ್ತು ವರ್ಷಗಳಷ್ಟು ಹಿಂದೆ – ಕ್ಷಣಗಳು, ನಿಮಿಷಗಳು, ದಿನಗಳು ಕಳೆದು ವರ್ಷಗಳು ಬೆಳೆದಿವೆ...

ಚಿಕ್ಕ ಹುಡುಗನಾಗಿದ್ದಾಗ ಆಗಾಗ್ಗೆ ಕಾಲದ ಬಗ್ಗೆ, ಉರುಳುತ್ತಿರುವ ಕ್ಷಣಗಳ ಬಗ್ಗೆ ಯೋಹಾನ್ನಿಸ್ ಯೋಚಿಸುತ್ತಿದ್ದ. ನಡೆಯುತ್ತಿದ್ದವನು ನಿಂತು ಯೋಚಿಸುತ್ತಿದ್ದ: ನಾನಿಲ್ಲಿ ನಿಂತಿರುವೆ. ಮರದ ಕೊಂಬೆಗಳು ತೂಗಾಡುತ್ತಿವೆ, ನಾನು ನನ್ನ ಬೆರಳುಗಳನ್ನು ಕಣ್ಣ ಮುಂದೆ ಮಡಚುವೆ, ಗಾಳಿ ಸುಯ್ಯುಟ್ಟುತ್ತದೆ – ನಾನಿಲ್ಲಿದ್ದೇನೆ. ಅನಂತರ ಅವನು ಅಲ್ಲಿರುತ್ತಿರಲಿಲ್ಲ. ಕಾಲ ಮುಂದೆ ಹೋಗುತ್ತಿತ್ತು. ಆ ನಿರ್ದಿಷ್ಟಕ್ಷಣ ಎಂದೆಂದಿಗೂ ಹಿಂತಿರುಗುತ್ತಿರಲಿಲ್ಲ.

ಕೊನೆಯಿಲ್ಲದೆ ಸಾಗುತ್ತಿರುವ ಕ್ಷಣಗಳಲ್ಲಿ ಜೀವಿಸುತ್ತ ಅವನೀಗ ಮುದುಕನಾಗಿದ್ದ. ಉರುಳುತ್ತಿರುವ ಪ್ರತಿ ಕ್ಷಣವೂ ಅವನ ಮುದಿತನವನ್ನು ಹೆಚ್ಚಿಸುತ್ತಿತ್ತು.

ಆ ದೊಡ್ಡ ಗೋರಿಯ ಒಳಗೆ ಮಣ್ಣಿನ ಗುಡ್ಡದ ಕೆಳಗಿದ್ದ ಶವಗಳನ್ನು ಪವಿತ್ರ ಭೂಮಿಗೆ ಸ್ಥಳಾಂತರಿಸಬೇಕಾಗಿತ್ತು. ಅವರು ಮಾತಿಲ್ಲದೆ ಅಗೆಯುತ್ತಿದ್ದಾಗ ಯೋಹಾನ್ನಿಸ್ ಮೂವತ್ತು ವರ್ಷ ಹಿಂದಿನ ಆ ರಾತ್ರಿಯನ್ನು, ನೀರು ಹೆಪ್ಪುಗಟ್ಟಿದ್ದ ನೆಲದಲ್ಲಿ ಈ ಗೋರಿಯನ್ನು ತೋಡುತ್ತಿದ್ದ ಆ ಕ್ಷಣಗಳನ್ನು ಕುರಿತು ಆಲೋಚಿಸುತ್ತಿದ್ದ. ಅಂದು ಯಾವ ಬೇರುಗಳ ರಾಶಿಯ ಅಡಿಯಲ್ಲಿ ನಡುಗಿಕೊಂಡು ನಿಂತು 'ಈ ಕ್ಷಣದಲ್ಲಿ ನಾನು ಜೀವಂತವಾಗಿದ್ದೇನೆ. ಈ ಕ್ಷಣದಲ್ಲಿ ನಾನು ನೋಡುತ್ತಿದ್ದೆ...' ಎಂದು ಯೋಚಿಸುತ್ತ ಆತ ವೀಕ್ಷಿಸುತ್ತಿದ್ದನೋ, ಆ ಬೇರುಗಳ ಉಳಿಕೆಗಳನ್ನು ಅವನೀಗ ದಿಟ್ಟಿಸಿದ.

ಕಾಲ ಉರುಳಿ ಹೋಗಿತ್ತು. ಅವನು ಮುದುಕನಾಗಿದ್ದ. ಆದರೆ ಅವನ ಅಣ್ಣ ಕಾಲದ ಹಳೆಯ ಕ್ಷಣವೊಂದರಲ್ಲಿ ಸಿಕ್ಕಿಬಿದ್ದು ಗೋರಿಯ ದಿಬ್ಬದ ಕೆಳಗೆ ಮಲಗಿದ್ದ.

ಅವರು ಹುಲ್ಲು ಹಸಲೆಯನ್ನು ಕೆತ್ತಿಹಾಕಿದರು. ಹೆಪ್ಪುಗಟ್ಟಿದಂತಿದ್ದ ಮಣ್ಣಿನ ಮೇಲ್ಪದರವನ್ನು ಬಗೆದು ಬಗೆದು ಅದರ ಕೆಳಗಿನ ಮೃದು ಜೇಡಿಮಣ್ಣನ್ನು ಅಗೆಯತೊಡಗಿದರು. ಈಗ ಹೆಚ್ಚು ಎಚ್ಚರಿಕೆಯಿಂದ, ಹೆಚ್ಚು ಆಸಕ್ತಿಯಿಂದ ಅವರು ಅಗೆದರು. ಆಗ ಗುದ್ದಲಿಗೇನೋ ತಾಕಿತು. ಜೇಡಿಮಣ್ಣಿನ ಮಧ್ಯೆ ಕಪ್ಪು ಬಟ್ಟೆ ಗೋಚರಿಸಿತು. ಅವರು ತಮ್ಮ ಕೈಗಳಿಂದ ಮಣ್ಣನ್ನು ಮೆಲ್ಲಗೆ ಗೋಚಿ ತೆಗೆದು ಗೋರಿಯಲ್ಲಿ ಮಲಗಿದ್ದವರನ್ನು ಭೂಮಿಯಿಂದ ಬೇರ್ಪಡಿಸಿದರು.

ಶವಗಳ ಮುಖಗಳಿಗೆ, ಬಟ್ಟೆಗಳಿಗೆ ತಗಲಿಕೊಂಡಿದ್ದ ಜೇಡಿಮಣ್ಣನ್ನು ಅವರು ತೆಗೆದು ಹಾಕಿದರು. ಜೇಡಿಮಣ್ಣು ಮುಖಕ್ಕೆ ಮೆತ್ತಿರಲೂ ಇಲ್ಲ. ಅಂಟಿಕೊಂಡಿರಲೂ ಇಲ್ಲ. ಅದು ಶವಗಳಿಗೆ ಬೆಚ್ಚನೆಯ ಹೊದಿಕೆಯಂತಿತ್ತು. ಅದು ಪ್ಲಾಸ್ಟಿಕ್ ಅಚ್ಚಿನಂತೆ ಮುಖವನ್ನು ಶುದ್ಧಗೊಳಿಸಿ ಎದ್ದುಬಂದಿತು. ಹುಲ್ಲು ಹಸಲೆ ಮತ್ತು ಹೆಪ್ಪುಗಟ್ಟಿದ ಮಣ್ಣಿನ ಕೆಳಗಿನ ಜೇಡಿಮಣ್ಣು ಶವಗಳನ್ನು ಸಂರಕ್ಷಿಸಿತ್ತು. ದಶಕಗಳ ಹಿಂದೆ ಆ ಶವಗಳನ್ನು ಗೋರಿಯಲ್ಲಿಟ್ಟಾಗ ಹೇಗಿದ್ದವೋ ಹಾಗೆಯೆ ಅವು ಹೊರಬಂದವು. ಅಂದುಯಾವ ಬಟ್ಟೆ ಬೂಟುಗಳನ್ನು ಧರಿಸಿದ್ದರೋ ಅದೇ ಬಟ್ಟೆ ಬೂಟುಗಳಲ್ಲಿ ಈಗ ಗೋರಿಯ ಪಕ್ಕದಲ್ಲಿ ಈ ಎಳೆ ಹರೆಯದ ಯುವಕರು ಮಲಗಿದ್ದರು – ಅವರು ಕಾಲದ ಆಚೆಯಿಂದ ಬಂದಂತಿದ್ದರು.

ಕೆಲ ಕ್ಷಣಗಳು ಹಿಂದಕ್ಕೆ ಬಂದಿದ್ದವು.

ಯೋಹಾನ್ನಿಸ್ ತಬ್ಬಿಬ್ಬಾಗಿ ನೋಡಿದ. ಅವರು ಮತ್ತೆ ಇಲ್ಲಿದ್ದಾರೆ. ದೊಡ್ಡ ಅಣ್ಣ ಅಲ್ಲಿದ್ದಾನೆ. ಚಮ್ಮಾರ ಹೈಕಿ ಮಾಡಿದ ಬೂಟುಗಳನ್ನವನು ಧರಿಸಿದ್ದಾನೆ. ತಾಯಿ ಹೆಣೆದ ಕಾಲುಚೀಲಗಳು ಅವುಗಳ ಒಳಗಿವೆ. ದೊಡ್ಡ ಅಣ್ಣ ಈಗಲೂ ಚಿಕ್ಕವನಾಗಿಯೇ ಇದ್ದಾನೆ. ಅವನಿಗಿನ್ನೂ ಇಪ್ಪತ್ತೇ ವರ್ಷ. ಆದರೆ ಅವನ ತಮ್ಮ ಮುದುಕನಾಗಿಬಿಟ್ಟಿದ್ದಾನೆ...

ದೊಡ್ಡ ಅಣ್ಣ ಕಾಲದ ಆಚೆಯಿಂದ ಬಂದಿದ್ದಾನೆ. ಅವನ ಜೇಬಿನಲ್ಲಿ ಗಡಿಯಾರವಿದೆ - ನೋಡು, ಮೂರು ಗಂಟೆಯಾಗಿ ಸ್ವಲ್ಪ ಹೊತ್ತಾಗಿರುವುದನ್ನು ಅದು ಸೂಚಿಸುತ್ತಿದೆ. ಆ ಕ್ಷಣಗಳು ಯಾವಾಗ...

ಯೋಹಾನ್ನಿಸ್‌ನ ಆಲೋಚನೆ ಈ ಕ್ಷಣಗಳ ಕಡೆ ಹರಿಯಿತು.

ಆಗ ಅಂತರ್ಯುದ್ಧ ನಡೆದಿತ್ತು. ಸಾವು ತರುಣರ ಮೇಲೆ ದಾಳಿಯಿಟ್ಟಿತ್ತು. ಆದರೆ ದೊಡ್ಡ ಅಣ್ಣ ಬಂಧನಕ್ಕೊಳಗಾಗಿದ್ದ. ದೊಡ್ಡ ಅಣ್ಣನಿಗೆ ಚೀಸ್, ಬ್ರೆಡ್, ಹೊಸ ಕಾಲುಚೀಲಗಳನ್ನು ಕೊಟ್ಟು ಬರಲು ತಮ್ಮ ಮನೆಯಿಂದ, ಆ ದೂರದ ಊರಿನ ಗುಡಿಸಲೊಂದರಿಂದ, ಯೋಹಾನ್ನಿಸ್‌ನನ್ನು ತಾಯಿ ಕಳುಹಿಸಿದ್ದಳು.

ಯೋಹಾನ್ನಿಸ್ ನಿರ್ಜನ ರೈಲ್ವೆ ನಿಲ್ದಾಣದ ಪ್ಲಾಟ್‌ಫಾರ್ಮ್ ಮೇಲೆ ಹೆದರಿಕೆ ಮತ್ತು ಒಂಟಿತನದಿಂದ ಕಣ್ಣೀರ್ಗರೆಯುತ್ತ ನಿಂತಿದ್ದ. ಆಗ ರಾತ್ರಿಯಾಗಿತ್ತು ಮತ್ತು ಹಳ್ಳಿಗಾಡಿನ ಎಲ್ಲ ಸಣ್ಣ ನಿಲ್ದಾಣಗಳಂತೆ ಇಲ್ಲಿ ಕೂಡ ಎಲ್ಲವೂ ಬರಿದಾಗಿ ಸ್ತಬ್ಧವಾಗಿತ್ತು. ಕಂಬದ ತುದಿಯಿಂದ ಒಂದು ಲಾಟೀನು ಜೋತುಬಿದ್ದು ತೂಗಾಡುತ್ತಿತ್ತು. ಅಪಾರ ದೂರದಿಂದ ಎಂಬಂತೆ ರೈಲು ಮಾರ್ಗದ ಕೀಲುಗಳ ಬಳಿ ಮಂದ ಬೆಳಕೊಂದು ಹೊಳೆಯುತ್ತಿತ್ತು. ಯೋಹಾನ್ನಿಸ್ ಯೋಚಿಸುತ್ತಿದ್ದ. ಇದೀಗ ತಾನಿಲ್ಲಿದ್ದೇನೆ – ಇಲ್ಲೇ, ಈ ಕ್ಷಣದಲ್ಲೇ, ಮೇಲೆ ಲಾಟೀನಿನ ಬೆಳಕು – ಇದೀಗ ತಾನೇ...

ರಾತ್ರಿ ನಿಲ್ದಾಣದಲ್ಲಿ ಯಾರೂ ಇರಲಿಲ್ಲ. ಆದರೆ ದೊಡ್ಡಣ್ಣ ಅಲ್ಲೆಲ್ಲೋ ಇರಬೇಕು. ಬಂದಿಗಳನ್ನು ನಿಲ್ದಾಣಕ್ಕೆ ಕರೆತಂದಿದ್ದಾಗೆ ಎಂದು ತಾಯಿ ತಿಳಿಸಿದ್ದಳು. ಯೋಹಾನ್ನಿಸ್‌ನಂಥ ಚಿಕ್ಕ ಹುಡುಗನ ಮೇಲೆ ಗುಂಡು ಹಾರಿಸಲು ಸೈನಿಕರು ಪ್ರಯತ್ನಿಸಲಾರರು. ಅದರಲ್ಲೂ ಅವನು ತನ್ನ ಟೋಪಿ ತೆಗೆದು ವಿನಯದಿಂದ ವಂದಿಸಿದರೆ, ಎಂದೂ ತಾಯಿ ಹೇಳಿದ್ದಳು.

ಕೊನೆಗೆ ಬಂದೂಕು ತೂಗುಹಾಕಿಕೊಂಡಿದ್ದ ಸೈನಿಕನೊಬ್ಬ ಕತ್ತಲೆಯಲ್ಲಿ ಮೂಡಿಬಂದ. ಅವನು ಕೊಲ್ಲುವವರ ಗುಂಪಿಗೆ ಸೇರಿದವನಿರಬೇಕೆಂದು ಭಾವಿಸಿ ಯೋಹಾನ್ನಿಸ್ ಹೆದರಿದ. ಅನಂತರ ಧೈರ್ಯ ತಂದುಕೊಂಡ. ಬಹುಶಃ ಅವನನ್ನು ಗುಂಡಿಕ್ಕಿ ಕೊಲ್ಲಲು ಅವರು ನಿಜವಾಗಿಯೂ ಪ್ರಯತ್ನಿಸಲಾರರು. ಅಂಥ ಒಬ್ಬ ಚಿಕ್ಕ...

''ವಿಲ್ಲೆವು ಓರಿಸ್ತೋ ಇಲ್ಲಿದ್ದಾನಾ ?'' ಯೋಹಾನ್ನಿಸ್ ನಡುಗುತ್ತಾ, ಕಾಲು ತೊಡರಿಸುತ್ತಾ, ತಾಯಿ ಹೇಳಿದಂತೆ ಬಾಗುತ್ತ ಕೇಳಿದ.

ಆ ವ್ಯಕ್ತಿ ತುಂಬಾ ಹೊತ್ತು ಅವನನ್ನು ದಿಟ್ಟಿಸಿ ನೋಡಿ, ಅನಂತರ ಹೇಳಿದ :

''ಎಷ್ಟು ಚಿಕ್ಕ ಹುಡುಗ ನೀನು, ಇಂಥ ಕತ್ತಲಿನಲ್ಲಿ ಹೊರಗೆ ಬಂದಿದ್ದೀಯಾ ? ತೋಳ ತಿನ್ನುತ್ತೆ ಅಥವಾ 'ಆ ಕೊಲೆಗಡುಕರು' ಗುಂಡಿಕ್ಕಿ ಕೊಲ್ತಾರೆ ಅನ್ನೋ ಭಯವಿಲ್ಲವೇ ನಿನಗೆ ?''

ಯೋಹಾನ್ನಿಸ್‌ಗೆ ನಿಜವಾಗಿಯೂ ಹೆದರಿಕೆಯಾಯಿತು. ಆದರೆ ಪ್ರಯತ್ನ ಪೂರ್ವಕ ಸಭ್ಯತೆಯ ನಗೆ ಬೀರಿ ಅವನು ಹೇಳಿದ :

''ನನಗೆ ಹೆದರಿಕೆಯೇನಿಲ್ಲ. ನಾನು ವಿಲ್ಲೇ ವುಓರಿಸ್ತೋಗೆ ಸ್ವಲ್ಪ ತಿಂಡಿ ಮತ್ತು ಹೊಸ ಕಾಲುಚೀಲ ತಂದಿದ್ದೇನೆ. ಕೊಟ್ಟು ಬಾ ಅಂತ ತಾಯಿ ಕಳಿಸಿದ್ದಾಳೆ. ದಯವಿಟ್ಟು ವಿಲ್ಲೆ ಎಲ್ಲಿದ್ದಾನೆ ಅಂತ ಹೇಳೋದಕ್ಕೆ ನಿಮಗೆ ಸಾಧ್ಯವೇ ಸ್ವಾಮಿ ?''

ಬಂದೂಕುಧಾರಿ ತುಸು ಯೋಚಿಸಿ ಉತ್ತರಿಸಿದ :

''ವಿಲ್ಲೆ ವುಓರಿಸ್ತೊ? ಹೌದ ಈ ಅಂಗಳದ ಹಿಂದೆ ಇರೋ ಟೂಲ್ ಷೆಡ್ಡಿನಲ್ಲಿ ಆ ಹೆಸರಿನವನೊಬ್ಬ ಇದ್ದಾನೆ ಅಂತ ಕಾಣ್ತದೆ. ಆದರೆ ವಿಲ್ಲೆಗೆ ತಿಂಡಿಯಾಗಲೀ ಕಾಲುಚೀಲವಾಗಲಿ ಇನ್ನು ಬೇಕಾಗೋದಿಲ್ಲ ಮರಿ. ದಂಡನೆಗೆ ಗುರಿಯಾಗಿರೋರಲ್ಲಿ ಅವನೂ ಒಬ್ಬ ಮತ್ತು ಇವತ್ತು ರಾತ್ರಿ... ಸರಿ ನೀನೀಗ ವಿಲ್ಲೆಯ ಪ್ರೀತಿ ನಿಮ್ಮೊಂದಿಗೆ ಅಂದ್ಕೊಂಡು ಜಾಗ್ರತೆಯಾಗಿ ಇಲ್ಲಿಂದ ಓಡೋದು ಒಳ್ಳೇದು.''

''ಆದರೆ ಇದನ್ನ ವಿಲ್ಲೆಗೆ ಕೊಡಲೇಬೇಕು ಅಂತ ತಾಯಿ ಹೇಳಿದ್ದಾಳೆ'' - ಅಳುವ ಧ್ವನಿಯಲ್ಲಿ ಯೋಹಾನ್ನಿಸ್ ನುಡಿದ.

ಆ ವ್ಯಕ್ತಿ ಮೌನವಾಗಿ ಆಲೋಚಿಸತೊಡಗಿದ. ಯೋಹಾನ್ನಿಸ್ ಕಾಯುತ್ತಾ ಬಂದೂಕನ್ನು ಅಳುಕಿನಿಂದ ನೋಡುತ್ತಾ ನಿಂತ. ಮನುಷ್ಯರು ಮೈಲಿಗಳಾಚೆ ದೂರದಿಂದ ಒಬ್ಬರನ್ನೊಬ್ಬರು ಕೊಲ್ಲುವುದು, ಇಂಥ ಬಂದೂಕುಗಳಿಂದಲೇ. ಇದೀಗ ಈ ಕ್ಷಣ ಎಂದು ಯೋಚಿಸುತ್ತಾ ಯೋಹಾನ್ನಿಸ್ ಬಂದೂಕಿನ ಕಡೆ ನೋಡತೊಡಗಿದ. ಸ್ವಲ್ಪ ಹೊತ್ತಿನ ಹಿಂದೆ ಅವನು ದೀಪದ ಕಡೆ ನೋಡುತ್ತಿದ್ದ. ಆ ಕ್ಷಣ ಈಗ ಹೊರಟು ಹೋಗಿತ್ತು.

ಕೊನೆಗೆ ಆ ವ್ಯಕ್ತಿ ಹೇಳಿದ :

''ಸರಿ, ವಿಲ್ಲೆಗೆ ನೀನು ತಂದಿರೋದನ್ನು ಕೊಡ್ಬಹುದು. ನನ್ನ ಜೊತೆ ಬಾ.''

ಅವರು ಹಳಿಗಳನ್ನು, ರೈಲ್ವೆ ಅಂಗಳವನ್ನು ದಾಟಿ ನಡೆದರು. ಯೋಹಾನ್ನಿಸ್ ರೈಲು ಸಂರಕ್ಷಣಾ ಸಾಧನಗಳನ್ನಿಟ್ಟ ಉಗ್ರಾಣದತ್ತ ನೋಡಿದ. ಅದು ವಿಚಿತ್ರವಾಗಿ, ಅನಾಥವಾಗಿ, ಕಂಡುಬಂದು

ಯೋಹಾನ್ನಿಸ್ ಹೆದರಿದ. ಬಾಗಿಲು ಬಳಿ ಒಬ್ಬ ಪಹರೆಯುವ ನಿಂತಿದ್ದ. ಯೋಹಾನ್ನಿಸ್‌ನನ್ನು ಕರೆತಂದವನಿಗೆ ಅವನು ಹೇಳಿದ :

''ಸೆರೆಯಾಳುಗಳ ಬಳಿಗೆ ಯಾರನ್ನೂ ಬಿಡೋದಿಲ್ಲ''

''ಅವನು ತುಂಬಾ ಚಿಕ್ಕ ಹುಡುಗ! ಅವನನ್ನು ಒಬ್ಬ ವ್ಯಕ್ತಿ ಅಂತ ನೀನು ತಿಳ್ಕೋಬೇಡ. ವಿಲ್ಲೆಗೆ ಅವನು ತಿಂಡಿ, ಕಾಲುಚೀಲ ತಂದಿದ್ದಾನೆ. ಅದನ್ನು ಕೊಡೋದಕ್ಕೆ ನಾವು ಬಿಡಬಾರದೆ ?''

ಪಹರೆಯವ ಈ ಮಾತಿಗೆ ಮನ್ನಣೆಯಿತ್ತು ನುಡಿದ :

''ಸರಿ, ಆ ಚಿಕ್ಕ ಹುಡುಗ ಒಬ್ಬ ವ್ಯಕ್ತಿಯೇನಲ್ಲ. ಅವನು ತಂದಿರೋದನ್ನ ಒಳಕ್ಕೆ ತೆಗೆದುಕೊಂಡು ಹೋಗಲಿ. ಆದರೆ ಇನ್ನರ್ಧ ಗಂಟೆ ಇಲ್ಲಿಂದ ನಾವು ಹೊರಡ್ತೇವೆ. ಯಾರಿಗೆ ಗೊತ್ತು– ಅದು ವಿಲ್ಲೆಗೆ ಬೇಕಾಗಲೂಬಹುದು. ಅವನಿಗೆ ದೀರ್ಘ ಪ್ರಯಾಣ ಮುಂದೆ ಕಾದಿದೆ.''

ಅವನು ಬಾಗಿಲು ತೆರೆದ. ಯೋಹಾನ್ನಿಸ್ ಹೆದರುತ್ತಾ ಒಳಹೊಕ್ಕ. ಉಗ್ರಾಣದ ನೆಲದ ಮೇಲೆ ಹಾಸಿದ ಟಾರ್‌ಪಾಲ್ ಮೇಲೆ ಹತ್ತು ಹನ್ನೆರಡು ಜನ ಕುಳಿತಿದ್ದರು. ಬಾಗಿಲು ತೆರೆದ ಕೂಡಲೇ ಅವರು ಎದ್ದುನಿಂತ ನೋಡತೊಡಗಿದರು. ಆದರೆ ಯೋಹಾನ್ನಿಸ್ ಒಳಗೆ ಬಂದ ಕೂಡಲೇ ಸೈನಿಕ ಬಾಗಿಲು ಮುಚ್ಚಿದ. ವಿಪತ್ತಿನಿಂದ ಪಾರಾದವರಂತೆ ಸೆರೆಯಾಳುಗಳು ಸಮಾಧಾನದ ನಿಟ್ಟುಸಿರುಬಿಟ್ಟರು.

ಚಾವಣಿಯಿಂದ ಇಳಿಬಿದ್ದಿದ್ದ ನಗ್ನ ವಿದ್ಯುತ್ ದೀಪ ಯೋಹಾನ್ನಿಸ್‌ನ ಕಣ್ಣು ಕುಕ್ಕಿತು. ಅದರಿಂದಾಗಿ ಮೊದಲಿಗೆ ಅವನಿಗೆ ಅಲ್ಲಿ ಏನೂ ಕಾಣಿಸಲಿಲ್ಲ. ಬೆಳಕಿಗೆ ಕಣ್ಣು ಹೊಂದಿಕೊಂಡ ಮೇಲೆ ಯೋಹಾನ್ನಿಸ್ ಕೊಳೆ ಹಿಡಿದ ಫಲಕಗಳನ್ನೂ, ಚಾವಣಿಗೆ ಅತಿ ಸಮೀಪದಲ್ಲಿದ್ದ ಕಿಟಕಿಗಳ ಸರಳುಗಳನ್ನೂ, ಜಂತಿಯಿಂದ ನೇತಾಡುತ್ತಿದ್ದ ಟಾರ್‌ಪಾಲಿನ್‌ನ ಚೀಲಗಳನ್ನೂ, ಗೋಡೆಗೆ ಒರಗಿಸಿ ನಿಲ್ಲಿಸಿದ್ದ ಸರಕು ಸಾಗಿಸುವ ಕಿರುಬಂಡಿಗಳನ್ನೂ ಮೂಲೆಯಲ್ಲಿದ್ದ ಗುದ್ದಲಿ, ಹಾರೆಗಳನ್ನೂ ನೋಡಿದ. ನೆಲಕ್ಕೆ ಹಾಸಿದ್ದ ಟಾರ್‌ಪಾಲ್ ಮೇಲೆ ಚಳಿಯಿಂದ ನಡುಗುತ್ತಾ ಕುಳಿತಿದ್ದ ಜನ ಅವನ ಕಣ್ಣಿಗೆ ಬಿದ್ದರು. ಅಲ್ಲಿ ಕುಳಿತಿದ್ದವರ ಪೈಕಿ ಪಕ್ಕದ ಮನೆ ರೆಯ್ಯೊನೆನ್ ಮತ್ತು ಜನರು ಕೆಲಸ ಮಾಡುವಾಗ ಹಾಡುತ್ತಿದ್ದ ಯುವೋನೆನ್ ಪರಿಚಯ ಅವನಿಗಿತ್ತು. ಅವರಿಬ್ಬರಿಗೆ ಮಾತ್ರ ಹೆಚ್ಚು ವಯಸ್ಸಾಗಿತ್ತು. ಉಳಿದವರೆಲ್ಲ ತರುಣರು. ಆದರೆ ವಿಲ್ಲೆ ಎಲ್ಲಿ? ಓ, ಅಲ್ಲಿ, ಮುಖ ಕೆಳಗೆ ಮಾಡಿ ಮಲಗಿದ್ದವನು. ಯೋಹಾನ್ನಿಸ್‌ಗೆ ಅವನ ಬೂಟುಗಳು ಚೆನ್ನಾಗಿ ಗೊತ್ತು. ಚಮ್ಮಾರ ಹೈಕಿ ಮಾಡಿದ್ದು, ಬೇರಾರಿಗೂ ಅಷ್ಟು ಚೆನ್ನಾಗಿ ಬೂಟುಗಳನ್ನು ಮಾಡಲುಬಾರದು. ಎಲ್ಲಿ ಬೇಕಾದರೂ ಅವನ್ನು ಗುರುತಿಸಬಹುದು. ಹೇಗಾದರಾಗಲೀ ಖಚಿತಪಡಿಸಿಕೊಳ್ಳೋಣವೆಂದು ಅವನು ಕೇಳಿದ :

''ವಿಲ್ಲೇ ವುಓರಿಸ್ತೊ ಇಲ್ಲಿದ್ದಾನೆಯೇ ?''

ವಿಲ್ಲೇ ತಕ್ಷಣ ಎದ್ದು ಕುಳಿತು ಯೋಹಾನ್ನಿಸ್ ಕಡೆಗೆ ನೋಡಿದ :

''ಯೋಹಾನ್ನಿಸ್ ಇಲ್ಲೇನು ಮಾಡ್ತಾ ಇದ್ದೀ ನೀನು ?''

''ಸ್ವಲ್ಪ ತಿಂಡಿ ಮತ್ತು ಹೊಸ ಕಾಲುಚೀಲಗಳನ್ನು ಅಮ್ಮ ನಿನಗೆ ಕಳಿಸಿದ್ದಾಳೆ.'' ಎಂದು ಯೋಹಾನ್ನಿಸ್ ಪೊಟ್ಟಣವನ್ನು ವಿಲ್ಲೆಯ ಕೈಗಿತ್ತ.

''ತಿಂಡಿ ಮತ್ತು ಹೊಸ ಕಾಲುಚೀಲಗಳು!'' ಸಣ್ಣ ಇಲಿಯಂಥ ವ್ಯಕ್ತಿಯೊಬ್ಬ ಮುಷ್ಟಿಯನ್ನು ಬಾಯಿಗೆ ಅಡ್ಡಮಾಡಿಕೊಂಡು ಕಿಲಿಕಿಲಿಸಿದ.

ದೊಡ್ಡ ಅಣ್ಣ ಪೊಟ್ಟಣವನ್ನು ಕೈಯಲ್ಲಿ ಹಿಡಿದು ಯೋಹಾನ್ನಿಸ್‌ನತ್ತ ವಿಚಿತ್ರವಾಗಿ ನೋಡಿದ. ಕೊನೆಗೆ ನಡುಗುವ ಕೈಗಳಿಂದ ಪೊಟ್ಟಣವನ್ನು ಬಿಚ್ಚಿ ಅದರಲ್ಲಿದ್ದ ರೊಟ್ಟಿ, ಚೀಸ್, ತಾಯಿ

ನೆಯ್ದಿದ್ದ ಕಾಲುಚೀಲಗಳನ್ನು ದಿಟ್ಟಿಸಿದ. ಬೇರೆಯವರೂ ಕುತೂಹಲದಿಂದ ಅದರತ್ತ ಇಣುಕಿದರು. ಮತ್ತೊಮ್ಮೆ ಆ ಸಣ್ಣ ಇಲಿಯಂಥ ವ್ಯಕ್ತಿ ಬಾಯಿಗೆ ಕೈ ಅಡ್ಡ ಹಿಡಿದು ಕಿಗಲಿಗ :

''ಯಾರೋ ಮುದಿ ಹೆಂಗಸು, ವಿಲ್ಲೆಯನ್ನು ಹೇಗೆ ನೋಡಿಕೊಳ್ತಿದ್ದಾಳೆ ನೋಡಿ. ವಿಲ್ಲೇ ಇಷ್ಟರಲ್ಲೇ ಮಣ್ಣು ಮುಕ್ಕಲಿದ್ದಾನೆ ಅಂತ ನಿಮ್ಮ ತಾಯಿಗೆ ಹೋಗಿ ಹೇಳು.''

ಎಲ್ಲರೂ ಕೋಪದಿಂದ ಅವನನ್ನು ಪಕ್ಕಕ್ಕೆ ತಳ್ಳಿದರು. ಆ ಪುಟ್ಟ ಮನುಷ್ಯನ ಕಿಲಕಿಲ ನಗೆ ಮಾಯವಾಯಿತು. ಆದರೂ ಅವನು ''ಹೌದು, ವಿಲ್ಲೆಗೆ ಸೀಸದ ವಿಷ ಎಷ್ಟು ತಾಗಲಿದೆ ಅಂದ್ರೆ...'' ಎಂದು ಹೇಳಲು ಪ್ರಯತ್ನಿಸಿದ.

ಅವನ ಹಾಸ್ಯದ ಮಾತು ಕೇಳುವಷ್ಟು ತಾಳ್ಮೆ ಯಾರಿಗೂ ಇರಲಿಲ್ಲ. ರೆಯ್ಯೊನೆನ್ ಗದರಿಸಿದ್ದರಿಂದ ಆ ಪುಟ್ಟ ಮನುಷ್ಯ ಸುಮ್ಮನಾದ. ಆದರೂ ಅವನು ಕೈ ಅಡ್ಡ ಇಟ್ಟುಕೊಂಡು ಇನ್ನೂ ನಗುತ್ತಲೇ ಇದ್ದ.

ಆಗ ಯೋಹಾನ್ನಿಸ್‌ಗೆ ಅವನ ನಗೆಯ ಹಿಂದಣ ಭೀಕರ ಸತ್ಯದ ಅರಿವಾಯಿತು. ಅವನು ನಡುಗತೊಡಗಿದ. ಅವನ ಹಲ್ಲುಗಳು ತಾಗಿ ಕಟಕಟಿಸಿದವು. ತಾನು ಧೈರ್ಯಶಾಲಿ ಎಂದು ತೋರಿಸಿಕೊಳ್ಳಲು ಅವನು ಹೆಣಗಿದ. ಜನರ ಮುಂದೆ ಭಯ ಪ್ರಕಟಿಸಲು ನಾಚಿಕೆ ಅವನಿಗೆ. ಆದ್ದರಿಂದ ತನಗೇನೂ ಅರ್ಥವಾಗಿಲ್ಲ ಎಂಬಂತೆ ಅವನು ನಟಿಸಿದ. ಮತ್ತೆ ಅವನ ಪ್ರಜ್ಞೆಯಲ್ಲಿ ಅದು ಹಾದು ಹೋಯಿತು. ಇದು ಈಗ ನಡೆಯುತ್ತಿದೆ; ಸರಕು ಸಾಗಣೆಯ ಕಿರುಗಾಡಿಯನ್ನು ಗೋಡೆಗೆ ಒರಗಿಸಿ ನಿಲ್ಲಿಸಲಾಗಿದೆ. ವಿಲ್ಲೆಯ ಬೂಟುಗಳ ಮೇಲೆ ದೀಪ ನೆರಳು ಚೆಲ್ಲಿದೆ...

ಹೊರಗೆ ಟೆಲಿಗ್ರಾಫ್ ತಂತಿಗಳು ಗುಂಯ್‌ಗುಟ್ಟುತ್ತಿವೆ – ನಿರ್ಜನ ರೈಲ್ವೇ ನಿಲ್ದಾಣಗಳಲ್ಲಿ ಅವು ಯಾವಾಗಲೂ ಗುಂಯ್‌ಗುಡುವಂತೆ. ಆದರೆ ಈಗ ಅವು ಹೆಚ್ಚು ಗಟ್ಟಿಯಾಗಿ, ಹೆಚ್ಚು ರಭಸದಿಂದ ಠೇಂಕರಿಸುತ್ತಿದ್ದು, ಬಲವಾಗಿ ಗಾಳಿ ಬೀಸುವ ಸೂಚನೆಯನ್ನು ನೀಡುತ್ತಿವೆ. ಎಲ್ಲರ ಕೈಯಲ್ಲೂ ಬಯ್ಯಸಿಕೊಂಡ ಆ ಪುಟ್ಟ ಮನುಷ್ಯ ತಂತಿಗಳ ನರಳಾಟವನ್ನು ಕೇಳಿಸಿಕೊಳ್ಳುತ್ತಿದ್ದ. ''ತಂತಿಗಳು ಹೀಗೆ ಹಾಡ್ತಿರೋದರಿಂದ ನಾಳೆ ಖಂಡಿತ ಹಿಮಬೀಳ್ತದೆ'' ಎಂದು ಒಬ್ಬ ಹೇಳಿದ.

ಪುಟ್ಟ ಮನುಷ್ಯ ತನ್ನ ಕೈಗಳ ಹಿಂದೆ ಮುಸಿಮುಸಿ ನಕ್ಕು ಕೇಳಿದ :

''ನಾಳೆ ಹಿಮ ಬೀಳ್ತದೆ ಹೌದೆ ? ಹ್ಹಹ್ಹಾ! ನಾಳೆ ಅದರ ಬಗ್ಗೆ ನಮಗೇನು ಗೊತ್ತಾಗ್ತದೆ ? ಬಹುಶಃ ನರಕದಲ್ಲೂ ಹಿಮಪಾತಗಳಿರ್ಬಹುದೋ ಏನೋ ?''

ಅದರಿಂದ ಬೇರೆಯವರಿಗೆ ಕೋಪ ಬಂತು. ರೆಯ್ಯೊನೆನ್ ಅವನನ್ನು ಜೋರಾಗಿ ತಳ್ಳಿ ಬೀಳಿಸಿದ.

ಯೋಹಾನ್ನಿಸ್‌ಗೆ ಭಯದಿಂದ ಅಳು ಬರುವಂತಾಗಿದ್ದರೂ, ಅಣ್ಣನ ಎದುರು ಮಾತಿಲ್ಲದೆ ನಿಂತ. ದೊಡ್ಡ ಅಣ್ಣ ಅಪರಿಚಿತನಂತೆ ಕಂಡುಬಂದ. ಇತರರೂ ಅಷ್ಟೇ. ಈ ಕಾಯುವಿಕೆಯಲ್ಲಿ ಭಯಂಕರ ವಾದುದೇನೋ ಇತ್ತು. ಯೋಹಾನ್ನಿಸ್‌ನ ಅನುಭವಕ್ಕೆ ಅದು ಬಂತು. ವಿಲ್ಲೆ ಮತ್ತು ಉಳಿದವರನ್ನು ಉಳಿಸಬೇಕೆಂಬ ಅಪೇಕ್ಷೆ ಅವನಿಗುಂಟಾಯಿತು. ಆದರೆ ಅದು ಅವನಿಂದಾಗದು. ಈ ಕ್ಷಣಕ್ಕೆ ಈ ಸ್ಥಳಕ್ಕೆ ತನ್ನನ್ನು ಮೊಳೆ ಹೊಡೆದು ನಿಲ್ಲಿಸಿದಂತಾಯಿತು ಅವನಿಗೆ.

ಕೊನೆಗೆ ವಿಲ್ಲೆ ''ನೀನು ಹೋಗು. ಅಮ್ಮನಿಗೆ ನನ್ನ ಪ್ರೀತಿಯನ್ನು ತಿಳಿಸು'' ಎಂದ.

''ತಿಂಡಿ, ಕಾಲುಚೀಲ'' ಯೋಹಾನ್ನಿಸ್ ಬಿಕ್ಕಿದ್ದ.

ವಿಲ್ಲೆ ಬ್ರೆಡ್ ಮತ್ತು ಚೀಸನ್ನು ಅಲ್ಲಿದ್ದವರಿಗೆಲ್ಲಾ ಹಂಚಿದ. ಎಲ್ಲರೂ ತಮ್ಮ ಟೋಪಿಗಳನ್ನು ತೆಗೆದು ಆಸೆಯಿಂದ ಅದನ್ನು ತಿನ್ನತೊಡಗಿದರು. ಆ ಪುಟ್ಟ ಮನುಷ್ಯ ಸಹ ನಗದೆ ತಿನ್ನತೊಡಗಿದ.

ಅನಂತರ ವಿಲ್ಲೆ ಬೂಟುಗಳನ್ನು ತೆಗೆದು ತಾಯಿ ಕಳುಹಿಸಿದ್ದ ಕಾಲು ಚೀಲಗಳನ್ನು ಹಾಕಿಕೊಂಡ. ಅವನು ಅವುಗಳನ್ನು ನೋಡಿದ. ಒಳಗಿನ ಹೆಬ್ಬೆರಳನ್ನು ಅಲುಗಿಸಿದ. ಅನಂತರ ಮಂದ ಧ್ವನಿಯಲ್ಲಿ ಯೋಹಾನ್ನಿಸ್ ಹೇಳಿದ :

''ಅಮ್ಮ ಯಾವಾಗಲೂ ಹೆಣೆಯುವಂತೆ ಇವು ತುಂಬಾ ಚೆನ್ನಾಗಿವೆ, ಬೆಚ್ಚಗಿವೆ. ಅವಳಿಗಿದನ್ನು ಹೇಳು. ಏಪ್ರಿಲ್ ಹತ್ತಿರವಾಗುತ್ತಿದ್ದರೂ ಇದರಿಂದ ಒಳ್ಳೇದಾಯ್ತು. ಈಗಲೂ ರಾತ್ರಿ ತುಂಬಾ ಚಳಿಯಾಗ್ತದೆ. ಆದರೆ ಈ ಬೂಟನ್ನು ನೋಡು. ಒಂದು ರೈಫಲ್ ಗುಂಡು ಅದರ ಹಿಮ್ಮಡಿಯನ್ನು ಹೊಕ್ಕಿದೆ. ಹೈಕಿಯಲ್ಲದೆ ಬೇರೆ ಯಾರಾದರೂ ಮಾಡಿದ್ದಿದ್ದರೆ ಇದು ಚೂರು ಚೂರಾಗಿತ್ತು. ಇವು ತುಂಬಾ ಒಳ್ಳೇ ಬೂಟುಗಳು. ಇವನ್ನ ನಾನು ನಿಜವಾಗಿಯೂ ನಿನಗೆ ಕೊಡಬೇಕು. ಆದರೆ ಹಾಗೆ ಮಾಡೋದಕ್ಕೆ ಈಗ ನನ್ನಿಂದ ಸಾಧ್ಯವಿಲ್ಲ. ನೀನು ಹೋಗಿ ತಾಯಿಗೆ ನನ್ನ ಪ್ರೀತಿ ಮತ್ತು ನಮಸ್ಕಾರ ತಿಳಿಸು.''

ದೊಡ್ಡ ಅಣ್ಣ ಈಗ ಅಳುವ ಸ್ಥಿತಿ ತಲುಪಿದ್ದ. ಇದ್ದಕ್ಕಿದ್ದಂತೆ ಬಾಗಿಲು ತೆರೆದುಕೊಂಡು ಆಜ್ಞಾ ಧ್ವನಿ ಕೇಳಿಬಂತು.

''ಎಲ್ಲಾ ಹೊರಗೆ ಬನ್ನಿ! ಹಾರೆ ಗುದ್ದಲಿಗಳನ್ನು ನಿಮ್ಮೊಂದಿಗೆ ತನ್ನಿ!''

ಅವರೆಲ್ಲಾ ವಿಧೇಯತೆಯಿಂದ ಕಾಲೂರಿ ನಿಂತರು. ಕೆಲವರು ಮೊಳಕಾಲಿನ ಮೇಲೆ ಕುಸಿದು ಬಿದ್ದರು. ವಿಲ್ಲೆ ಆತುರದಿಂದ ಬೂಟುಗಳನ್ನು ಕಾಲಿಗೆ ಸಿಕ್ಕಿಸಿಕೊಳ್ಳುತ್ತಾ ಇಂಥ ದುರ್ಬಲರನ್ನು ಎದ್ದು ನಿಲ್ಲಿಸಲು ರೆಯ್ಯೊನೆನ್‌ಗೆ ಸಹಾಯ ಮಾಡಿದ.

ಬಾಗಿಲ ಬಳಿ ಇದ್ದ ವ್ಯಕ್ತಿ ನಿರ್ದೇಶಿಸಿದ :

''ಮುಂದಕ್ಕೆ ನಡೀರಿ, ಗುದ್ದಲಿ, ಹಾರೆಗಳನ್ನು ತೆಗೆದುಕೊಳ್ಳಿ !''

ತಮ್ಮಲ್ಲಿದ್ದ ಯಾವುದೋ ಒಂದು ವಿಧೇಯತೆಯ ಪ್ರವೃತ್ತಿ ಈ ಆಜ್ಞೆಯನ್ನು ಪಾಲಿಸುವಂತೆ ಅವರನ್ನು ಮಾಡಿತು. ಅವರ ಕಣ್ಣುಗಳು ಮುಂದೆ ದಿಟ್ಟಿಸಿದವು, ಕೈಗಳು ನಡುಗಿದವು. ಅವರು ಹಾರೆ ಗುದ್ದಲಿಗಳಿಗಾಗಿ ಮೂಲೆಯಲ್ಲಿ ತಡಕಾಡಿಸಿದರು. ಖಣಖಣ ಸದ್ದಿನೊಂದಿಗೆ ಪಡೆ ಹೊರಕ್ಕೆ ಹೊರಟಿತು.

ಹೊರಗೆ ಸೈನಿಕರು ಅವರನ್ನು ಸಾಲಾಗಿ ನಿಲ್ಲಿಸಿದರು. ಅನಂತರ ಪ್ರತಿಯೊಬ್ಬರ ಹೆಸರನ್ನೂ ಕರೆಯಲಾಯಿತು. ಯೋಹಾನ್ನಿಸ್ ಉದ್ದನೆಯ ಒಬ್ಬ ಮನುಷ್ಯನ ಕಾಲುಸಂದಿನಿಂದ ತೆವಳಿ ವಿಲ್ಲೆಯ ಬಳಿ ಹೋಗಲು ಪ್ರಯತ್ನಿಸಿದ.

ಸೈನಿಕರು ಅವನನ್ನು ನೋಡಿ ಕೂಗಿ ಹೇಳಿದರು :

''ಆ ಹುಡುಗ ಎಲ್ಲಿಂದ ಬಂದ ?''

''ಈಗಲೇ ಹೊರಟು ಹೋಗು, ಮತ್ತೆ ನಿನಗೆ ಅವಕಾಶ ಸಿಗಲಾರದು !''

ಯೋಹಾನ್ನಿಸ್ ಷೆಡ್ಡಿನ ಹಿಂದೆ, ಗುಂಯ್‌ಗುಡುತ್ತಿದ್ದ ತಂತಿಗಳ ಕೆಳಗೆ ಮರೆಯಾದ. ಆಜ್ಞೆಯ ಒಂದು ಧ್ವನಿ ಆಮೇಲೆ ಚಲಿಸಲಾರಂಭಿಸಿದ ತುಕುಡಿಯ ಕಾಲ ಸಪ್ಪಳ ಅವನಿಗೆ ಕೇಳಿಸಿತು.

ಸೈನಿಕರು ಮತ್ತು ಸೆರೆಯಾಳುಗಳು ಕತ್ತಲಲ್ಲಿ ಕರಗಿಹೋದರು.

ಇಣುಕುತ್ತಿದ್ದ ಯೋಹಾನ್ನಿಸ್, ಎಲ್ಲರೂ ಹೋದ ಮೇಲೆ ವಿಶಾಲ ಅಂಗಳ ದಾಟಿ ಪ್ಲಾಟ್‌ಫಾರಂಗೆ ಬಂದ. ಅಲ್ಲಿ ಕಂಬವೊಂದರ ತುದಿಯಿಂದ ಒಂದು ಲಾಟೀನು ನೇತಾಡುತ್ತಿತ್ತು. ಅಪಾರ ದೂರದಿಂದೆಂಬಂತೆ ರೈಲು ಮಾರ್ಗದ ಕೀಲುಗಳ ಬಳಿ ಮಂದ ಬೆಳಕೊಂದು ಹೊಳೆಯುತ್ತಿತ್ತು. ಸ್ವಲ್ಪ ಹೊತ್ತಿನ ಹಿಂದೆ ಯೋಹಾನ್ನಿಸ್ ಅಲ್ಲಿ ನಿಂತಿದ್ದಾಗ ಎಲ್ಲವೂ ಹೇಗಿತ್ತೋ

ಹಾಗೆ ಈಗಲೂ ಇತ್ತು. ಆದರೆ ಆ ಕ್ಷಣ ಮತ್ತೆಂದೂ ಹಿಂತಿರುಗಿ ಬರದಂತೆ ಹೊರಟು ಹೋಗಿತ್ತು. ಯೋಹಾನ್ನಿಸ್ ಆತಂಕ ಮತ್ತು ಹೆದರಿಕೆಯಿಂದ ಕಣ್ಣೀಗು ಸುರಿಸುತ್ತಾ ಅಲ್ಲಿ ಅಸ್ವಸ್ಥನಂತೆ ನಿಂತ. ವಿಲ್ಲೆಯನ್ನು ಅವರು ಕೊಂಡೊಯ್ದಿದ್ದಾರೆ...

ಮರದ ದಿಮ್ಮಿಗಳ ರಾಶಿಯ ಹಿಂದೆ ದೂರದಲ್ಲೆಲ್ಲೋ ಗುದ್ದಲಿ ಮತ್ತು ಹಾರೆಗಳು ಸದ್ದು ಮಾಡಿದ್ದನ್ನು ಯೋಹಾನ್ನಿಸ್ ಕಿವಿಗೊಟ್ಟು ಕೇಳಿಸಿಕೊಂಡ. ಆತ ಓಡಿದ. ಅವನು ತನ್ನ ಅಣ್ಣನ ಕೈಹಿಡಿದುಕೊಂಡು ಮನೆಗೆ ಓಡಲಿದ್ದಾನೆ....

ರೈಲುಹಳಿಗಳ ಬದಿಗೆ ಕತ್ತಲೆಯಲ್ಲಿ ಜನರ ಸಾಲೊಂದು ಹೋಗುತ್ತಿರುವುದು ಅವನಿಗೆ ಕಾಣಿಸಿತು. ಅವರಲ್ಲಿ ಕೆಲವರ ಬಳಿ ಬಂದೂಕುಗಳಿದ್ದವು. ಉಳಿದವರ ಬಳಿ ಅಗೆಯುವ ಉಪಕರಣಗಳಿದ್ದವು. ಅವರು ರಸ್ತೆಯಿಂದ ತಿರುಗಿ ಹಿಮ ಮುಚ್ಚಿದ ಹೊಲಗಳನ್ನು ದಾಟಿ, ಸುಟ್ಟು ಮುರಿದು ಬಿದ್ದಿದ್ದ ಮನೆಯೊಂದರಾಚೆಗೆ ಜವುಗಿನತ್ತ ನಡೆದರು.

ಮಾರ್ಚ್ ತಿಂಗಳ ಸೂರ್ಯ ಹಗಲು ಹೊತ್ತಿನಲ್ಲಿ ಹಿಮವನ್ನು ಮೆದುವಾಗಿಸಿದ್ದ. ಆದರೆ ರಾತ್ರಿಯಾಗುತ್ತಿದ್ದಂತೆ ಅದರ ಮೇಲಿನ ಪದರ ಗಡುಸಾಗಿತ್ತು. ಅದನ್ನು ತುಳಿಯುತ್ತಾ ಸಾಗುತ್ತಿದ್ದ ಆ ಜನರ ಭಾರ ತಡೆದುಕೊಳ್ಳುವಷ್ಟು ಶಕ್ತಿ ಅದಕ್ಕಿರಲಿಲ್ಲ. ತಮ್ಮ ಕಾಲುಗಳು ಅದರಲ್ಲಿ ಹೂತುಕೊಳ್ಳು ತ್ತಿದ್ದುದರಿಂದ ಅವರು ನಿಧಾನವಾಗಿ ನಡೆಯುತ್ತಿದ್ದರು. ಆದರೆ ಯೋಹಾನ್ನಿಸ್ ಒಂದು ಮೊಲದಂತೆ ಹಗುರವಾಗಿ ಅದರ ಮೇಲೆ ಓಡಿ ಅವರನ್ನು ಸಮೀಪಿಸಿದ.

ಅದು ವಸಂತಕಾಲದ ಪ್ರಾರಂಭದ ಒಂದು ಸಂಜೆಯಾಗಿತ್ತು. ತೆಳುವಾದ ಬಿಳಿ ಮೋಡಗಳ ಮೂಲಕ ಹೊರಬಿದ್ದ ಪೂರ್ಣಚಂದ್ರನ ಕಿರಣಗಳು ಎಲ್ಲೆಡೆಯೂ ಮಂದ ಬೆಳಕನ್ನು ಹರಡಿತ್ತು. ಯೋಹಾನ್ನಿಸ್ ಮೆಲ್ಲಗೆ, ಅಂಜುಬುರುಕ ಇಲಿಯಂತೆ, ಸೈನಿಕರು ತನ್ನನ್ನು ನೋಡಿದರೆ ಗುಂಡು ಹಾರಿಸಬಹುದೆಂಬ ಭಯದಿಂದ ಮುಂದುವರಿದ.

ವಿಷಾದಕರವಾದ, ಮರಗಳಿಲ್ಲದ, ಜೌಗು ನೆಲದ ಬಳಿ ಅವರು ನಿಂತರು. ಬೇರುಗಳ ರಾಶಿಯ ಹಿಂದಕ್ಕೆ ನುಸುಳಿದ ಅವರ ಕಿರುನೆರಳು ಯಾರ ಗಮನಕ್ಕೂ ಬರಲಿಲ್ಲ.

ಸೈನಿಕರು ಸಾಲಾಗಿ ನಿಂತು ಬಗಲಿಗೆ ತಗಲಿಸಿಕೊಂಡಿದ್ದ ಬಂದೂಕುಗಳನ್ನು ಇಳಿಸಿದರು. ಅವರ ನಾಯಕ ಪಿಸ್ತೂಲನ್ನು ಹೊರಕ್ಕೆ ತೆಗೆದು ಕೂಗಿದ.

''ಕೆಲಸ ಶುರುಮಾಡಿ! ಹಿಮವನ್ನೆಲ್ಲಾ ಪಕ್ಕಕ್ಕೆ ಸರಿಸಿ.''

ಸೆರೆಯಾಳುಗಳು ತಮ್ಮ ಗುದ್ದಲಿಗಳನ್ನು ಹಿಡಿದರು. ಪುಟ್ಟ ಮನುಷ್ಯ ಕಿಲಿಕಿಲಿಸಿದ. ಮತ್ತೆ ಕೆಲವರು ವಿಚಿತ್ರ ಸದ್ದು ಹೊರಡಿಸುತ್ತಾ ಬೀಳುವವರಂತೆ ತೂರಾಡತೊಡಗಿದರು. ಅಂಥ ಸ್ಥಿತಿಯಲ್ಲೂ ಅವರೆಲ್ಲಾ ಹಿಮವನ್ನು ಗೋಚಿ ಹಾಕಲು ಪ್ರಯತ್ನಿಸಿದರು. ಏಕೆಂದರೆ, ಸೇನಾನಿಯ ಆಜ್ಞೆ ಚಾಟಿಯ ಏಟಿನಂತಿತ್ತು.

ಸೆರೆಯಾಳುಗಳು ಹಿಮ ತೆಗೆದುಹಾಕಿದ್ದ ಜಾಗಕ್ಕೆ ಒಂದು ದೀರ್ಘ ಚತುಷ್ಕೋಣದ ಆಕಾರವಿತ್ತು. ಉಳಿದವರು ಕಂಕುಳಲ್ಲಿ ಬಂದೂಕು ಇಟ್ಟುಕೊಂಡು ನೋಡುತ್ತಿದ್ದರು. ಅನಂತರ ವಿಲ್ಲೆ ಮತ್ತು ರೆಯ್ಯೊನೆನ್ ಹಾರೆ, ಗುದ್ದಲಿಗಳನ್ನು ತೆಗೆದುಕೊಂಡು ಹೆಪ್ಪುಗಟ್ಟಿದ ನೆಲವನ್ನು ಅಗೆಯತೊಡಗಿದರು. ಅದು ಕಲ್ಲಿನಷ್ಟು ಗಟ್ಟಿಯಾಗಿತ್ತು. ಹಾರೆಯ ಏಟಿಗೆ ಸಣ್ಣ ಚೂರು ಮಾತ್ರ ಮೇಲೇಳುತ್ತಿತ್ತು. ಅಗೆಯುತ್ತಿದ್ದವರಲ್ಲಿ ಕೆಲವರು ತೂರಾಡುತ್ತಾ ಸೈನಿಕರ ಕಡೆ ನೋಡುತ್ತಿದ್ದರು. ಆಗಾಗ ಯಾರಾದರೂ ಹಾರೆ ಅಥವಾ ಗುದ್ದಲಿಯನ್ನು ಕೆಳಕ್ಕೆ ಬೀಳಿಸುತ್ತಿದ್ದರು.

ತುಕಡಿಯ ನಾಯಕ ಬೇರುಗಳ ರಾಶಿಗೆ ಒರಗಿಕೊಂಡ. ಯೋಹಾನ್ನಿಸ್ ಅವನ ಬೂಟು

ಗಳನ್ನು ಮುಟ್ಟುವಷ್ಟು ಸಮೀಪದಲ್ಲಿದ್ದ. ಆತ ಗೊಣಗುತ್ತಿದ್ದುದು ಯೋಹಾನ್ನಿಸ್‌ಗೆ ಕೇಳಿಸಿತು :

''ಎಂಥ ಕೆಲಸದಲ್ಲಿ ಬೆರೆಯಬೇಕಾಗಿ ಬಂತಪ್ಪ – ಶುದ್ಧ ಪಾಶವೀಯ...''

ಆದರೆ ಅನಂತರ ಅವನ ಬಂದೂಕು ಆಡಿಸುತ್ತಾ ''ಬೇಗ, ಬೇಗ ! ಕೆಲಸ ಮಾಡಿ ಮುಗಿಸಿ'' ಎಂದು ಅರಚಿದ.

ತೂರಾಡುತ್ತಿದ್ದವರು ಸಹ ಅಗೆಯಲು ಪ್ರಾರಂಭಿಸಿದರು. ಬಂದೂಕಿನ ಮನುಷ್ಯ ಅಳಿಸಲಾಗದ ಹಣೆಬರಹದಂತಿದ್ದ. ವಿಲ್ಲೆ ಮತ್ತು ರೆಯ್ಯೊನೆನ್ ಅನುಭವಿಗಳಂತೆ ಕೆಲಸ ಮಾಡುತ್ತಿದ್ದರು. ಅವರು ಶ್ರುತಿ ಹಿಡಿದವರಂತೆ ಅಗೆಯುತ್ತಿದ್ದರು. ಅವರಿಗೆ ಹಾರೆ, ಗುದ್ದಲಿಗಳು ಅತ್ಯಂತ ಪರಿಚಿತ ಉಪಕರಣಗಳಾಗಿದ್ದವು. ಆದರೆ ಬೇರೆಯವರು ಪಟ್ಟಣಿಗರಂತೆ ಕಂಡುಬಂದರು. ಅವರು ಗೊತ್ತು ಗುರಿಯಿಲ್ಲದೆ ಅಗೆಯುತ್ತಿದ್ದರು. ಆಗಾಗ ಹಾರೆಗಳು ಕಂಪಿಸುತ್ತಾ, ಶ್ರುತಿವಾದ್ಯದಂತೆ ಸದ್ದುಮಾಡುತ್ತಿದ್ದವು.

ಕ್ರಮೇಣ ಭೂಮಿಯ ಗಟ್ಟಿ ಭಾಗ ಮುಗಿಯಿತು. ಸೈನಿಕರಲ್ಲೊಬ್ಬ ಅಗೆಯುವವರಿಗೆ ಸಹಾಯ ಮಾಡಲು ಮುಂದಾದ. ಆದರೆ ದಳನಾಯಕ ಹಿಂದಕ್ಕೆ ಬರುವಂತೆ ಅವನಿಗೆ ಆಜ್ಞಾಪಿಸಿದ.

''ನಮ್ಮ ತಾಯಿನೆಲ ಸಾಕಷ್ಟು ಗಟ್ಟಿಯಾಗಿದೆ. ಅದಕ್ಕೆ ಧಿಕ್ಕಾರ. ಆಕೆ ತೋಳ್ದೆರೆದು ನಮ್ಮನ್ನು ಬರ ಮಾಡಿಕೊಳ್ಳುತ್ತಿಲ್ಲ'' ವಯಸ್ಸಾದ ರೆಯ್ಯೊನೆನ್ ಗೊಣಗಿದ.

ಆಗ ಯೋಹಾನ್ನಿಸ್‌ಗೆ ವಿಲ್ಲೆಯ ಮಾತು ಕೇಳಿಸಿತು :

''ಗೆಳೆಯರೇ, ಇದನ್ನು ಬೇಗ ಮುಗಿಸೋಣ. ಇದು ನಮ್ಮ ಕೊನೆಯ ಕೆಲಸ.''

ಅದಕ್ಕೆ ರೆಯ್ಯೊನೆನ್ ಹೇಳಿದ :

''ಹೌದು – ಕೆಲಸ ಮುಗಿಸು – ಅದು ಯಾವಾಗಲೂ ನಮ್ಮ ಘೋಷಣೆಯಾಗಿತ್ತು. ಆದರೆ ನಮಗೆ ಒಂದು ಹಾಡು ಹೇಳು ಯುವೊನೆನ್. ನಿನ್ನ ಕರ್ತವ್ಯ ಮರೀಬೇಡ.

ಒಂದು ಪಂಗಡವಾಗಿ ಕೆಲಸ ಮಾಡಿ ಅಗೆಯುತ್ತಾ, ಮಣ್ಣು ರಾಶಿಯನ್ನು ಎತ್ತಿ ಹಾಕುತ್ತಾ ಇದ್ದವರಿಗಾಗಿ ಯುವೊನೆನ್ ಹಾಡಿದ್ದನ್ನು ಯೋಹಾನ್ನಿಸ್ ಕೇಳಿಕೊಂಡ.

ಎಲ್ಲರೂ ಒಟ್ಟಿಗೆ ಹಾಡಿನ ತಾಳಕ್ಕೆ ಹೊಂದಿಕೊಂಡು ಕೆಲಸ ಮಾಡತೊಡಗಿದರು.

ತಾಳಕ್ಕೆ ಹೊಂದಿಕೊಳ್ಳುವುದರಿಂದ ಕೆಲಸ ಸುಲಭವಾಗುತ್ತದೆಂದು ಅಣ್ಣ ಅವನಿಗೆ ಹಿಂದೆ ಹೇಳಿದ್ದ. ಆದರೂ ಯುವೊನೆನ್ ಹಾಡಿಗೆ ತನ್ನ ಸ್ವಂತ ಮಾತುಗಳನ್ನು ಸೇರಿಸಿದಾಗ ಒಮ್ಮೊಮ್ಮೆ ನಗೆ ತಡೆದುಕೊಳ್ಳಲಾಗುತ್ತಿರಲಿಲ್ಲ. ಯುವೊನೆನ್‌ನ ಕೆಲವು ಹಾಡುಗಳನ್ನು ಕೇಳಲು ಯೋಹಾನ್ನಿಸ್‌ನನ್ನು ಬಿಡುತ್ತಿರಲಿಲ್ಲ.

ಈಗ ಯುವೊನೆನ್ ಒಂದು ಹಿಮಗಡ್ಡೆಯ ಮೇಲಕ್ಕೆ ಬೇಗನೆ ಹತ್ತಿ ಮಂದಗತಿಯಲ್ಲಿ ಹಾಡತೊಡಗಿದ.

ಹೆಇ ಯೂಪಾ ಪುನ್ನಾನ್ ಪೋ

ಕಿರಿ ಕಿರಿ ಪಾವುಕುಮ್ಮೊ ಓತಾಯೋ...

ವಾಸ್ತವ ಸ್ಥಿತಿಯನ್ನು ಮರೆತಂತೆ ಹಾರೆಗಳ ಏರಿಳಿತದಲ್ಲಿ ಈಗ ಹೊಂದಾಣಿಕೆಯಿತ್ತು. ಕೊನೆಗೆ ಹೆಪ್ಪುಗಟ್ಟಿದ ಪದರ ಮುಗಿದು ಹುಲ್ಲು ಹಾಸು ಕಾಣಿಸಿಕೊಂಡಿತು. ಅವರು ಹಾರೆಗಳನ್ನು ಬಿಟ್ಟು ಸನಿಕೆಗಳಿಂದ ಹುಲ್ಲನ್ನು ಕೆತ್ತತೊಡಗಿದರು. ಅವರು ಬಹಳ ರಭಸದಿಂದ ತಮ್ಮ ಕೊನೆಯ ಕೆಲಸವನ್ನು ಮುಗಿಸುತ್ತಿದ್ದರು. ಹುಲ್ಲು ಹಾಸನ್ನು ಕೆತ್ತಿದ ಮೇಲೆ ಗಾಢ ನೀಲಿ ಜೇಡಿಮಣ್ಣನ್ನು

ಅವರು ಅಗೆಯತೊಡಗಿದರು. ಬೇಗ ಬೇಗ ಗೋರಿ ಆಳವಾಗತೊಡಗಿತು. ಬೇರುಗಳ ರಾಶಿಯ ಮರೆಯಲ್ಲಿ ಅಡಗಿ ನೋಡುತ್ತಿದ್ದ ಯೋಹಾನ್ನಿಸ್‌ಗೆ ಅಗೆಯುತ್ತಿದ್ದವರ ತಲೆಗಳು ಮಾತ್ರ ಈಗ ಕಾಣಿಸುತ್ತಿದ್ದವು ಅನಂತರ ಅದೂ ಮರೆಯಾಗಿ ಹೊರಗೆಸೆಯುತ್ತಿದ್ದ ಮಣ್ಣಿನಿಂದ ಅವರಿನ್ನೂ ಅಗೆಯುತ್ತಿದ್ದಾರೆಂಬುದು ತಿಳಿದುಬರುತ್ತಿತ್ತು.

''ಅದು ಇಲ್ಲಿದೆ, ಈ ಕ್ಷಣ, ಈಗ'' ಬೇರುಗಳ ರಾಶಿಯ ಹಿಂದೆ ಹೆದರಿಕೆಯಿಂದ ಬಿಗಿಗೊಂಡ ಯೋಹಾನ್ನಿಸ್ ಯೋಚಿಸಿದ. ಆದರೆ ಆ ಕ್ಷಣ ಉರುಳಿಹೋಯಿತು ಮತ್ತು ಗೋರಿ ಆಳವಾಯಿತು.

ಅದು ಸಿದ್ಧವಾಯಿತು. ಅಗೆಯುತ್ತಿದ್ದವರು ಮೇಲೆ ಬರಲು ಸೈನಿಕರು ಕೈನೀಡಿ ನೆರವಾದರು. ಮೇಲೆ ಬಂದವರು ಗೋರಿಯ ಪಕ್ಕದಲ್ಲಿ ಏದುಸಿರು ಬಿಡುತ್ತಾ ಕುಳಿತರು.

ರೆಯ್ಯೊನೆನ್ ಹೇಳಿದ :

''ಅದೊಂದು ಕೆಲಸ ಮುಗೀತು. ಈಗೊಂದು ಸಿಗರೇಟ್ ಸಿಕ್ಕಿದರೆ ಆಗ್ತಿತ್ತು.''

ಸೈನಿಕರು ಅವಸರದಲ್ಲಿ ತಮ್ಮ ಜೇಬುಗಳನ್ನು ತಡಕಾಡಿ, ಸಿಗರೇಟ್ ಪ್ಯಾಕ್‌ಗಳನ್ನು ಹೊರತೆಗೆದು ಸೆರೆಯಾಳುಗಳಿಗೆ ಕೊಟ್ಟರು. ಬೆಂಕಿಯನ್ನು ಅವರೇ ಹಚ್ಚಿದರು. ಎಲ್ಲರೂ ಮೌನವಾಗಿ, ಪರಸ್ಪರ ಗಮನಿಸುತ್ತಾ ಸಿಗರೇಟ್ ಸೇದತೊಡಗಿದರು. ದಳನಾಯಕ ಏನೋ ಹೇಳಲು ಬಯಸಿದಂತಿತ್ತು. ಆದರೆ ಕೈ ಮಾತ್ರ ಆಡಿಸಿ, ಅವನೂ ಸಿಗರೇಟ್ ಸೇದತೊಡಗಿದ. ಯೋಹಾನ್ನಿಸ್ ಸಿಗರೇಟಿನ ಉರಿವ ತುದಿಗಳನ್ನು ನೋಡಿದ. ಶಾಂತಿ, ಸಮಾಧಾನ ಎಲ್ಲೆಡೆಯೂ ನೆಲೆಸಿದಂತಿತ್ತು. ಇದರಿಂದ ಯೋಹಾನ್ನಿಸ್‌ಗೆ ಸ್ವಲ್ಪ ಸುಖವೆನ್ನಿಸಿ, ಅವನ ಭಯ ತೊಲಗಿತ್ತು. ನಿಜವಾಗಿಯೂ ಅವರೆಲ್ಲ ಬೇಗ ನಿಲ್ದಾಣಕ್ಕೆ ಹಿಂತಿರುಗದಿರುವರೇ ? ನಿಜವಾಗಿಯೂ ಆ ಗೋರಿ ನೆಲದಲ್ಲಿ ಒಂದು ಗುಂಡಿ ಮಾತ್ರವಲ್ಲವೇ ?

ದಳನಾಯಕ ತನಗೆ ತಾನೇ ಶಪಿಸಿಕೊಳ್ಳುತ್ತಿರುವುದು ಯೋಹಾನ್ನಿಸ್‌ಗೆ ಕೇಳಿಸಿತು. ಸೆರೆಯಾಳುಗಳು ಮತ್ತು ಸೈನಿಕರು ಪರಸ್ಪರ ನೋಡಿದರು. ರೆಯ್ಯೊನೆನ್ ಹೇಳಿದ :

''ನೀವು ಕೊಟ್ಟ ತಂಬಾಕು ಸೊಗಸಾಗಿತ್ತು. ಕಷ್ಟದ ಕೆಲಸದ ಅನಂತರ ಅದು ತುಂಬಾ ರುಚಿಕರವಾಗಿತ್ತು. ವಂದನೆಗಳು.''

ಸೈನಿಕರು ಚಡಪಡಿಸಿದರು. ಅವರಲ್ಲೊಬ್ಬ ಅಂದ :

''ನೀವು ನಮ್ಮನ್ನು ತಪ್ಪು ತಿಳೀಬೇಡಿ. ಇದಕ್ಕೆ ನಾವಲ್ಲ... ಆದರೆ ನೀವೇ ತೀರ್ಪು ಕೇಳಿದ್ದೀರಿ. ಬಹುಶಃ ಆ ಬದಿಯಲ್ಲಿ ಬೇರೆ ನ್ಯಾಯಮೂರ್ತಿಗಳಿರ್ಬಹುದು ಹಾಗೂ ನ್ಯಾಯಾನ್ಯಾಯವನ್ನು ತೂಕ ಮಾಡುವ ಅವರ ತಕ್ಕಡಿಗಳು ಇಹಲೋಕದ ಈ ತಕ್ಕಡಿಗಳಿಗಿಂತ ಬೇರೆಯಾಗಿರ್ಬಹುದು. ಆದ್ದರಿಂದ ನಮ್ಮನ್ನು ತಪ್ಪು ತಿಳೀಬೇಡಿ.''

ನಿಮಿಷಗಳುರುಳಿದವು. ಸಿಗರೇಟ್‌ಗಳು ಸುಟ್ಟು ಬೂದಿಯಾದವು ಅಗೆದವರ ಬೆವರು ತಂಪಾಯಿತು. ದಳನಾಯಕ ಮನಸ್ಸು ಗಟ್ಟಿ ಮಾಡಿಕೊಂಡು ಆಜ್ಞಾಪಿಸಿದ.

''ಸೆರೆಯಾಳುಗಳೆಲ್ಲ ಗೋರಿಯ ಮುಂದೆ ಸಾಲಾಗಿ ಬಂದು ನಿಲ್ಲಿ. ಗುಂಡು ಹಾರಿಸುವವರು ಇತ್ತ ಬನ್ನಿ!''

ಮಿಂಚಿನ ಕಾಂತಿಯಿಂದ ಜ್ವಲಿಸಿದಂತೆ ಯೋಹಾನ್ನಿಸ್‌ಗೆ ಈಗ ಎಲ್ಲವೂ ಸ್ಪಷ್ಟವಾಯಿತು. ಸೆರೆಯಾಳುಗಳಿಗೆ ಕ್ಷಮಾಧಾನ ದೊರೆಯುವುದಿಲ್ಲ, ವಿಲ್ಲೆ ಮತ್ತು ಉಳಿದವರನ್ನು ಅವರು ಗುಂಡಿಕ್ಕಿ ಕೊಲ್ಲುತ್ತಾರೆ. ಯೋಹಾನ್ನಿಸ್ ಬೇರುಗಳ ರಾಶಿಯಿಂದ ತೆವಳಿ ಬಂದು ದಳನಾಯಕನನ್ನು ಬೇಡಿ ಕೊಳ್ಳಲು ಬಯಸಿದ. ವಿಲ್ಲೆ ಮತ್ತು ಜೊತೆಯವರನ್ನು ಉಳಿಸಲು ಓಡಬೇಕು

ಅಂದುಕೊಂಡ. ಆದರೆ ಅವನಿಗೆ ಚಲಿಸಲೂ ಸಾಧ್ಯವಾಗಲಿಲ್ಲ. ಕೂಗಿಕೊಳ್ಳಲೂ ಸಾಧ್ಯವಾಗಲಿಲ್ಲ. ಅಲ್ಲಿ ನಡೆಯುತ್ತಿರುವುದನ್ನೆಲ್ಲಾ ಕೇಳಿಸಿಕೊಳ್ಳಲು, ನೋಡಲು ಮಾತ್ರ ಸಾಧ್ಯವಿತ್ತು, ಅವನಿಗೆ.

ಹೊಳೆಯುತ್ತಿದ್ದ ಬೆಳದಿಂಗಳಿನಲ್ಲಿ ಗುಂಡಿಕ್ಕುವವರು ಸಾಲಾಗಿ ನಿಂತಿರುವುದನ್ನೂ, ಸೆರೆಯಾಳುಗಳು ಚಳಿಗಲ್ಲದೆ ಬೇರಾವುದೋ ಕಾರಣದಿಂದ ನಡುಗುತ್ತಿರುವುದನ್ನೂ ಅವನು ನೋಡಿದ. ಇನ್ನೇನು, ಸಾವಿನ ಹೊರ ಚಾಚಿದ ಮೂಳೆ ಬೆರಳುಗಳು ಎದ್ದು ಕಾಣುವುದೊಂದೇ ಬಾಕಿ. ಕರುಣಾಹೀನ, ಭಯಂಕರ ಕೊನೆ ಕ್ಷಣಗಳು ಹತ್ತಿರ ಬರುತ್ತಿವೆ. ಓ, ಮತ್ತೊಂದು ದಿನ ಬದುಕಿರುವುದೆಂದರೆ, ಮತ್ತೊಂದು ಗಂಟೆ ಜೀವನವನ್ನು ಗ್ರಹಿಸುವುದೆಂದರೆ... ಅನಂತತೆಯನ್ನು ಪ್ರವೇಶಿಸುವ ಮುಂಚೆ ಹೆಪ್ಪುಗಟ್ಟಿದ ನೆಲದಲ್ಲಿ ಮತ್ತೊಂದು ಗೋರಿ ತೋಡಲು ಸಾಧ್ಯವಾದರೆ, ದೇವರೇ ನಮ್ಮ ಬಗ್ಗೆ ಕರುಣೆ ತೋರು. ಮತ್ತೆ ಕೆಲವು ನಿಮಿಷಗಳನ್ನು ನಮ್ಮ ಪಾಲಿಗೆ ದೊರಕಿಸು....

ದಳನಾಯಕ ಗರ್ಜಿಸಿದ :

''ಅಲ್ಲಿ ಮೇಲೆ ! ಸಾಲಿನಲ್ಲಿ ಸುಮ್ಮನೆ ನಿಲ್ಲಿ... ಗುಂಡಿನ ಪಡೆ ಹುಷಾರ್ !''

ಆದರೆ ಮತ್ತೊಮ್ಮೆ ಸೆರೆಯಾಳುಗಳು ಸಾಲು ಚದರಿತು. ಕೆಲವರು ಕಣ್ಣು ಮುಚ್ಚಿಕೊಂಡರು ಮತ್ತು ಹೊಡೆತದ ಭಯಕ್ಕೆ ಬಾಗಿದರು. ಕೆಲವರು ಕುಸಿದು ಬಿದ್ದು ಗದ್ಗರಿಸಿ ಅತ್ತರು. ಮುದುಕ ರೆಯ್ಯೊನೆನ್ ಮಾತ್ರ ನೇರವಾಗಿ ನಿಂತು, ಬಂದೂಕುಧಾರಿಗಳತ್ತ ಶಾಂತಚಿತ್ತನಾಗಿ ನೋಡುತ್ತಿದ್ದ. ವಿಲ್ಲೆ ನೆಟ್ಟಗೆ ನಿಂತಿದ್ದ, ಆದರೆ ಮುಖವನ್ನು ಕೈಗಳಿಂದ ಮುಚ್ಚಿಕೊಂಡಿದ್ದ.

ದಳನಾಯಕ ಕೋಪದಿಂದ ಕಿರಿಚಿದ :

''ಅವರನ್ನು ಸ್ವಲ್ಪ ಹೊತ್ತು ಸರಿಯಾಗಿ ನಿಲ್ಲಿಸಿ ಸುಮ್ಮನಿರಿಸೋದಕ್ಕೆ ಆಗೋದಿಲ್ವೆ ನಿಮಗೆ ? ಅಯ್ಯೋ ದೇವರೇ, ನಮಗೆ ಸಹ ಇದೇನೂ ಸಂತೋಷದ ಕೆಲಸವಲ್ಲ.''

ರೆಯ್ಯೊನೆನ್ ಬಿದ್ದಿದ್ದವರ ಕಾಲರ್ ಹಿಡಿದು ಎತ್ತಿದ. ವಿಲ್ಲೆ ಅವನಿಗೆ ನೆರವಾದ. ಯುವೊನೆನ್ ಕೇಳಿದ :

''ಒಂದು ಹಾಡಿನಿಂದ ಅನುಕೂಲವಾದೀತೇ ?''

ಅವನು ಹಾಡತೊಡಗಿದ. ರೆಯ್ಯೊನೆನ್ನನ ಆಳ ಧ್ವನಿ ಅವನ ಸ್ವರದೊಂದಿಗೆ ಜೊತೆಗೂಡಿತ್ತು. ಹಾಡಿನ ತಾಳ ಅವರನ್ನು ಸೆರೆಹಿಡಿಯಿತು. ನಿಂತೆಡೆಯಲ್ಲೇ ಅವರು ತಾಳಕ್ಕೆ ತಕ್ಕಂತೆ ಕಾಲು ಹಾಕತೊಡಗಿದರು. ದುರ್ಬಲರು ಸಹ ಎದೆಯುಬ್ಬಿಸಿ ಹಾಡಿಗೆ ತಮ್ಮ ದನಿಗೂಡಿಸಿದರು :

ಸರಿ, ದೆವ್ವ ಅವನನ್ನು ಹಿಡಿಯೋದಿಲ್ಲ.
ದೆವ್ವ ಅವನನ್ನು ಕೊಂಡೊಯ್ಯೋದಿಲ್ಲ
ಸುರಕೋಕದಲ್ಲಿ ತನ್ನದೇ ಆದ
ಒಂದು ಜಾಗ ಸೋಮಾರಿಗಿದೆಯಲ್ಲ...

ದಳನಾಯಕನ ಆಜ್ಞೆಯನ್ನು ಪಾಲಿಸುವ ಸಲುವಾಗಿ ಬಂದೂಕುಗಳು ನಿಧಾನವಾಗಿ, ಇಷ್ಟವಿಲ್ಲದೆ ಮೇಲೆದ್ದವು.

ಯೋಹಾನ್ನಿಸ್ ಬೇರುಗಳ ರಾಶಿಯ ಹಿಂದೆ ಅಡಗಿ ಇದನ್ನೆಲ್ಲಾ ನೋಡುತ್ತಲೇ ಇದ್ದ. ಬಂದೂಕುಗಳು... ತನ್ನೆಡೆಗೆ ತಿರುಗಿ ತಮ್ಮ ದುಂಡು ಕಣ್ಣುಗಳಿಂದ ತನ್ನನ್ನೇ ದುರುಗಿಟ್ಟು ನೋಡುತ್ತಿದ್ದರು ಕೂಡ ಅವನಿಗೆ ಒಂದು ಬೆರಳನ್ನಾದರೂ ಚಲಿಸಲು ಸಾಧ್ಯವಾಗುತ್ತಿರಲಿಲ್ಲ. ಮತ್ತೆ ಅವನು ಆಲೋಚನೆಯಲ್ಲಿ ಮುಳುಗಿದ. ಈ ಕ್ಷಣ ಇಲ್ಲಿದೆ, ಈಗ...

ಒಂದು ಕೊಂಬೆ ಅವನ ಬೆನ್ನಿಗೆ ಒತ್ತಿತ್ತು. ಆದರೂ ಅವನು ಚಲಿಸುವಂತಿಲ್ಲ. ಅವನು

ಕೇವಲ ನೋಡುತ್ತಿರಬೇಕಾಗಿದೆ. ಹಾಡಿನ ಮಂದಗತಿ ಮತ್ತು ದುಃಖಭರಿತ ರಾಗ ಆ ಹರ್ಷರಹಿತ ಜೌಗು ನೆಲದಲ್ಲಿ ಪ್ರತಿಧ್ವನಿಸಿತು. ಮರಣದಂಡನೆಗೆ ಗುರಿಯಾಗಿದ್ದವರ ಬೂಟುಗಳು ಹಾಡಿನ ಗತಿಗೆ ತಕ್ಕಂತೆ ಮೇಲೆ, ಕೆಳಗೆ ಆಡುತ್ತಿದ್ದವು. ಚಮ್ಮಾರ ಫೈಕಿ ಮಾಡಿಕೊಟ್ಟಿದ್ದ ವಿಲ್ಲೆಯ ಬೂಟುಗಳು ಸಹ ಹಾಗೆ ಮಾಡುತ್ತಿದ್ದವು... ಮೇಲೇರುತ್ತಿದ್ದ ಬಂದೂಕು ನಳಿಕೆಗಳು ನಿಶ್ಚಲವಾಗಿ ನಿಂತವು. ಈ ನಿಮಿಷದ ಸಾಧ್ಯತೆ ಅಸಾಮಾನ್ಯ. ದಳನಾಯಕ ಕೈ ಮೇಲೆತ್ತಿದ. ಬಂದೂಕಿನ ಕುದುರೆಗಳು ಸೆಟೆದು ನಿಂತಿದೆ. ಒಂದು ಚಿಕ್ಕ ಕೀಲು ಮಾತ್ರ ಅವುಗಳನ್ನು ತಡೆಹಿಡಿದಿದೆ. ಅನಂತತೆಯ ಬಾಗಿಲ ಮುಂದೆ ಕೊನೆಯ ಪರೀಕ್ಷೆ. ಬಂದೂಕುಗಳು ಸೆರೆಯಾಳುಗಳನ್ನು ಭಾವಶೂನ್ಯವಾದ ಕಪ್ಪು ಕಣ್ಣುಗಳಿಂದ ನೋಡುತ್ತಿವೆ. ಅವರು ನಿಂತಲ್ಲಿಯೇ ಕವಾಯತು ಮಾಡುತ್ತಾ ನಿರ್ಲಕ್ಷ್ಯದಿಂದ ಗರ್ಜಿಸಿದರು.

ಸ್ವರ್ಗದ ಬಾಗಿಲ ಬಳಿ ಅಲೆಮಾರಿಗಳು ಕುಣಿಯುವರು.

ಸಭ್ಯ ಜನ ಪಿಟೀಲು ನುಡಿಸುವರು...

''ಗುಂಡು ಹಾರಿಸಿ!''

ಬಂದೂಕಿನ ಬಾಯಿಗಳಿಂದ ಕೆಂಪು ಜ್ವಾಲೆಯ ಕಿರಣಗಳು ಹೊರಹೊಮ್ಮಿದವು. ಬಂದೂಕಿನ ಸದ್ದು ಜೌಗುನೆಲದ ಮೇಲೆ ದೊಡ್ಡ ಅಲೆಯಾಗಿ ಉರುಳಿಹೋಯಿತು. ಅದು ದೂರದ ಬೆಟ್ಟಗಳವರೆಗೂ ಚಲಿಸಿ, ಅವುಗಳಿಗೆ ಬಡಿದು, ತೀರದ ಕೋಡುಗಲ್ಲುಗಳಿಗೆ ಅಪ್ಪಳಿಸಿ ಮರಳುವ ಕಡಲಿನ ತೆರೆಯಂತೆ ಜವುಗಿಗೆ ಹಿಂತಿರುಗಿತು.

ಯೋಹಾನ್ನಿಸ್‌ಗೆ ಎಚ್ಚರ ತಪ್ಪಿತು.

ಅವನಿಗೆ ಎಚ್ಚರವಾದಾಗ ಚಳಿಯಿಂದ ಜೊಮ್ಮು ಹಿಡಿದಿತ್ತು. ಅವನು ಬೇರುಗಳ ರಾಶಿಯಿಂದ ಕಷ್ಟಪಟ್ಟು ಹೇಗೋ ತೆವಳಿಕೊಂಡು ಹೋದ. ಅನಂತರ ಎದ್ದುನಿಂತು ಸ್ವಲ್ಪ ಹೊತ್ತಿನ ಹಿಂದೆ ಆಳವಾದ ಗೋರಿಯಿದ್ದ ಕಡೆ ನೋಡಿದ. ಅಲ್ಲೀಗ ಮಣ್ಣಿನ ದಿಬ್ಬವಿತ್ತು. ಎಲ್ಲವೂ ಸ್ಥಗಿತಗೊಂಡಿತ್ತು. ಜೌಗು ಭೂಮಿ, ಬೆಳದಿಂಗಳ ಪ್ರಪಂಚ ನೀರವತೆಯಿಂದ ಹಾಳು ಸುರಿಯುತ್ತಿತ್ತು.

ಬಿಳಿಯ ಹಿಮದಲ್ಲಿ ಸೈನಿಕರು ಹಿಂದಿರುಗಿದಾಗ ಮೂಡಿದ್ದ ಜಾಡನ್ನು ಅವನು ಗುರುತಿಸಿದ. ಆದರೆ ದೊಡ್ಡ ಅಣ್ಣ ಮತ್ತು ಜೊತೆಯವರ ಜಾಡು ಒಂದೇ ದಿಕ್ಕಿಗೆ ಮುಖ ಮಾಡಿತ್ತು.

ದೊಡ್ಡಣ್ಣ ಮತ್ತು ಇತರರು ಮಣ್ಣು ದಿಬ್ಬದ ಕೆಳಗಿದ್ದಾರೆ.

ಯೋಹಾನ್ನಿಸ್ ಅಳುತ್ತಾ, ಮಣ್ಣು ದಿಬ್ಬದ ಬಳಿಗೆ ಓಡಿಬಂದು ಆ ವೇಳೆಗಾಗಲೇ ಸುಮಾರಾಗಿ ಹೆಪ್ಪುಗಟ್ಟಿದ್ದ ಮಣ್ಣನ್ನು ಬೆರಳುಗಳಿಂದ ಅಗೆಯತೊಡಗಿದ.

ಅದು ವಸಂತಕಾಲದ ಆರಂಭದ ದಿನಗಳ ಸಂಜೆಯಾಗಿತ್ತು. ಉಳಿದ ಸಂಜೆಗಳು, ದಿನಗಳು ಅದನ್ನನುಸರಿಸಿದ್ದವು. ವರ್ಷಗಳಾಗಿ, ದಶಕಗಳಾಗಿ ಅವು ಬದಲಾವಣೆಗೊಂಡದ್ದವು. ಕ್ಷಣಗಳು ಉರುಳಿ ಕಳೆದು ಹೊಸ ಕ್ಷಣಗಳು ಮೂಡಿಬಂದಿದ್ದವು. ಆದರೆ ಈಗ ಆ ಕ್ಷಣಗಳು ಹಿಂದಿರುಗಿವೆ. ದೊಡ್ಡ ಅಣ್ಣ ಮತ್ತು ಇತರರು ಅಲ್ಲಿದ್ದಾರೆ. ರೆಯ್ಯೊನೆನ್ ಬೆಂಕಿ ಪೊಟ್ಟಣವನ್ನು ಕೈಯಲ್ಲಿ ಬಿಗಿಯಾಗಿ ಹಿಡಿದುಕೊಂಡಿದ್ದಾನೆ. ದೊಡ್ಡ ಅಣ್ಣನ ಕಾಲುಗಳಲ್ಲಿ ಸಾವಿನ ಕವಾಯತು ಮಾಡುವಾಗ ಮೇಲೆ, ಕೆಳಗೆ ಆಡುತ್ತಿದ್ದ ಬೂಟುಗಳಿವೆ. ಅವುಗಳೊಳಗೆ ಮಡಿದ ತಾಯಿ ಹೆಣೆದ ಕಾಲುಚೀಲಗಳಿವೆ. ಅವನು, ಆ ಪುಟ್ಟ ತಮ್ಮ, ಈಗ ಮುದುಕ. ಆದರೆ ದೊಡ್ಡ ಅಣ್ಣನ ವಯಸ್ಸು ಈಗಲೂ ಇಪ್ಪತ್ತು ವರ್ಷ ಮಾತ್ರ....

ಯೋಹಾನ್ನಿಸ್ ಗೊಂದಲಕ್ಕೊಳಗಾದ. ಅವನು ತನ್ನ ಮುಖ ಮುಟ್ಟಿಕೊಂಡ. ಸುಕ್ಕುಗಟ್ಟಿದ

ಕೈಗಳನ್ನು ನೋಡಿಕೊಂಡ. ಅವನೊಬ್ಬ ಮುದುಕ, ಆದರೆ ದೊಡ್ಡ ಅಣ್ಣ ಇನ್ನೂ ತರುಣ. ಅವನು ಕಾಲದ ಆಚೆಯಿಂದ ಬಂದಿದ್ದಾನೆ. ಆ ಕ್ಷಣದಿಂದ...

ಈಗಿನ ಬದುಕಿಗೆ ಪುನಃ ಪ್ರವೇಶಿಸಲು ಯೋಹಾನ್ನಿಸ್ ಕಣ್ಣು ಮುಚ್ಚಿಕೊಳ್ಳಬೇಕಾಯಿತು. ಇಲ್ಲ, ಇದು ಬಹಳ ಹಿಂದಿನ ಆ ವಸಂತ ಕಾಲದ ರಾತ್ರಿಯಾಗಿರಲಿಲ್ಲ. ದೊಡ್ಡಣ್ಣ ಕಾಲದ ಆಚೆಯಿಂದ ಬಂದಿದ್ದನಷ್ಟೆ. ಈಗ ಮೂವತ್ತು ವರ್ಷಗಳ ಬಳಿಕ ಅವನ ಮುಖದ ಮೇಲೆ ಸೂರ್ಯನ ಕಿರಣಗಳು ಬೀಳುತ್ತಿದ್ದವು.

ಅವರು ಅಲ್ಲಿ ಮೌನವಾಗಿ ಮಲಗಿದ್ದರು. ಅವರು ನಗುತ್ತ ಹೀಗೆ ಹೇಳಲು ಬಯಸುತ್ತಿರುವಂತೆ ಯೋಹಾನ್ನಿಸ್‌ಗೆ ಕಂಡುಬಂದಿತು.

''ಕ್ಷಣಗಳು, ಕೇವಲ ಕ್ಷಣಗಳಾಗಿವೆ, ನೋವಿನಿಂದ ಕೂಡಿದ್ದರೂ ಸಹ. ನೋವು ಮತ್ತು ನಲಿವು, ಗೆಲುವಿನ ಸಿಹಿ, ಸೋಲಿನ ಕಹಿ, ಇವುಗಳೆಲ್ಲ ಕೇವಲ ಬಿಸಿಲ್ಗುದುರೆಗಳು, ಅನಂತತೆಯಲ್ಲಿ ಮಿಂಚಿ ಮಾಯವಾಗುವ ಹೊಳಹುಗಳು. ಅನಂತತೆ ಮಾತ್ರ ವಾಸ್ತವ ಮತ್ತು ಶಾಶ್ವತ...'' ❍

ವಿಶ್ವಕಥಾಕೋಶ

ಸಂಪುಟ - ೧೪

ಸಜ್ಜನನ ಸಾವು

ಲೇಖಕರ ಪರಿಚಯ

ಸಜ್ಜನನ ಸಾವು

ಸ್ನೋರಿ ಸ್ಟುಲ್‌ಸೋನ್ (1179–1241)

ಐಸ್‌ಲೆಂಡ್‌ನ ಚರಿತ್ರಕಾರ, ಕವಿ ಮತ್ತು ರಾಜಕೀಯ ವ್ಯಕ್ತಿ. ಹಿಂದಿನ ಕವಿಗಳು ಮತ್ತು ಚರಿತ್ರಕಾರರ ಬರಹಗಳು ಮತ್ತು ಪರಂಪರಾನುಗತವಾಗಿ ಕೇಳಿಬಂದುದರ ಆಧಾರದ ಮೇಲಿನ ಸಣ್ಣ ಕಥೆಗಳು ಹಾಗೂ ಆಖ್ಯಾನಗಳ ಬರವಣಿಗೆಯಿಂದ ಪ್ರಖ್ಯಾತ. ರಾಜರ ವಂಶದ ಚರಿತ್ರೆ ಬರೆದಿದ್ದ. ಜಮೀನುದಾರಿ ವಂಶದ ಈತ ಕಾನೂನು ಪಂಡಿತನೂ ದೊರೆಯ ವಕ್ತಾರನೂ ಆಗಿದ್ದ. ನಾರ್ವೆಗೆ ಹಲವು ಬಾರಿ ಭೇಟಿ ಮತ್ತು ರಾಜಪುರಸ್ಕಾರ. ಅನಂತರ ರಾಜಕೀಯ ಕಲಹಗಳು ಮತ್ತು ಸಮರಗಳ ಪರಿಣಾಮವಾಗಿ ಅಳಿಯನಿಂದಲೇ ಹತ್ಯೆ. ದೀರ್ಘಕೃತಿಗಳಲ್ಲಿ ಹಲವಾರು ಏಕೀಕೃತ ಕಥೆಗಳು. 'ಸಜ್ಜನನ ಸಾವು' ಅವುಗಳಲ್ಲಿ ಒಂದು. ಸ್ನೋರಿಯ ರಾಜಕೀಯ ಬರಹಗಳಿಗೆ ಕೂಡ ಶತಮಾನಗಳ ನಂತರವೂ ಮಾನ್ಯತೆ ಇದೆ. ❍

ಬಲೆ–ಬೆಸ್ತರು

ಮೋಲ್ದಿ

ಈ ಲೇಖಕರ ಬಗ್ಗೆ ವಿವರ ಸಿಕ್ಕಿಲ್ಲ. ❍

ಬುಲ್ ಬುಲ್ ಹಕ್ಕಿ

ಹಾನ್ಸ್ ಕ್ರಿಶ್ಚಿಯನ್ ಆಂಡರ್‌ಸನ್ (1805–1875)

ಕಿನ್ನರ ಕಥೆಗಳ ಲೇಖಕ. ದೊರೆಯ ನೆರವಿನಿಂದ ಕೆಲಮಟ್ಟಿಗೆ ಶಿಕ್ಷಣ ಲಭ್ಯ. ಬಾಲ್ಯದಲ್ಲಿ ಡೆನ್ಮಾರ್ಕಿನ ರಾಜಧಾನಿ ಕೋಪನ್‌ಹೇಗನ್‌ಗೆ ಹೋಗಿ ನಟನಾಗುವ ವಿಫಲ ಯತ್ನ. ಕಷ್ಟಪಟ್ಟು ಕಲಿಕೆ – ಪ್ರಾಥಮಿಕ ಶಾಲೆಯಿಂದ ವಿಶ್ವವಿದ್ಯಾಲಯದವರೆಗೆ. ಅದ್ಭುತ ಕಥೆಗಳು, ಕವನಗಳು, ನಾಟಕಗಳು ಹಾಗೂ ಕೆಲವು ಕಾದಂಬರಿಗಳಿಂದ ಪ್ರಚಂಡ ಜನಪ್ರಿಯತೆ. ಅವನ ಕಥೆಗಳು ಮತ್ತು ಕವಿತೆಗಳು 150 ಕ್ಕೂ ಹೆಚ್ಚು ಭಾಷೆಗಳಿಗೆ ಅನುವಾದವಾಗಿವೆ.

ಪ್ರವಾಸ ಮಾಡುವುದು ಮತ್ತು ಅದರ ಬಗ್ಗೆ ಬರೆಯುವುದು ಅವನ ನೆಚ್ಚಿನ ಹವ್ಯಾಸ. ಇಂಗ್ಲೆಂಡ್ ಭೇಟಿಯಲ್ಲಿ ಲೇಖಕ ಚಾರ್ಲ್ಸ್ ಡಿಕನ್ಸ್ ಜತೆ ಭೇಟಿ. ವೃದ್ಧಾಪ್ಯದಲ್ಲಿ ಹುಟ್ಟೂರಾದ ಒಡೆನ್ಸ್‌ಗೆ ಮರಳಿದಾಗ ಅಭಿಮಾನಿಗಳಿಂದ ಮಿತಿಮೀರಿದ ಉತ್ಸಾಹದ ಸ್ವಾಗತ. ❍

ಎರಡು ಪ್ರಪಂಚಗಳು

ಯೇನ್ಸ್ ಪೇಟರ್ ಯಾಕಬ್‌ಸನ್ (1847–1885)

ಸಣ್ಣ ಕಥೆಗಾರ, ಕಾದಂಬರಿಕಾರ. ಪ್ರಕೃತಿ ವಿಜ್ಞಾನದಲ್ಲಿ ಮತ್ತು ಮನಶ್ಶಾಸ್ತ್ರದಲ್ಲಿ ಆಸಕ್ತಿ. ಡಾರ್ವಿನ್ನನ ವಿಕಾಸವಾದದಿಂದ ಪ್ರಭಾವಿತ. ಅವನ ಕೃತಿಗಳನ್ನು ಡೇನಿಶ್ ಭಾಷೆಗೆ ಅನುವಾದಿಸಿದ. ಆಂಡರ್‌ಸನ್ ಮಾದರಿಯಲ್ಲೇ ಬರಹಗಳ ಆರಂಭ. ಸ್ವಲ್ಪಕಾಲದಲ್ಲಿಯೇ ಸ್ವತಂತ್ರ ಶೈಲಿಯ ಸಣ್ಣ ಕಥೆ, ಕಾದಂಬರಿಗಳು. ಅವನ ಕವಿತೆಗಳು ರಮ್ಯತೆಯ ನೆರಳಿನಲ್ಲೇ ಇವೆ. ಚಿಕ್ಕ ವಯಸ್ಸಿನಲ್ಲಿಯೇ ಮರಣ. ವಿಮರ್ಶಕರು ಹೇಳುವಂತೆ ಮುಂದಿನ ಬರಹಗಾರರಾದ ಡಿ. ಎಚ್. ಲಾರೆನ್ಸ್ ಮತ್ತು ಥಾಮಸ್‌ಮನ್ ಮೇಲೆ ಇವನ ಪ್ರಭಾವ ಅಧಿಕ. ❍

ಹಾದಿಯ ಹಕ್ಕಿಗಳು

ಮಾರ್ಟಿನ್ ಆಂಡರ್ಸನ್ ನೆಕ್ಸೊ (1869–1954)

ಸಣ್ಣ ಕಥೆಗಾರ, ಕಾದಂಬರಿಕಾರ. ಕೊಳಚೆ ಪ್ರದೇಶದಲ್ಲಿ ಜನನ. ಕುರುಬನಾಗಿ ಕೃಷಿ ಕಾರ್ಮಿಕನಾಗಿ ಹಾಗೂ ಮೋಚಿಯ ಬಳಿ ಅಭ್ಯಾಸಿಯಾಗಿ ಜೀವನ. ಮೂವತ್ತನೆಯ ವಯಸ್ಸಿನಲ್ಲಿ ಬರವಣಿಗೆಯ ಆರಂಭ. ಮಕ್ಸಿಂ ಗೋರ್ಕಿಯ ನೆನಪು ತರುವ ಆತ್ಮಚರಿತ್ರೆ. ಸ್ಪೇನ್‌ನಲ್ಲಿ ಕ್ಷಯರೋಗದಿಂದ ಸುಧಾರಿಸಿಕೊಳ್ಳುತ್ತಿರುವಾಗ ಕ್ರಾಂತಿಕಾರಿ ಸಮಾಜವಾದಿ ಆಲೋಚನೆಗಳಿಗೆ ಇನ್ನಷ್ಟು ಪುಷ್ಟಿ. 1922ರಲ್ಲಿ ರಷ್ಯಕ್ಕೆ ಭೇಟಿ. ಉತ್ಸಾಹಿ ಕಮ್ಯುನಿಸ್ಟ್. ನಾಜಿ ಆಕ್ರಮಣದ ಕಾಲದಲ್ಲಿ ಬಂಧನ. ಮಾಸ್ಕೋಗೆ ಪಲಾಯನ. ಸಮರದ ಅನಂತರ ಬರವಣಿಗೆಯ ಮುಂದುವರಿಕೆ. 1979ರಲ್ಲಿ ರಷ್ಯದ ಖಗೋಳ ವಿಜ್ಞಾನಿ ಕಂಡುಹಿಡಿದ ಒಂದು ಸಣ್ಣ ಗ್ರಹಕ್ಕೆ ಇವನ ಕಾದಂಬರಿಯ ಮುಖ್ಯಪಾತ್ರ 'ಡಿಟ್ಟೆ' ಹೆಸರು ಇಡಲಾಗಿದೆ. ❍

ತಂದೆ

ಬ್ಯೋರ್ನ್‌ಸ್ಟ್ಯೆನ್ ಬ್ಯೋರ್ನ್‌ಸೋನ್ (1832–1910)

ನಾಟಕಕಾರ, ಕಾದಂಬರಿಕಾರ, ಕಿರುಗತೆಗಾರ. ಪತ್ರಕರ್ತ ಹಾಗೂ ಬರಹಗಾರನಾಗುವ ಉದ್ದೇಶದಿಂದ ವಿಶ್ವವಿದ್ಯಾನಿಲಯದಿಂದ ನಿರ್ಗಮನ.

ರೈತ ಜೀವನವನ್ನು ನಿರೂಪಿಸುವ ಕಥೆಗಳಿಂದಾಗಿ ಅಪಾರ ಜನಪ್ರಿಯತೆ. ಆಧುನಿಕ ನಾರ್ವೆಯ ಸಾಹಿತ್ಯ ಪ್ರವರ್ತಕರಲ್ಲಿ ಒಬ್ಬ ಎಂಬ ಮನ್ನಣೆ. 1903ರಲ್ಲಿ ನೊಬೆಲ್ ಸಾಹಿತ್ಯ ಪ್ರಶಸ್ತಿ. ನಾರ್ವೆಯ ರಾಷ್ಟ್ರಗೀತೆ ಬರೆಯುವ ಗೌರವ. ಸಾರ್ವಜನಕ ಜೀವನದಲ್ಲಿ ಸಕ್ರಿಯ ಪಾತ್ರ. ಯೂರೋಪ್‌ನ ಪತ್ರಿಕೆಗಳಲ್ಲಿ ಅವನ ನೂರಾರು ಲೇಖನಗಳು ಪ್ರಕಟ. ❍

ರಕ್ಕಸ ಮೀನು

ಯೋಹಾನ್ ಬೋಯೆರ್ (1872–1959)

ನಾರ್ವೆಯ ಪ್ರಸಿದ್ಧ ಸಣ್ಣ ಕಥೆಗಾರ ಮತ್ತು ಕಾದಂಬರಿಕಾರ. ಗ್ರಾಮೀಣ ಪ್ರದೇಶದಲ್ಲಿ ಬಡ ಕುಟುಂಬದಲ್ಲಿ ಬಾಲ್ಯ. ಬಡ ರೈತರು ಮತ್ತು ಬೆಸ್ತರ ಬದುಕಿನ ಬವಣೆಯ ಬಗ್ಗೆ ಹೆಚ್ಚು ಬರೆಹ. ರಾಜಕೀಯದಲ್ಲಿ ಆಸಕ್ತಿ. ವಿಸ್ತೃತ ಪ್ರವಾಸಗಳು. 'ಮಹಾ ಹಸಿವು' ಮತ್ತು 'ಸುಳ್ಳಿನ ಶಕ್ತಿ' ಕಾದಂಬರಿಗಳು ಹೆಚ್ಚು ಜನಪ್ರಿಯ. ವಿದೇಶಿ ಭಾಷೆಗಳಿಗೆ ಅನುವಾದಗೊಂಡ ಕೃತಿಗಳಿಂದ ಅಂತರರಾಷ್ಟ್ರೀಯ ಮನ್ನಣೆ. ❍

ಪ್ರೇಮ ಮತ್ತು ರೊಟ್ಟಿ

ಆಗಸ್ಟ್ ಸ್ಟ್ರೈಂಡ್‌ಬರ್ಗ್ (1849–1912)

ಸಣ್ಣ ಕಥೆಗಾರ, ಕಾದಂಬರಿಕಾರ, ನಾಟಕಕಾರ ಹಾಗೂ ವಿಜ್ಞಾನ ವಿಷಯಗಳ ಬರಹಗಾರ. ಬಡಕುಟುಂಬದಲ್ಲಿ ಜನನ. ಆಧುನಿಕ ಐರೋಪ್ಯ ಸಾಹಿತ್ಯದ ಅತ್ಯಂತ ಗೌರವಾನ್ವಿತ ಲೇಖಕರಲ್ಲೊಬ್ಬನೆಂಬ ಮಾನ್ಯತೆ. ನಾಲ್ಕು ದಶಕಗಳ ಕಾಲ ನಿರಂತರವಾಗಿ ಬರೆದ. ಸಮಕಾಲೀನ ಜೀವನದ ಬಗ್ಗೆ ಈತನ ಚಿತ್ರಣ ವಿಶೇಷ ಪ್ರಶಂಸೆಗೆ ಪಾತ್ರ. ಆಧುನಿಕ ಸ್ವೀಡಿಷ್ ಸಾಹಿತ್ಯದ ಪಿತಾಮಹ ಎಂಬ ಗೌರವ. ವಿಜ್ಞಾನ ಪ್ರಯೋಗಗಳು ಮತ್ತು ಅಧ್ಯಯನ ಗಳಲ್ಲೂ ಆಸಕ್ತ. ನಾಟಕಗಳನ್ನು ರಚಿಸಿ, ರಂಗಮಂದಿರ ನಿರ್ಮಿಸಿ, ರಂಗಭೂಮಿ ಪ್ರಯೋಗಗಳಿಗೆ ಹೆಚ್ಚು ಬೆಂಬಲ ನೀಡಿದ. ಪತ್ರಕರ್ತನಾಗಿ ಹಲವು ಪತ್ರಿಕೆಗಳಿಗೆ ಬರೆದ. ಮಕ್ಸಿಂ ಗೋರ್ಕಿ, ಇಂಗ್ಮರ್ ಬರ್ಗ್‌ಮನ್, ಯುಗೀನ್ ಓನೀಲ್ ಸೇರಿ ಹಲವಾರು ಪ್ರಮುಖ ಲೇಖಕರು ತಾವು ಇವನಿಂದ ಪ್ರಭಾವಿತರೆಂದು ಹೇಳಿಕೊಂಡಿದ್ದಾರೆ. ❍

ನಿದ್ದೆಯಲ್ಲಿ ಕಣ್ಣೀರು

ಪೇಡರ್ ಷೋರ್ಗೆನ್ (1905–1966)

ಸ್ಪೇನ್‌ನ ಅಂತರ್‌ಯುದ್ಧದಲ್ಲಿ ಯೋಧನಾಗಿ ಪಾಲ್ಗೊಂಡಿದ್ದ ಫ್ಯಾಸಿಸಂನ ವಿರೋಧಿ. ಸಣ್ಣ ಕಥೆಗಾರ, ಕಾದಂಬರಿಕಾರ. ರೇಡಿಯೋ ನಾಟಕಕಾರ

ಮತ್ತು ಪತ್ರಿಕಾ ಬರಹಗಾರ. ಹಲವು ಬರಹಗಳಿಗೆ ಯುದ್ಧದ ಅನುಭವವೇ ವಸ್ತು. ಯುದ್ಧಾನಂತರ ಗುಪ್ತಚಾರನೆಂಬ ಆಪಾದನೆಯ ಮೇರೆಗೆ ಬಂಧನ, ಅದರಿಂದ ಪಲಾಯನ. ಅವನ ಕಾದಂಬರಿ 'ಬ್ಲ್ಯಾಕ್ ಪಾಮ್ಸ್' ನಂತರ ಚಲನಚಿತ್ರವಾಯಿತು. ಫಿನ್ನಿಷ್ ಯುದ್ಧದ ಅನುಭವಗಳನ್ನು ಆಧರಿಸಿದ ಅವನ ಮತ್ತೊಂದು ಕಾದಂಬರಿ 'ಬ್ರೆಡ್ ಆಫ್ ಲವ್' ಕೂಡ ಚಲನಚಿತ್ರವಾಗಿ ಫಿನ್ಲೆಂಡ್ ಸರ್ಕಾರದಿಂದ ಬಹಿಷ್ಕೃತವಾಯಿತು. ❍

ವಿಚಿತ್ರ ಪ್ರವಾಸಿ

ಪೇರ್ ಓಲಾಫ್ ಸುಂಡ್‌ಮಾನ್ (1922–1992)

ಸ್ಟಾಕ್‌ಹೋಮ್‌ನಲ್ಲಿ ಜನನ. ಸ್ವೀಡನ್‌ನ ಕಾದಂಬರಿಕಾರ ಮತ್ತು ರಾಜಕಾರಣಿ. 1957ರಲ್ಲಿ ಮೊದಲ ಕೃತಿ ಪ್ರಕಟವಾದ ಕೂಡಲೇ ಯಶಸ್ಸು. ಮನುಷ್ಯ ಸ್ವಭಾವ ಮತ್ತು ಅದರ ಪರಿವರ್ತನೆಯ ಸಾಧ್ಯತೆ ಬಗ್ಗೆ ವಿಶೇಷ ಆಸಕ್ತಿ. 'ಆ ಪ್ರವಾಸ', 'ಎರಡು ಹಗಲು ಎರಡು ರಾತ್ರಿ' ಮತ್ತು 'ದೇವದೂತನ ಪಲಾಯನ' ಮುಖ್ಯ ಕೃತಿಗಳು. 1975ರಲ್ಲಿ ಸ್ವೀಡಿಷ್ ಅಕಾಡೆಮಿಗೆ ಆಯ್ಕೆ. ನಾರ್ಡಿಕ್ ಕೌನ್ಸಿಲ್‌ನ ಸಾಹಿತ್ಯ ಪ್ರಶಸ್ತಿ ಸೇರಿ, ಅಂತರರಾಷ್ಟ್ರೀಯ ಮನ್ನಣೆ ಪಡೆದ ಲೇಖಕ. ❍

ಪರಿಶುದ್ಧ ಮಾನವಕುಲ

ಮಾರ್ತ್ತಿ ಲಾರ್ನಿ (1909–1993)

ಮಾರ್ತ್ತಿ ಜೊಹಾನ್ಸ್ ಲಾರ್ನಿ ಫಿನ್ಲೆಂಡ್‌ನ ಸಣ್ಣ ಕಥೆಗಾರ, ಲಘು ಚಿತ್ರಕಾರ. ಕವಿ, ಪತ್ರಕರ್ತ. ಫಿನ್‌ಲೆಂಡ್‌ನ ರಾಜಧಾನಿ ಹೆಲ್ಸಿಂಕಿಯಲ್ಲಿ ವಾಸ. 1957ರಲ್ಲಿ 'ತನಗೆ ಬೇಡವಾದರೂ ಪೋಕರಿಯಾದವನು' ಎಂಬ ವಿಡಂಬನಾತ್ಮಕ ಕಾದಂಬರಿಯಿಂದಾಗಿ ಜನಪ್ರಿಯತೆ. ತೀಕ್ಷ್ಣ ಹಾಸ್ಯಕ್ಕೆ ಹೆಸರುವಾಸಿ. ಸಾಮಾಜಿಕ ಅನ್ಯಾಯಗಳ ವಿರುದ್ಧ ಹೋರಾಡುವುದು ಲೇಖಕನ ಮೊದಲ ಕರ್ತವ್ಯ ಎಂಬ ನಂಬಿಕೆಯಿಟ್ಟು ಬರವಣಿಗೆ. ಕಾವ್ಯನಾಮಗಳಲ್ಲೂ ಕೆಲವು ಕೃತಿಗಳ ಪ್ರಕಟಣೆ. 1964 ರಿಂದ ಮೂರು ವರ್ಷಗಳ ಕಾಲ ಫಿನ್ಲೆಂಡ್‌ನ ಬರಹಗಾರರ ಸಂಘದ ಅಧ್ಯಕ್ಷ. ❍

ಕ್ಷಣಗಳು

ಘಾವೋ ಘೋಸ್ಸಿ (1904–1979)

ಮಾರ್ತ್ತಿ ಘಾವೋ ಘೋಸ್ಸಿ ಫಿನ್ಲೆಂಡ್‌ನಲ್ಲಿದ್ದ ಬರಹಗಾರ, ಪತ್ರಕರ್ತ ಮತ್ತು ಕೃಷಿಕ. ಹದಿನೈದು ವರ್ಷಗಳ ಕಾಲ ನಿಯತಕಾಲಿಕೆಯೊಂದಕ್ಕೆ ಸಂಪಾದಕನಾಗಿದ್ದ. ಅಂಕಣಕಾರನಾಗಿಯೂ ಜನಪ್ರಿಯ. ನೂರೈವತ್ತಕ್ಕೂ

ಹೆಚ್ಚು ಸಣ್ಣ ಕಥೆಗಳು ಪತ್ರಿಕೆಗಳಲ್ಲಿ ಪ್ರಕಟವಾದವು. ತನ್ನ ಒಂದು
ಸಣ್ಣಕಥೆಗಾಗಿ ಅಂತರರಾಷ್ಟ್ರೀಯ ಮಟ್ಟದ ಪುರಸ್ಕಾರವನ್ನೂ ಪಡೆದ.
ಕಲಾತ್ಮಕ ಛಾಯಾಗ್ರಾಹಕನಾಗಿಯೂ ಪ್ರಸಿದ್ಧ.   ○

ಈ ಸಂಪುಟದ ಅನುವಾದಕರು

ಕ. ನಂ. ನಾಗರಾಜು

ಬೆಂಗಳೂರು ಜಿಲ್ಲೆಯ ಕನ್ನಮಂಗಲದಲ್ಲಿ ಜನನ. ಬೆಂಗಳೂರಿನ
ಬಸವನಗುಡಿಯ ನ್ಯಾಷನಲ್ ಕಾಲೇಜಿನಲ್ಲಿ ಕನ್ನಡ ಪ್ರಾಧ್ಯಾಪಕರಾಗಿ
ನಿವೃತ್ತರು. 'ಪಾರ್ಥೇನಿಯಂ' ಕಥಾಸಂಕಲನ. ರಂಗಭೂಮಿಯಲ್ಲಿ
ಆಸಕ್ತಿ. 'ಅಂಕಣ' ಸಾಹಿತ್ಯ ಪತ್ರಿಕೆಯ ಬಳಗದ ಸದಸ್ಯ.   ○

ವಿಶೇಷ ಕೃತಜ್ಞತೆ

ಈ ಸಂಪುಟದ ಕಥೆಗಳ ಆಯ್ಕೆಗಾಗಿ ಆಕರ ಸಾಮಗ್ರಿ ದೊರಕಿಸುವ ಕಾರ್ಯದಲ್ಲಿನೆರವು ನೀಡಿದ

- ವಿವಿಧ ಗ್ರಂಥ ಭಂಡಾರಗಳು
- ಶ್ರೀ ಶಾ. ಬಾಲುರಾವ್, ಕೇಂದ್ರ ಸಾಹಿತ್ಯ ಅಕಾಡೆಮಿ, ನವದೆಹಲಿ
- ಸ್ವೀಡಿಷ್ ಲಿಟರರಿ ಇನ್ಸ್ಟಿಟ್ಯೂಟ್, ಸ್ಟಾಕ್ ಹೋಮ್

ಅಂಕಿತನಾಮಗಳ ಸರಿಯಾದ ಉಚ್ಚಾರ ತಿಳಿಯಲು ಸಹಾಯ ಮಾಡಿದ

- ಡಾ. ಪಿ. ದಾಸ್ ಗುಪ್ತ, ಸೆಂಟರ್ ಆಫ್ ಅಡ್ವಾನ್ಸ್ಡ್ ಸ್ಟಡೀಸ್ ಇನ್ ಲಿಂಗ್ವಿಸ್ಟಿಕ್ಸ್, ಪುಣೆ

ಸಂಪುಟದ ಮೂಲ ಆಂಗ್ಲ ರೂಪದ ಬೆರಳಚ್ಚು ಪ್ರತಿಗಳ ತಯಾರಿಕೆ ಮತ್ತಿತರ ಸಂಪಾದಕೀಯ ನೆರವಿಗಾಗಿ

- ಕುಮಾರಿ ಸೀಮಂತಿನೀ ನಿರಂಜನ

ಇವರೆಲ್ಲರಿಗೆ ನಾವು ವಿಶೇಷವಾಗಿ ಕೃತಜ್ಞರು.

ವಿಶ್ವಕಥಾಕೋಶ

೨೫ ಸಂಪುಟಗಳು

ಪ್ರಧಾನ ಸಂಪಾದಕರು : ನಿರಂಜನ

೧) **ಧರಣಿಮಂಡಲ ಮಧ್ಯದೊಳಗೆ**
22 ಕನ್ನಡ ಕಥೆಗಳು

೨) **ಆಫ್ರಿಕದ ಹಾಡು**
ಆಫ್ರಿಕ ಖಂಡದ ಕಥೆಗಳು
ಅನು : ಸಿ. ಸೀತಾರಾಮ್

೩) **ಕಾಡಿನಲ್ಲಿ ಬೆಳದಿಂಗಳು**
ವಿಯೆಟ್ನಾಮ್ ಕಥೆಗಳು
ಅನು : ಸಿ. ಪಿ. ರವಿಕುಮಾರ್

೪) **ಚೆಲುವು**
ಮಂಗೋಲಿಯ, ಚೀನ, ಜಪಾನ್, ಕೊರಿಯ ಕಥೆಗಳು
ಅನು : ಜಿ. ಎಸ್. ಸದಾಶಿವ

೫) **ಸುಭಾಷಿಣಿ**
ಭಾರತ, ನೆರೆಹೊರೆ ಕಥೆಗಳು
ಅನು : 23 ಅನುವಾದಕರು

೬) **ವಿಚಿತ್ರ ಕಕ್ಷಿದಾರ**
ಇಂಗ್ಲೆಂಡ್ ಕಥೆಗಳು
ಅನು : ಎನ್. ಎಸ್. ರಾಮಚಂದ್ರಯ್ಯ, ಎಸ್. ಆರ್. ಭಟ್

೭) **ಮಂಜುಹೂವಿನ ಮದುವಣಿಗ**
ಹಂಗೇರಿ, ರುಮಾನಿಯ ಕಥೆಗಳು
ಅನು : ಕೆ. ಎಸ್. ನಾರಾಯಣಸ್ವಾಮಿ

೮) **ಬೂದುಬಣ್ಣದ ಕಾಂಗರೂ**
ಆಸ್ಟ್ರೇಲಿಯ, ನ್ಯೂಝಿಲೆಂಡ್ ಕಥೆಗಳು
ಅನು : ಪಾ. ಸಂಜೀವ ಬೋಳಾರ

೯) **ಹೆಜ್ಜೆಗುರುತು**
ರಷ್ಯ, ನೆರೆಹೊರೆ ಕಥೆಗಳು
ಅನು : ಕೆ. ಎಸ್. ನಿಸಾರ್ ಅಹಮದ್

೧೦) **ಅರಬಿ**
ಐರ್‌ಲೆಂಡ್, ವೇಲ್ಸ್, ಸ್ಕಾಟ್‌ಲೆಂಡ್ ಕಥೆಗಳು
ಅನು : ಶಾ. ಬಾಲು ರಾವ್

೧೧) **ನೆತ್ತರು ದೆವ್ವ**
ಚೆಕೊಸ್ಲೊವಾಕಿಯ, ಪೋಲೆಂಡ್ ಕಥೆಗಳು
ಅನು : ಎಚ್. ಕೆ. ರಾಮಚಂದ್ರಮೂರ್ತಿ

೧೨) **ಬಾವಿಕಟ್ಟೆಯ ಬಳಿ**
ಯುಗೊಸ್ಲಾವಿಯ, ಆಲ್ಬೇನಿಯ, ಬಲ್ಗೇರಿಯ ಕಥೆಗಳು
ಅನು : ಚಿ. ಶ್ರೀನಿವಾಸರಾಜು

೧೩) **ಅದೃಷ್ಟ**
ಅಮೆರಿಕ, ಕೆನಡ, ಮೆಕ್ಸಿಕೊ ಕಥೆಗಳು
ಅನು : ವೀಣಾ ಶಾಂತೇಶ್ವರ

೧೪) **ಸಜ್ಜನನ ಸಾವು**
ಐಸ್‌ಲೆಂಡ್, ಡೆನ್‌ಮಾರ್ಕ್, ನಾರ್ವೆ, ಸ್ವೀಡನ್, ಫಿನ್‌ಲೆಂಡ್ ಕಥೆಗಳು
ಅನು : ಕ. ನಂ. ನಾಗರಾಜು

೧೫) **ಡೇಗೆ ಹಕ್ಕಿ**
ಇಟಲಿ, ಆಸ್ಟ್ರಿಯ ಕಥೆಗಳು
ಅನು : ಎಸ್. ಅನಂತನಾರಾಯಣ

೧೬) **ಅವಸಾನ**
ಗ್ರೀಸ್, ಸೈಪ್ರಸ್, ಟರ್ಕಿ ಕಥೆಗಳು
ಅನು : ಎ. ಈಶ್ವರಯ್ಯ

೧೭) **ತಾತನ ಹುಟ್ಟುಹಬ್ಬ**
ಹಾಲೆಂಡ್, ಬೆಲ್ಜಿಯಮ್, ಸ್ವಿಟ್ಜರ್‌ಲೆಂಡ್ ಕಥೆಗಳು
ಅನು : ಸಿ. ಎಚ್. ಪ್ರಹ್ಲಾದ್‌ರಾವ್

೧೮) **ಬಾಲ ಮೇಧಾವಿ**
ಜರ್ಮನಿ ಕಥೆಗಳು
ಅನು : ಎಚ್.ಎಸ್. ರಾಘವೇಂದ್ರರಾವ್

೧೯) **ಇಬ್ಬರು ಗೆಳೆಯರು**
ಸ್ಪೇನ್, ಪೋರ್ಚುಗಲ್ ಕಥೆಗಳು
ಅನು : ಕೆ. ವಿ. ನಾರಾಯಣ

೨೦) **ಅಬಿಂದಾ - ಸಯಿದ್**
ಇಂಡೊನೇಷ್ಯ, ಫಿಲಿಪ್ಪೀನ್ಸ್, ಮಲಯ, ಸಿಂಗಾಪುರ, ಥಾಯ್‌ಲೆಂಡ್ ಕಥೆಗಳು
ಅನು : ಎಸ್ಸಾರ್ಕೆ

೨೧) **ನಿಗೂಢ ಸೌಧ**
ಫ್ರಾನ್ಸ್ ಕಥೆಗಳು
ಅನು : ಬಸವರಾಜ ನಾಯ್ಕರ

೨೨) **ಬೆಳಗಾಗುವ ಮುನ್ನ**
ಕ್ಯೂಬಾ, ಜಮೇಯಿಕ ಕಥೆಗಳು
ಅನು : ಶ್ರೀಕಾಂತ

೨೩) **ಮರಳುಗಾಡಿನ ಮದುವೆ**
ಪಶ್ಚಿಮ ಏಷ್ಯ ಕಥೆಗಳು
ಅನು : ವಾಸುದೇವ

೨೪) **ಕಿವುಡು ವನದೇವತೆ**
ದಕ್ಷಿಣ ಅಮೆರಿಕ ಕಥೆಗಳು
ಅನು : ಈಶ್ವರಚಂದ್ರ

೨೫) **ಸಾವಿಲ್ಲದವರು**
ಪಂಚ ಮಹಾಕಾವ್ಯಗಳಿಂದ ಆಯ್ದ ಕಥೆಗಳು
ನಿರೂಪಣೆ : ಸಿ. ಕೆ. ನಾಗರಾಜ ರಾವ್